ది
మిడ్ నైట్
లైబ్రరీ

ది
మిడ్ నైట్
లైబ్రరీ

మ్యాట్ హేగ్

అనువాదం: డాక్టర్ పార్థసారథి చిరువోలు

MANJUL
మంజుల్ పబ్లిషింగ్ హౌస్

First published in India by

MANJUL

Manjul Publishing House
Corporate and Editorial Office
• 2nd Floor, Usha Preet Complex, 42 Malviya Nagar, Bhopal 462 003 – India
Sales and Marketing Office
• C-16, Sector 3, Noida, Uttar Pradesh 201301 – India
Website: www.manjulindia.com
Distribution Centres
Ahmedabad, Bengaluru, Bhopal, Kolkata, Chennai,
Hyderabad, Mumbai, New Delhi, Pune

Telugu translation of *The Midnight Library* by *Matt Haig*

This Telugu edition published by
arrangement with Canongate Books Ltd, Edinburgh.

Telugu edition first published in 2024

ISBN 978-93-5543-630-6

Translated by: Dr Pardhasaradhi Chirovolu

Printed and bound in India by Repro India Limited.

ఆరోగ్యకార్యకర్తలకు,
ఇతర కేర్ వర్కర్లకు
నిండైన మనసుతో

నేను ఆశించిన విధంగా జీవించలేను. ఫలానా వారిలా ఉండలేను. నేను కోరుకున్న అన్ని నైపుణ్యాలను సొంతం చేసుకోలేను. అసలు ఇదంతా నేను ఎందుకు కోరుకుంటున్నాను? జీవితంలో సాధ్యమైనన్ని మార్గాల్లో జీవిస్తూ, భిన్నమైన మానసిక, భౌతిక అనుభవాలను సొంతం చేసుకోవాలని ఉవ్విళూరుతున్నాను.

– సిల్వియా ప్లాత్

''జీవితానికి, మరణానికి నడుమ ఓ గ్రంథాలయం ఉంటుంది'' అంది ఆమె. ఆ గ్రంథాలయంలో పుస్తకాల అరలన్నీ నిరంతరం అలా కదిలిపోతూనే ఉంటాయి. ప్రతి పుస్తకం మీరు జీవించటానికి అవసరమైన మరో అంకాన్ని పరిచయం చేస్తుంది. ఇంకోరకంగా ఎంచుకుని ఉంటే, ఇంకో రకంగా వాటిని చేసుంటే లేదా పశ్చాత్తాపాలను తోసిపుచ్చుకునే అవకాశం వస్తే పరిస్థితులు ఎంత భిన్నంగా ఉండేవని మీరు కనుగొనగలుగుతారు.

వాన గురించిన ముచ్చట్లు

ఆమె చనిపోవాలని నిశ్చయించుకోటానికి ముందు 19 ఏళ్ల క్రితం నాటి మాట. నోరా సీడ్ బెడ్ఫోర్డ్ పట్టణంలోని ఓ ప్రాథమిక పాఠశాల గ్రంథాలయంలో కూర్చుని ఉంది. దిగువన ఉన్న చెస్ బోర్డు వంక చూడసాగింది.

''నోరా డియర్, భవిష్యత్తు గురించి నువ్వు ఆందోళన చెందటం సమంజసంగానే ఉంది'' అంది లైబ్రేరియన్ మిసెస్ ఎల్మ్. మంచును తాకిన సూర్యరశ్మి మాదిరిగా ఆమె కళ్లు మెరుస్తున్నాయి.

మిసెస్ ఎల్మ్ ఆట ప్రారంభించింది. చెస్ బోర్డుపైన గుర్రాన్ని కదిపి తెల్లబంటు మీదుగా దూకిస్తూ అంది, ''బహుశా పరీక్షల గురించి నువ్వు ఆందోళన చెందుతున్నట్టున్నావు. నువ్వు ఏది కావాలనుకుంటే అది కావచ్చు. ఆ అవకాశాల గురించి ఆలోచించు. ఉత్తేజం కలుగుతుంది''.

''అవును. నేను అదే నమ్ముతున్నాను''.

''నీ ముంగిట్లో మొత్తం ప్రపంచం ఉంది''.

''మొత్తం ప్రపంచమా?''

''నువ్వు ఏదైనా చేయగలవు. ఎక్కడయినా జీవించగలవు. ఏ మాత్రం ఇబ్బంది పడకుండా''.

నోవా తన బంటును ముందుకు నెట్టింది.

నోరా తప్పులు చేయకుండా ఎప్పటికప్పుడు సరిదిద్దే మిసెస్ ఎల్మ్‌ను, ఆమె తల్లితో పోల్చకుండా ఉండటం కష్టం. నోరా పసిబిడ్డగా ఉన్నప్పుడు ఆమె ఎడమ చెవికి వినికిడి సమస్యగా ఉండేది. దానితో సందర్భానుసారం స్టికీ టేప్స్ ఉపయోగించేది ఆమె తల్లి. దానిని బయటకు కనిపించకుండా ఉలెన్ బోన్నెట్ పైన దాచి ఉంచేది.

''చలిని, తేమను నేను అంతగా ఇష్టపడను'' అంది మిసెస్ ఎల్మ్ తన సంభాషణ కొనసాగిస్తూ.

మిసెస్ ఎల్మాలో వృద్ధాప్య ఛాయలు స్పష్టంగా కనిపిస్తున్నాయి. ముడతలు పడిన ముఖం, పైన కురచగా ఉన్న నెరిసిన జుత్తు. స్కూలు మొత్తంలో నోరాను ఆమె బాగా అర్థం చేసుకుంది, అందుకే వానపడని రోజుల్లో మధ్యాహ్న సమయాలను ఆమె లైబ్రరీలో గడుపుతుంది.

''చలి, తేమ కలిసి ఉండవు'' ఆమె మాటలకు సమాధానంగా నోరాచెప్పింది. ''అంటార్కిటాకా అనేది భూమి మీద పొడి ఖండం అని చెప్పాలి. సాంకేతికంగా చెప్పాలంటే, అది ఎడారి'.

''అవును. అది నీ అభిరుచికి తగింది''.

''అదేమంత పెద్ద దూరం ఉంటుందని నేను అనుకోవటం లేదు''.

''నువ్వు వ్యోమగామి కావచ్చు. నక్షత్రమండలం అంతా పర్యటించవచ్చు''.

నోరా చిరునవ్వు నవ్వింది. ''వర్షం అన్ని ఖండాల్లోనూ ఇబ్బంది పెడుతుంది''.

''బెడ్ ఫోర్డ్ ఫైర్ కంటేనా?''.

''శుక్రగ్రహం మీద అది స్వచ్ఛమైన ఆమ్లం''.

మిసెస్ ఎల్మా తన జేబులో నుంచి టిష్యూ పేపరు తీసుకుని ముక్కు చీదింది. ''నీలాంటి తెలివైన పిల్ల ఏదయినా చేయగలదు''.

ఒకరిని వెంబడించటం లేదా వెంటాడబడటం లాంటికి కొన్నేళ్లుగా అనుభవించి ఉంది. తన సోదరుడు వెళ్లిపోయిన దగ్గర్నుంచి పెద్దగా ఆమె గురించి పట్టించుకునేవాళ్లు లేరు.

లైబ్రరీ అనేది నాగరికతకు నిలయంగా ఆమెకు తోస్తుంది.

''నాన్న నేను అన్నీ వదిలేస్తానని ఫిర్యాదు చేస్తాడు. ఇప్పుడు ఈత పక్కన పెట్టేశాను''.

''నిజానికి వేగంగా ఈతకొట్టటం కంటే అనేక గొప్ప విషయాలు ఈ ప్రపంచంలో ఉన్నాయి. నీ ముందు ఎన్నో అవకాశాలు ఎదురుచూస్తున్నాయి. క్రితం సారి చెప్పినట్టుగా, నువ్వు 'గ్లేసియాలజిస్ట్ కావచ్చు. పరిశోధనలకు సంబంధించి...''

అంతలో ఫోన్ మోగింది.

''ఒక్క నిముషం''. అంది మిసెస్ ఎల్మా''. ''నేనే ఆ విషయం తెలుసుకోవాలి''.

నోరా అలా గమనిస్తూ ఉండిపోయింది.

"అవును. ఆమె ఇక్కడే ఉంది" అని చెబుతోంది మిసెస్ ఎల్మా.

ఏదో షాక్ కు గురయినట్టుంది.

నోరాకు కాస్త దూరంగా జరిగింది. కానీ నిశ్శబ్దంగా ఉన్న గదిలో ఆమె మాటలు ప్రతిధ్వనించాయి.

"ఓ ... అలాగా... అలా ఎట్టి పరిస్థితుల్లో కాకూడదు."

19 ఏళ్ల తర్వాత...

తలుపు తట్టిన అతిథి

తను చనిపోవాలని నిర్ణయించుకోటానికి 27 గంటల ముందు... నోరా సీడ్ శిధిలమైన సోఫా మీద కూర్చుని ఉంది. సంతోషంగా జీవిస్తున్న ఇతరుల గురించి ఆలోచించసాగింది. జీవితం గురించి తనేదో అనుకుంటే మరేదో సంభవించింది.

అంతలో ఎవరో ఆమె డోర్ బెల్ మోగించారు.

తలుపు దగ్గరకు వెళ్లాలా లేదా అని క్షణకాలం తటపటాయించింది. అప్పుడు సమయం రాత్రి 9 కూడా కాలేదు. అప్పటికే ఆమె నైట్ డ్రస్ లోకి మారిపోయింది. బాగా పెద్దగా ఉన్న టీషర్టు, రంగురంగుల పైజామా ధరించి ఉంది.

చెప్పులు వేసుకుని వెళ్లి తలుపు తీసింది. వచ్చిన వ్యక్తి తనకు పరిచయస్థుడే.

అతను బాగా పొడవుగా, బక్కపలచగా చూడటానికి పిల్లాడిలా ఉన్నాడు. అతని ముఖంలో దయ ... ఆ కళ్లు తీక్షణంగా మెరుస్తున్నాయి. దేన్నయినా శోధించేట్టుగా ఉన్నాయి.

అతని రాక ఆశ్చర్యం కలిగించింది. అదే సమయంలో ఆనందం కూడా కలిగింది. బయట చలి, వర్షం ఉన్నా, వేడివాతావారణంలో ఉన్నట్టు అతను చెమటలు కక్కుతున్నాడు. తనున్న పరిస్థితుల్లో అతనిరాక కొంత అసౌకర్యం కలిగించిన మాట నిజం.

ఆమె ఒంటరితనంతో సతమతమవుతోంది. తత్వశాస్త్రం చదువుకుంది. ఈ అసంబద్ధమైన విశ్వంలో మానవీయంగా మసలటం అనేది ప్రాథమికమైన అవసరం అని అస్తిత్వ తత్వశాస్త్రం ద్వారా గ్రహించింది. ఇప్పుడు అతని రాకను ఆమె స్వాగతించింది.

''యశ్'' అంది నవ్వుతూ... ''అదే పేరు కదూ?''

''అవును''.

‘‘ఇక్కడ నువ్వేం చేస్తున్నావ్? నిన్ను కలవటం బావుంది’’.

కొన్ని వారాల క్రితం తను పియానో వాద్యంలో లీనమయినప్పుడు, బెన్ క్రాఫ్ట్ ఎవెన్యూ నుంచి వస్తూ, ఇక్కడే 33ఏ కిటికీలో చూసి ఆమెకు చేతులు ఊపాడు. ఏడాది క్రితం ఎప్పుడో ఆమెను కాఫీకి ఆహ్వానించాడు. ఇప్పుడు కూడా అతను ఆ పని చేయచ్చు.

‘‘నాకు కూడా నిన్ను కలవటం బావుంది’’ అన్నాడు.

కానీ ఏదో ఒత్తిడికి గురవుతున్నట్టున్నాడు. అతని ముఖానికి ఆ మాటలు అంతగా పొసగలేదు.

ఇంతకు ముందు షాపులో మాట్లాడినప్పటికి, ఇప్పటికి స్వరంలో ఏదో తేడా కనిపిస్తోంది. ఏదో భారం మోస్తున్నవాడిలా కనిపిస్తున్నాడు. కనుబొమ్మల మీద రుద్దుకుని అదేదో అన్నాడు. ఆ పదం అసంపూర్తిగా ముగిసింది.

‘‘రన్నింగ్ లో ఉన్నావా?’’ అసంబద్ధమైన ప్రశ్న అది. ఆ విషయం తనకు స్పష్టంగా తెలుస్తూనే ఉంది. అందుకోసమే అతను బయటకొచ్చినట్టున్నాడు. కాస్త స్థిమితపడి ఏదో చెప్పటానికి ప్రయత్నించాడు.

‘‘అవును. నేను బెడ్ ఫోర్డ్ హాఫ్ లో పాల్గొంటున్నాను. అది ఈ ఆదివారమే’’.

‘‘ఆహా... చాలా గొప్పవిషయం. హాఫ్ మారథాన్ చేయాలని నేను అనుకునేదాన్ని. అయితే రన్నింగ్ అంటే నాకుండే అసహ్యం వల్ల మానుకున్నాను’’.

తన నోటి నుంచి వచ్చిన ఆ మాటలు ఆమెకు అసహజంగా అనిపించాయి. నిజానికి రన్నింగ్ పట్ల ఆమెకు ఎలాంటి విముఖత లేదు. కానీ అతని ముఖంలో కనిపించిన గాంభీర్యం ఆమెను గాబరా పెట్టింది. ఆ నిశ్శబ్దం వికార పరిస్థితిని దాటి ఎక్కడికో వెళ్లింది.

చివరికతను ‘‘నీకో పిల్లి ఉందని చెప్పినట్టు గుర్తు’’అన్నాడు.

‘‘అవును. నాకో పిల్లి ఉంది’’.

‘‘దాని పేరు వోల్టేరు అనుకుంటా. అల్లం రంగులో ఉండే కోటు ఉండేది దానికి’’.

‘‘అవును. దాన్ని వోల్ట్ అని పిలుస్తా. వోల్టేరు అనే పేరు డాంబికంగా అనిపించవచ్చు. 18వ శతాబ్దపు ఫ్రెంచి తత్వశాస్త్రంతో సంబంధం లేకపోవచ్చు. కానీ అది ఒదిగి ఉంటుంది. నీకు తెలుసా ఆ పిల్లి...’’

యశ్ అతను చెప్పుల వంక చూసి చెప్పాడు.

"అది చనిపోయినట్టుంది".

"ఏమిటీ?"

"అది రోడ్డు పక్కగా పడి ఉంది. ఏదో కారు దాన్ని ఢీకొని ఉంటుంది. కాలర్ మీద దాని పేరు చూశాను. సారీ నోరా".

హఠాత్తుగా తన భావోద్వేగాల్లో వచ్చిన మార్పుకు తల్లడిల్లింది. నవ్వటం ప్రారంభించింది. అలా నవ్వటం వల్ల తను కొత్తగా ప్రవేశించిన ఈ ప్రపంచంలో ఉండగలుగుతానన్న భావన ఆమెకు కలిగింది. వోల్ట్స్ సజీవంగా ఉన్నప్పటిలా. తను గిటార్ పాటల పుస్తకం అమ్మిన వ్యక్తి తన ఇ:టి తలుపు తట్టి ఎదురుపడినప్పటిలా.

యశ్ తనకు తెలిసినంత వరకూ సర్జన్. మనుషులకు సంబంధించిన వైద్యవ్యవహారాలు చూసేవాడు. వెటర్నరీ డాక్టరు కాకపోయినా, అతను ఒక ప్రాణి చనిపోయింది అని నిర్ధారించాడంటే ఇక చూసుకోవలసిన పనిలేదు. అది మరణించినట్టే.

"సారీ..."

నోరాలో దు:ఖం తన్నుకొచ్చింది.

"ఓరి భగవంతుడా?" కానీ ఆమె వేసుకున్న సెర్టలిన్ మందు ఏడవకుండా నిలిపింది.

ఆమె బెన్ క్రాఫ్ట్ ఎవెన్యూ నుంచి బయటపడి వెతుకుతూ వెళ్లింది. కాలి బాట పక్కన అల్లం రంగు ఊలుతో కుట్టిన కోటు ధరించిన ఆ జీవం కంటపడింది. ఆమెకు శ్వాస తీసుకోవటం కష్టమైంది. ఒళ్లు తూలినట్టయ్యింది. కాళ్లు వణకటం ప్రారంభమయ్యాయి. అదృశ్యంగా ఏదో ఒక శక్తి వెంటాడుతున్నట్టు అనిపించింది. తల పేవ్ మెంటు పైన వాలిపోయింది.

"అయ్యో, ఎంత పని జరిగింది. నీకిలా కాకూడదు ఓల్ట్స్".

తన ప్రియమైన స్నేహితుడిని కోల్పోయిన అనుకంపనం, నిస్పృహ ఆమె అనుభవంలోకి వస్తోంది. అది కాదు అంతకు మించి మరో విషయాన్ని ఆమె గుర్తించగలుగుతోంది. నిశ్శబ్దంగా, ప్రశాంతంగా ఉన్న వోల్టేరు ముఖంలోకి అలా తేరిపార చూసినప్పుడు, చీకట్లో తారట్లాడుతున్న వేదనారహితమైన, తప్పించుకోలేని అవ్యక్త భావన ఏదో దరిచేరిందనిపించింది.

సంగీతం షాపులో సందడి

ఆమె చిన్నగా ఉన్నప్పుడు తన తండ్రి ఈత కొలను పక్కన స్టాప్ వాచ్ పుచ్చుకుని నిలబడేవాడు. తను వేగంగా ఈతకొడుతూ ఎప్పటికప్పుడు సొంత రికార్డును అధిగమించాలని ప్రయత్నిస్తుంటే, ఆయన ఒత్తిడికి లోనవుతూ, దవడ కండరాలు బిగించి స్టాప్ వాచ్ వంక, ఆమె వంక మార్చి మార్చి చూస్తూండేవాడు. తీర్పు చెప్పేలా ఉండే ఆ చూపుల వల్లనే ఈతలో తన కృషి అర్థాంతరంగా నిలిచిపోయిందని ఆమెకు ఎప్పుడూ అనిపిస్తూంటుంది. ఇవే ఆలోచనలతో సంగీతం షాపులో మధ్యాహ్నం షిఫ్టు డ్యూటీకి ఆమె ఆలస్యంగా వచ్చింది.

కిటికీలు లేని చిన్న పెట్టెలా ఉంటుంది అది.

''సారీ ఆలస్యమైంది'' అంది నీల్ తో నెమ్మదిగా.

''రాత్రి నా పెంపుడు పిల్లి మరణించింది. దానికి అంతిమ సంస్కారాలు చేసి వచ్చాను. ఇందుకు ఎవరో సాయం చేశారనుకో. ఆ తర్వాత ఫ్లాట్ లో ఒంటరితనంతో నిద్రపట్టలేదు. అలారంపెట్టుకోవటం కూడా మరిచిపోయాను. నిద్రలేచేసరికి మధ్యాహ్నమైంది. పరుగుపెట్టి వచ్చాను''.

ఇందులో అబద్ధమేమీ లేదు. అంతలోనే తన రూపం ఆమెకు గుర్తుకొచ్చింది. మేకప్ లేని మొహం, వదులుగా వేలాడుతున్న జుట్టు ముడి, వారం రోజుల పాటు ధరించే సెకండ్ హాండ్ పైనాఫోర్ డ్రెస్. ఎప్పుడూ నిరాశానిస్పృహలను ఆభరణాలుగా ధరించినట్టు కనిపిస్తుంది.

నీల్ కంప్యూటర్ మీదుగా ఆమె వైపు చూశాడు. ఆ తర్వాత తన కుర్చీలో వెనక్కివాలి, చుబుకంపైన చూపుడువేలు ఉంచుకున్నాడు. సంగీతషాపు యజమానిగా ఆలస్యంగా వచ్చిన తన ఉద్యోగితో సంభాషిస్తున్నట్టు కాకుండా, తనేదో తత్వవేత్త కన్ఫ్యూషియస్ లా విశ్వానికి సంబంధించిన లోతైన తాత్విక విషయాలను బయటపెడుతున్న వాడిలా మొహం పెట్టాడు. అతని వెనక

గోడ మీద నిలువెత్తు ఫైర్వుడ్ మ్యాక్ పోస్టర్ ఉంది. అది కుడివైపు పై భాగాన కిందకు వంగి, పిల్లి చెవుల్లా కనిపిస్తోంది.

"నోరా, నువ్వంటే ఇష్టం"

నీల్ అంత ప్రమాదకరమైన వాడేమీ కాదు. 50ఏళ్ల పైబడిన ఆ సంగీత అభిమాని, కుళ్లు జోకులు వేస్తూ, డిలాన్ గీతాలను పాడుతూంటాడు.

"మంచి మానసిక ఆరోగ్యం ఉన్నదానివి"

"ప్రతి ఒక్కరికీ మానసిక ఆరోగ్యం సమృద్ధిగానే ఉంటుంది".

"నేనేం చెబుతున్నానో నీకు అర్థమయ్యిందనే అనుకుంటున్నాను".

"సాధారణంగా నేను బానే ఉంటాను" ఆమె అబద్ధం చెబుతోంది. "వైద్యుడు ఏమంటాడంటే,అది సిట్యుయేషనల్ డిప్రెషన్. కొత్త కొత్త సందర్భాలు ఎదురు కావటం వల్ల వస్తోంది. దాని కోసం ఒక్క రోజు కూడా నేను సెలవ తీసుకోలేదు. అది కాకుండా మా అమ్మ... అది కాకుండా..."

నీల్ దీర్ఘంగా నిట్టూర్చాడు. అతని ముక్కు నుంచి ఓ రకమైన వింత ధ్వని వెలువడింది.

"నోరా నువ్విక్కడ ఎంత కాలం నుంచి పనిచేస్తున్నావ్?"

"12 సంవత్సరాలు..." ఆమెకు అంతా గుర్తుంది. కచ్చితంగా చెప్పాలంటే, 11నెలల మూడు రోజులు.

"చాలా ఎక్కువ సమయమే. నువ్వు ఇంత కంటే గొప్పవి సాధించగలవనిపిస్తోంది. 30ల్లో ఉన్నావు"

"అవును. నాకు 35".

"నీకు బోలెడంత నైపుణ్యం ఉంది. పిల్లలకు పియోనో నేర్పుతున్నావు".

"ఒక్కరికే".

అతను తన స్వెట్టర్ ను సరిచేసుకున్నాడు. "సొంత ఊరిలో ఏదో ఓ షాపులో పనిచేస్తూ ఇరుక్కుపోయానని నీకు అనిపించటంలేదా? అసలు 14 ఏళ్ల వయసులో ఏం కావాలనుకునేదానివి?"

"14 ఏళ్లప్పుడా? స్విమ్మర్". 14ఏళ్ల వయసులో దేశంలోనే బ్రెడ్ స్ట్రోక్ లో మొదటి స్థానంలోనూ, ఫ్రీస్టయిల్ లో ద్వితీయ స్థానంలోనూ ఉండేది. నేషనల్ స్విమ్మింగ్ ఛాంపియన్షిప్ పోడియంలో నిలబడిన దృశ్యం ఆమెకు ఇంకా గుర్తుంది.

"ఆ తర్వాత ఏమయ్యింది?"

ఆమె కళ్లు మూసుకుని గుర్తు చేసుకోటానికి ప్రయత్నించింది. పోటీలో ద్వితీయస్థానంలోకి వచ్చింది. ఘాటుగా, చిరాకుపెట్టే క్లోరిన్ వాసనలా అది విసుగుపుట్టించింది. ''చాలా ఒత్తిడి''.

''ఒత్తిడి మంచిదేగా. అది మేలు చేస్తుంది. బొగ్గు ఉన్న మనం ఒత్తిడి వల్ల వజ్రంలా మారతాం''.

వజ్రాల గురించి అతనికున్న అవగాహనను ఆమెకు సరిచేయాలనిపించలేదు. బొగ్గు, వజ్రం కూడా కర్బనంతో కూడి ఉంటాయని ఆమె చెప్పలేదు. బొగ్గు ఎంత మలినంగా ఉంటుందంటే, అది ఏ సందర్భంలో కూడా వజ్రంగా మారలేదు. శాస్త్రీయత ప్రకారం చెప్పాలంటే, బొగ్గుగా ప్రారంభమైతే, బొగ్గుగానే ముగుస్తుంది. నిజానికి అది జీవితపాఠం కూడా.

వెనక్కిలాగి కట్టిన తన నల్ల బొగ్గు లాంటి జుత్తును విడదీసింది.

''నీల్, నువ్వేం అంటున్నావ్?''.

''కలలను సాఫల్యం చేసుకోవటం ఎప్పుడూ ఆలస్యం కాదు''.

''నిజమే. కానీ అది సాధించటం ఇప్పుడయ్యే పనికాదు. బాగా ఆలస్యమైపోయింది.''.

''నోరా, నువ్వు బాగా చదువుకున్నదానివి. అర్హత గలదానివి. తత్వశాస్త్రంలో నీకు డిగ్రీ ఉంది''.

నోరా తన ఎడమచేతి మీద ఉన్న పుట్టుమచ్చ వైపు చూస్తుండిపోయింది. అది అక్కడే ఉంది. తన జీవితంలో అన్ని దశల్లోనూ అలాగే ఉంటుంది కూడా. పుట్టుమచ్చలానే. ''బెడ్ ఫోర్డ్ లో తత్వశాస్త్రం చదివిన వాళ్లకు అంత గిరాకీ లేదు నీల్''.

''నువ్వు యూనివర్సిటీకి వెళ్లావు. లండన్ లో ఏడాది ఉండి తిరిగొచ్చేశావు''.

''నాకు అంతకు మించిన ప్రత్యామ్నాయాలు ఏం కనిపించలేదు''.

చనిపోయిన తన తల్లి గురించి గానీ, డాన్ గురించి గానీ వివరాలను నీల్ తో పంచుకోవాలనిపించలేదు. రెండ్రోజుల నోటీసుతో బయటపడిన నోరాను నీల్ గుర్తించాడు. కుర్త్, కర్టెనీ తర్వాత అద్భుతంగా పండిన ప్రేమ కథ అది.

''మన అందరికీ నిర్ణయించుకునే అవకాశం ఉంటుంది. స్వేచ్ఛ, స్వతంత్రచిత్తం అనే మాటలు ఉన్నాయి''.

‘‘నిజమే. విశ్వం నిర్ణయాత్మక దృక్పథానికి కట్టుబడకుండా ఉంటే అది నిజమే కావచ్చు’’.

‘‘ఇక్కడే ఉండటం ఎందుకు?’’

‘‘ఇక్కడ గానీ, జంతువుల సంరక్షణ కేంద్రంలోగానీ ఉండాలి. ఇక్కడ మంచి జీతం. దానికి తోడు నీకు మ్యూజిక్ కూడా తెలుసు’’.

‘‘నీ సోదరునితో కలిసి సంగీత బృందంలో ఉండేదానివిగా?’’.

‘‘అవును. లాబ్రింత్ లో . కానీ ముందుకు పోలేక దిక్కుతోచని పరిస్థితిని ఎదుర్కొన్నాం’’.

‘‘మీ వాడు చెప్పేది మరోలా ఉంది’’.

నోరాకు ఆ మాటలు ఆశ్చర్యం కలిగించాయి. ‘‘జో? నువ్వేలా? నాకు వ్యతిరేకంగా... ’’ అని మనసులో అనుకుంది.

‘‘అతను మార్షల్ డిఎస్ఎల్ 40 స్పీకరు తెచ్చాడు’’

‘‘ఎప్పుడు?’’

‘‘శుక్రవారం’’.

‘‘తను బెడ్ఫోర్డులోనే ఉన్నట్టున్నాడు’’.

‘‘కాకపోతే అది హోలోగ్రామ్. తుపాక్ లాంటిది’’.

నోరా అనుకుంది, తన స్నేహితుడు రవిని కలవటానికి తన తమ్ముడు వచ్చి ఉంటాడని. రవి అతని ఆప్తమిత్రుడు. జో గిటార్ ను పక్కన పెట్టేసి, తాను ఎంతగానో అసహ్యించుకునే ఐటీ ఉద్యోగానికి లండన్ వెళ్లిపోతే, రవి ఇక్కడే ఉండిపోయాడు. స్లాటర్ హౌస్ ఫోర్ అనే బ్యాండ్ లో ఉండి నగరంలో ప్రదర్శనలు ఇస్తున్నాడు.

‘‘బావుంది. చాలా ఆసక్తికరంగా ఉంది’’.

శుక్రవారం తనకు పని నుంచి విరామం దొరికే రోజన్న విషయం తన సోదరుడికి తెలుసు. ఆ విషయం హఠాత్తుగా మెదడులోకి తన్నుకొచ్చింది.

‘‘నేను ఇక్కడ సంతోషంగానే ఉన్నాను’’.

‘‘నువ్వు చెబుతున్నదానిలో నువ్వులేవు’’.

అతను చెబుతున్నది వాస్తవమే. ఒక్కసారిగా నిస్సహాయతతో కూడిన వేదన జనించింది. మనసు దాన్ని బయటకు నెడుతోంది. అది బయటపడకుండా బలవంతంగా నవ్వసాగింది.

''నేను ఈ ఉద్యోగంతో సంతోషంగా ఉన్నాను అని చెప్పదలుచుకున్నాను. సంతోషం అంటే... నీకు తెలుసుగా నీల్, నేను సంతృప్తిగా ఉన్నాను''.

''నువ్వు చాలా మంచిదానివి. ఈ ప్రపంచం గురించి వేదన చెందుతావు. ఇళ్లు లేని వారి గురించి, పరిసరాల గురించి...''.

''నాకు ఉద్యోగం అవసరం''.

అతను మళ్లీ కన్ఫ్యూషియస్ మొహం పెట్టాడు. ''నీకు స్వేచ్ఛ కావాలి''.

''నాకు స్వేచ్ఛతో పనిలేదు''.

''ఇది లాభాపేక్ష లేని సంస్థ కాదు. కానీ వేగంగా ఆ రూపాన్ని సంతరించుకుంటోందని నేను చెప్పవలసి ఉంది''.

''నీల్, గత వారం నీకు చెప్పింది ఇదే కదా, నువ్వు అన్నింటిని ఆధునీకరించాలి. యువకులు పరుగులు పెట్టి రావటానికి నా దగ్గర ఓ ఆలోచన ఉంది.

''దాంతో నాకు పని లేదు'' అన్నాడు రక్షణాత్మక వైఖరితో. ''ఇది కేవలం గిటార్‌ల కోసమే ఉద్దేశించబడింది. నేను పనిని వికేంద్రీకరించి ఇది చేశాను. దీనంగా కనిపించే నీ మొహం చూస్తూ కస్టమర్లను వదులుకోలేను. కష్టకాలంలో నీకు వేతనం చెల్లించలేను''.

''ఏమిటి నువ్వంటున్నది?''.

''నేను చేస్తున్న పని నీకు నిరాశను, కోపాన్ని కలిగించవచ్చు'' అని క్షణకాలం ఆగాడు. గొడ్డలిని గాలిలో తప్పి వేటువేసే వాడి మాదిరిగా చెప్పాడు. ''నిన్ను నేను పంపించి వేస్తున్నాను.''

జీవించటం అంటే వేదనను భరించటమే

ఆకాశాన్ని బూడిద రంగు మబ్బులు కమ్ముకున్నాయి. అవి నోరా మనసును ప్రతిఫలిస్తున్నట్టుగా ఉన్నాయి. ఆమె మనసు బెడ్ ఫోర్డ్‌లో కొనసాగటానికి తగిన కారణం కోసం చూస్తున్నాయి. ఒకప్పుడు ఈతకొడుతూండగా తండ్రి గమనించిన గులకరాళ్లతో కట్టిన స్పోర్ట్స్ సెంటర్, డ్యాన్ తో డిన్నర్ కెళ్లిన మెక్సికన్ రెస్టారెంట్, అమ్మ వైద్యం చేయించుకున్న హాస్పిటల్... వీటన్నింటితో కూడిన ఆ పట్టణం నిర్వేదానికి కన్వేయర్ బెల్ట్ గా అనిపించింది.

డాన్ నిన్న మెసేజ్ పంపాడు.

"నోరా,నిన్నుమిస్అయినట్టుతోస్తోంది.మనంమాట్లాడుకుందామా?".

చాలా బిజీగా ఉన్నానని చెప్పింది (అంత కంటే హాస్యాస్పదమైన విషయం మరొకటి లేదు). అంతకు మించిన సమాధానం మరొకటి సాధ్యం కాదు. అలాగని అతని గురించి ఆమె ఆలోచించటం లేదని కాదు. ఆమె ఆలోచిస్తోంది. అతని మనసును ఇంకా గాయపరచటం ఇష్టం లేదు. తను అతని జీవితాన్ని నాశనం చేసింది. రెండ్రోజుల ముందు పెళ్లిని కాదని బయటకొచ్చేసింది. అతను మద్యం మత్తులో "నా జీవితం గందరగోళంలో పడింది" అన్న మెసేజ్ పంపాడు.

విశ్వం గందరగోళం, వినాశనం దిశగా సాగుతుంది. అది దాని ధర్మం. అదే ప్రాథమికమైన ఉనికి కూడా.

మీరు ఉద్యోగం కోల్పోతారు. మరింత చెత్త తోడవుతుంది.

చెట్ల మధ్య సాగుతున్న గాలి సవ్వడి వింత ధ్వని చేయసాగింది.

అంతలో వర్షం ప్రారంభమైంది.

ఆమె ఆశ్రయం కోసం సమీపంలో ఉన్న న్యూస్ ఏజెంట్ షాపు కిందకు నడిచింది. పరిస్థితులు రానురానూ మరింత ఘోరంగా మారతాయని అంచనా వేసుకుంటోంది.

దాదాపుగా జరిగింది కూడా అదే.

దర్వాజాలు

రెప్పపాటులో స్టాఫ్ వాచ్ చూస్తున్న తన తండ్రి రూపం మనసు పొరల్లో ప్రత్యక్షమైంది. దయ్యం మాదిరిగా. అతను హఠాత్తుగా తనను సమీపిస్తున్నట్టు అనిపించింది. కళ్లు తెరిచేసరికి ఆమె న్యూస్ ఏజెంటు షాపులోకి ప్రవేశించింది.

"వర్షం వచ్చిందని తలదాచుకోటానికి లోపలకు వచ్చారా?" ఎవరో ఆమెను అడిగారు.

'అవును' అంది. ఆమె తలవంచుకుంది. మనసులో గూడుకట్టుకున్న నిర్వేదం మోయలేనంత భారంగా అనిపించింది.

అక్కడ 'నేషనల్ జియోగ్రఫిక్' పత్రిక వేలాడుతోంది.

దాని వంక తేరిపార చూసినప్పుడు అక్కడ బ్లాక్‌హోల్ కనిపించింది. అందులోకి దానికదే జారిపోతున్న నక్షత్రం కనిపించింది.

వాళ్ల నాన్న ఆ పత్రిక చందాదారు. అందులో ఆర్కిటిక్ మహాసముద్రంలో ఉండే స్వాల్‌బర్డ్ అనే నార్వేనియన్ ద్వీపసమూహం గురించి చదివినప్పుడు వివశురాలయిన విషయం ఇంకా గుర్తుంది. అలాంటి సుదూరప్రదేశాన్ని ఆమె ఎప్పుడూ చూడలేదు. హిమానీ నదాల గురించి, పఫిన్‌ల గురించి, ఘనీభవించిన ఫిజోర్డ్స్ గురించి శాస్త్రవేత్తలు ప్రయోగాల చేయటం గురించి ఆమె చదివింది. వీటన్నింటితో పాటు, మిసెస్ ఎల్మ్ ప్రేరణతో ఆమె హిమానీనదాల శాస్త్రవేత్త కావాలని ఆశించింది.

అప్పుడు అక్కడ, తన తమ్ముడి స్నేహితుడు, తన మాజీ బ్యాండ్ సభ్యుడు రవి పత్రికలో ఏదో ఆర్టికల్ చదువుకుంటూ కనిపించాడు. కాసేపు నిలబడి అక్కడ నుంచి కదిలిపోతుండగా, "నోరా" అన్న పిలుపు వినిపించింది.

"రవీ,. హాయ్... జో కొన్నాళ్ల క్రితం బెడ్ఫోర్డ్ వచ్చాడట".

చిన్నగా తలూపుతూ "అవును" అన్నాడతను.

''అతను నీతో... నువ్వు అతనితో మాట్లాడావా?''.

''మాట్లాడాను.''.

నోరా మనసుకు నొప్పి కలిగింది. ''అతను వస్తున్నట్టు మాటమాత్రం చెప్పలేదు''.

''ఏదో హడావిడిగా వెళ్లిపోతూ 'బై' చెప్పాడు''.

''అతను బానే ఉన్నాడా?''.

రవి నిట్టూర్చాడు. ఒకప్పుడు నోరా తన సోదరునికి మంచి స్నేహితునిగా అతన్ని బాగా ఇష్టపడేది. తనకూ, తన తమ్ముడు జో కి మధ్య కొన్ని అడ్డుగోడలు ఉన్నాయి. కానీ స్నేహంగానే విడిపోయారు. (తన బ్యాండు నుంచి తప్పుకుంటానని చెప్పినప్పుడు, రిహార్సల్ రూమ్‌లో డ్రమ్ స్టిక్స్‌ని కోపంగా విసిరికొట్టి అతను బయటకెళ్లిపోయాడు).

''వాడు డిప్రెషన్లో ఉన్నాడు''.

తన మాదిరిగానే అతను కూడా అదే సమస్యతో బాధపడటం నోరాకు వేదన కలిగించింది.

''వాడు వాడిలా లేడు'' రవి స్వరంలో ఆగ్రహం చోటుచేసుకుంది. ''షెప్పర్డ్ బుష్ లో నుంచి తనకు తానుగా బయటకెళ్లిపోయాడు. విజయవంతమైన ర్యాక్ బ్యాండ్ లో కీలకమైన గిటారిస్ట్ లేకపోతే ఎలా ఉంటుంది? నీకో విషయం తెలుసా? నా దగ్గర డబ్బులు కూడా లేవు... టాయ్ లెట్లు శుభ్రం చేయటానికి ముందుకొచ్చినా సరే, పబ్ ల వాళ్ల చెల్లింపులు సరిగా ఉండటం లేదు.''

''నాదీ దుర్భరపరిస్థితే. ఒలంపిక్స్ లో సమయం ఘోరంగా గడిచింది''.

రవి సన్నగా నవ్వాడు. అతని మొహంలో కొంచెం కఠినత్వం చోటుచేసుకుంది. ''ది వరల్డ్స్ స్మాలెస్ట్ వయొలెన్ ఈజ్ ప్లేయింగ్'' అన్న పాట అందుకున్నాడు.

ఆమె మంచి మూడ్ లో లేదు. ''నువ్వు ఇంకా ఆ లాబ్రింత్ గురించి మాట్లాడుతున్నావా?అనడిగింది.

''అది నాకు చాలా ముఖ్యం. మీ తమ్ముడికి కూడా. మనందరికీ కూడా. యూనివర్సల్ తో మన ఒప్పందం విషయం మరిచిపోయావా? ఆల్బం, సింగిల్స్, టూర్, ప్రమోలు. మనం ఇప్పుడు 'కోల్డ్ ప్లే (ప్రఖ్యాత రాక్ బ్యాండ్) కాగలుగుతాం''.

''నీకు కోల్డ్ ప్లే అంటే అసహ్యం కదా?''.

''అది అసలు విషయం కాదు. మనం బెడ్ ఫోర్డులో బదులు మలీబులో ఉంటాం. సరే, అదలా ఉంచు. మీ వాడు నిన్ను చూడటానికి ఇష్టపడటంలేదు''.

''నేను తీవ్ర మానసిక భయాందోళనల (పానిక్ అటాక్) కు గురయి, అందరినీ ఇబ్బందుల పాలు చేశాను. నేను లేకుండానే నీతో కొనసాగించమని లేబుల్ వాళ్లకు చెప్పాను. నేను పాటలు రాయటానికి అంగీకరించిన మాట వాస్తవమే. కానీ వేరే పనుల్లో నిమగ్నం కావటం నా తప్పుకాదు. అప్పుడు డేన్ తో కలిసి ఉండవలసి వచ్చింది. ఒక రకంగా అది ఒప్పందాన్ని ఉల్లంఘించటమే''.

''సరే, చివరకు నువ్వేం సాధించావ్?''

''రవీ,నువ్వు అలా మాట్లాడటం భావ్యం కాదు''.

''భావ్యం కాదా?''

కౌంటర్ వెనక ఉన్న మహిళ ఆ సంభాషణ పట్ల ఆసక్తిని ప్రదర్శిస్తోంది.

''బ్యాండ్స్ విఫలం కావటం అంటూ ఉండదు. మనం మళ్లీ మొదలుపెట్టొచ్చు. తోకచుక్కల్లా మెరవచ్చు''.

''తోకచుక్కలు నిజంగా అందంగా ఉంటాయి''.

''నువ్వింకా ఆ ఎల్లా నే అంటిపెట్టుకుని ఉన్నట్టున్నావ్? అవునా?''

''నేను ఎల్లాతోనూ ఉంటాను, విజయవంతమైన బ్యాండులో ఉంటానా లేదా అనేది ఓ ఛాన్స్''.

''నా పాటలు నిప్పు రాజేస్తాయి'' అన్నాడు తన అరచేతిని చూసుకుంటూ,

అతను 'మన' అనకుండా 'నా' అనటం నోరాకు చికాకు తెప్పించింది. కానీ ఆ మాటను సరిచేయాలనుకోలేదు.

ఆ మాటలు ఆమెను గాయపరిచాయి. తనలో నుంచి గాలిని బయటకు లాగేసినట్టనిపించింది.

''మరి నీది... నువ్వు గడిపే చెత్త జీవితానికి ఇతరులను బాధ్యులను చేయటం'' అని గట్టిగా జవాబు చెప్పింది.

చెంపు ఛెళ్ మన్నట్టుగా అతను కుదుపుకు లోనయ్యాడు. తన చేతిలోని మేగజైన్ తీసి పక్కన పెట్టాడు.

''వెళ్లొస్తాను నోరా'' అని అక్కడ నుంచి కదిలాడు.

'అతను షాపులో నుంచి వర్షంలోకి నడుస్తూండగా అంది. "'జో'ను అడిగానని చెప్పు"... "దయచేసి..."

ఆమె చూపు "యువర్ కాట్' మేగజైన్ కవర్ పైన పడింది. అల్లం రంగులో ఉన్న పిల్లి పిల్ల మొహం చూడగానే ఆమె మనసులో కలకలం రేగింది. జర్మన్ సంగీతకారుడెవరో 'స్టర్మ్ అండ్ డ్రాంగ్' సింఫనీ మోగించినట్టయి అలజడి రేగింది.

కౌంటర్ వెనక ఉన్న మహిళ ఏదో చెప్పినట్టనిపించింది. కానీ అదేంటో ఆమెకు అర్థం కాలేదు.

"సారీ".

"నోరా సీడ్"?"

ఆ మహిళ జుట్టు వదలుగా వేసుకుని విశ్రాంతిగా, సంతోషంగా కనిపించింది. అలా ఉండటం ఎలాగో నోరాకు ఎప్పటికీ అర్థం కాదు. కౌంటర్ మీదకు వంగి తనను జూలో ప్రత్యేక జంతువుని చూస్తున్నట్టు చూస్తోంది.

"అవును".

"నేను కెర్రీ–ఆన్ ని. నిన్ను స్కూలు రోజుల్నించి ఎరుగుదును. మంచి స్విమ్మర్ వి. గొప్ప తెలివితేటలున్నదానివి. నాకు సరిగ్గా గుర్తులేదుగానీ, బ్లాండ్ ఫోర్డు అనుకుంటా. ఓసారి నీ గురించే ప్రత్యేకంగా అసెంబ్లీ నిర్వహించాడు. నువ్వేదో ఒలంపిక్స్ లో అడుగుపెడుతున్నట్టు చెప్పాడు".

నోరా తలఊపింది.

"అలాగే జరిగిందా?"

"ఆ సమయంలో నేను దాన్ని వదిలేసి... మ్యూజిక్ లోకి అడుగుపెట్టాను. అదలా అయిపోయ్యింది".

"మరి ఇప్పుడేం చేస్తున్నావ్?".

"నేను... రకరకాల వాటి మధ్య...".

"ఎవరైనా తగిలారా? పిల్లలు వగైరా... వగైరా సమస్యలా?".

నోరా తల అడ్డంగా ఊపింది. అది ఎంత వేగంగా కదిలింది అంటే, అది ఊడి నేలమీదపడిపోతున్నంతగా. ఇంకెప్పుడూ కొత్త వాళ్లతో మాట్లాడకూడదు అని ఆమెకు ఆ నిముషం అనిపించింది.

"ఏదో ఒకటి చేస్తూ సమయం వృథా చేసుకోకు. కాలం పరుగుపెడుతోంది".

''ఇప్పుడు నాకు 35''. ఈ సమయంలో ఇజ్జీ తన వెంట ఉంటే బావుంటుందన్న ఆలోచన ఆమెకు కలిగింది. ''నాకేం కావాలనేది స్పష్టంగా తెలియటం లేదు''అనుకుంది.

''నేను, జాక్ జంట కుందేళ్ల మాదిరిగా కలిసి తిరిగేవాళ్లం. టెర్రరిస్టుల మాదిరిగా మసిలేవాళ్లం. అదంతా విలువైనది. సంపూర్ణమైనది. నేను కొన్ని ఫొటోలు చూపిస్తాను అంది ఎదురుగా ఉన్న ఆమె.

''నాకు ఫోన్లు చూడాలంటే తగని తలనొప్పి ''.

డేన్ పిల్లలు కావాలని కోరుకునేవాడు. నోరాకు మాతృత్వం అంటే తగని భయం. మరింత డిప్రెషన్ కలుగుతుంది. 'నన్ను నేనే సరిగా చూసుకోలేను. మళ్లీ ఇంకొకరినా?' అన్న ఆందోళన కలుగుతూంటుంది ఎప్పుడూ.

''ఇంకా బెడ్ ఫోర్డ్ లోనే ఉన్నావా?''

''ఊ''.

''నువ్వు ఇక్కడ నుంచి వెళ్లిపోయి ఉంటావనుకున్నాను''.

''అమ్మకు ఆరోగ్యం బావుండకపోవటంతో నేను తిరిగి రావలసి వచ్చింది''.

''సారీ, ఆవిడ ఇప్పుడు ఎలా ఉన్నారు?''.

''నేను వెళ్లాలి''.

''ఇంకా వర్షం ఆగలేదు''.

ఆ షాపును తప్పించుకుని బయటపడినప్పుడు ఆమె ఒకటి కోరుకుంది. తన ముందు రకరకాల ద్వారాలు ఉన్నట్టు... గతాన్ని పక్కకు నెట్టి ఒకదాని వెంట మరొకటిగా ముందుకు సాగిపోతున్నట్టు.

బలమైన గురుత్వాకర్షణ
(బ్లాక్ హోల్ లా మారటం)

నోరాకు కుంగిపోతున్న భావన కలిగింది. తను మాట్లాడుకోవటానికి ఎవరూ కనిపించలేదు.

తన స్నేహితురాలు ఇజ్జీపైన ఆశ కలిగింది. ఆమె 10వేల మైళ్ల దూరంలో, ఎక్కడో ఆస్ట్రేలియాలో ఉంటోంది. ఆమెతో సంబంధాలు అంతంత మాత్రంగా ఉన్నాయి.

ఫోన్ బయటకు తీసి, ఇజ్జీకి మెసేజ్ పంపింది.

"హాయ్ ఇజ్జీ, నీతో మాట్లాడి చాలా కాలమయ్యింది. నిన్ను మిస్ అయ్యానన్న భావన కలుగుతోంది. నిన్ను అందుకోవటం అద్భుతంగా అనిపిస్తోంది-ఎక్స్".

ఇంకో 'ఎక్స్' కూడా జత చేసి దాన్ని పంపేసింది.

ఓ నిముషం తర్వాత ఇజ్జీ జవాబిచ్చింది. మూడు చుక్కలు మాత్రం వచ్చాయి.

నోరా ఎదురుచూపులు ఫలించలేదు.

థియేటర్ మీదుగా ముందుకు నడిచింది. అందులో 'లాస్ట్ ఛాన్స్ సెలూన్' పేరుతో ఉన్న రేయాన్ బైలీ చిత్రం ఆడుతోంది. అది కౌబాయ్ రొమాంటిక్ కామెడీ.

రేయాన్ బైలీ ముఖం లోతైన, భావగర్భితమైన అంశాలను పలికిస్తుంది. టీవీలో 'అథేనియన్స్' అన్న సీరియల్ చూసినప్పటి నుంచి నోరా అతన్ని ఇష్టపడటం మొదలుపెట్టింది. తను తత్వశాస్త్రం చదువుకున్నానని ఏదో ఇంటర్వ్యూలో చెప్పుకొచ్చాడు. అతని వెస్ట్ హాలివుడ్ హాట్ టబ్‌లో ఆవిర్లు

వ్యాపించిన సమయంలో అతనితో హెన్రీ డేవిడ్ థారో పైన చర్చిస్తున్నట్టుగా ఊహాలల్లుకుంటుంది.

మీ కలలు సూచించిన దిశగా ఆత్మవిశ్వాసంతో అడుగులు వేయండి'' అంటాడు థారో. ''మీరు స్వప్నించిన జీవితాన్ని అనుభవించండి''.

థారో గురించి అధ్యయనం చేయటం అంటే ఆమెకు ఇష్టం. అతను తప్ప ఎవరు కలల వెంట ధైర్యంగా అడుగులు వేయగలుగుతారు? బాహ్య ప్రపంచంతో సంబంధాలు తెంచుకున్నాడు. అడవుల్లో నివాసం ఏర్పరచుకున్నాడు. చెట్లు కొడుతూ, చేపలు పట్టుకుంటూ అక్కడే కూర్చుని రాసుకునేవాడు. బెడ్ఫోర్డు, బెడ్ఫోర్డుషైర్ లో ఆధునిక జీవితంతో పోలిస్తే, రెండు శతాబ్దాల క్రితం కాంకార్డ్, మసాచ్యుసెట్స్ లో జీవితం సరళంగా ఉండేదేమో?

అలా ఉండకపోవచ్చు.

జీవితం విసుగ్గా అనిపించింది.

గంటలు దొర్లిపోయాయి. తను జీవించటానికి ఓ లక్ష్యం, ఓ కారణం ఉండాలి. రెండ్రోజుల క్రితంలా కనీసం బెనర్జీ మందులు వాడటం లాంటి చిన్నదయినా ఫరవాలేదు. అలాంటిదేదీ ఆమెకు కనిపించటం లేదు. ఇల్లు లేక నిరాశ్రయునిగా ఉన్న వ్యక్తికి డబ్బులివ్వాలనుకుంది. తన దగ్గర అంత డబ్బు లేదన్న విషయాన్ని ఆమె గుర్తించింది.

''ఉల్లాసంగా ఉండు. అలాంటిదేమీ జరగదు'' అన్నారెవరో.

''అసలు ఏమీ చేయలేదు'' ఆమె తనలో అనుకుంది. మొత్తంగా చూస్తే అదే అసలు సమస్య.

ప్రతిరక్షకాలు
(యాంటీమేటర్)

ఆమె చనిపోవాలని నిర్ణయించుకోవటానికి ఐదు గంటల ముందు...

ఇంటికి వెళుతున్న సమయంలో తన చేతిలో ఉన్న ఫోన్ కంపించటం మొదలుపెట్టింది.

ఇజ్జీ అయ్యుంటుంది అనుకుంది. లేకపోతే రవి. తమ్ముడిని సంప్రదించమని అతనితో చెప్పింది.

కాదు.

''ఓ... హాయ్... డొరీన్?''

ఆందోళనతో ఉన్నం స్వరం. ''నువ్వెక్కడున్నావ్?''

ఆమె తను ఎక్కడ ఉన్నదనే విషయాన్ని పూర్తిగా మరిచిపోయింది. అప్పుడు సమయం ఎంతయ్యింది?

''ఈ రోజంతా చెత్తగా గడిచింది. సారీ''.

''గంట నుంచి నీ ఫ్లాట్ బయట నీ కోసం ఎదురుచూస్తున్నాం''.

''ఐదు నిముషాల్లో అక్కడ ఉంటాను. లియో పాఠాలు పూర్తి చేస్తాను''.

''ఆలస్యమైంది. వాడిప్పుడు మూడ్రోజుల పాటు వాళ్ల నాన్నతో ఉంటాడు''.

''నన్ను క్షమించు... క్షమించు...''

క్షమాపణల జలపాతంలో ఆమె తడిసిముద్దయ్యింది. మరింతగా కుంగిపోతున్న భావన కలిగింది.

''నిజాయితీగా చెప్పాలంటే, వాడు ఇదంతా మొత్తంగా మానేయాలను కుంటున్నాడు''.

''వాడు బాగా చదువుతున్నాడు''.

‘‘అవును. బాగా ఎంజాయ్ చేస్తున్నాడు. కానీ పరీక్షలు, ఫుట్ బాల్, స్నేహితులు... వీటన్నింటి మధ్య చాలా బిజీగా ఉంటున్నాడు.

‘‘నిజంగా అతనికి మంచి టాలెంట్ ఉంది. నేనే తనకి అనవసరంగా సంగీతకారుడు చోపిన్ గురించి పరిచయం చేశాను. దయచేసి...’’

అవతల వైపు నుంచి భారమైన నిట్టూర్పు. ‘‘బై, నోరా’’.

భూమి చీలిపోయి అందులో నుంచి జారిపోతున్న భావన కలిగింది నోరాకి. భూమి లోపలి పొరలను (లిథోస్ఫియర్, మేంటిల్) దాటుకుని చివరకు ఎలాంటి అనుభూతిలేని లోహం లాంటి ప్రదేశానికి చేరుకున్నట్టుగా అనిపించింది.

తను చనిపోవాలని నిర్ణయించుకోవటానికి సరిగ్గా నాలుగు గంటల ముందు...

పొరుగింటి వృద్ధుడు బెనర్జీని కలుసుకుంది నోరా.

ఆయనకు 84 ఏళ్ల వయసు ఉంటుంది. మనిషి చాలా బలహీనుడు. తుంటి శస్త్రచికిత్స అనంతరం కొద్దిగా కదులుతున్నాడు.

‘‘బయట దారుణంగా ఉన్నట్టుంది. అవునా?’’

‘‘అవును’’ అని గొణిగింది నోరా.

తన పూలతోట వైపు తేరిపార చూశాడు. ‘‘అయినా పువ్వులు విచ్చుకున్నాయ్?’’.

ఆమె ఆ ఊదారంగు పూవులపైన చూపు నిలిపింది. వాటి నుంచి తనకు ఏమైనా ఓదార్పు లభిస్తుందేమోనని అనుకుని బలవంతంగా నవ్వింది.

అద్దాల మాటున ఉన్న అతను కళ్లు అలిసిపోయినట్టుగా కనిపించాయి. తాళాల కోసం వెతుక్కున్నాడు. అతనికి చిన్న పాల ప్యాకెట్ తీసి పక్కన పెట్టటం కూడా కష్టమే. ఇంట్లో నుంచి అతను బయటకు రావటం అనేది అరుదు. ఇక్కడ కొచ్చిన మొదటి నెలలో వాళ్లింటికి వచ్చింది. ఆన్ లైన్ సరకుల దుకాణం ప్రారంభించటానికి సాయం చేసింది.

‘‘ఓ... ఇప్పుడు నీకో విషయం చెప్పాలనుకుంటున్నాను. నాకిక నువ్వు మందులు తేవలసిన పనిలేదు. మందుల షాపులో కుర్రాడే దగ్గర్లోకి మారాడు. తనే ఇటు వచ్చినప్పుడు తెచ్చిస్తానని చెప్పాడు.

నోరా సమాధానం చెప్పాలనుకుంది. సరైన పదాలు తట్టలేదు. చివరకు తలాడించింది.

అతను తలుపు తీయటానికి ప్రయత్నించాడు. తర్వాత దానిని మూసివేశాడు. వెనక్కెళ్లి చనిపోయిన తన భార్యను గుర్తుచేసుకోవటం అతనికి ఇష్టం లేకపోయింది.

ఇప్పుడు ఆమె అవసరం ఎవరికీ లేదు. విశ్వానికి ఆమె భారమైపోయింది.

ఆమె ఫ్లాట్ లోకి ప్రవేశించగానే, అక్కడ నిశ్శబ్దం, ధ్వని కంటే ఎక్కువ శబ్దం చేసిన భావన ఆమెకు కలిగించింది. పిల్లి ఆహారం వాసన. వోల్టేరు తినే బౌల్లో ఆహారం మిగిలిపోయి కనిపించింది.

కాసిని మంచినీళ్లు తీసుకుని డిప్రెషన్ కి వాడే రెండు మందులు వేసుకుంది. మిగిలిన మందుల వైపు తేరిపారచూసింది... ఆశ్చర్యానికి లోనవుతూ.

తను చనిపోవాలని నిశ్చయించుకోవటానికి మూడు గంటల ముందు...

ఆమె శరీరం అంతా పశ్చాత్తాపంతో కంపించిపోయింది. తన మనసులో గూడుకట్టుకున్న వేదన శరీరంలో అన్ని భాగాల్లోకి వ్యాప్తించిందని అనిపించింది.

తను లేకపోతే అందరూ బావుంటారన్న విషయం గుర్తుకొచ్చింది. మీరు బ్లాక్ హోల్ సమీపానికి చేరతారు. దాని ఆకర్షణ శక్తి మిమ్మల్ని అస్పష్టమైన చీకటి వాస్తవంలోకి గుంజుతుంది.

ఈ ఆలోచన మనసుకు తిమ్మిరి కలిగించి అసౌకర్యంగా అనిపించింది. అదే సమయంలో వదల్చుకోలేనంత బలంగా ఉంది.

సోషల్ మీడియా చూసుకుంది. ఎలాంటి మెసేజ్ లు, కామెంట్లు లేవు. కొత్త ఫాలోయర్స్ లేరు. ఫ్రెండ్ రిక్వెస్ట్ లు అంతకంటే లేవు. తను విరుద్ధ పదార్థం (యాంటీ మేటర్) గా తయారైంది. మరింత సెల్ఫ్ పిటీ తోడయ్యింది.

ఇన్స్టాలోకి తొంగి చూసింది. అందరూ ఎలా జీవించాలో సూచనలు చేస్తున్నారు. తనకి అందులో మినహాయింపు. ఫేస్ బుక్ లో నిష్ప్రయోజనమైన అప్ డేట్ పెట్టింది. అది పెద్ద నిడివితో. ఇకపైన తను దాన్ని ఉపయోగించదు.

తను చనిపోవటానికి రెండు గంటల ముందు...

ఆమె వైన్ బాటిల్లో తెరిచింది.

పాత తత్వశాస్త్ర పుస్తకాలు ఆమె వైపు చూశాయి. జీవితంలో ఎన్నో అద్భుత అవకాశాలు తలుపుతట్టే యూనివర్సిటీ రోజులు కళ్లముందు మెదిలాయి. ఎదురుగా యుక్కా ప్లాంట్, చిన్న చిన్న కాక్టీలు కనిపించాయి.

వాటిని చూడగానే అసంబద్ధమైన జీవిత రూపం కదలాడింది. రోజంతా కూజాలో ఓ మొక్కలా గడిపేయటం సులువనిపించింది.

ఎలక్ట్రిక్ పియానో పక్కన కూర్చుంది. కానీ వాయించలేదు. లియో పక్కన కూర్చుని ఇ–మైనర్లో చోప్పిన్ పూర్వరంగం గురించి చెబితే బావుంటుందన్న ఆలోచన వచ్చింది. మంచి సందర్భాలు కూడా కొన్ని సమయల్లో వేదనకు కారణమవుతాయి.

పియానోలో తప్పుడు నోట్స్ ఉండవని పాత సంగీతకారుని సామెత ఒకటి ఉంది. కానీ ఆమె జీవితం అంతా అర్థం లేని వాయిద్యంలా తయారైంది. అద్భుతమైన దిశగా సాగటం మాని ఎటో పోతోంది.

కాలం దొర్లిపోతోంది. ఆమె నింగి వైపు చూసింది.

వైన్ సేవించిన తర్వాత ఆమెకు స్పష్టంగా ఒకటి అర్థమైంది. ఆమె ఈ జీవితానికి అనుగుణంగా రూపుదిద్దుకోలేదు.

ప్రతి కదలికా లోపభూయిష్టమే. ప్రతి నిర్ణయమూ వినాశనమే.

ప్రతి రోజూ తను ఊహించుకున్న దాని నుంచి తిరోగమనమే.

స్విమ్మర్, మ్యూజిషియన్, ఫిలాసఫర్, స్పౌజ్, ట్రావెలర్, గ్లాసియాలజిస్ట్...

సంతోషాన్ని పంచే వ్యక్తి, ప్రేమాస్పదురాలు.

ఇవేమీ కాలేకపోయింది.

చివరకు పెంపుడు పిల్లికి యజమానిగా కూడా మిగలలేకపోయింది. వారానికో రోజు 'పియానో ట్యూటర్' కాలేకపోయింది. అద్భుతంగా సంభాషించగల వ్యక్తిగా కూడా ఉండలేకపోయింది.

ఆమె వేసుకున్న మందులు పనిచేయటం లేదు.

వైన్ పూర్తయ్యింది. సీసాలో ఉన్నదంతా తాగేసింది.

''నేను మిమ్మల్ని మిస్ అవుతున్నాను'' అంది గాల్లోకి చూస్తూ. తను ప్రేమించిన వ్యక్తులందరూ అదే గదిలో తిరుగాడుతున్నట్టు.

తన సోదరుడు 'జో'కి ఫోన్ చేసింది. అతను స్పందించలేదు.

'నువ్వంటే నాకిష్టం జో. ఆ విషయం నువ్వు తెలుసుకోవాలి. నా గురించి నువ్వు చేయగలిగింది ఏమీ లేదు. నాకు తమ్ముడిగా పుట్టావు. అందుకు ధన్యవాదాలు. ఐలవ్యూ. బై'' అని వాయిస్ మెయిల్ పంపింది.

మళ్లీ వర్షం ప్రారంభమైంది. కిటికీ దగ్గరకు వెళ్లి బ్లైండర్స్ తొలగించి గ్లాసు మీద పడుతున్న చినుకునులను చూడటం ప్రారంభించింది.

ఇప్పుడు సమయం 11 గంటలు దాటి 22 నిముషాలయ్యింది.

ఆమె ఒక్క విషయంలో పూర్తి స్పష్టతతో ఉంది. ఆమెకు రేపటిని మిగులాలనుకోలేదు. చనిపోవటానికి అదే తగిన సమయం అని ఆమె భావించింది. ఆమె లేచి నిలబడింది. ఎదురుగా కాగితం, పెన్ను కనిపించాయి.

మీరేవరయినా గానీ,

నాకు జీవితంలో ఎన్నో అవకాశాలొచ్చాయి. వాటిని అన్నింటిని ఉపయోగించాను. నా నిర్లక్ష్యం వల్ల కావచ్చు. దురదృష్టం కావచ్చు. కారణం ఏదయినా ప్రపంచం నా నుంచి పలాయనం చిత్తగించింది. ఇప్పుడు నేను అదే చేయటం సరైన పని అనిపిస్తోంది.

కావాలనుకుంటే నేను ఉండగలను. కానీ అలా చేయాలనిపించటం లేదు. చేయాలనుకోవటం లేదు కూడా. ఇతరుల జీవితాలను నేను దుర్భరం చేస్తాను.

ఇవ్వటానికి నా దగ్గర ఏమీ లేదు. నన్ను క్షమించండి.

ఒకరితో మరొకరు దయతో వ్యవహరించండి.

బై,
నోరా

00...00...00

దట్టంగా అలుముకున్న పొగమంచులో తన ముందున్నది ఏదీ చూడలేకపోయింది. తర్వాత తనకు అటూ ఇటూ స్తంభాలు కనిపించాయి. తను ఆ మార్గం మధ్యలో ఉంది. స్తంభాలు మెరిసే నీలం రంగుతో, నిలువ వరుసలన్నీ నీలం వర్ణంలోనూ ఉన్నాయి.

అంతలో పొగమంచు మాయమైంది. ఓ రూపం అవతరించింది.

దట్టమైన చతురస్రాకారంలో ఉంది.

అది భవనంలా ఉంది. చర్చి ఆకారంలోనో, సూపర్ మార్కెట్ లానో ఉంది. రాతి కట్టడంలా ఉంది. దాని స్తంభాలు, కింద ఉన్న నేల ఒకే రంగులోనే ఉంది. దానికి మధ్యగా చెక్కతలుపు కనిపించింది. పైకప్పు చాలా అధునాతనంగా అందమైన డిజైన్లతో ఉంది. ద్వారం పైన నల్లరంగు రోమన్ అంకెలతో మెరుస్తున్న గోడ గడియారం కనిపించింది. అది అర్ధరాత్రి సమయాన్ని సూచిస్తోంది. రాతి ఇటుకలతో కట్టిన నల్లటి ఆర్చీలా ఉన్న కిటికీలు... ఒకదానికొకటి సమదూరంలో ఉన్నట్టున్నాయి. మొదటిసారి చూసినప్పుడు ఆమెకు అక్కడ నాలుగు కిటికీలున్నట్టు అనిపించింది. క్షణం తర్వాత చూసినప్పుడు మొత్తం ఐదు కిటికీలున్నాయి. బహుశా లెక్కపెట్టటంలో తనెక్కడో పొరపాటు పడి ఉంటానని అనుకుంది.

చుట్టూతా మరేదీ లేకపోవటం, ఎటు వెళ్లాలో పాలుపోకపోవటంతో , నోరా జాగ్రత్తగా అటువైపు అడుగులు వేసింది.

తన చేతికున్న డిజిటల్ వాచ్ వంక చూసింది.

00.00.00.

అది అర్ధరాత్రి సమయమని ఆమెకు అర్థం అయ్యింది.

తరువాత సెకను రాకకోసం ఎదురుచూసింది. రాలా. భవనం దగ్గరకు వెళ్లి, చెక్క తెరిచినా, లోపలకు అడుగుపెట్టినా టైమ్ మారలేదు. వాచ్ లో పొరపాటా? లేదా కాలంలోనా? ఈ రెండూ అయ్యుండొచ్చని ఆమెకు అనిపించింది.

"ఏమవుతోంది? అక్కడేం జరగబోతోంది?"

ఆమె ఆశ్చర్యానికి లోనవుతూ, ముందుకెళితే తనకు సరైన సమాధానాలు దొరకచ్చు అనుకుంది. లోపలకు అడుగుపెట్టింది. అక్కడంతా వెలుగు పరచుకుని ఉంది. పసుపు, గోధుమ రంగు కలగలిపినట్టుగా ఉన్న రంగు రాళ్లు పరిచి ఉన్నాయి. బయట మాదిరిగా ఇక్కడేం కిటికీలు కనిపించలేదు. నిజానికి ఆమె వేసింది కొన్ని అడుగులే. ఎక్కడా ఆమెకు గోడలు కనిపించటం లేదు. ఎటుచూసినా పుస్తకాల బీరువాలు దర్శనమిస్తున్నాయి. ఒకటి కాదు, రెండు కాదు, లెక్కలేనన్ని ఉన్నాయి. అవన్నీ పైకప్పును తాకి ఉన్నాయి. విస్తృతంగా వ్యాపించి ఉన్న ఓపెన్ కారిడార్ వరకూ అవి కనిపిస్తున్నాయి. అలా నడుస్తూ పోతోంది. ఓ నడవా దగ్గర ఆగి అనంతంగా ఉన్న పుస్తకాల సమూహాన్ని చూసినప్పుడు ఆమెకు దిగ్భ్రాంతి కలిగింది.

ఎటుచూసినా పుస్తకాలు... సన్నటి ఆల్మారాల్లో చిన్నవిగా కనిపిస్తున్నాయి. అవన్నీ ఆకుపచ్చ రంగులో ఉన్నాయి... కచ్చితంగా చెప్పాలంటే ఆకుపచ్చలో ఉండే రకరకాల షేడ్స్ లో... మురికి చిత్తడి ఆకుపచ్చలో కొన్ని. ప్రకాశవంతమైన తేలికపాటి చార్ట్యూస్ రంగులో కొన్ని, ఎమరాల్డ్ రంగులో ఉన్నవి కొన్ని. వేసవిలో పచ్చిక బయళ్లను పోలి ఉండే రంగులో మరికొన్ని.

వేసవి పచ్చిక బయళ్లలాగే ఉండే పుస్తకాల విషయానికొస్తే. ఆ పుస్తకాలన్నీ చాలా పురాతనంగా కనిపిస్తున్నాయి. కానీ అక్కడ వీస్తున్న గాలి తాజాగా ఉంది. అచ్చంగా ఆరుబయట పచ్చికల మీదుగా వచ్చే స్వచ్ఛమైన సువాసన. దుమ్ముకొట్టుకుపోయిన కంపు ఎంత మాత్రం కాదు.

పుస్తకాల అరలు అలా కదులుతూనే ఉన్నాయి. అవి తిన్నగా, పొడవుగా దిగంతాల వరకూ దూసుకుపోతున్నాయి. పిల్లల స్కూలు ప్రాజెక్టుల్లో మాదిరిగా మధ్య మధ్యలో కారిడార్ లు కనిపిస్తున్నాయి.

ఆమె యాదృచ్ఛికంగా ఒక కారిడార్ ను ఎంచుకుంది. ఎటో వెళ్లిపోయినట్టనిపించింది. ఆగి ఎడమవైపు తిరిగింది. దారి తప్పిన భావన

కలిగింది. బయటపడేమార్గం కోసం చూసింది. కనిపించలా. తను వచ్చిన మార్గంలోనే వెనక్కి వెళితే బయటకొచ్చెయ్యచ్చు అనుకుంది. అది అసాధ్యంగా కనిపించింది.

చివరకు ఆమెకు అర్థమైంది. బయటపడటం అనేది అంత సులువయిన విషయం కాదని.

''ఇది అసాధారణంగా ఉంది'' తనలో తనేచెప్పుకుంది. తన స్వరం వినటం హాయిగొలుపుతుందని అనిపించింది. ''నిజంగా ఇది అసాధారణమే''.

నోరా ఆగి కొన్నిపుస్తకాల దగ్గరకు నడిచింది.

ఆ పుస్తకాల పేరుగానీ, రచయిత పేరుగానీ లేవు. అదీగాక పుస్తకాల రంగుల్లోనే కాదు, వాటి పరిమాణాల్లోనూ తేడా కనిపిస్తోంది. అవి ఒకే ఎత్తులా ఉన్నాయి గానీ, ఒకే వెడల్పులో లేవు. కొన్ని రెండడుగుల వెడల్పులో ఉంటే, మరికొన్ని అంతకంటే తక్కువ సైజ్ లో ఉన్నాయి. కొన్నయితే కేవలం ఓ కరపత్రం మాదిరిగా ఉన్నాయి.

మధ్యస్థంగా ఉన్న ఓ పుస్తకాన్ని అందుకుంది. అది ఆలివ్ రంగులో దుమ్ముకొట్టుకుపోయి మురిగ్గా ఉంది.

దాన్ని అరలో నుంచి శుభ్రంగా బయటకు తీస్తున్న సమయంలో, తన వెనక ఎవరిదో మాట వినిపించి ఒక్క గెంతు గెంతింది.

''జాగ్రత్త'' హెచ్చరిక వినపడింది.

అక్కడున్నది ఎవరో తెలుసుకోవటానికి నోరా తలతిప్పి చూసింది.

లైబ్రేరియన్

"జాగ్రత్త. కాస్త చూసుకో".

ఆ మహిళ ఎక్కడ నుంచో హఠాత్తుగా ఊడిపడినట్టు అనిపించింది. ఆమె శుభ్రంగా అలంకరించుకుని ఉంది. చిన్నగా కత్తిరించుకున్న జుట్టు. టర్టిల్ గ్రీన్ పోలో నెట్ జంపర్ ధరించింది. ఆమెకు 60 ఏళ్లు ఉండొచ్చని నోరాకు అనిపించింది.

"మీరెవరు?" అనడిగింది.

ఆ ప్రశ్న పూర్తయ్యేలోపుగానే సమాధానం తనకే స్ఫురించింది.

"నేను లైబ్రేరియన్ ని" బిడియపడుతున్న వ్యక్తిలా అంది. "అందుకే... "

ఆమె ముఖం అదో రకంగా ఉంది. అందులో తెలివితేటలు ప్రస్ఫుటమవుతున్నాయి. ఎప్పటి మాదిరిగానే జుత్తు కత్తిరించి ఉంది. నోరా మనసులో ఆమె ఎలా ముద్ర పడిందో, అలాగే కనిపించసాగింది.

సరిగ్గా ఎదురుగా తన పాత స్కూలు లైబ్రేరియన్ ప్రత్యక్షమైంది.

'మిసెసె ఎల్మ్'.

ఆమె సన్నగా నవ్వింది. "అవును".

ఆమెతో చెస్ ఆడుతూ గడిపిన వర్షాకాల మధ్యాహ్నాలు మనసులో మెదిలాయి.

తండ్రి చనిపోయిన రోజు గుర్తుకొచ్చింది. లైబ్రరీలో ఉన్నప్పుడు ఆ విషయాన్ని తనకు చెప్పింది ఆవిడే. తను పాఠాలు చెప్పే బాలుర బోర్డింగ్ స్కూలులో రగ్బీ ఆటస్థలంలో హఠాత్తుగా గుండెపోటొచ్చి ఆయన కుప్పకూలిపోయాడు. ఈ మాట వినగానే దాదాపు అరగంట పాటు ఆమె మనసు మొద్దుబారిపోయింది. చెస్ ఆడటం ఆపేసి, ఆ బోర్డు వంక అలాగే

చూస్తుండిపోయింది. వాస్తవం ఆమెకు మింగుడుపడలేదు. ఆ తర్వాత దాన్ని ఎలా దిగమింగుకోవాలో తెలియక కంపించిపోయింది. తనకు తెలిసిన అన్ని మార్గాలను అనుసరించింది. తనలో కన్నీళ్లు ఇంకిపోయేదాకా మిసెస్ ఎల్మాను గాఢంగా హత్తుకుని గుండెలవిసేలా రోదించింది.

మిసెసె ఎల్మా అందరూ చెప్పే సాధారణమైన మాటలు చెప్పలేదు. అబద్ధాలతో సాంత్వన పరచలేదు. ప్రేమగా వెన్నునిమురుతూ చిన్నపిల్లల్ని బుజ్జగిస్తున్నట్లు తన ఆవేదనలో పాలు పంచుకుంది. ''అన్నీ సర్దుకుంటాయి నోరా, అంతా మంచి జరుగుతుంది' అని మధ్యలో ఆమె చెప్పినట్టు గుర్తు.

తల్లి వచ్చి పికప్ చేసుకోటానికి ఇంకో గంట సమయం పట్టింది. తమ్ముడు వెనకసీట్లో రాయిలా కూర్చుండిపోయాడు. మౌనంగా, మనసులోనే కుమిలిపోతున్న తల్లి పక్కన ముందుసీట్లో తను కూర్చుంది. ఆమె అంటే తనకెంత ఇష్టమో చెప్పే ప్రయత్నం చేసింది గానీ, అటు వైపు నుంచి ఏ సమాధానం వచ్చిన గుర్తు లేదు.

''నేనెక్కడ ఉన్నాను. అసలు ఇదేమిటి?''

మిసెస్ ఎల్మ్ పరిచయమైన చిరునవ్వుతో చెప్పింది. ''ఇది లైబ్రరీ''.

''ఇది స్కూలు లైబ్రరీలా అనిపించటంలేదే? దీనికి బయటకుపోయే మార్గం కనిపించటం లేదు. నేను చనిపోయానా? తర్వాత జీవితంలోకి వచ్చానా?''

''కచ్చితంగా అదేం కాదు''.

''నాకేం అర్థం కావటం లేదు''.

''సరే, నన్ను కాస్త చెప్పనీ...''

మిడ్‌నైట్ లైబ్రరీ

మిసెస్ ఎల్మ్ నేత్రాలు వెన్నెలలో నీటి కుంటల మాదిరిగా మెరిశాయి.

"జీవితానికి, మరణానికి నడుమ ఎప్పుడూ లైబ్రరీ ఉంటుంది" అంది ఆమె. "ఆ లైబ్రరీలో బీరువాలు సాగిపోతూనే ఉంటాయి. ప్రతి పుస్తకం నువ్వు జీవించగల మరో జీవితాన్ని అందుకోటానికి అవకాశాన్ని ఇస్తుంది. నువ్వు ఇంకోటి ఎంపిక చేసుకుంటే, పశ్చాత్తాపం పోగొట్టుకునే మరో అవకాశం వస్తే, పరిస్థితులు ఎంత భిన్నంగా ఉంటాయో తెలుసుకునే అవకాశం లభిస్తుంది.".

"నేను చనిపోయానా?" ప్రశ్నించింది నోరా.

మిస్ ఎల్మ్ తల అడ్డంగా ఊపింది. "లేదు. జాగ్రత్తగా విను. "జీవితానికి, మరణానికి మధ్య..." దూరంగా ఉన్న నడవా వైపు చూస్తూ... "మరణం ఎక్కడో బయట ఉంది" అంది.

"సరే, నేను అక్కడికే వెళ్లాలి. ఎందుకంటే నేను చనిపోవాలనుకుంటున్నాను" నోరా నడవటం మొదలుపెట్టింది.

మిసెస్ ఎల్మ్ ఎప్పటి మాదిరిగా తల అడ్డంగా ఊపుతూ, "మృత్యువు అలా పనిచేయదు".

"ఎందుకు?"

"నువ్వు మరణం దగ్గరకు వెళ్లవలసిన పనిలేదు. అదే నిన్ను వెతుక్కుంటూ వస్తుంది".

మృత్యువు అనేది అదేదో తనకు అందుబాటులో లేనిదిగా నోరాకు అనిపించింది.

అది బాగా పరిచయమైన భావనే. ప్రతి అంశంలోనూ అసంపూర్తిగా మిగిలిపోయిన భావన. అసంపూర్ణమైన గమనం. అసమగ్రమైన జీవనం, అసమగ్రమైన మరణం.

"నేను ఎందుకు మరణించలేదు? మృత్యువు నన్ను ఎందుకు సమీపించలేదు. దానిని బహిరంగంగా ఆహ్వానించాను. నేను చనిపోవాలనుకున్నాను. కానీ, ఇప్పుడు ఇక్కడ ఇంకా సజీవంగానే ఉన్నాను. అన్నీ తెలుసుకోగలుగుతున్నాను".

"నీకు అంత సుఖవంతంగా అనిపిస్తే, చనిపోయే అవకాశాలే ఉన్నాయి. ఈ లైబ్రరీ దాటి వెళ్లే వాళ్లు ఎక్కువ కాలం ఉండరు. ఏదో రకంగా పోతారు".

ఆమె దాని గురించి లోతుగా ఇంకా ఇంకా ఆలోచిస్తుంటే తను ఏం కావాలనుకుంది? ఏం కాలేకపోయింది అనే విషయాలపైకి ఆమె దృష్టి మళ్లింది. ఆమె చాలా కాలేకపోయింది. మనసులో ఆ ఆలోచనలు వాటికవే ముందుకు తన్నుకొస్తున్నాయి. నేను ఒలంపిక్ స్విమ్మర్ కాలేకపోయాను. నేను హిమానీ నదాల శాస్త్రవేత్త కాలేకపోయాను. నేను డేన్ భార్యను కాలేకపోయాను. నేను అమ్మను కాలేకపోయాను. నేను లాబ్రింత్ బృందంలో ప్రధాన గాయని కాలేకపోయాను. నేను మంచిగా, సంతోషంగా జీవించగల వ్యక్తిని కాలేకపోయాను. నేను వోల్టేర్ ని జాగ్రత్తగా చూసుకోలేకపోయాను. చివరికి సక్రమంగా చావలేకపోయాను కూడా. చేజారిన అవకాశాలను చూస్తుంటే నిజంగా విషాదం కలుగుతోంది.

"నోరా, మిడ్ నైట్ లైబ్రరీ దగ్గర ఉన్నప్పుడు నీకు మరణం నుంచి ఉపశమనం లభిస్తుంది. ఇప్పుడు ఎలాంటి జీవితాన్ని కోరుకోవాలనేది నువ్వు నిర్ణయించుకో".

కదులుతున్న బుక్ షెల్ఫులు

నోరాకు ఇరువైపులా ఉన్న షెల్ఫులు కదులుతున్నాయి. వాటి యాంగిల్స్ మారటం లేదు. అవి అడ్డంగా కదులుతున్నాయి. నిజానికి కదులుతున్నది షెల్ఫులు కాదు, కేవలం పుస్తకాలు మాత్రమే, అవి ఎలా అనేది మాత్రం తెలియటం లేదు. అక్కడ ఎలాంటి వ్యవస్థ పనిచేస్తోందో తెలియటం లేదు. ఏ మాత్రం ధ్వని గానీ, పుస్తకాలు కిందకు జారిపోతున్న పరిస్థితిగానీ అక్కడ లేదు. పుస్తకాలు ఏ షెల్ఫులో ఉన్నాయన్న దాన్ని బట్టి కదలికల్లో తేడా ఉంది. కూడా వేగంగా కదలటం లేదు.

"అసలేం జరుగుతోంది?"

మిసెస్ ఎల్మ్ శరీరాన్ని బిగించి నిటారుగా నిలబడింది. ఆమె గడ్డం గొంతును ఆనుకుంది. ఒక అడుగు ముందుకు వేసి నోరాను గట్టిగా పట్టుకుని "నువ్వు మొదలుపెట్టవలసిన సమయం వచ్చింది" అని చెప్పింది.

"ఏమిటి అని నేనడిగితే మీకు అభ్యంతరం లేదనుకుంటా".

"జీవితంలో లక్షలాది నిర్ణయాలు తీసుకుంటాం. కొన్ని పెద్దవి, మరికొన్ని చిన్నవి. ప్రతి సందర్భంలోనూ మనం తీసుకునే నిర్ణయాన్ని బట్టి దాని వల్ల వచ్చే ఫలితం కూడా మారుతూ ఉంటుంది. వాటిల్లో ఉండే వైవిధ్యం వల్ల మార్పుల్లోనూ తేడా ఉంటుంది. నువ్వు జీవించే జీవితానికి ఈ పుస్తకాలన్నీ ప్రధాన ద్వారాలు".

"ఏమిటి?"

"నీకు ఎన్ని అవకాశాలుంటాయో అన్ని జీవితాలుంటాయి. నువ్వు వేర్వేరు ఎంపికలతో జీవిస్తూంటావు. ఈ ఎంపికలు వేర్వేరు ఫలితాలను ఇస్తూంటాయి. ఒక్క పని నువ్వు కొత్తగా చేస్తే చాలు. నీ జీవితకథ మొత్తం మారిపోతుంది. అవన్నీ ఈ మిడ్నైట్ లైబ్రరీలో ఉంటాయి. అవన్నీ జీవితం అంత వాస్తవమైనవి".

"సమాంతర జీవితాలా?"

"ఎప్పుడూ సమాంతరాలు కాకపోవచ్చు. కొన్ని సార్లు లంబరేఖలో కూడా ఉంటాయి. నువ్వు కోరుకున్న జీవితాన్ని జీవించదలిచావా? నువ్వు కొత్తగా చేయాలనుకుంటున్నావా? నువ్వేదయినా మార్పు చేసుకోదలిచావా? నువ్వేమయినా తప్పులు చేశావా?"

దానికి సమాధానం చెప్పటం చాలా సులువు. "అవును. అన్నీ తప్పులే చేశాను".

ఈ సమాధానానికి లైబ్రేరియన్ ఇబ్బంది పడినట్టుంది. తన జేబులో నుంచి టిష్యూ పేపరు బయటకు తీసి గట్టిగా ముక్కు చీదుకుంది.

ఆమె ఉపయోగించటం పూర్తికాగానే, చిత్రంగా టిష్యూ ఆమె చేతిలో నుంచి మాయమైంది. 'మీకేదో దివ్యశక్తులున్నాయి" అంది నోరా దిగ్భ్రమగా.

"టిష్యూలనేవి జీవితాల్లాంటివి. అవి ఎప్పుడూ ఎక్కువే ఉంటాయి" అని నవ్వుతూ చెప్పింది మిస్ ఎల్మ్. ఆ తర్వాత ముందు చెప్పిన విషయంలోకి వచ్చింది. "ఒక పని భిన్నంగా చేయటం అనేది అన్ని పనులు విభిన్నంగా చేయటంతో సమానమే. మనం ఎంతగా ప్రయత్నించినా పూర్తయిన పనులను మార్చటం జీవితకాలంలో సాధ్యం కాదు. కానీ నువ్వు జీవితకాలంలో లేవు. దాని నుంచి బయటకొచ్చావు. ఇప్పుడు నీకొక అవకాశం నోరా. పరిస్థితులు ఎలా ఉండబోతాయో నువ్వు చూడగలుగుతావు."

"ఇది వాస్తవం కాకపోవచ్చు" నోరా తనలో తాను అనుకుంది.

ఆమె ఏం అనుకుంటోందో నోరాకు అర్థమైంది.

"ఇదంతా వాస్తవమే. కాకపోతే నువ్వు అర్థం చేసుకునే రియాలిటీ కాదు నోరా. ఆ రెండింటికి మధ్యది. అది జీవితం కాదు. మరణం కూడా కాదు. సాంప్రదాయ పద్ధతిలో వాస్తవ ప్రపంచం కాదు. అలాగని అది కల కూడా కాదు. అదీ ఇది కాదు. క్లుప్తంగా చెప్పాలంటే, అది మిడ్ నైట్ లైబ్రరీ".

నెమ్మదిగా కదులుతున్న షెల్ఫులు నిలిచిపోయాయి. తన కుడివైపున ఉన్న షెల్ఫుల్లో ఒకదానిపైన భుజం ఎత్తులో ఎక్కువ ఖాళీ ఉన్న విషయాన్ని నోరా గమనించింది. మిగతా అన్ని ప్రదేశాలలోనూ పుస్తకాలు ఒకదానిపైన మరొకటి పేర్చి ఉన్నాయి. ఇక్కడ సన్నగా ఉన్న వైట్ షెల్ఫులో ఒకే ఒక పుస్తకం ఉంది.

అది మిగతావాటిలా ఆకుపచ్చ రంగులో లేదు. గోధుమ వర్ణంలో ఉంది. భవనం ముందరి భాగంలో ఉన్న రాయి సరిగ్గా ఇదే రంగులో ఉంది. పొగమంచు కమ్మక ముందు ఆమె దానిని చూసింది.

మిస్ ఎల్మ్ ఆ పుస్తకాన్ని షెల్ఫులో నుంచి తీసి నోరా చేతిలో పెట్టింది. ఏదో క్రిస్టమస్ బహుమతి ఇచ్చినట్టు ఆమె మొహంలో గర్వం తొణికిసలాడింది.

మిస్ ఎల్మ్ చేతిలో ఉన్నప్పుడు అది తేలిగ్గా కనిపించింది. నిజానికి అది కనిపించేదాని కంటే బరువుగా ఉంది. దానిని తెరిచిచూడాలని నోరా అనుకుంది.

మిస్ ఎల్మ్ తలాడించింది.

''నేను చదవమని చెప్పేదాకా నువ్వు ఆగాలి''.

''ఎందుకు?''

''ఇక్కడ ఈ లైబ్రరీలో ఉన్న ప్రతి పుస్తకం, ఒక్కటి మినహా...అన్నీ నీ జీవితానికి సంబంధించిన వివరణలే. ఈ లైబ్రరీ నీది. అది నీకోసమే ఇక్కడ ఉంది. ప్రతి వారీ జీవితం అనంతమైన మార్గాల్లో ముగుస్తుంది. ఈ షెల్ఫుల్లో ఉన్న పుస్తకాలన్నీ నీ జీవితమే. సరిగ్గా ఒకే చోట నుంచి అవి ప్రారంభమవుతాయి. ఇప్పుడే అది ఏప్రిల్ 28 అర్ధరాత్రి నుంచి. ఈ మిడ్ నైట్ లైబ్రరీలో సంభవించేవి అన్నీ ఒకటిగా ఉండవు. కొన్ని ఒకేలా ఉండొచ్చు. మరి కొన్ని చాలా తేడాగా ఉండొచ్చు''.

నోరా ఆ గోధుమ రంగు పుస్తకాన్ని అటూ ఇటూ తిప్పుతూ ... ''అన్నీ టపాసుల్లాగా ఉన్నాయి. ఈ ఒక్కటి తప్ప'' అంది.

మిసెస్ ఎల్మా కనుబొమ్మలు పైకి లేపింది. ''అది నీ కోసమే రాయబడింది''.

''ఏమిటి?''

''ఈ పుస్తకం నీ సమస్య లన్నింటికి కేంద్రం. అదే వాటికి సమాధానం కూడా''.

''అదేంటి?''

ఆమె పుస్తకం పేరు చెప్పింది. ''ది బుక్ ఆఫ్ రిగ్రెట్స్''.

ది బుక్ ఆఫ్ రిగ్రెట్స్

నోరా దాని వంక తేరిపార చేసింది. పుస్తకం అట్టపై ఉన్న అక్షరాలు మెరుస్తూ కనిపించాయి.

ది బుక్ ఆఫ్ రిగ్రెట్స్

“నువ్వు పుట్టిన దగ్గర నుంచి నీకున్న పశ్చాత్తాపాలన్నీ ఈ పుస్తకంలో నమోదయి ఉన్నాయి” పుస్తకాన్ని తన చేత్తో నెమ్మదిగా తడుతూ చెప్పింది మిసెస్ ఎల్మ్

“ఇప్పుడు దీన్ని తెరవటానికి నీకు అనుమతిస్తున్నాను”.

పుస్తకం చాలా బరువుగా ఉంది. నోరా నేలమీద కాళ్లు ముడుచుకుని కూర్చుని దాన్ని తిరగేయటం మొదలుపెట్టింది.

పుస్తకం అధ్యాయాల వారీగా వరుస క్రమంలో విభజించి ఉంది. తన జీవితంలో సంవత్సరాల వారీగా 0,1,2,3 నుంచి 35 వరకూ ఇలా... పుస్తకం ముందుకు వెళుతున్న కొద్దీ అధ్యాయాల నిడివి పెరుగుతూ వెళ్లింది. పశ్చాత్తాపాలకు వయసుతో సంబంధం లేనట్టు ఆమెకు అనిపించింది.

“పశ్చాత్తాపాలు కాలపట్టికను అనుసరించవు అవి కదులుతూ ఉంటాయి. ఎప్పటికప్పుడు వాటి వరుస మారుతూంటుంది”

“అది అర్థవంతంగా అనిపిస్తోంది”.

ఆమె తక్షణం గ్రహించింది. ఆ పశ్చాత్తాపాల్లో అతి చిన్న వాటి నుంచి నిత్యం ఎదురయ్యేవి (ఈ రోజు వ్యాయామం చేయనందుకు చింతిస్తున్నాను లాంటివి), ఆ తర్వాత ప్రాధాన్యం గలవి (నా నాన్న చనిపోక ముందు ఆయనను ప్రేమిస్తున్నానని చెప్పలేదు) ఉన్నాయి.

అవి అలా కొనసాగుతూనే ఉన్నాయి. వెనకటి పశ్చాత్తాపాలు మళ్లీ మళ్లీ కనిపించాయి. ‘‘లాబ్రింత్ లో కొనసాగకుండా నా తమ్ముడికి ఆశాభంగం కలగచేసినందుకు పశ్చాత్తాపపడుతున్నాను’. ‘పర్యావరణం కోసం ఏమీ చేయనందుకు పశ్చాత్తాపపడుతున్నాను’. ‘సోషల్ మీడియాలో మునిగిపోతున్నందుకు పశ్చాత్తాపపడుతున్నాను’. ‘ఇజ్జీతో ఆస్ట్రేలియా వెళ్లనందుకు పశ్చాత్తాప పడుతున్నాను’. ‘చిన్నప్పుడు ఎక్కువ సంతోషంగా లేనందుకు పశ్చాత్తాపపడుతున్నాను’. ‘జంతువులతో గడపనందుకు పశ్చాత్తాపపడుతున్నాను’, ‘యూనివర్సిటీలో జియాలజీ బదులు ఫిలాసఫీ తీసుకున్నందుకు పశ్చాత్తాపపడుతున్నాను’, ‘సంతోషంగా ఉండటం ఎలాగో నేర్చుకోనందుకు పశ్చాత్తాపపడుతున్నాను’, ‘విపరీతమైన అపరాధభావానికి గురవుతున్నందుకు పశ్చాత్తాపపడుతున్నాను’, ‘స్పానిష్‌ను అంటిపెట్టుకుని ఉండనందుకు పశ్చాత్తాపపడుతున్నాను’, ‘ఎ-లెవెల్లో సైన్సు సబ్జక్టులు ఎంచుకోనందుకు పశ్చాత్తాపపడుతున్నాను’, ‘హిమానీ నదాల శాస్త్రవేత్త కానందుకు పశ్చాత్తాపపడుతున్నాను’, ‘పెళ్లి చేసుకోనందుకు పశ్చాత్తాపపడుతున్నాను’, కేంబ్రిడ్జిలో ఫిలాసఫీ మాస్టర్ డిగ్రీ చేయనందుకు పశ్చాత్తాపపడుతున్నాను’, ‘ఆరోగ్యం జాగ్రత్తగా తీసుకోనందుకు పశ్చాత్తాపపడుతున్నాను’, ‘లండన్ వెళ్లినందుకు పశ్చాత్తాపపడుతున్నా’, ‘ఆంగ్లం బోధించేందుకు పారిస్ వెళ్లనందుకు పశ్చాత్తాపపడుతున్నా, ‘యూనివర్సిటీలో చదవటం ప్రారంభించిన నవలను పూర్తిచేయలేకపోయినందుకు పశ్చాత్తాపపడుతున్నా’, ‘లండన్ నుంచి తిరిగొచ్చేసినందకు పశ్చాత్తాపపడుతున్నా, ‘ఎలాంటి భరోసా ఇవ్వని ఉద్యోగంలో ఉన్నందుకు పశ్చాత్తాపపడుతున్నా, ‘మంచి అక్కను కాలేకపోయినందుకు పశ్చాత్తాపపడుతున్నా, ‘యూనివర్సిటలో ఓ ఏడాది విరామం తీసుకోనందుకు పశ్చాత్తాపపడుతున్నా, ‘నా తండ్రిని నిరాశపరిచినందుకు పశ్చాత్తాపపడుతున్నా, ‘నేను పియానో స్వయంగా అభ్యాసం చేయకుండా ఇతరులకు నేర్పటంలో ఎక్కువ గడుపుతున్నందుకు పశ్చాత్తాపపడుతున్నా’, ‘ఆర్థికపరమైన లావాదేవీలు సరిగా నిర్వహించనందుకు పశ్చాత్తాపపడుతున్నా, ‘పల్లెటూరిలో నివసించనందుకు పశ్చాత్తాపపడుతున్నా’

కొన్ని పశ్చాత్తాపాలు మసకబారాయి.

...

...

ఒక పశ్చాత్తాపం అయితే, పూర్తిగా కనిపించకుండా మాయమై అంతలోనే మళ్లీ పైకి తేలింది. 'నేను పిల్లలను కనలేకపోయినందుకు పశ్చాత్తాపపడుతున్నాను'.

'అది ఒకసారి పశ్చాత్తాపం అవుతుంది. మరోసారి కాదు.' ఆమె మనసును అర్థం చేసుకున్నట్టుగా చెప్పింది మిసెస్ ఎల్మ్. ''కొన్ని ఇలానే ఉంటాయి''.

34 ఏళ్ల వయసు దాటిన తర్వాత, పుస్తకంలో అధ్యాయం చాలా పెద్దగా ఉంది. అవన్నీ డేన్ విషయంలో తన పశ్చాత్తాపాలు. ఆమె బుర్రలో గిర్రున తిరగటం ప్రారంభించాయి. హైడన్ కచేరీ మాదిరిగా.

''డేన్ విషయంలో క్రూరంగా ప్రవర్తించినందుకు పశ్చాత్తాపపడుతున్నా', 'అతనితో తెగదెంపులు చేసుకున్నందుకు పశ్చాత్తాపపడుతున్నా. 'పల్లెటూరి పబ్ లో కలిసి గడపనందుకు పశ్చాత్తాపపడుతున్నా'.

ఆ పేజీల మీదుగా సాగుతున్నప్పుడు, ఆమె దాదాపు పెళ్లి చేసుకున్న ఆ వ్యక్తి గురించి ఆలోచించటం మొదలుపెట్టింది.

పశ్చాత్తాపాల పెనుభారం

ఇజ్జీతో టూటింగ్ లో ఉన్నప్పుడు ఆమె డేన్ ను కలుసుకుంది. చిన్న గడ్డం, మొహం మీద చెరగని చిరునవ్వు. చూడటానికి టీవీ వ్యాఖ్యాతలా కనిపిస్తాడు. కొంచెం ఎక్కువగానే మద్యం లాగిస్తాడు. అలాగని పెద్దగా హ్యాంగోవర్లో ఉండడు.

ఆర్ట్ హిస్టరీ చదువుకున్నాడు. అందులో రూబెన్స్ టింటోరెట్టోకు సంబంధించిన అంశాలు తను పనిచేస్తున్న పీఆర్ సంస్థలో ఉపయోగ పడుతున్నాయి. అతనికి ఓ కల ఉంది. అది పల్లెటూరి పక్కన పబ్ ఒకటి పెట్టాలని. ఈ కలను అతను నోరాతో పంచుకున్నాడు.

అతని ఉత్సాహానికి ఆమె వంతపాడింది. అతనితో వివాహ నిశ్చితార్థం చేసుకుంది. కానీ ఆ తర్వాత ఎందుకోగానీ అతన్ని పెళ్లి చేసుకోవానిపించలేదు.

పెళ్లి చేసుకుంటే తన తల్లిని అవుతానేమోనన్న భయం వెంటాడింది. తల్లిదండ్రుల వివాహానికి తను ప్రతిరూపం కాదలుచుకోలేదు.

ఆ 'ది బుక్ ఆఫ్ రిగ్రెట్స్' పుస్తకం వంక చూస్తూంటే ఆలోచనలు వారివైపు మళ్లాయి. "అసలు వాళ్లెప్పుడయినా ఒకరినొకరు ప్రేమించుకున్నారా? 'సమయం వచ్చినప్పుడు ఎవరో ఒకరిని చేసుకోవాలి కాబట్టి అందుబాటులోకి వచ్చిన వ్యక్తిని పెళ్లాడి ఊరుకున్నారా? అదేదో ఆటలో సంగీతం నిలిచిపోగానే మొట్టమొదటి వ్యక్తిని బయటకు లాగినట్టు, అది సంభవించిందా"?

ఆ ఆట తను ఎప్పటికీ ఆడాలనుకోవటం లేదు.

"ప్రేమకు భయపడటం అంటే, జీవితానికి భయపడటం. జీవితానికి భయపడేవారు మూడొంతులు చనిపోయినట్టే" అంటాడు బెర్ట్రాండ్ రస్సెల్. బెర్ట్రాండ్ రస్సెల్ చాలా పెళ్లిళ్లు చేసుకున్నాడు. ఎక్కువ వ్యవహారాలే నడిపాడు. కానీ ఇది తన సమస్య. తను జీవించటానికి భయపడుతూ ఉండొచ్చు.

పెళ్లికి మూడు నెలల ముందు తల్లి చనిపోయింది. నోరా దు:ఖానికి అడ్డుకట్ట లేకుండా పోయింది. పెళ్లి కొద్ది రోజులు వాయిదా వేయాలని కోరింది. కానీ అలా జరగలేదు. నోరా దు:ఖం కుంగుబాటు (డిప్రెషన్) కు, ఆందోళన (యాంగ్జయిటీ)కి దారితీసింది. తన జీవితం స్వాధీనం తప్పిపోయిందన్న భావన కలిగింది. పెళ్లి అనే ఆలోచన గందరగోళభావానికి గురిచేసింది. కట్టేసి రైల్వే ట్రాక్ పైన పడేసిన భావనకు లోనయ్యింది. పెళ్లి నుంచి బయటపడితే తప్ప ఆ తాళ్లను తెంచుకుని స్వేచ్ఛ లభించిందన్న భావన రాదని ఆమెకు అనిపించింది. కానీ వాస్తవంలో బెడ్ఫోర్డ్ లో ఒంటరిగా ఉండటం, ఆస్ట్రేలియా ప్రణాళికల విషయంలో ఇజ్జీకి మద్దతు పలకకుండా నిరుత్సాహానికి గురి చేయటం, స్టింగ్ థీరీ అనే మ్యూజిక్ షాపులో పనిచేయటం... పిల్లిని పెంచటం...ఇవన్నీ తను స్వేచ్ఛకు వ్యతిరేకంగా చేసిన పనులే.

"ఓ... వద్దొద్దు"...

నోరా ఆలోచనలు శ్రుతిమించుతున్నాయని గుర్తించి మిసెస్ ఎల్మ్ హెచ్చరించింది.

ఇతరుల అంచనాలను అందుకోలేక వారిని నిరుత్సాహానికి గురిచేయటం, దాని వల్ల తను కూడా భంగపాటుకు గురికావటం వంటి ఆలోచనలో ప్రవేశించాయి. గంట నుంచి తను తప్పించుకోవాలని చూసిన పశ్చాత్తాపాలన్నీ ఒక్కసారిగా తన ముందు కదలాడుతున్నట్టుగా అనిపించాయి. బెడ్ఫోర్డ్ లో తను అనుభవించిన దాని కంటే ఎక్కువ ఆవేదన ఈ పుస్తకాన్ని చూస్తున్నప్పుడు కలిగింది. పశ్చాత్తాపాలన్నీ జమిలిగా వేదనగా రూపుదిద్దుకుంటున్నాయి.

పుస్తకాన్ని పక్క నుంచి మోచేతుల మీద వెనక్కి వాలింది. కళ్లు గట్టిగా మూసుకుంది. ఆమెకు ఊపిరితీసుకోవటం కూడా కష్టంగా అనిపించింది. ఎవరో ఆమె మెడ చుట్టూ చేతులు బిగించి "ఆపేయ్' అని బెదిరించినట్టుగా అనిపించింది.

"వెంటనే దాన్ని మూసేయ్" మిసెస్ ఎల్మ్ హెచ్చరించింది. "నీ కళ్లను మాత్రమే కాదు. పుస్తకాన్ని కూడా మూసెయ్. ఇది నీకు నువ్వే చేయాలి".

దాన్లో నుంచి బయటపడటానికా అన్నట్టు నోరా మొదటి అట్ట కింద చేతులు పెట్టింది. అది మునుపటి కంటే భారంగా అనిపించింది. కాని దాన్ని మూసేసి ఉపశమనంతో ఊపిరిపీల్చుకుంది.

ప్రతి జీవితం ఇప్పుడే ప్రారంభమవుతుంది

'సరే'...

మిసెస్ ఎల్మా ఆమె చేతులు ముడిచి పట్టుకుంది. నోరాకు ఎప్పుడూ తెలిసిన వ్యక్తి మాదిరిగానే కనిపిస్తున్నా ఆమె ప్రవర్తించే తీరు మాత్రం కఠినంగా ఉంది. ఆమె మిసెస్ ఎల్మానే, కానీ కొన్ని విషయాల్లో కాదు. ఏమిటి అంతా గందరగోళంగా ఉంది.

''అయితే ఇప్పుడేంటి?'' నోరా గట్టిగా ఊపిరి వదులుతూ అడిగింది, పశ్చాత్తాపాల తీవ్రతనన్నింటినీ ఏకకాలంలో ఆమె అనుభవించటం లేదు. ఉపశమనం పొందుతోంది.

''ఏ పశ్చాత్తాపాలు నిలిచిపోతాయి? వేటిని లేకుండా చేసుకుందామను కుంటున్నావ్? ఏ జీవితాన్ని కొత్తగా ప్రయత్నిద్దామనుకుంటున్నావ్?''

బట్టల దుకాణంలోకి అడుగుపెట్టి టీషర్టును ఎంచుకున్నంత సులువుగా జీవితాన్ని ఎంచుకోమని చెబుతోంది మిసెస్ ఎల్మ్. ఆమె స్పష్టంగానే ఆ విషయాన్ని చెబుతున్నా అది చాలా క్రూరంగా అనిపించింది.

''ఇదెలా ఉందంటే నా గొంతుపిసికి ఊపిరి ఆడకుండా చేసి చంపేస్తున్నట్టుగా ఉంది. ఇందులో ఉన్న అసలు విషయం ఏమిటి?''

నోరా తలెత్తి పైన ఉన్న లైట్లను మొదటిసారి చూసింది. లేతగోధుమ రంగు సీలింగు నుంచి అవి వేలాడదీసిన వైర్లకు బల్బులు తగలించి ఉన్నాయి. చిత్రంగా ఆ సీలింగ్ ఏ గోడకు అంటిపెట్టుకుని లేదు.

''నీ పాత జీవితం ముగిసిపోయింది. అది నువ్వు తెలుసుకోవలసిన ముఖ్యమైన అంశం. నువ్వు చనిపోవాలనుకుంటున్నావు. అది జరుగుతుంది కూడా. నువ్వు ఎక్కడికో వెళ్లాలి. ఎక్కడో దిగాలి. ఇంకో జీవితాన్ని గడపాలి. దాన్ని గురించి గట్టిగా ఆలోచించాలి. దీన్ని 'మిడ్ నైట్ లైబ్రరీ' అంటారు. ఇక్కడ అందబోయే కొత్త జీవితం ఇప్పుడు ప్రారంభమవుతుంది. ఇప్పుడే. ఈ

అర్ధరాత్రి వేళలోనే. ఇక అంతా భవిష్యత్తే. నువ్వు పొందగలిగే ప్రతి తక్షణ వర్తమానం, రాబోయే భవిష్యత్తు కూడా ఇక్కడ లభిస్తుంది. నీ పుస్తకం దానినే ప్రతిబింబిస్తుంది.

''అంటే... దానిలో నా గతం ప్రస్తావనేదీ ఉండదా?''.

''వాటి పర్యవసానాలు మాత్రమే ఉంటాయి. గతాన్ని చెప్పే పుస్తకాలు కూడా సిద్ధంగానే ఉన్నాయి. కానీ అవి నువ్వు చదవటానికి కాదు''.

''ప్రతి జీవితం ఎప్పుడు ముగుస్తుంది?''

''అది సెకన్లు కావచ్చు. గంటలు కావచ్చు. నెలలు కావచ్చు. అంత కంటే ఎక్కువ కూడా కావచ్చు. నువ్వు కోరుకున్న జీవితం లభించి, అందులోనే నువ్వు కొనసాగాలని భావిస్తే ఇబ్బందేం లేదు. ముసలితనం వచ్చి చనిపోయే వరకూ అలాగే ఉండగలుగుతావు. జీవించాలన్న సంకల్పం నీకు గట్టిగా ఉంటే, అసలు ఆందోళన చెందవలసిన పనేం లేదు. అక్కడే ఉండిపోగలుగుతావు. ఎందుకంటే నువ్వు అప్పటికే ఒక విశ్వంలో ఉన్నావు కదా, ఈ పుస్తకం ఎప్పటికీ నీకు తిరిగి ఇవ్వబడదు. అది నీకు రుణంగా కాకుండా బహుమతిగా మిగులుతుంది. ఎప్పుడయితే నువ్వు ఆ జీవితాన్ని ఆశించావో, అలా జీవించాలని కోరుకున్నావో, నీ మనసులో ఉన్న ఆలోచనలన్నీ, ఆఖరికి 'మిడ్ నైట్ లైబ్రరీ'తో సహా అన్నీ ఒక గురుతుగా మిగిలిపోతాయి. అస్పష్టంగా, కనిపించకుండా ఉంటాయి.

నెత్తిమీద ఉన్న లైటు వెలిగింది.

''ఇప్పుడు పొంచి ఉన్న ప్రమాదం అల్లా...'' మిసెస్ ఎల్మ్ అమంగళాన్ని సూచిస్తూ, ''అసలు నువ్వు ఇక్కడ నువ్వు ఉన్నప్పుడే. రెండు జీవితాల మధ్య గడుపుతున్నప్పుడే. జీవితాన్ని కొనసాగించటానికి నువ్వు ఏ మాత్రం ఆసక్తిని ప్రదర్శించకపోతే, అది నీ మూలాలను – అసలు జీవితాన్ని దెబ్బతీస్తుంది. నువ్వు ఇక్కడ నుంచి శాశ్వతంగా వెళ్లిపోతావు. చనిపోతావు. ఆ తర్వాత ఇది నీకెప్పటికీ అందుబాటులోకి రాదు.

''నేను కోరుకునేది అదే. నేను చనిపోవాలనుకుంటున్నాను. అందుకే విషం ఎక్కువగా తీసుకున్నాను. నేను మరణించదలుచుకున్నాను''.

''సరే, అది కావచ్చు, కాకపోవచ్చు. నువ్వింకా ఇక్కడ ఉన్నావు''.

నోరా ఆ విషయాన్ని అర్థం చేసుకోవటానికి, దాన్ని అంగీకరించటానికి ప్రయత్నించసాగింది.

‘‘ఇంతకు ముందు గడిపిన జీవితం కంటే ఘోరమైన జీవితం నా అనుభవంలోకి వస్తే, మళ్లీ ఈ లైబ్రరీకి ఎలా రాగలుగుతాను’’?

‘‘అది నిగూఢమైన విషయం. నిరాశలు నిన్ను కమ్మేసినప్పుడు నువ్వు ఇక్కడకు రాగలుగుతావు. ఒక్కోసారి అలాంటి భావాలు కలుగుతాయి. మరికొన్నిసార్లు అవన్నీ ఒకేసారి అనుభవంలోకి వస్తాయి. అలాంటి పరిస్థితే ఎదురుకానప్పుడు అదంత తేలికయిన విషయం కాదు గానీ, నువ్వక్కడే ఉండిపోగలుగుతావు. అందుకు నువ్వు కొత్తగా గడపటానికి అవసరమైన పుస్తకాన్ని ఎంచుకో. అంటే, అదే జీవితానికి సంబంధించి...’’

పసుపుపచ్చని గచ్చుపైన మూత వేసి ఉన్న ‘దిబుక్ ఆఫ్ రిగ్రెట్స్’ పుస్తకం వైపు తేరిపార చూసింది నోరా.

క్రితం రాత్రి డేన్ తో సంభాషణ గుర్తుకొచ్చింది. పల్లెటూర్లో ఆకర్షణీయంగా ఉండే పబ్ ఒకదాన్ని సొంతం చేసుకోవటం గురించి అతను మాట్లాడాడు. ఆ ఉత్సాహం తనను కూడా తాకింది. చివరకు అది తనకు స్వప్నంగా మారింది. ‘‘నేను డేన్ ను వదలకుండా ఉండవలసింది. నేను అతనితో సంబంధం కొనసాగిస్తున్నట్టే అనిపిస్తోంది. అతనితో కలిసి ఉండి ఆ కలను నిజం చేసుకుని ఉంటే బావుండేది. మేమిద్దరం కలిసి ఉండే జీవితం తటస్థిస్తుందా’’?

‘‘కచ్చితంగా’’ అంది మిసెస్ ఎల్మ్.

లైబ్రరీలో ఉన్న పుస్తకాలు కదులుతున్నాయి. షెల్ఫులన్నీ ఏదో కన్వేయర్ బెల్టు మీద ఉన్నట్టుగా. అవి పెళ్లి వేడుకల్లోలా నెమ్మదిగా కాకుండా, వేగంగా, ఇంకా వేగంగా, మరింత వేగంగా పరుగులు తీస్తున్నాయి. ఇప్పుడు అక్కడ రకరకాల పుస్తకాలున్నట్టు లేదు. అంతా ఆకుపచ్చ ప్రవాహంలా ఉంది.

అంతలో అవి హఠాత్తుగా ఆగిపోయాయి.

మిసెస్ ఎల్మ్ కొద్దిగా వంగి, ఎడమవైపున్న షెల్ఫులో నుంచి పుస్తకం తీసింది. అది ముదురు ఆకుపచ్చ రంగులో ఉంది. దాన్ని తీసి నోరా చేతికి అందించింది. ‘ది బుక్ ఆఫ్ రిగ్రెట్స్’ సైజులోనే ఉన్నా బరువు తక్కువగా ఉంది. పుస్తకం వెన్నెముక మీద పేరు లేదు. ముందు భాగంలో మిగతా పుస్తకం లాంటి ఛాయలోనే ఉంది.

దాని పేరు ‘నా జీవితం’.

‘‘అది నా జీవితం కాదు’’.

‘‘నోరా, అవన్నీ నీ జీవితాలే...’’.

‘‘ఇప్పుడు నేనేం చేయాలి?’’

‘‘పుస్తకం తెరిచి మొదటి పేజీలోకి వెళ్లు’’.

నోరా అలాగే చేసింది.

‘‘సరే... మిసెస్ ఎల్మ్ హెచ్చరిక చేసింది. ‘‘ఇప్పుడు నువ్వు మొదటి లైను చదువు’’.

నోరా దాన్ని చదవటం మొదలుపెట్టింది.

“ఆ రాత్రి పబ్ లో నుంచి బయటికొచ్చి శీతలంగా ఉన్న చల్లగాలిలోకి ప్రవేశించింది”.

‘పబ్బా?’’ నోరా ఆశ్చర్యానికి గురయ్యింది. ఆమె ఆలోచించటానికి తగినంత వ్యవధి కూడా కనిపించలేదు. అంతలోనే ఆ అక్షరాలు వేగంగా కదలటం మొదలయి క్షణాల్లో గుర్తించలేని విధంగా మాయమయ్యాయి. నిస్సత్తువ ఆవరించినట్టనిపించింది ఆమెకి. పుస్తకం కళ్ల ముందు నుంచి ఎప్పుడు మాయమైందో తెలియదు. ఆమె అది చదువుతున్న వ్యక్తిలా కూడా లేదు. తదుపరి క్షణంలో అక్కడ పుస్తకం లేదు. అసలు లైబ్రరీనే లేదు.

ది త్రీ హార్స్ షూస్

నోరా ఆరు బయట నిలబడి ఉంది. శీతల పవనాలు ఆమె శరీరాన్ని తాకుతున్నాయి. బెడ్ఫోర్టు మాదిరిగా ఇక్కడ వర్షం పడటం లేదు.

"నేనెక్కడ ఉన్నాను" ఆశ్చర్యానికి లోనవుతూ తనను తాను ప్రశ్నించుకుంది.

రోడ్డు మలుపులో అటువైపున కొద్ది దూరంలో రాతి డాబా ఇళ్లు కనిపిస్తున్నాయి. అవి పురాతనంగా ఉన్నాయి. వెలుగు కనిపించటం లేదు. నిశ్శబ్దం ఉండే పల్లెటూరు మొదలులో ఉన్నాయి. ఆకాశం నిర్మలంగా ఉంది. నక్షత్రాలు పరుచుకుని ఉన్నాయి. వాటి మధ్యలో క్షీణిస్తున్న నెలవంక కనిపిస్తోంది. పంటపొలాల గమ్మత్తయిన వాసన. ప్రశాంతతను భగ్నం చేస్తూ ఆగిఆగి వినిపిస్తున్న గుడ్లగూబల కూతలు. మళ్లీ నిశ్శబ్దం. అది ఆ వాతావరణంలో తన ఉనికిని చాటుకుంటోంది.

ఆశ్చర్యం.

ఆమె బెడ్ఫోర్డ్ లో ఉండేది. ఆ తర్వాత ఆ చిత్రమైన లైబ్రరీలో ఉంది. ఇప్పుడు ఇక్కడ ప్రత్యక్షమైంది. అది ఓ చిన్న పల్లెటూరులో. ఏ మాత్రం కదలిక లేకుండా.

రోడ్డుకు ఇటు వైపున మెట్ల కింద ఉన్న కిటికీకి బంగారపు రంగు విద్యుత్తు బల్బులు అమర్చి ఉన్నాయి. ఆమె చూసినప్పుడు అక్కడ సొగసుగా పెయింట్ చేసిన పబ్ కనిపించింది. ఇటాలిక్స్ తో అక్షరాలు కనిపించాయి. గుర్రపుడెక్కబొమ్మలు తగిలించి ఉన్నాయి. పేరు చదివింది.

ది త్రీ హార్స్ షూస్

తన ఎదురుగా ఉన్న మార్గంలో చాక్ బోర్డు కనిపించింది. అందులో అక్షరాలు అచ్చుగుద్దినట్టు తన రాసినట్టే ఉన్నాయి.

ది త్రీ హార్స్ షూస్

మంగళవారం రాత్రి... క్విజ్ సమయం

8.30 పి.ఎమ్.

మనకు ఏదీ తెలియదని తెలుసుకోవటమే నిజమైన తెలివితేటలకు చిహ్నం.
– సోక్రటీస్ (ఇక్కడ క్విజ్ లో ఓడిపోయిన తర్వాత అనుకోవలసిన మాటలివి.)

ఇది కొత్త జీవితం. అందుకే వరుసగా నాలుగు ఆశ్చర్యార్థకాలు ఉంచింది. అంతగా ఒత్తిడిలేని వ్యక్తులు చేసే పని ఇదే.

ఇది ఆశావహ శకునంలా ఆమెకు అనిపించింది.

ఒకసారి తన వైపు చూసుకుంది. మోచేతుల వరకూ మడత పెట్టిన డెనిమ్ షర్టు, జీన్సు, ఎత్తు మడమల చెప్పులు. తన నిజజీవితంలో ఇందులో ఏవీ ధరించి ఎరగదు. ఆ చల్లని వాతావరణంలో ఆమెకు శరీరం జలదరింపునకు గురయ్యింది. ఎక్కువ సేపు ఇలాంటి దుస్తుల్లో ఆమె ఉండదు.

ఉంగరం వేలుకు రెండు రింగ్ లున్నాయి. అందులో ఒకటి పాతది నీలం రంగు రత్నం. నిశ్చితార్థం సమయంలో ధరించింది. ఏడాది క్రితం విషాద సమయంలో దానిని తీసి తను పక్కన పెట్టేసింది. దానితో పాటు వెండి వెడ్డింగ్ బ్యాండ్ కూడా ఉంది.

భలే ఉంది.

ఆమె వాచ్ కూడా ధరించి ఉంది. అది డిజిటల్ ది మాత్రం కాదు. రోమన్ నెంబర్లతో సొగసుగా, ఆకట్టుకునేదిగా ఉంది. అందులో అన్ని వివరాలు ఉన్నాయి. అప్పుడు అర్ధరాత్రి దాటి ఒక నిముషం గడిచింది.

ఇదెలా సాధ్యం?

ఇప్పటి జీవితంలో ఆమె అరచేతులు మృదువుగా ఉన్నాయి. ఎప్పుడూ క్రీమ్ ఉపయోగిస్తున్న వారిలా. చేతివేళ్లకు పాలిష్ మెరుస్తూ కనిపిస్తోంది. ఎప్పటి మాదిరిగానే ఎడమచేతి వైపున పుట్టుమచ్చ కనిపించటం హాయి గొలిపింది.

ఎవరో తనను సమీపిస్తున్నట్టుగా అడుగుల శబ్దం వినిపిస్తోంది. కంకరపైన నడవటం వల్ల ఆ ధ్వని వింతగా ఉంది. ఎదురుగా ఉన్న వ్యక్తి వాకిలి నుంచి వస్తున్నాడు. పబ్ కిటికీ నుంచి ప్రసరిస్తున్న వెలుగులో అతని

రూపం కనిపించింది. ఒంటరి వీధి దీపం వల్ల మరింత స్పష్టంగా అతన్ని చూడగలుగుతోంది. గులాబీరంగు బుగ్గలు, బూడిదరంగు మీసాలు, వాక్స్ జాకెట్ ధరించి ఉన్నాడు. మద్యం తాగే కంటెయినర్ అతని చేతిలో ఉంది. అతను అతి జాగ్రత్తగా అడుగులు వేస్తున్నా, కొద్దిగా మద్యం సేవించి ఉన్నాడన్న విషయం అర్థమవుతోంది.

"నోరా, గుడ్ నైట్. నేను మళ్లీ శుక్రవారం వచ్చి కలుస్తా. జానపద గాయకుడిని వెంటబెట్టుకుని వస్తా. అతనే సరైనవాడని చెబుతున్నాడు డేన్".

ఈ జీవితంలో ఆమెకు అతని పేరు తెలిసే ఉంటుంది.

"సరే. శుక్రవారం కదా.అద్భుతం..."

హమ్మయ్య. తన స్వరంలో వరకూ ఎలాంటి మార్పు రాలేదు. ఆ వ్యక్తి రోడ్డు దాటే వరకూ అతన్నే చూస్తుండిపోయింది. ఆ సమయంలో పెద్దగా ట్రాఫిక్ లేకపోయినా, అతను అక్కడ ఎందుకో ఆగి కొంచెం సేపు కుడి, ఎడమల వైపు చూశాడు. ఆ తర్వాత ఇళ్ల మధ్యలో సందులోకి ప్రవేశించి అక్కడ నుంచి మాయమయ్యాడు.

తన కల సాఫల్యమవుతూ యథార్థంగా మారింది. ఇది నిజం. వాస్తవంగా జరుగుతున్నదే. ఇది పబ్ జీవితం.

"ఇది అసాధారణం" తనతో తను చెప్పుకుంది. "ఇదంతా నాకు అపురూపంగా అనిపిస్తోంది".

ముగ్గురు వ్యక్తులు... ఇద్దరు ఆడవాళ్లు, మగ వ్యక్తి ఒకరు పబ్ నుంచి బయటకొచ్చారు. నోరాను చూడగానే పలకరింపుగా నవ్వి ముందుకు నడిచారు.

"మేం ఈసారి గెలుస్తాం" అందులో ఒక మహిళ అంది.

"అవును" జవాబిచ్చింది నోరా. "తర్వాత అవకాశం అనేది ఎప్పుడూ ఉంటుంది".

ఆమె పబ్ దగ్గరకు నడిచింది. కిటికీలోనుంచి లోపలకు తొంగి చూసింది. అంతా ఖాళీగా కనిపించింది. దీపాలు వెలుగుతూనే ఉన్నాయి. బహుశా ఇప్పుడు బయట కనిపించినవాళ్లే ఆఖరి వాళ్లేమో.

పబ్ తనను ఆహ్వానిస్తున్నట్టుగా అనిపించింది. వెచ్చగా, గుణాత్మకంగా ఉంది. చిన్న టేబుళ్లు, వెదురు బీమ్‌లు, గోడమీద చక్రం లాంటిది ఏదో అమర్చి ఉంది. ఖరీదయిన రెడ్ కార్పెట్ తో బీర్ పంపుల శ్రేణితో నిండిన చెక్కపలకల బార్ ఆకట్టుకునేలా ఉంది.

కిటికీకి దూరంగా నడిచింది. అక్కడ ఆకుపచ్చ పచ్చిక పరుచుకుని ఉంది. పబ్ కింద సైన్ బోర్డు కనిపించింది. ఆమె చూపులు వేగంగా దానిమీద పరుచుకున్నాయి.

లిటిల్ వర్త్

వెల్ కమ్ కేర్ఫుల్ డ్రైవర్స్

ఆ బోర్డుకు మధ్య భాగంలో ఆక్స్ ఫర్డ్ కంట్రీ కౌన్సిల్ ఉన్న అక్షరాలు మెరుస్తూ కనిపించాయి.

''మేం సాధించాం'' అని గాలిలో అరుస్తూ చెప్పింది. ''మేం అనుకున్నది చేశాం''.

పారిస్ లో ప్రసిద్ధమైన బౌలివోర్డు సెయింట్-మైఖెల్ వీధిలో నడుస్తున్నప్పుడు డేన్ తనతో ఈ కలను పంచుకున్నాడు. ఆ సమయంలో తాము మాకరూంజ్ లు కొనుక్కుని తింటున్నాం.

తమ కల పారిస్ లో ఉండాలని కాదు. గ్రామీణ ఇంగ్లాండ్ లో స్థిరపడాలని.

ఆక్స్ఫర్డ్ షైర్ పల్లెటూరు పక్కన పబ్ నిర్వహించాలని.

నోరా వాళ్ల అమ్మకు కేన్సర్ తీవ్రతరమయి, ఆమె శరీరాన్ని ఛిద్రం చేస్తోందని విషయం తెలియగానే ఆ కలలకు పక్కన పెట్టేశారు. డేన్ ఆమెతో కలిసి లండన్ నుంచి బెడ్ఫోర్డ్ తిరిగి వచ్చేశాడు. వాళ్ల నిశ్చితార్థం గురించి అమ్మకు తెలుసు. వివాహమయ్యే వరకూ జీవించాలని ఎంతగానో తపించింది. త్వరలోనే నాలుగు నెలల్లోనే ఆమె మరణించింది.

ఇదే తన అసలైన జీవితం కావచ్చు. తను మొదటి సారి లేదా రెండోసారి అదృష్టవంతురాలు అవుతూ ఉండొచ్చు.

ఓ వైపు భయపడుతూనే తన చిరునవ్వును కొనసాగించింది.

ఆ దారి గుండా ఆమె మళ్లీ వెనక్కి నడిచింది. కంకర మీదుగా అడుగులు వేస్తూ పక్క ద్వారం వైపుకి మళ్లింది. అక్కడ నుంచే ఇందాక తాగుబోతు వ్యక్తి తూలుతూ బయటకొచ్చింది. గాఢంగా శ్వాస తీసుకుని లోపలకు అడుగుపెట్టింది.

అక్కడ వెచ్చగా ఉంది.

నిశ్శబ్దంగా ఉంది.

ఆమె ఏదో హాలులోకో, కారిడార్ లోకో ప్రవేశించింది. టెర్రాకొట్టా బండలు పరిచి ఉన్నాయి. చెక్క పలకలు, పైన వాల్ పేపరు నిండా సైకమోర్ ఆకులతో రకరకాల చిత్రాలు అద్ది ఉన్నాయి.

అక్కడ నుంచి ఆమె కిటికీలో నుంచి చూసిన ప్రధానమైన పబ్ ఉన్న ప్రాంతంలోకి అడుగు వేసింది. అంతలో ఎక్కడ నుంచో ఒక పిల్లి హఠాత్తుగా ఎదురుపడటంతో ఒక్క గెంతు గెంతింది.

అది చాక్లెట్ రంగులో సొగసుగా ఉంది. వంగి దాని వీపుగా ప్రేమగా నిమిరింది. తన కాలర్ మీద ఉన్న వోల్టేరు అన్న పేరు చూసి విస్మయానికి లోనయ్యింది.

అల్లం రంగు కోటు ధరించిన తన పిల్లి కాదు. అదే పేరుతో ఉన్న మరో పిల్లి అది. ప్రేమగా దగ్గరకు వస్తోంది. ''హలో, వోల్ట్స్ నెంబరు టూ. నువ్వు ఇక్కడ సంతోషంగా ఉన్నట్టున్నావు. మేం కూడా నీలాగా సంతోషంగానే ఉంటాం'' అంది.

అందుకు స్పందించినట్టు పిల్లి మరింత సమీపానికి వచ్చి వింత ధ్వని చేసింది. తన తలతో ఆమె పాదాలను రుద్దింది. దాన్ని చేతులతో అందుకుని బార్ వైపు నడిచింది. రకరకాల బ్రాండ్ల మద్యం అక్కడ అందుబాటులో ఉంది. విక్టర్ ఫావరేట్, లాస్ట్ అండ్ ఫౌండ్, మిస్ మార్వెల్, స్లీపింగ్ లెమన్స్, బ్రోకెన్ డ్రీమ్... ఇలా రకరకాలుగా.

సీతాకోకచిలుకల సంరక్షణకు అక్కడ ఛారిటీ టిన్ కూడా కనిపించింది.

అంతలోనే ఆమె గ్లాసుల శబ్దం వినిపించింది. ఎవరో డిష్ వాష్ చేస్తున్నారు. ఆమెలో అలజడి మొదలయ్యింది. అది అంతకు ముందు పరిచయమైన అనుభవమే. బాగీ రగ్బీ టాప్ ధరించిన 20ల్లో ఉండే వ్యక్తి ఒకరు బయటకు వచ్చారు. అక్కడ మిగిలిపోయిన గ్లాసులను చేత్తో తీసుకొచ్చి డిష్ వాటర్ లో వేయటం ఆమె గమనించింది. దాని స్విచ్ ఆన్ చేసి, పక్కనే గోడకు తగిలించి ఉన్న కోటు తీసి తొడుక్కున్నాడు. ఆ తర్వాత కారు తాళాలు తీసుకున్నాడు.

''బై, నోరా, నేను కుర్చీలు, టేబుళ్లు అన్నీ శుభ్రం చేశాను. డిష్ వాటర్ ఆన్ చేశాను''.

''ఓ... థ్యాంక్స్''.

''గురువారం వరకూ...''

''అలాగే...'' ముసుగు తొలగించుకోవటానికి సిద్ధమైన గూఢచారి మాదిరిగా అంది. ''మళ్లీ కలుద్దాం''.

క్షణం తర్వాత అతను వెళ్లిపోయాడు. కింద నుంచి అతని అడుగుల చప్పుడు, టైల్స్ మీదుగా సాగి, పబ్ వెనక తను నడిచొచ్చిన మార్గం వైపుగా సాగాయి. ఆ తర్వాత అతను అక్కడ ఆగాడు.

ఇప్పుడతను కొత్తగా కనిపిస్తున్నాడు.

అతని గడ్డం మాయమయ్యింది. అతని కళ్ల చుట్టూ నల్లటి వలయాలు కనిపిస్తున్నాయి. అతని చేతిలో అప్పుడే పూర్తి చేసిన బీరు ఉంది. ఎప్పటిమాదిరిగా అతను వెటరన్ టెలివిజన్ సిరీస్ లో పనిచేసే వ్యక్తిలానే కనిపిస్తున్నాడు.

''డేన్...'' అంది ఆత్రంగా. తను అతన్ని గుర్తుపట్టగలిగానన్న ఆనందం ఆమెలో ''నిన్ను చూస్తే గర్వంగా ఉంది. మనల్నిలా చూస్తుంటే ఇంకా గర్వంగా ఉంది''.

అతను మామూలుగానే అన్నాడు. ''చిల్లర్ యూనిట్లను నిలిపివేశాను. లైన్ల పని రేపు చూస్తాను. 15 రోజులుగా మనం వాటిని అలాగే వదిలేశాం''.

అతను ఏ విషయం మాట్లాడుతున్నాడో, నోరాకు అర్థం కాలేదు. పిల్లి వెన్ను నిమురుతూ... ''అవునవును. అలాగే వదిలేశాం'' అంది.

ఈ జన్మలో అతను తను భర్త... టీ షర్టు ధరించి ఉన్నాడు. అతను టేబుళ్ల వంక, కుర్చీల వంక అటూ ఇటూ పరిశీలనగా చూశాడు. ''బ్లేక్, సోఫీ ఇంటికి వెళ్లిపోయారా?''.

ఏ సమాధానం చెప్పాలో తెలియక నోరా వెనకా ముందూ ఆలోచించింది. పనివాళ్ల గురించి అతను అడుగుతూండవచ్చు. చుట్టూ చూస్తే ఎవరు కనిపించలేదు. రగ్బీ ధరించి బయట కనిపించిన వ్యక్తి బహుశా బ్లేక్ అయ్యుంటాడనుకుంది.

''అవును'' పరిస్థితులు గందరగోళంగా ఉన్నా, తను అత్యంత సహజంగా ఉండటానికి ఆమె ప్రయత్నిస్తోంది. ''వెళ్లినట్టే ఉన్నారు. వాళ్లకు అంతా బానే ఉన్నట్టుంది''.

''ఊ''.

అతని 26వ పుట్టిన రోజుకు తను టీషర్టు కొనిచ్చిన విషయం ఆమెకు గుర్తుకొచ్చింది. పదేళ్ల క్రితం అయ్యుంటుంది.

‘‘ఈ రాత్రి పరిస్థితులు వేరు. టీముల్లో ఒకరు పెటె, జోలీ... సిస్టన్ చాపైల్ సీలింగ్ ను మరడోనా పెయింట్ చేశారనుకుంటున్నారు’’.

నోరా తలాడించింది. వోల్ట్స్ నెంబర్ టూ తల నిమిరింది. పెట్, జోలీ ఎవరయి ఉంటారనేది అర్థం కాక తలబద్దలవుతోంది.

‘‘కచ్చితంగా చెప్పాలంటే, అది తమషా అయిన ప్రశ్న. వచ్చేసారి మరో వెబ్ సైట్ చూసుకుని వస్తారు. కరా–వాట్సిట్ రేంజిలో అత్యున్నత పర్వతశ్రేణి ఏది అనడగితే ఎవరు చెప్పగలరు?’’

‘‘కరకోరం కదూ’’ నోరా ఆసక్తిగా అడిగింది. ‘‘దాన్ని కెటూ అంటారు’’.

‘‘నువ్వయితే చెప్పగలిగావు’’ అన్నాడు హఠాత్తుగా అంతలోనే కాస్తంత చిలిపితనం జోడించాడు. ‘‘అలాంటి ప్రశ్నలకు సమాధానాలు నీకు తెలుస్తాయి. ఎందుకంటే, ఎక్కువ మంది రాక్ మ్యూజిక్ లోకి అడుగుపెడితే నువ్వు నిజంగా రాక్ లకు అడుగుపెట్టావు’’.

‘‘నేను కూడా ఉన్నదున్నట్టుగా చెప్పాలంటే, బ్యాండ్ లోనే ఉన్నా’’.

బ్యాండ్... అప్పుడు ఆమెకు గుర్తుకొచ్చింది. తన బ్యాండులో ఉండటం అనేది డేన్ కు అంతగా నచ్చేది కాదు.

అతను నవ్వాడు. ఒకప్పటి ఆ నవ్వును ఆమె గుర్తించింది. కానీ పూర్తిగా ఇష్టపడలేదు. తను రిలేషన్ లో ఉన్నప్పుడు డేన్ హాస్యం ఎంత మందిని గిచ్చిందో ఆమె మరిచిపోయింది. ఆఖరికి తన విషయం కూడా. వాళ్లిద్దరు కలిసిఉన్నప్పుడు, అతని వ్యక్తిత్వంలోని ఈ పార్శ్వాన్ని పట్టించుకోకూడదనుకుంది. అతనిలో ఇంకా చాలా మంచి విషయాలున్నాయి. తల్లిని అతను బాగా ప్రేమించేవాడు. ఆమె జబ్బు పడినప్పుడు పక్కనే కూర్చునేవాడు. ఏ విషయంపైనయినా అనర్గళంగా మాట్లాడేవాడు. భవిష్యత్తు గురించి అతనికి ఎన్నో కలలుండేవి. అతను చురుగ్గా ఆకర్షణీయంగా ఉండేవాడు. ఎవరైనా అతనితో కలిసి గడపటానికి ఆసక్తి చూపేవారు. కళలంటే అతనికి అభిరుచి. ఇళ్లు లేని నిరుపేదలను ఆగి పలకరించటానికి ఇష్టపడేవాడు. ప్రపంచాన్ని అతను పట్టించుకునేవాడు. వ్యక్తి అనేవాడు నగరం లాంటివాడు. అందులో కొన్ని నీకు నచ్చకపోవచ్చు. చికాకుపరిచే వీధులు, శివారు ప్రాంతాలుంటాయి. ఇలా కొన్ని నచ్చని

విషయాలున్నంత మాత్రాన మిగిలిన మొత్తాన్ని పక్కన పెట్టేయకూడదు. అందులో మంచి విషయాలు దానికి విలువను తెచ్చిపెడతాయి.

అతను ఎన్నో విసుగుపుట్టించే పాడ్ కాస్ట్ లు వినేవాడు. అవన్నీ నోరా కూడా వినాలని ఆశించేవాడు. మురిపించే విధంగా నవ్వేవాడు. మౌత్ వాష్ తో పుక్కిలిస్తూ మాట్లాడేవాడు. ఒక్కోసారి సినిమాలు, మ్యూజిక్, ఆర్ట్ విషయంలో మొండిగా వాదించేవాడు. తనే గెలవాలని ప్రయత్నించేవాడు. తన పక్కన పడుకున్న వ్యక్తికి దుప్పటిలో చోటివ్వకుండా అంతా తనకే కావాలనే పట్టుబట్టే వ్యక్తి మాదిరిగా ప్రవర్తించేవాడు. అంతకు మించి అతనితో బహిరంగంగా తప్పు పట్టే విషయాలేమీ కనిపించవు.

వాటి గురించి ఇప్పుడు ఆమె ఆలోచించటం మొదలుపెట్టింది. తన మ్యూజిక్ కెరీర్ కు అతను ఏనాడూ ప్రోత్సహం ఇవ్వలేదు. లాబ్రింత్ బృందంలో ఉండటం, మ్యూజిక్ ఒప్పందాలు చేసుకోవటం అతనికి సుతరామూ ఇష్టం ఉండేది కాదు. దాని వల్ల తన మానసిక ఆరోగ్యం దెబ్బతింటుందని భావించేవాడు. తన తమ్ముడు స్వార్థపరుడని అనేవాడు. ఆ సమయంలో ఆ మాటలు తన ఎదుగుదలకు ఎర్రజెండాలనుకోలేదు. పచ్చ జెండాలుగానే భావించేది. ఆమె ఆలోచనలు అప్పట్లో ఇలా ఉండేవి... అతను తనను జాగ్రత్తగా చూసుకుంటున్నాడు. కీర్తి గురించిగానీ, ఇతర సీరియస్ విషయాల గురించి గానీ పట్టించుకోకుండా మనల్ని జాగ్రత్తగా చూసుకునే వ్యక్తులు అవసరం. అప్పుడు జీవితప్రయాణం హాయిగా సాగుతుంది. అది అతని ద్వారా తనకు అందుతోంది. అది చాలు. అందుకే, ఆక్సో టవర్ పై అంతస్థు బార్ లో పెళ్లి చేసుకోమని కోరినప్పుడు తను అంగీకరించింది. తను సరైన నిర్ణయం తీసుకున్నాననే భావించింది.

అతని గదిలో కొంచెం ముందడుగు వేసి తన చేతిలో ఉన్న గ్లాసు పక్కనపెట్టాడు. ఇప్పుడు ఫోన్ అందుకున్నాడు. క్విజ్ లో మంచి ప్రశ్నలను రూపొందించే పనిలో ఉన్నాడు.

అతను ఈ రాత్రి ఎంత తాగి ఉంటాడు? సొంతంగా బార్ ఉండాలని కలగనటం అనేది ఆపకుండా మద్యం తాగటం కోసం కాదు కదా? అని ఆలోచించటం ప్రారంభించింది.

“20 మూలలున్న బహుభుజి పేరేమిటి?”

''నాకు తెలియదు''. అంతకు ముందు తను గబుక్కున సమాధానం చెప్పటం వల్ల ఎదురైన అనుభవంతో, కావాలనే అబద్ధం ఆడింది.

ఫోన్ తీసి అతను జేబులో ఉంచుకున్నాడు.

''మనం అంతా బానే చేస్తున్నాం అనుకుంటున్నాను. ఈ రాత్రి కూడా జనం బాగా తాగారు. మంగళవారం రాత్రి కూడా ఇంత అంటే, అన్నీ బానే సాగుతున్నట్టు లెక్క. పరిస్థితులు మెరుగుపడుతున్నాయి. బ్యాంకు వాళ్లతో రేపు మాట్లాడాలి. వాయిదా చెల్లించటానికి కొంచెం గడువు కోరాలి. వాళ్లు అందుకు సమ్మతిస్తారనే అనుకుంటున్నాను''.

తన గ్లాసులో ఉన్న బీరు వంక చూశాడు. దాన్ని అటూ ఇటూ కదిపాడు.

''లంచ్ మెనూ మార్చాలని ఏజెతో చెప్పాలి. ఈరోజుల్లో బీట్రూట్ కాండీ, బీన్ సలాడ్, కార్న్ కేకులు ఎవరు ఇష్టపడతారు. బానే పోతున్నట్టు కనిపిస్తున్నాయి గానీ, నువ్వు ఎంపిక చేసిన వైన్స్ అంత విలువైనవేం కావు. ముఖ్యంగా కాలిఫోర్నియావి''.

''సరే''.

ఏదో వస్తువు కోసం వెనక్కి చూశాడు. ''ఇంతకీ బోర్డు ఎక్కడ''?

''ఏమిటి?''

''నేను చాక్ బోర్డు గురించి అడుగుతున్నా. నువ్వు ఈ పాటికి లోపలకి తెచ్చేసి ఉంటావనుకున్నానే''.

బహుశా దాని కోసమే తను బయట నిలబడి ఉండి ఉంటానని ఆమెకు అనిపించింది.

''లేదు. లేదు. ఇప్పుడే తీసుకొస్తా''.

''నువ్వు బయటకు వెళ్లావనుకున్నా''.

నోరా బలవంతంగా నవ్వు కొనితెచ్చుకుంది. ''అవునవును. మన పెంపుడు పిల్లి... వోల్ట్స్... అదే వోల్టేర్ కనిపించలేదు. దాన్ని వెతుకుతూ వెళ్లాను. చివరకు అది కనిపించింది. అదీ సంగతి''.

డేన్ మళ్లీ బార్ దగ్గరకు వెళ్లాడు. స్కాచ్ గ్లాసులోకి వంపుకోసాగాడు.

ఆమె తన గురించి ఏమనుకుంటుందో అన్న ఆలోచన వచ్చింది. ''ఇది మూడోదో, నాలుగోదో అంతే. ఈ రోజు క్విజ్ నిర్వహించిన రాత్రి కదా... కంపీరింగ్ చేసే రోజున నేను కొంచెం ఒత్తిడికి గురవుతాను. ఇది నేను

హుషారుగా, సరదాగా ఉండటానికి ఉపయోగపడుతుంది. నేను హుషారుగా ఉంటానన్న విషయాన్ని ఒప్పుకుంటావు కదా?''

''అవును. నువ్వు బాగా నవ్విస్తావు''.

హఠాత్తుగా అతని మొహం గంభీరంగా పెట్టాడు. ''నువ్వు ఎరిన్ తో మాట్లాడటం చూశాను. ఆమె ఏమంటోంది''?

ఈ ప్రశ్నకు ఎలా సమాధానం చెప్పాలో నోరాకు అర్థం కాలేదు. ''పెద్దగా ఏం లేదు. అన్నీ మామూలు విషయాలే. నీకు ఎరిన్ తెలుసా''?

''మామూలు విషయాలే. నువ్వు అంతకు ముందు ఎప్పుడూ మాట్లాడగా నేను చూడలేదు''.

''అన్నీ మామూలే విషయాలే... జనం మాట్లాడుకునేవి. ఎరిన్ చెప్పిన దాని గురించి కాదు''.

''విల్ మాటేమిటి?''

సందేహంతో నోరా కొంత సేపు ఆగి తర్వాత చెప్పింది. ''అతను 'హాయ్' అన్నాడు.

ఆశ్చర్యంతో డేన్ కళ్లు పెద్దవయ్యాయి. ''నిజమా?'' అన్నాడు.

నోరాకు ఏమనాలో తెలియలేదు. విల్ పసిపాప అయ్యుంటుంది. లేదా కోమాలో ఉండి ఉంటుంది. ''లేదు లేదు అతను 'హాయ్' అన్నట్టు లేదు. సారీ... నేను ఏదో ఆలోచనలో ఉన్నాను... సరే, నేను బయటకు పోయి ఆ బోర్డు తీసుకొస్తాను''.

పిల్లిని నేల మీద వదిలి వెనక్కి నడిచింది. లోపలకు వస్తున్నప్పుడు తను గుర్తించని అంశం ఆమె కంటపడింది.

ఆక్స్ ఫర్డ్ టైమ్స్ దినపత్రికలో ప్రచురితమైన వ్యాసం అక్కడ ఫ్రేమ్ కట్టి ఉంది. అందులో త్రీ హార్స్ షూస్ పబ్ బయట నోరా, డేన్ కలిసి ఉన్న చిత్రంతో దాన్ని ప్రచురించారు. డేన్ ఆమె నడుం చుట్టూ చేతులు వేశాడు. అంతకు ముందు తను ఎప్పుడూ చూడని సూట్ ధరించాడు. తను కూడా అంతే. డ్రస్ వేసుకుంది. నిజజీవితంలో తను ఎప్పుడూ అలాంటిది వేసుకుని ఎరగదు.

కలలను నిజం చేసుకున్న పబ్ యజమానులు

''నిరుపయోగంగా పడి ఉన్న పబ్ ను అతి తక్కువ ధరకు కొని దానిని సొంతంగా పొదుపు చేసుకున్న సొమ్ము, బ్యాంకు రుణంతో కలిపి

ఆధునికీకరించారు''. ఆ వ్యాసంలో తమ విజయగాథని ప్రచురించారు. అది రెండేళ్ల క్రితం ప్రచురితమైన వార్త.

ఆమె బయటకొచ్చింది. మంగళవారం అర్ధరాత్రి దాటిన కొద్ది నిముషాల తర్వాత ఎదురయ్యే అనుభవాలతోనే తన జీవితాన్ని నిర్ధారించుకోవాలా? అసలు తను ఇదే కోరుకుందా?

గాలి వేగం పుంజుకుంది. అక్కడున్న బోర్డు కింద పడేటంతగా దుమారం పెరిగింది. నిశ్శబ్దంగా ఉన్న ఆ వీధిలో అది మరింత ధాటిగా ఉన్నట్టు కనిపించింది. పడిబోతున్న బోర్డును నిలబెట్టటానికి ప్రయత్నిస్తున్న సమయంలో ఆమె జేబులో ఉన్న ఫోన్ శబ్దం చేసింది. అది అక్కడ ఉన్న విషయం కూడా ఆమెకు తెలియదు. దానిని చేతులోకి అందుకుంది. ఇజ్జీ నుంచి టెక్స్ట్ మెసేజ్.

తను డేన్ సన్నిహితంగా ఉన్న దృశ్యం ఫోన్లో వాల్ పేపరుగా కనిపించింది. కాస్త హాట్ ఉంది అది.

ముఖగుర్తింపుతో ఫోన్ ను అన్ లాక్ చేసింది. ఆ తర్వాత మెసేజ్ తెరిచింది. సముద్రంలో నుంచి పైకి ఎగురుతున్న తిమింగలం ఫొటో బయటపడింది. శీతలమైన గాలిలోకి షాంపైన్ వెదచల్లినట్టుగా ఆమెకు అనిపించింది. ఫొటో అద్భుతంగా ఉంది. దాన్ని చూడగానే ఆమెలో పెదాలపైన నవ్వు తళుక్కుమంది.

ఇజ్జీ ఇంకా ఏదో టైపు చేస్తోంది.

మరో మెసేజ్ ప్రత్యక్షమైంది.

నేను బోటులో నుంచి నిన్న తీసిన ఫొటోల్లో ఇదొకటి.

మరొకటి

తల్లి ఫొటో

మరో ఫొటో... ఈ సారి రెండు తిమింగళాలున్నాయి.

పిల్ల ఫొటో... (చిన్న తిమింగలాలను 'కాఫ్' అని పెద్ద తిమింగళాలను 'కౌ' అని వ్యవహరిస్తారు).

చివరి మెసేజ్ లో తిమింగళాలు, అలలతో ఈమెజీలు కూడా జోడించి ఉన్నాయి.

నోరా ముఖంలో మెరుపు వచ్చింది. ఆ బొమ్మలు కచ్చితంగా ఆహ్లాదకరంగా ఉన్నాయి. అందులో సందేహం లేదు. కానీ ఆమె ఆనందానికి కారణం తనకు తిరిగి ఇజ్జీతో సంబంధం పునరుద్ధరణ కావటం.

డేన్ తో వైవాహికబంధాన్ని విచ్ఛిన్నం చేసుకుని నోరా వెనుతిరిగినప్పుడు, ఇజ్జీ ఆమెను తనతో కలిసి ఆస్ట్రేలియా వచ్చెయ్యమని అడిగింది.

బైరన్ బే దగ్గర నివాసం ఉంటూ అందుకు ప్రణాళికలు వేశారు. తిమింగళాలను తిలకించే బోట్ క్రూయిస్ లో ఉద్యోగం సంపాదించుకోవాలని యోచించారు.

ఈ కొత్త సాహసంమీద ఇష్టంతో అనేక పెద్ద రెక్కలుండే హంప్ బ్యాక్ తిమింగళాల చిత్రాలను పంచుకున్నారు కూడా. కానీ స్థిరత్వం లేకుండా నోరా వెనకడుగు వేసింది. ఎలాగయితే స్విమ్మింగ్ కెరీర్ నుంచి, బ్యాండ్ నుంచి, పెళ్లి నుంచి బయటపడిందో దాన్నుంచి కూడా దూరంగా జరిగింది. మిగతా వాటిలాగా దానికి తగిన కారణం కూడా లేదు. 'స్టింగ్ థీరీ' అనే మ్యూజిక్ షాపులో పనికి చేరింది. తల్లిదండ్రుల సమాధులవైపు మొగ్గు చూపింది. బెడ్ఫోర్డు లో ఉండటం అనేది అతి చెత్త ఎంపిక అని తెలిసినా దానినే ఎంచుకుంది. తన డిప్రెషన్ కు, ఊహించుకున్న హోమ్ సిక్ నెస్ కూడా తోడయ్యి ఆ నిర్ణయం తీసుకునేలా చేసింది. తనకు సుఖపడే యోగ్యత లేదు. డేన్ మనసును తను గాయపరిచింది. అందుకు శిక్షగా తను ఉన్న ఊళ్లోనే కష్టాలు పడటానికి సిద్ధపడింది. తనకు ఏ పనిచేయటానికి ఆసక్తిగానీ, శక్తిగానీ లేవు. అసలు ఏం చేయాలనే దాని పైన స్పష్టత లేదు.

తన ప్రాణమిత్రుడి స్థానంలో పిల్లిని ఎంచుకుంది.

ఇజ్జీతో తను నిజజీవితంలో ఎప్పుడూ వాదులాడింది గానీ, విభేదించింది గానీ లేదు. తమ మధ్య ఎలాంటి నాటకీయ పరిణామాలు చోటుచేసుకోలేదు. ఆ తర్వాత ఆమె ఆస్ట్రేలియా వెళ్లిపోయింది. ఆ తర్వాత ఇద్దరి మధ్య స్నేహం ఆవిరై కేవలం ఫేస్ బుక్, ఇన్ స్టాగ్రామ్ లలో ఇమోజీలతో కూడిన పుట్టిన రోజు శుభాకాంక్షలకే పరిమితమైంది.

ఆమె మొబైల్లో పాత మెసేజ్ లను తిరిగి చూసుకుంది. తనకు ఇజ్జీకు నడుమ పదివేల మైళ్ల దూరం ఉన్నా ఈ విషయంలో తమ మధ్య మంచి సంబంధమే ఉన్న విషయాన్ని గుర్తించింది.

సైన్ బోర్డు పట్టుకుని ఆమె పబ్ లోకి అడుగు పెట్టింది. డేన్ ఎక్కడా కనిపించలేదు. వెనక డోర్ వేసేసి కాసేపు హాల్ వేలో ఎదురుచూసింది. తనకు భర్త లాంటి ఆ వ్యక్తిని అనుసరించాలా వద్దా అని ఊగిసలాడింది.

భవనం వెనక వైపున మెట్లు కనిపించాయి. దాని పక్కన 'సిబ్బందికి మాత్రమే' అని బోర్డు కనిపించింది. రఫియా కార్పెట్ మీదుగా మెట్లెక్కి ముందుకు సాగితే, అక్కడ తలుపుకి సినిమా పోస్టర్... బెడ్ఫోర్డ్ లోని ఒడియాన్ థియేటర్ లో తామిద్దరం కలిసి చూసిన రాయన్ బైలీ చిత్రం 'థింగ్స్ యు లెర్న్ ఇన్ ది డార్క్' కి సంబంధించింది. కిటికీ గుమ్మం మీద మరో చిత్రం ఆకర్షించింది.

అది తమ పెళ్లి ఫొటో. బ్లాక్ అండ్ వైట్ లో ఉంది. అక్కడ వాతావరణాన్ని ప్రతిబింబించేలా ఉంది. పెళ్లి చేసుకుని చర్చి నుంచి బయటకు వస్తున్న దంపతులు. వాళ్ల దుస్తులపై మెరుపు కాగితాలు. చిత్రంలో ముఖాలు స్పష్టంగా లేవు. కానీ ఒకర్నొకరు చూసి నవ్వుకుంటున్నారు. ఒకరిపట్ల మరొకరు ప్రేమగా ఉన్నారనేది మాత్రం స్పష్టం అవుతోంది. డేన్ గురించి తన తల్లి అనే మాటలు ఆమెకు గుర్తుకొచ్చాయి. ''అతను చాలా మంచివాడు. నువ్వు చాలా అదృష్టవంతురాలివి. అతన్ని జాగ్రత్తగా చూసుకో''.

తన తమ్ముడు జో కూడా ఫొటోలో ఉన్నాడు. నున్నగా గీసుకున్న గడ్డంతో. అతను చాలా సంతోషంగా కనిపిస్తున్నాడు. చేతిలో షాంపైన్ గ్లాసు ఉంది. పక్కన స్నేహితుడు ఇన్వెస్ట్మెంటు బ్యాంకరు లూయిస్. ఇజ్జీ ఉంది. రవి కూడా. అతను డ్రమ్మర్ లాగా లేడు. ఎక్కౌంటెంట్ గా కనిపిస్తున్నాడు. పక్కన కళ్లజోడు వ్యక్తి ఒకామె ఉంది. ఆమె ఎవరో అర్థం కాలేదు.

వాళ్లకు ఆర్థికపరమైన సమస్యలున్న మాట నిజమే. బ్యాంకరు నుంచి వచ్చిన పిలుపు ఆ విషయాన్ని నిర్ధారించింది. డేన్ టాయ్ లెట్ లో ఉన్నప్పుడు నోరా బెడ్ రూమ్ ని కనుగొంది. రూమ్ అందంగా అలంకరించి ఉంది. విశాలంగా ఉన్న పరుపు దాని పైన దిండ్లు, కవర్లు తెల్లగా మిలమిలమెరుస్తున్నాయి.

మంచానికి రెండు వైపులా పుస్తకాలున్నాయి. నిజజీవితంలో తన మంచం పక్కన అలా పుస్తకాలు ఉంచుకుని కనీసం ఆరు నెలలు అయ్యుంటుంది. ఏదన్నా చదివి కూడా ఆరు నెలలయ్యింది. ఈ జీవితంలో ఎక్కువ ఏకాగ్రత పరిధి ఉంది.

అక్కడ ఉన్న పుస్తకాల్లో ఒకదానిని ఎంచుకుంది. 'మెడిటేషన్స్ ఫర్ బిగినర్స్'. దాని కింద తన అభిమాన తత్త్వవేత్త హెన్రీ డేవిడ్ థోరె ఆత్మకథ ఉంది. డేన్ మంచం పక్కన టేబుల్ మీద కూడా పుస్తకాలున్నాయి. తనకు

గుర్తున్నంత వరకూ అతను చివరిసారిగా చదివిన పుస్తకం టూలూజ్ లవ్ ట్రెక్ ఆత్మకథ 'టైనీ జెయింట్'. ఈ జీవితంలో 'జీరో టు హీరో– హర్నెసింగ్ సక్సెస్ ఇన్ వర్క్, ప్లే అండ్ లైఫ్' అనే బిజినెస్ బుక్ చదువుతున్నాడు. ది గుడ్ పబ్ గైడ్ తాజా సంచికది అది.

తన శరీరంలో మార్పులను ఆమె గుర్తించగలిగింది. కొద్దిగా ఆరోగ్యంగా, కొద్దిగా శక్తివంతంగా. కానీ ఒత్తిడి ఎక్కువగా అనిపిస్తోంది. పొట్టమీద చేయి వేసుకుంది. ఈ జన్మలో తను కొంచెం బాగా తయారయ్యాననుకుంది. జుట్టు కూడా కొత్తగా అనిపించింది. వెనకవైపు బరువుగాఅనిపించింది. అంటే ఎక్కువ వెంట్రుకలు ఉన్నాయని అర్థమవుతోంది. తలతిరుగుతున్నట్టుగా ఉంది. తను కూడా మందుతాగిందేమో?

కొద్ది క్షణాల తర్వాత టాయిలెట్ ఫ్లష్ చప్పుడు వినిపించింది. కాసేపటికి నోరుపుక్కిలించటం వినిపించింది. అది మామూలు కంటే ఎక్కువ శబ్దం చేయసాగింది.

"నువ్వు బానే ఉన్నావా?" డేన్ బెడ్రూంలోకి అడుగుపెడుతూనే అడిగాడు. అతని మాట ఇంతకు ముందు తనకు పరిచయమైన విధంగా లేదు. కొత్తగా ఉంది. ఎందుకో గందరగోళపడుతున్నట్టుగా ఉంది. వణుకుతున్నట్టుగా ఉంది. అలిసిపోవటం వల్ల కావచ్చు. ఒత్తిడికి గురవుతున్నందు వల్ల కావచ్చు. బీరు తాగటం వల్ల కావచ్చు. పెళ్లి చేసుకోవటం వల్ల కావచ్చు.

ఇవేమీ కాకపోతే, మరెందుకయినా కావచ్చు.

అతను ఎలా ఉండేవాడో, ఇప్పుడు అతని మాటల్లో ఉద్దేశ్యం ఏమిటో గుర్తించటం కష్టం. జ్ఞాపకానికి ఉన్న స్వభావమే అంత. యూనివర్సిటీలో చదువుకునేటప్పుడు, "ది ప్రిన్సిపుల్స్ ఆఫ్ హబ్బేషియన్ మెమరీ అండ్ ఇమాజినేషన్" అనే అంశం మీద ఆమె వ్యాసం రాసింది. స్మృతి, కల్పన రెండూ ఒకటేనని థామస్ హాబ్స్ చెప్పారు. అప్పటి నుంచి తను మెమొరీని విశ్వసించటం మానేసింది.

కిటికీ బయట వీధిదీపాల పచ్చటి వెలుగు నిర్జనంగా ఉన్న ఆ పల్లెటూరు వీధి మీద ప్రసరిస్తోంది.

"నోరా... నువ్వు వింతగా ప్రవర్తిస్తున్నావు. గది మధ్యలో ఎందుకు నిలబడ్డావు? పడుకోటానికి వస్తున్నవా? లేకపోతే అక్కడే నిలబడి ధ్యానం చేస్తున్నావా"?

అతను నవ్వాడు. ఆమెను సరదాగా ఆటపట్టిస్తున్నాననుకున్నాడు.

కిటికీ దగ్గరకు వెళ్లి వాటికి ఉన్న కర్టెన్లన్నింటిని మూసేశాడు. జీన్స్ తీసేసి కుర్చీ వెనక వేశాడు. ఆమె అతని వంక తేరిపార చూసింది. ఒకప్పుడు అతనిపైన గాఢంగా ఉన్న ఆకర్షణ తిరిగి అనుభవంలోకి వస్తున్నట్టనిపించింది. ఆమె దీన్ని ఊహించలేదు. నిగ్రహించుకోవటానికి తీవ్రంగా ప్రయత్నించవలసి వచ్చింది.

ప్రతి ఒక్కరి జీవితాలు అనంతమైన మార్గాల్లో ముగియవచ్చు.

తిమింగళం సముద్రంలోకి దూకినట్టు, ఒక్క ఉదుటున మంచం మీదకు గెంతాడు. పక్కనే ఉన్న 'జీరో టూ హీరో' పుస్తకం అందుకున్నాడు. ఏకాగ్రతతో చదవాలని ప్రయత్నించాడు. సాధ్యం కాలేదేమో. దానిని పక్కన పెట్టేశాడు. మంచం పక్కన ఉన్న లేప్ టాప్ అందుకున్నాడు. చెవిలో ఇయర్ ఫోన్లు ఉంచుకున్నాడు. ఏదయినా పాడ్ కాస్ట్ వినాలనుకున్నాడేమో?

''నేను ఏదో ఆలోచిస్తున్నాను''.

ఆమె సొమ్మసిల్లుతున్నట్టుగా అనిపించింది. తను పూర్తిగా అక్కడ లేనట్టుగా అనిపించింది. మిస్ ఎల్మ్ గుర్తుకొచ్చింది. జీవితంలో అసంతృప్తులు మొదలయితే తను తిరిగి మిడ్ నైట్ లైబ్రరీకి వస్తుందట. రెండేళ్లుగా తను చూడని వ్యక్తితో పక్క పంచుకోవటం ఆమెకు కష్టంగా అనిపించింది.

డిజిటల్ అలారం క్లాక్ లో సమయం చూసింది. అది 12.23 చూపుతోంది.

చెవులో ఉన్న ఇయర్ ఫోన్లను తీయకుండానే ఆమె వైపు చూస్తూ అన్నాడతను. ''సరే, నేను చెబుతున్నా విను. నీకు పిల్లలు కనాలన్న ఆలోచన ఏ మాత్రం లేకపోతే, నువ్వు పక్క మీదకు రానవసరం లేదు. ఆ విషయం నువ్వు నాకు చెప్పేయొచ్చు''.

''ఏమిటి''?

''నా ఉద్దేశ్యం ఏమిటంటే, మనం ఇంకో నెల... నీకు అండోత్పత్తి అయ్యే వరకూ ఆగొచ్చు''.

''మనం పిల్లల కోసం ఎదురుచూస్తున్నాం. నాకు పసిపాప కావాలి''.

''నోరా, నీకేమయింది? ఈ రోజేంటి కొత్తగా కనిపిస్తున్నావ్?''.

ఆమె కాళ్లకున్న షూస్ తీసి పక్కన పెట్టింది. ''అదేం లేదు''.

హఠాత్తుగా అతనికి టీషర్టు కొన్న సందర్భం గుర్తుకొచ్చింది ఆమెకు.

"బ్యూటిఫుల్ స్కై" అన్న ట్యూన్ పెదాలపైన నాట్యమాడింది.

డేన్ కు టీషర్టు కొన్న రోజున, అతని కోసం ఒక పాట పాడింది. అది లాబ్రింత్ కోసం తను సిద్ధం చేసిన 'బ్యూటిఫుల్ స్కై' అన్న పాట. తనకు తెలిసినంత వరకూ అంతకు ముందు ఎప్పుడూ అంత గొప్పగా రాయలేదు. అంతకు మించి అది సంతోషాన్ని, ఆశావాదాన్ని నింపిన పాట. డేన్ తో తను గడపబోయే జీవితాన్ని ప్రేరణగా తీసుకుని ఆ పాట రాసింది. అతను ఆ పాటను ఉదాసీనంగా విన్నాడు. ఆ సమయంలో అది తనకు అతని ప్రవర్తన వేదన కలిగించింది. ఆ రోజు అతని పుట్టిన రోజు కాకపోయుంటే, మొహంమీదే ఆ విషయాన్ని చెప్పేసి ఉండేది.

"ఆ... అలాగే... సరే...".

ఆ గురుతులు ఇన్నాళ్లు ఎందుకు పూడిపోయాయో, ఇప్పుడు ఎందుకు తిరిగి మొలకెత్తాయో ఆమెకు ఆశ్చర్యం కలిగింది... అతని టీషర్టు మీదున్న తిమింగళం మాదిరిగా.

దాంతోపాటు మరికొన్ని అంశాలు పైకి తేలుతున్నాయి. యశ్ అనే సర్జన్, ఔత్సాహిక గిటారిస్టు పాటల పుస్తకం కొనేందుకు 'స్టింగ్ థీరీ' మ్యూజిక్ షాపుకొచ్చి 'తనతో కాఫీకి రావటం వీలవుతుందా?' అనడిగాడు. ఆ విషయం డేన్ తో పంచుకున్నప్పుడు అతను ఇంతెత్తున ఎగిరాడు.

(అప్పటికీ తను అలా అరవద్దు... నేను అందుకు అంగీకరించలేదు అని చెప్పింది కూడా).

అంత కంటే ఘోరం... బొటిక్ ఇండీలేబుల్ మాజీ యజమాని ఎ అండ్ ఆర్ లేబుల్ సంస్థ తరఫున లాబ్రింత్ ఒప్పందం కుదుర్చుకోవటానికి వచ్చిన సంగతి. తాము దంపతులు కావటం కష్టమన్న అభిప్రాయాన్ని వ్యక్తం చేశాడు డేన్. అప్పటికే యూనివర్సిటీ స్నేహితులు కొందరి నుంచి భయంకరమైన విషయాలు తెలిశాయి. బ్యాండులో ఉండి లేబుల్ తో ఒప్పందం కుదుర్చుకున్న వాళ్లు కొందరు, ఆ తర్వాత లేబుల్ వైదొలగటంతో నిరుద్యోగులయి తాగుబోతులు కావటం, ఆ తర్వాత ఇంకా ఇంకా ఇలాంటివేవో...

"నేను నిన్ను నాతో తీసికెళతాను" అంది ఆమె. "మనం ఒప్పందం చేసుకుందాం. ఎక్కడయినా ఇద్దరం కలిసి వెళదాం".

"సారీ నోరా, అది నీ కలమోగానీ, నాది కాదు'.

ఆక్స్ఫర్డ్ షైర్ పల్లెలో పబ్ ఏర్పాటు చేయాలనే అతని స్వప్నాన్ని తను స్వీకరించింది. తను కూడా అదే కల కంది. పెళ్లికి ముందు ఆ విషయాలన్నీ తెలిసినా ఇప్పుడతను అలా మాట్లాడటం ఆమెను ఎక్కువ బాధించింది.

తను నోరా శ్రేయస్సు గురించే ఎక్కువ ఆలోచిస్తానని డేన్ ఎప్పుడూ చెబుతూంటాడు. బ్యాండ్ లో ఉన్నప్పుడు, ముఖ్యంగా స్టేజీ సమీపానికి వెళుతున్నప్పుడు ఆమె ఎప్పుడూ మానసిక ఆందోళన (పానిక్ అటాక్)కు గురయ్యేది. దీనిపై అతను కలవరపడుతున్నట్టు కనిపించేవాడు. ఇదంతా తెచ్చిపెట్టుకున్నదే గానీ వాస్తవం కాదనిపించింది.

ఇప్పుడు అతను అంటున్నాడు. "నువ్వు నన్ను నమ్మటం మొదలు పెట్టావనిపిస్తోంది".

"నమ్మటమా? అసలు నేను నిన్ను ఎందుకు నమ్మను"?

"ఆ విషయం నీకు తెలుసు".

"నాకు తెలుసనుకో" అబద్ధమాడింది. "అయితే ఆ విషయం నీ నోటితో వినాలని...".

"సరే... ఎరిన్ తో వ్యవహారం గురించి..."

రోర్ స్కాచ్ ఇంక్ బ్లాట్ వంటి మానసిక పరీక్షకు హాజరవుతున్న దానిలా అతని వంక నిశ్చేష్టురాలై చూసింది. స్పష్టమైన చిత్రం కనిపించటం లేదు.

"ఎరిన్...? రాత్రి నేను మాట్లాడిన వ్యక్తా?"

"తాగిచేసిన చిన్న మూర్ఖపు పనికి నన్ను బాధపెట్టటం భావ్యమా?

బయట వీధిలో గాలి దట్టంగా వీస్తోంది. చెట్లమధ్య నుంచి వీస్తూ అదో రకమైన భాష మాట్లాడుతున్నట్టుగా ఉంది.

ఆమె పరితపిస్తున్నది ఇలాంటి జీవితం గడపటం కోసమే. అలా జీవించలేకపోయినందుకు తనను తాను శిక్షించుకుంది. ఇలాంటి టైమ్ లైన్ ఎదురుకాకూడదని పశ్చాత్తాపంతో తను అనుకుంది.

"ఒక మూర్ఖపు తప్పా"? ఆమె స్వరం ప్రతిధ్వనించింది.

"సరే, రెండు " అంది. తప్పులు రెట్టింపయ్యాయి.

"రెండా?"

"నేను ఏదో పరిస్థితిలో ఉన్నాను. నీకు తెలుసుగా. విపరీతమైన ఒత్తిడి. ఈ కొత్త వాతావరణం, దానికి తోడు మద్యం సేవించి ఉన్నాను".

''నువ్వు మరెవరితోనో సెక్సులో పాల్గొన్నావు. అదేమీ నువ్వు పెద్దగా పట్టించుకుంటున్నట్టుగా లేదు. దానిపైన పశ్చాత్తాపం చెందటం లేదు కూడా.''.

''నిజంగానా? ఇదంతా ఎందుకు బయటకు లాగుతున్నావ్? మనిద్దరం వివాహబంధంలోకి వచ్చాం. గుర్తుందా? మనం ఎక్కడ ఉన్నామన్న విషయం కాకుండా, మనం ఎక్కడకు వెళ్లాలనేది పట్టించుకోవాలని కౌన్సెలర్ చెప్పిన మాట గుర్తుందా?''

''మనం ఒకరినొకరు తగినవాళ్లం కాదన్న సంగతి నువ్వు ఎప్పుడయినా ఆలోచించావా?''

''ఏమిటి?''

''డేన్, నేను నిన్ను గాఢంగా ప్రేమిస్తున్నాను. నువ్వు చాలా దయాస్వభావం కలవాడివి. మా అమ్మను కూడా బాగా చూసుకునేవాడివి. మనం బాగా ఉండేవాళ్లం. బాగా మాట్లాడుకునేవాళ్లం. మనం ఉండవలసిన పరిస్థితి నుంచి దాటిపోయామని, మారిపోయామని నువ్వెప్పుడయినా గుర్తించావా?

ఆమె కూర్చుంది మంచం కొసన. దాదాపు అతనికి దూరంగా మూలగా.

''నేను నీతో ఉండటం అదృష్టం అని ఎప్పుడయినా అనుకున్నావా? పెళ్లికి రెండు రోజుల ముందు నిన్ను విడిచి వెళ్లే వరకూ నేనెంత సన్నిహితంగా ఉండేదాన్నో ఆలోచించావా? మళ్లీ నేను పెళ్లికి సిద్ధమై తిరిగి రాకపోయుంటే పరిస్థితి ఎంత గందరగోళంగా ఉండేదో నీకు తెలుసా?''

''అవును, నిజమే. ఈ విషయంలో నువ్వు గొప్ప ఆదరం చూపావు నోరా''.

''నేను అలా చేయకూడదా? నా ఉద్దేశ్యం అందరూ అలా చేయకూడదా? ఆత్మగౌరవంతో ఉండటం తప్పేం కాదు కదా, దానితో పాటు, ఇంకొకటి మాత్రం నిజం. నేను లేకపోతే నువ్వెంత గందరగోళ పడతావో చెప్పే వాట్సాప్ మెసేజ్ లు మరో విశ్వం నుంచి నువ్వు నాకు పంపావు. నువ్వు మద్యానికి బానిసవయ్యావు. నాతో కలిసి ఉన్నా కూడా అలాగే ఉండేదానివేమో... నా స్వరానికి దూరమయ్యానని చెబుతూ నాకు టెక్స్‌ట్ మెసేజ్ లు పంపావు''.

అతనో విచిత్రమైన ధ్వని చేశాడు. అది నవ్వుకు ఎగతాళికి మధ్య

ఉన్నట్టు ఆమెకు అనిపించింది. ''అవును ఇప్పుడయితే కచ్చితంగా నీ వాయిస్ ని మిస్ కావటం లేదు''.

అప్పటికే షూస్ తీసి పక్కన పడేసింది. అది తప్ప అతని ఎదురుగా శరీరంపైనున్న దుస్తులలో ఏ ఒక్కదాన్ని తొలగించటం ఆమెకు అసాధ్యంగా అనిపించింది.

''ముందు నా తాగుడు గురించి చర్చించటం ఆపు''.

''ఇంకొకరిని చిత్తు చేయటానికి మద్యాన్ని సాకుగా వాడితే మాత్రం దాని గురించి నేను మాట్లాడకుండా ఉండను''.

''నేను పల్లెటూరి భూస్వామిని'' వెక్కిరింతగా అన్నాడు డేన్. ''పల్లెటూరి భూస్వాములు చేసే పని అదే. సరదాగా ఉంటం, హుషారుగా అటూ ఇటూ తిరగటం, మేము అమ్మే పానీయాలను వీలయినంతగా పట్టించటం అంతే''.

ఏమిటి అతను ఇలా మాట్లాడుతున్నాడు? అసలు ఇలాగే మాట్లాడటం అతని స్వభావమా''?

ఆమె కోపాన్ని ప్రదర్శిస్తూ. ''అంతా చెత్త డేన్'' అంది.

అతను దాన్ని అంతగా పట్టించుకున్నట్టు లేదు. తనకు ఈ జీవితాన్ని విశ్వానికి ధన్యవాదాలు చెప్పాలన్న ఆలోచన అతనిలో ఏ కోశానా లేదు. తనేమో తను కోరుకున్నది సంభవించటానికి అనుమతించని విశ్వం పట్ల పశ్చాత్తాపాన్ని వ్యక్తం చేస్తోంది. అతను ఫోన్ అందుకున్నాడు, నెంబర్లను ముందుకు వెనక్కూ జరుపుతున్నాడు. లాప్ టాప్ ఇంకా అతని ఒళ్లోనే ఉంది.

''నువ్వు కోరుకున్నది ఇదేనా? నీ కల సాఫల్యం కావటం లేదా?''.

''నోరా, ఈ చెత్త అంతా పక్కకు విసిరెయ్యి. హాయిగా వచ్చి పడుకో''.

''నువ్వు సంతోషంగా ఉన్నావా డేన్?''

''ఎవరూ సంతోషంగా ఉండరు నోరా''.

''కొందరు ఉంటారు. నీ లాంటి వాళ్లు. నువ్వు దాని గురించి మాట్లాడుతున్నప్పుడు నీ మాటల్లో మెరుపు కనిపించింది. నీకు అర్థం అయ్యిందనుకుంటాను. నేను పబ్ గురించి మాట్లాడుతున్నాను. అది లేనప్పుడు నువ్వు కన్న కలల గురించి చెబుతున్నాను. నువ్వు నన్ను కోరుకున్నావు. నువ్వు దీనిని ఆశించావు. ఈ రెండూ దొరికినా కూడా చేప మాదిరిగా తాగుతున్నావు. నేను నీ వెంట లేనప్పుడే నన్ను కోరుకుంటావనిపిస్తోంది. అది మంచి లక్షణం కాదు. మరి నా కలల సంగతేమిటి?''.

అతను ఆ మాటలు వింటున్నట్టు లేదు. వింటున్నట్టు కనిపించటానికి కూడా ప్రయత్నించటం లేదు.

''కాలిఫోర్నియాలో పెద్ద మంటలు'' అన్నాడు, తనకు తనే చెప్పుకుంటున్నట్టుగా.

''కనీసం మనం అక్కడ లేం''.

ఫోన్ పక్కన ఉంచాడు. ల్యాప్ టాప్ మూత వేశాడు. ''నువ్వు పడుకుంటావా లేదా?''.

మంచం మీద కూర్చున్న ఆమె మరింత సర్దుకుంది. కోరుకున్నంత స్థలం అతనికి లభించలేదు.

''ఐకోసొగాన్'' అంది ఆమె.

''ఏంటి?''

''అదే క్విజ్. ఇంతకు ముందు నువ్వడిగిన ప్రశ్నకు సమాధానం. 20 కోణాలున్న బహుభుజిని ఐకోసోగాన్ అంటారు. నాకు సమాధానం ముందే తెలుసు. కానీ నువ్వు ఆటపట్టిస్తావని చెప్పకుండా ఊరుకున్నాను. ఇప్పుడు ఆ విషయాన్ని లెక్కచేయదలుచుకోలేదు. నీకు తెలియని విషయాలు నాకు తెలిసినా నువ్వంతగా పట్టించుకోవన్న విషయం అర్థం అయ్యింది. అది పెద్ద విషయంగా నాకు అనిపించటం లేదు. సరే, ఇప్పుడు బాత్రూంకి పోతున్నాను''.

ఆమె మాట్లాడుతూనే డేన్ ను వదిలిపెట్టి విశాలంగా ఉన్న ఆ గదిలో నుంచి నడుచుకుంటూ వెళ్లింది.

బాత్రూంలోకి వెళ్లి లైట్ ఆన్ చేసింది. కాళ్లు, చేతులు, మొండెం అన్నింటిలోనూ ఒక్కసారిగా జలదరింపు. ఆమె మసక బారుతోంది. ఇంకా ఉండటానికి ఇంకేమీ మిగలలేదు. ఆ విషయం తెలుస్తూనే ఉంది. నిరుత్సాహం సంపూర్ణమైంది.

ఆ బాత్రూం ఆకర్షణీయంగా ఉంది. అక్కడ ఉన్న అద్దంలో తన ప్రతిబింబాన్ని చూసుకుంది. ఆమె ఆరోగ్యకరంగా కనిపించింది. కానీ వయసుమీద పడినట్టుగా ఉంది. తన శిరోజాలు ఆమెకు కొత్త వ్యక్తిని అన్న భావన కలిగించాయి.

తను కోరుకున్నది ఇలాంటి జీవితాన్ని కాదు.

నోరా అద్దంలోకి చూసుకుని తనను తాను అభినందించుకుంది.

'గుడ్ లక్'.

అలా చేసిన కొద్ది క్షణాలకు ఆమె తిరిగి మిడ్ నైట్ లైబ్రరీ లో ఉంది. ఎక్కడో ఏదో మూలన. కొద్ది దూరం నుంచి ఆమెనే చూస్తున్న మిసెస్ ఎల్మ్ ఆమె వంక కుతూహలంగా చూస్తూ నవ్వింది.

''ఇంతకీ ఎలా జరిగింది?''

జీవితానికి, మరణానికి మధ్య గడిపిన చివరి క్షణాల్లో నోరా పెట్టిన మెసేజ్ లో అంశాలు

''నేను దానిని ఎలా ముగించాననుకున్నారు?'' మీరేదో చిట్టడివిలో ఉండి తప్పిపోయినట్టు, అంతా మీదే తప్పయినట్టు, అన్నింటికి మీరే బాధ్యత వహించాలన్నట్టు. మీరు బయటపడటానికి. ఎన్నో మార్గాలుంటాయన్న విషయం మీకు తెలుసు. చిట్టడివి బయట ఎందరో వ్యక్తులు నవ్వుతూ, తుళ్లుతూ నవ్విస్తారు. కొన్నిసార్లు గుంపులో వాళ్ల ముఖాలు కనిపిస్తాయి.

పి.ఎస్. నా పిల్లి చనిపోయింది.

ది చెస్ బోర్డు

మిడ్ నైట్ లైబ్రరీలో షెల్ఫ్ అన్నీ ప్రశాంతంగా ఉన్నాయి. వాటిని చూస్తే అవి కదులుతాయనిపించేలా లేవు.

అనంతంగా ఉన్న ఆ గదిలో పుస్తకాలు లైబ్రరీలోని వివిధ ప్రదేశాల్లో ఉన్నట్టు నోరా గుర్తించింది. పుస్తకాలు ఆకుపచ్చ రంగు కనిపిస్తున్నాయి. లైబ్రరీలో మరో ప్రదేశంలో ఉందని కూడా చెప్పటం కష్టం. ఆమె ఉన్న ప్రాంతానికి కారిడార్ కొంచెం దగ్గరగా ఉంది. ఆమె కాస్త దూరంలో, ఒక చిన్న ఆఫీసు డెస్కు, దాని మీద కంప్యూటర్ కనిపించాయి. రెండు నడవాలకు మధ్యగా అది ఉంది.

మిసెస్ ఎల్మ్ ఆఫీసు డెస్కు మీద లేరు. నోరా ఎదురుగా ఉన్న చిన్న టేబుల్ ముందు ఉన్నారు. ఆమె చెస్ ఆడుతున్నారు.

‘‘నేను ఊహించిన దాని కంటే భిన్నంగా ఉంది అక్కడ’’ అంది నోరా.

ఆట మధ్యలో ఉన్న మిసెస్ ఎల్మ్ తలెత్తి ఆమె వైపు చూసింది.

‘‘అసలు ఊహించటం కష్టం కదూ’’ ఆమె ముఖంలో ఏ భావాలు కనిపించటం లేదు. బోర్డు మీద ఉన్న నల్లగుర్రం తీసి దానితో తెల్ల భటుడిని పక్కకు నెట్టింది. ‘‘మనకు సంతోషాన్నిచ్చే విషయాలేమిటో తెలుసుకోవటం...’’.

మిసెస్ ఎల్మ్ చెస్ బోర్డును 180 డిగ్రీల కోణం తిప్పింది. తనతో తనే ఆడుకుంటున్నట్టుగా.

‘‘అవును’’ అంది నోరా. ‘‘ఆమెకు ఏమవుతుంది? అదే నాకు... చివరకు అది ఎలా ముగుస్తుంది’’?

‘‘అది నాకేం తెలుసు? ఈ రోజు గురించే నేను చెప్పగలను. దాని గురించి చాలానే తెలుస్తుంది. రేపు ఏం అవుతుందనేది నేను ఊహించలేను’’.

"ఆమె బాత్రూంలోకి వెళ్లింది. అక్కడకు ఎలా చేరిందనేది ఆమెకు అర్థం కాలేదు".

"నువ్వు ఎప్పుడయినా గదిలోకి వెళ్లి, అక్కడకు ఎందుకు వెళ్లానా అనుకున్న సందర్భం లేదా? అప్పుడే చేసిన పనిని మర్చిపోవటం జరగలేదా? ఏం చేస్తున్నావో గుర్తు లేకపోవటం, వేరే విషయాలు గుర్తురావటం వంటివి సంభవించలేదా"?

"అవును. కానీ నేను ఆ జీవితంలో అర్థగంట పాటు గడిపాను."

"మిగిలింది నీకు తెలియదు. నువ్వు అప్పుడు అన్నవి, చేసినవే గుర్తున్నాయి. అవి మాత్రమే తను అన్నట్టుగా, చేసినట్టుగా".

నోరా గాఢంగా నిట్టూర్చింది. "డేన్ అలా ఉండడు."

"మనుషులు మారుతూంటారు" అంది మిసెస్ ఎల్మ్ చెస్ బోర్డు వంక తీక్షణంగా చూస్తూనే. ఆమె చేతివేళ్లు దానిమీదున్న గుర్రాన్ని అందుకున్నాయి.

నోరా మళ్లీ ఆలోచించింది. "బహుశా తను అలాగే ఉండేవాడేమో? నేనే సరిగా గుర్తించలేదేమో?"

మిసెస్ ఎల్మ్ ఆశ్చర్యంగా ఆమె వైపు చూస్తూ... "అయితే, ఇప్పుడు ఏమంటావు?"

"నేను చనిపోదలుచుకున్నా గనక కొద్దిసేపు చావు గురించే ఆలోచించాను. వైఫల్యంతో ఇంత దారుణంగా బతికటంతో పోలిస్తే నేను గనక చనిపోతే అది ఇతరులకు కలిగించే బాధ పెద్ద లెక్కలోది కాదనిపించింది. దాని వల్ల కొంత మనశ్శాంతి కూడా కలుగుతుందనిపించింది. నా వల్ల ఎవరికీ ఎలాంటి ఉపయోగం లేదు. నేను పని బాగా చేసే దాన్ని కాదు. ప్రతి వారినీ నిరుత్సాహపరిచేదాన్ని. నిజాయితీగా చెప్పాలంటే నేనో పనికిమాలినదాన్ని. ప్రతివారి మనసును గాయపరిచాను. ఆఖరికి నా పెంపుడు పిల్లి విషయంలోనూ, నేను సరిగ్గా చూసుకోలేకపోవటం వల్లనే వోల్ట్స్ చనిపోయింది. నా జీవితం దారుణంగా ఉంది, నా గ్రహచారం బాగా లేదు. అందుకే దాన్ని ముగించాలనుకున్నాను. జీవించటానికి తగిన యోగ్యత నాకు లేదు. దీన్ని ఇలాగే కొనసాగించటంలోనూ అర్థం లేదు. ఇతరుల జీవితాల్లో కూడా సంతోషాన్ని నింపలేని దురదృష్టవంతులు కొందరుంటారు. అదే నేను. నా వల్ల ఉపయోగంలేదు. సెల్ఫ్ పిటీతో గడిపేస్తున్నాను. అందుకే మరణించాలని కోరుకున్నాను."

మిసెస్ ఎల్మ్ ఆమెను పరీక్షగా చూసింది. అదేదో అప్పుడే పుస్తకంలో చదివిన భాగం కొత్త అర్థాన్నిస్తున్నట్టుగా.

''కోరుకున్నాను'' తూకం వేసినట్టుగా చెప్పసాగింది మిసెస్ ఎల్మ్ ... ''అది ఆసక్తికరమైన పదం. దానర్థం మనకు లేదని. కొన్నిసార్లు ఆ లేదనే స్థానంలో మరేదో తెచ్చి నింపితే, ఆ కోరిక పూర్తిగా మాయమవుతుంది. నీకు లేకపోవటం అనేది అసలు సమస్య... కోరుకోవటం కంటే... నువ్వు జీవించాలనుకునే జీవితం ఇంకా ఉందేమో?''

''డేన్ తో ఉన్నప్పుడు నేను అదే అనుకున్నాను. కానీ అది కాదు''.

''అది కాదు. నువ్వు గడపగల జీవితాల్లో అదొకటి మాత్రమే. అనంతమైన అవకాశాల్లో ఒకటి.''

''నాకు సాధ్యమయ్యే జీవితం ప్రతి దానిలో నేనుంటాను. అందుకే అది తగిన జీవితం కాదనిపిస్తుంది.''

మిసెస్ ఎల్మ్ ఆసక్తిగా వింటోంది. ''ఇప్పుడు చెప్పు. నువ్వు ఇప్పుడు ఎక్కడకు వెళ్లాలనుకుంటున్నావ్?''

''ప్లీజ్. ఎక్కడకు వెళ్లాలనిపించటం లేదు.''

''ఇంకో మారు ఆ పుస్తకం. ''బుక్ ఆఫ్ రిగ్రెట్స్' ని చూద్దామను కుంటున్నావా?''

నోరా ముక్కును అటూ ఇటూ రుద్దుకుంటూ తలాడించింది. ఆ పుస్తకం చూసినప్పుడు ఒక్కసారిగా పశ్చాత్తాపాలన్నీ కళ్ల ముందుకొచ్చి తను ఉక్కిరిబిక్కిరయిన సందర్భం గుర్తుకొచ్చాయి. ''వద్దొద్దు'' అంది.

''నీ పెంపుడు పిల్లి సంగతేమిటి ? దాని పేరు ఒక సారి చెప్పు?''

''వోల్టేర్. ఒక్కోసారి అది చాలా హడావిడిగా కనిపిస్తూంటుంది. దాన్ని కుదించి వోల్ట్ అని పిలుస్తాను. ఎప్పుడయినా నేను సంతోషంగా ఉన్నప్పుడు వోల్ట్సీ అంటాను. ఎక్కువ సార్లు ఆ పరిస్థితి రాదు. ఆఖరికి పిల్లికి పేరు కూడా సరిగా పెట్టుకోకలేకపోయాను.''

''పిల్లి విషయంలో సరిగా లేనంటున్నావు. మరి నువ్వు ఎలా ఉండాలనుకుంటున్నావ్?''

నోరా ఆలోచనల్లోకి జారుకుంది. మిసెస్ ఎల్మ్ తనతో మరో ఆట ఆడుతోందని గ్రహించింది. నిజానికి అదే పేరున్న పిల్లిని కాదు... తన పిల్లినే మళ్లీ చూడాలనుకుంటోంది. అన్నింటి కంటే ఎక్కువగా అదే తను ఆశిస్తోంది.

"సరే. వోల్టేర్ ని నాలుగ్గోడల మధ్యన ఉంచి ఉల్లాసంగా గడిపే జీవితాన్ని చూడాలనుకుంటున్నాను. గత రాత్రి మాదిరిగా పిల్లి బయటకెళ్లిపోయి అది చనిపోతే కుంగిపోయి నా ప్రాణాలు తీసుకుంటున్నట్టుగా కాకుండా ఒక మంచి యజమానిగా నన్ను నేను చూసుకోవాలనుకుంటున్నాను. కొద్ది సేపయినా ఆ బతుకుని గడపాలనుకుంటున్నాను. అలాంటి జీవనం సాధ్యమవుతుందా?"

జీవించటం నేర్చుకోవటానికి ఏకైక మార్గం

నోరా చుట్టూతా చూసింది. తను మంచం మీద పడుకుని ఉన్న విషయాన్ని గుర్తించింది.

వాచ్ వంక చూసుకుంది. అర్థరాత్రి దాటి ఒక్క నిముషం గడిచింది. లైటు వేసింది. ఇదే తన జీవితం. ఇప్పుడు వోల్టేరు కూడా సజీవంగా తనతో ఉంటుంది గనక ఇంకా బావుంటుంది. తన నిజమైన వోల్టేరు...

"ఇంతకీ అది ఎక్కడ ఉన్నట్టు?"

"వోల్ట్స్"

ఫ్లాట్ మొత్తం కలియతిరిగింది. ఎక్కడా దాని జాడ లేదు. కిటికీలపైన పడిన వాన చినుకులు అలాగే ఉన్నాయి. డిప్రెషన్ కు తను వాడే మందులు కిచెన్ యూనిట్ పైన కనిపించాయి. గోడకు ఎలక్ట్రిక్ పియానో వేలాడుతోంది. నిశ్శబ్దంగా.

"వోల్ట్సీ"

యూక్కా ప్లాంటు, మూడు పాట్లలో ఉంచిన కాక్టీలు అలాగే ఉన్నాయి. బుక్ షెల్ఫ్స్ లో అవే పుస్తకాలు... తత్వశాస్త్రం, నవలలు, యోగా మాన్యువళ్లు, రాక్ స్టార్ ల బయోగ్రఫీలు, పాప్ సైన్సు. పైన షార్కు బొమ్మ ఉన్న పాత నేషనల్ జియోగ్రఫిక్ పత్రిక, ఐదు నెలల క్రితం నాటి ఎల్లె మ్యాగజైన్... రేయాన్ బెయిలీ ఇంటర్వ్యూ కోసం దాన్ని కొనితెచ్చుకుంది. అవి తప్ప కొత్తవేమీ వాటిలో చేర్చలేదు.

రోజూ పిల్లికి ఆహారం పెట్టే బౌల్ నిండుగా కనిపించింది.

పిల్లిని పేరుపెట్టి పిలుస్తూ ఇల్లంతా వెతికింది. చివరకు బెడ్ రూంలో మంచం కింద అది కనిపించింది.

''వోల్ట్స్''.

అది కదలటం లేదు.

మంచం కింద చెయ్యి పెట్టి దాన్ని అందుకోవాలని ప్రయత్నించింది. సాధ్యం కాలా. చివరకు మంచాన్ని పక్కకు జరిపింది.

''వోల్ట్సీ... దా దా... వోల్ట్సీ...'' నెమ్మదిగా పిలవసాగింది.

దాని చల్లని శరీరం తాకగానే ఆమెలో ఒక్కసారిగా నిస్సత్తువ, విచారం ఆవహించాయి. ఆమె తిరిగి మిడ్ నైట్ లైబ్రరీలోకి ప్రవేశించటాన్ని ఆమె గుర్తించింది. ఎదురుగా సుఖాసనంలో కూర్చుని ఏదో పుస్తకం చదవటంలో మునిగిపోయిన మిసెస్ ఎల్మ్ కనిపించింది.

''నాకు ఏం అర్థం కావటం లేదు''

తను చదువుతున్న పుస్తకంలో నుంచి చూపు తిప్పకుండానే మిసెస్ ఎల్మ్ అంది.

''నీకు అర్థం కాని విషయాలు చాలానే ఉంటాయి.''

''వోల్టేరు సజీవంగా ఉండే జీవితాన్ని నేను కోరుకున్నాను.''

''నువ్వలా అనుకోలేదు.''

''ఏమిటి?''

ఆమె పుస్తకం పక్కన పెట్టింది. ''నువ్వు దానిని ఇంటిలోపల ఉంచిన జీవితాన్ని కోరుకున్నావు. అది పూర్తిగా భిన్నమైన విషయం.''

''అవునా?''

''కచ్చితంగా. నువ్వు గనక అది పూర్తిగా జీవించి ఉన్న బతుకుని కోరుకుని ఉంటే అది అసాధ్యం అని నేను చెప్పి ఉండేదాన్ని.''

''ఎందుకు?''

''అది జీవించి లేదు గనక...''

''ప్రతి జీవితంలో అది ఉంటుందని నేను అనుకున్నాను''.

''నీకు సాధ్యమయ్యే ప్రతి జీవితంలోనా? నీకు తెలుసా. వోల్టేరు కి తీవ్రమైన...'' ఆ వ్యాధి పేరేమిటో తెలుసుకునేందుకు పుస్తకం తిరగేసి చెప్పింది.'' రిస్ట్రిక్టివ్ కార్డియో మయోపతీ... దానితోనే అది పుట్టింది. దాని వల్ల చిన్న వయసులోనే దాని గుండె పనిచేయటం ఆగిపోయింది.''

''దాన్ని కారు ఢీ కొంది...''

''రోడ్డు పైన చనిపోవటానికి, కారు ఢీకొని చనిపోవటానికి మధ్య చాలా తేడా ఉంది. నీ మూల జీవితంలో వోల్టేరు మిగతా అన్ని జీవితాల కంటే

ఎక్కువ కాలమే బతికింది. ఇప్పుడు నువ్వు ఎదుర్కొన్న జీవితంలో కేవలం మూడు గంటల ముందే అది చనిపోయింది. నీ దగ్గరున్నప్పటితో పోలిస్తే అంతకు ముందు గడ్డు పరిస్థితులను ఎదుర్కొంది. నీ దగ్గరున్న సంవత్సర కాలంలో దాని జీవనం హాయిగా సాగింది. నా మాట నమ్ము నోరా.''

''క్షణకాలం క్రితం దాని పేరు కూడా తెలియదన్నారు. ఇప్పుడేమో దానికి సోకిన జబ్బు గురించి కూడా చెబుతున్నారు?''

''నాకు దాని పేరు తెలుసు. అది కూడా క్షణం క్రితం కాదు. అదే క్షణంలో. ఒక సారి నీ వాచీ చూసుకో.''

''మీరెందుకు అబద్ధం చెప్పారు?''

''నేను అబద్ధం చెప్పటం లేదు. నీ పిల్లి పేరు ఏమిటి అనడిగాను. అంతేగానీ నీ పిల్లి పేరు నాకు తెలీదు. నువ్వు చెప్పు అనలేదు. ఈ రెండింటికి తేడా ఉంది. అర్థమయ్యిందా?

నోరాలో ఆవేశం తన్నుకొచ్చింది. ''ఇది ఇంకా ఘోరం. వోల్ట్స్ చనిపోతుందని తెలిసి కూడా నన్ను ఆ జీవితంలోకి పంపారు. దాంతో ఇప్పుడు ఏదీ మారలేదు''.

మిసెస్ ఎల్మ్ కళ్లు మెరిశాయి. ''ఒక్క నువ్వు తప్ప''.

''అంటే...

''ఇకపైన నువ్వు ఎప్పటికీ చెడ్డ యజమానివి అని ఎంత మాత్రం అనుకోవు. దాన్ని ఎంత బాగా చూసుకోవాలో అంత బాగా చూసుకున్నావు. నువ్వు దాన్ని ఎంతగా ప్రేమించావో, అంతగా అది కూడా నిన్ను ప్రేమించింది. అందుకే అది తన చావు నీకు తెలియకూడదనుకుంది. చనిపోతానని తెలిసే అది బయటకు వెళ్లింది. నీకు తెలుసా, పిల్లులకు తాము ఎప్పుడు చనిపోతాయో అన్న విషయం ముందుగానే తెలిసిపోతుంది.''

నోరా ఈ విషయాలు స్వీకరించటానికి సిద్ధపడింది. దాన్ని గురించి ఆలోచించటం మొదలుపెట్టింది. పిల్లి శరీరంపైన ఎక్కడా బాహ్యమైన గాయాలు లేవు. కానీ దాన్ని చూడగానే యశ్ ఎలాంటి నిర్ణయానికయితే వచ్చాడో, తనూ అలాంటి నిర్ణయానికే వచ్చింది. రోడ్డు మీద చనిపోయి ఉన్న పిల్లి అంటే. . రోడ్డు ప్రమాదంలో చనిపోయిన పిల్లిగానే భావించింది. ఒక సర్జనే అలా అనుకోవటానికి లేనిది తను అనుకోవటంలో తప్పేం ఉంది? ఈ రెండూ కలిసి అది 'ప్రమాదం' అన్న అభిప్రాయాన్ని తనకు స్థిరపరిచాయి.

''పాపం వోల్ట్స్'' నోరా గొణుక్కుంది విషాదపూరితంగా.

మిసెస్ ఎల్మ్ చిరునవ్వి నవ్వింది. పిల్లలకు తను చెప్పిన పాఠం అర్థమయినప్పుడు వచ్చే నవ్వు అది.

''అది నిన్ను బాగా ప్రేమించింది నోరా. నువ్వు కూడా దాన్ని వేరే వారెవరూ చూడనంత గొప్పగా చూసుకున్నావు. ఒకసారి 'బుక్ ఆఫ్ రిగ్రెట్స్'లోకి వెళ్లి చివర పేజీ చూడు.''

నేలమీద పడిన ఉన్న పుస్తకాన్ని చూసింది నోరా. మోకరిల్లి దాన్ని అందుకుని చెప్పింది ''ఇంకోసారి దాన్ని తెరిచి చూడాలని లేదు''.

''నువ్వు ఆందోళన చెందకు. ఇప్పుడు ఆ పుస్తకం తీయటంలో నీకెలాంటి అపాయం లేదు.''

చకచకా ఆమె చివరిపేజీకి వెళ్లేసరికి, తన పశ్చాత్తాపాల జాబితాలో ''వోల్టేరును చూసుకోవటంలో నేను సరిగా వ్యవహరించలేదు'' అన్న వాక్యాలు అక్కడి నుంచి హఠాత్తుగా మాయమయ్యాయి. ...పొగమంచులోకి అపరిచితుడు పలాయనం చిత్తగించినట్టుగా.

నోరా పుస్తకం వెంటనే మూసేసింది. ఇంకొంచెంసేపు పుస్తకంలోకి చూస్తే ఇంకేమయినా అవుతుందేమోనన్న భయంతో.

''కొన్నిసార్లు పశ్చాత్తాపాలు అనేవి వాస్తవాలపైన ఆధారపడవు. కొన్నిసార్లు'' సరైన పదం కోసం వెతుకులాడి... ''అర్థరాహిత్యం, మూర్ఖత్వం'' అంది.

మిసెస్ ఎల్మ్ అంతకు ముందు ఎప్పుడయినా ఆ మాట వాడిందేమోనని తన స్కూలు రోజుల్లోకి వెళ్లి మరీ ఆలోచించింది నోరా. అలా ఎప్పుడూ జరగలా.

''కానీ నాకు ఇప్పటికీ అర్థం కాని విషయం ఒకటి ఉంది. వోల్ట్స్ ఎలాగయినా చనిపోతుందని తెలిసి కూడా ఆ జీవితంలోకి మీరు నన్ను ఎందుకు పంపారో? ఇప్పుడు నాకు ఓ విషయం చెప్పారు. నేను మంచి పిల్లి యజమానిని. అదే విషయం అప్పుడే చెప్పొచ్చుగా. అలా ఎందుకు చేయలేదు?''

''ఎందుకంటే నోరా, కొన్ని సార్లు నేర్చుకోవటానికి ఉన్న ఏకైక మార్గం జీవించటం''.

''అర్థం చేసుకోవటం నాకు కష్టంగా ఉంది''.

''ముందు సరిగ్గా కూర్చో'' అంది మిసెస్ ఎల్మ్ ఆమెతో. ''ఎంత సేపలా మోకాళ్ల ముందు కూర్చుని ఇబ్బంది పడతావు. ముందు సర్దుకో'' అంది. నోరా తన వెనక ఓ కుర్చీ ఉన్న విషయాన్ని గుర్తించింది. అప్పటి వరకూ అది తన దృష్టిలో పడలేదు. పురాతనకాలం నాటి కుర్చీ. మహాగనీ లెదర్ తో చేసింది. దాని ఒకచెయ్యికి బుక్ స్టాండ్ అమర్చి ఉంది.

నోరా కూర్చుంది.

తన వాచీ వంక చూసుకుంది. తను ఎంత సేపు దాని వంక చూసినా అది అర్ధరాత్రి సమయాన్నే సూచిస్తోంది.

''నాకిది నచ్చటం లేదు. విచారంతో నిండిన ఒక జీవితం చాలు.మళ్లీ ఇంకోదాని కోసం రిస్క్ చేయటం ఎందుకు?''

''సరే అయితే'' భుజాలు అటూ ఇటూ కదుపుతూ అంది నోరా.

''ఏమిటి''?

''మనమేమీ చెయ్యవద్దు. ఇక్కడే లైబ్రరీలో ఇలాగే ఉందాం. ఆ షెల్ఫ్ ల్లో ఉండే జీవితాలను ఏదీ ఎంచుకోకుండా.

మిసెస్ ఎల్మ్ మరో ఆట ఆడుతోందని గ్రహించింది నోరా. ఆమె వెంటే సాగింది.

నోరా అక్కడ అలాగే నిలబడితే, ఎల్మ్ ఏదో పుస్తకాన్ని అందుకుంది.

ఆమె ఎందులోనూ కూరుకుపోకుండా జీవితాలను చదువుతుంటే, ఏదీపట్టనట్టుగా ఉండటం తనకు భావ్యం కాదనిపించింది నోరాకు.

కాలం గడిచింది.

సాంకేతికంగా చెప్పాలంటే, అదేం జరగలేదు.

నోరా అక్కడే ఉండొచ్చు. తిండి లేకుండా, దాహం లేకుండా, ఎలాంటి అలసట లేకుండా. కానీ ఆ జీవితం బోరు కొడుతుంది.

సమయం నిలకడగా ఉంది. తన చుట్టూ ఉన్న జీవితాల పట్ల నోరాలో ఉత్సుకత పెరగటం మొదలయ్యింది. లైబ్రరీలో నిలబడి షెల్ఫుల్లో నుంచి పుస్తకాలు బయటకు లాగకుండా అలాగే నిలబడటం చాలా కష్టమనిపించింది.

''నాకు అంతా బావుంటుందని మీకు తెలిసిన జీవితాన్ని నాకెందుకు మీరు ప్రసాదించకూడదు?''

''ఈ లైబ్రరీ అలా పనిచేయదు''.

నోరా తదుపరి ప్రశ్న వేసింది.

''చాలా జీవితాల్లో ఇప్పుడు నేను నిద్రపోతున్నాను కదా, అవునా?''

''ఎక్కువ సందర్భాల్లో అవును''.

''ఆ తర్వాత ఏమవుతుంది?''

''నువ్వు నిద్రపోతావు. ఆ జీవితంలో నిద్ర లేస్తావు. దాన్ని గురించి పెద్దగా ఆందోళన చెందవలసిన పని లేదు. నీకది ఇబ్బందిగా అనిపిస్తే, ఇంకో టైము ఉండే మరో జీవితాన్ని కోరుకోవచ్చు''.

''ఏమిటి మీరంటున్నది?''

''అవును. ప్రపంచం అన్ని చోట్లా రాత్రి సమయమే కాదు కదా? అవునా?''

''ఏంటి?''

''జీవించటానికి ఎంచుకోగలిగిన అనంతమైన విశ్వాలు ఎన్నో ఉన్నాయి. అవన్నీ గ్రీన్విచ్ మీన్ టైమ్ లోనే లేవుగా?''

''అవును లేవు'' అంది నోరా. గబుక్కున ఏదయినా కొత్త జీవితాన్ని ఎంచుకోవాలనుకుంటోంది ఆమె. హంప్ బ్యాక్ తిమింగళాల గురించి ఆలోచిస్తోంది. ''నేను ఇజ్జీతో ఆస్ట్రేలియా వెళ్లుంటే బావుండేది. ఆ జీవితాన్ని అనుభవంలోకి తెచ్చుకోవాలనుకుంటున్నాను''అని తనకు సమాధానం రాని సందేశం కళ్ల ముందు మెదిలింది.

''సరైన ఎంపిక''.

''ఏమిటి? అది మంచి జీవితమా?''

''నేను ఆ మాట అనలేదు. ఎంపిక చేసుకోవటంలో నువ్వు మెరుగవుతున్నావు అన్నాను అంత వరకే''.

''అది చెత్త జీవితమా?''

''ఆ మాట కూడా నేను అనటం లేదు''.

షెల్ఫులు మళ్లీ కదలటం మొదలుపెట్టాయి. కొద్ది సెకన్ల తర్వాత నిలిచిపోయాయి.

''ఆ... అది... ఇక్కడ ఉంది'' కింద నుంచి రెండో అరలో ఉన్న ఓ పుస్తకం బయటకు లాగుతూ అంది మిస్ ఎల్మ్. అది మిగతా పుస్తకాలలానే కనిపించినా, ఆమె వెంటనే దాన్ని గుర్తించగలిగింది.

ఆమె నోరా చేతికి అందించింది. పుట్టిన రోజుకు బహుమతి ఇస్తున్న చందంగా... ప్రేమగా.

"అదీ సంగతి. ఏం చేయాలో నీకు తెలుసుగా?"

నోరా తటపటాయించింది.

"ఒక వేళ నేను చనిపోయి ఉంటే...?" సందేహంగా అడిగింది.

మిసెస్ ఎల్మ్ ఆసక్తిగా చూసింది. "నువ్వు కోరింది అదే కదా?"

"అవును. కానీ..."

"ఈ రోజుకు ముందు ఎన్నోసార్లు నువ్వు చనిపోయావు. కారు ప్రమాదంలో, మితిమీరి డ్రగ్స్ సేవించినప్పుడు, మునిగిపోయినప్పుడు, ఫుట్ పాయిజనింగ్ అప్పుడు, ఆపిల్ ముక్క, కుకీ, వేగాన్ హాట్ డాగ్ లు గొంతులో ఇరుక్కుపోవటం వల్ల, రకరకాల జబ్బులు సోకటం వల్ల, అంటుకోవటం వల్ల ఎన్నో మార్లు. నీకు వీలయినన్ని మార్గాల్లో ఎప్పుడు కావాలనుకుంటే అప్పుడు వీలయిన సార్లు నువ్వు చచ్చిపోయావు."

"నేను పుస్తకం తెరిచి వెంటనే చనిపోవాలా?"

"కాదు. వోల్టేరు విషయంలోలాగా తక్షణమే అది జరిగే పనికాదు. ఇక్కడ దొరికేవన్నీ బాగా జీవించగల జీవితాలు. అంటే, కానీ ఆ జీవితంలోకి ప్రవేశించే ముందు చనిపోలేదు కాబట్టి, నువ్వు చనిపోవచ్చు కూడా. ఈ మిడ్ నైట్ లైబ్రరీ అనేది పిశాచాలకు సంబంధించింది కాదు. మానవకళేబరాలకు సంబంధించి కూడా కాదు. మృత్యువు అనేది సంభవనీయత, అవకాశానికి వ్యతిరేకమైనది. అర్థమైందా?"

"నేను అలాగే అనుకుంటున్నాను".

నోరా ఆమె అందించిన పుస్తకం వైపు తేరిపార చూసింది. శంఖాకార ఆకుపచ్చ. దాని ఆకృతి మృదువుగా ఉంది. ఎప్పటిమాదిరిగానే విస్తృతమైన, నిరాశపరిచే పేరుతో ఉంది. 'మై లైఫ్'.

ఆమె దాన్ని తెరిచింది. పేజీ అంతా ఖాళీగా కనిపించింది. ఆ తర్వాత ఏం ఉంటుందా అన్న ఆత్రంతో పేజీ తిప్పింది. "స్విమ్మింగ్ పూల్ ఎప్పటిమాదిరిగా కాకుండా కొంచెం సందడిగా ఉంది".

అంతే ఆమె అక్కడ ప్రత్యక్షమైంది.

జ్వలనం

హఠాత్తుగా ఆమెకు ఊపిరిఆడనట్టుగా అనిపించింది. నీళ్లు వేగంగా కదులుతున్న చప్పుడు. ఉక్కిరిబిక్కిరవుతూ నోరు తెరిచి లోపల ఉన్న నీటిని బయటకు వదిలింది.

ఆమె కింద ఉన్న పాదాలను తాకాలనుకుంది. కానీ అప్పటికే ఆమె కొంచెం పై భాగానికి వచ్చింది. వెంటనే బ్రెస్ట్ స్ట్రోక్ పద్ధతిలో ఈతకొట్టటం ప్రారంభించింది.

స్విమ్మింగ్ పూలే. కానీ ఉప్పునీరు. సముద్రం బయట ఉంది అది. సముద్రతీరం పైన రాతికట్టడంతో దానిని నిర్మించారు. దూరంగా ఉన్న సముద్రం ఆమెకు కనిపిస్తోంది. సూర్యరశ్మి ఈతకొలను నీటి మీద ప్రతిఫలిస్తోంది. నీళ్లు చల్లగా ఉన్నాయి. కానీ గాలిలో ఉన్న వేడివల్ల ఆమెకు ఏదో తెలియని హాయి కలిగింది.

ఒకప్పుడు బెడ్ఫోర్డుషైర్ లో 14 ఏళ్ల విభాగంలో తను అత్యుత్తమ మహిళా స్విమ్మర్.

తన కేటగిరీవాళ్లతో పోటీల్లో పాల్గొనేది. రెండు సార్లు నేషనల్ జూనియర్ స్విమ్మింగ్ ఛాంపియన్ షిప్ లో పాల్గొని ఫ్రీ స్టయిల్ 400 మీటర్లు, ఫ్రీ స్టయిల్ 200 మీటర్లు... ఇలా రెండు రేసుల్లో గెలిచింది. ప్రతిరోజూ తండ్రినే ఆమెను స్విమ్మింగ్ పూల్ దగ్గరకు తీసికెళ్లేవాడు. స్కూలుకు ముందు, అయిపోయిన తర్వాత కూడా. కానీ ఎప్పుడయితే తన సోదరుడు గిటార్ తో మెరుపులు సృష్టించటం మొదలుపెట్టాడో, తను కూడా అందులోకి ప్రవేశించింది. చోపిన్ ప్లే చేయటం నేర్చుకుంది. దానితోపాటు 'లెట్ ఇట్ బి', రెయినీ డేస్ అండ్ మండేస్' ధ్వనులు కూడా. లాబ్రింత్ అనేది తన సోదరుడి ఊహల్లో కూడా చేరకముందే తను ప్రారంభించింది. సొంతంగా కంపోజ్ చేయటం మొదలుపెట్టింది.

అలాగని ఆమె స్విమ్మింగ్ ను వదలలేదు. దాని చుట్టూ అంటిపెట్టుకున్న ఒత్తిడిని కూడా.

స్విమ్మింగ్ పూల్ ఒక పక్కకు చేరి చుట్టూ పరిశీలనగా చూసింది. దూరంగా బీచ్ కనిపిస్తోంది. అర్ధచంద్రాకారంలో ఉంది. సముద్రం ముందుకు చొచ్చుకువస్తూ ఇసుకను కోసేస్తోంది.

దానికి ఆవల ప్రదేశంలో గడ్డి పరచుకుని ఉంది. తాడిచెట్లతో, పెంపుడు కుక్కలను తిప్పటానికి అనువైన పార్కు ఉంది.

దానికి ఇంకోవైపున ఇళ్లు, తక్కువ ఎత్తుండే అపార్టుమెంట్లు, వాటి పక్కగా సాగుతున్న ట్రాఫిక్ కనిపిస్తోంది. తను ఇంతకు ముందు బైరన్ బే చిత్రాలను చూసింది గానీ అవి ఇలా లేవు. అదంతా కొత్తగా కట్టినట్టు అనిపిస్తోంది. అదే సమయంలో ఆధునికంగా ఉంది.

ఈతకొలను వైపు తల తిప్పి చూసినప్పుడు ఒక వ్యక్తి కళ్లద్దాలు సవరించుకుంటూ తన వైపు రావటం కనిపించింది. అతను తనను చూసి పలకరింపుగా నవ్వుతున్నాడు. ఈ జీవితంలో అతనికి తనతో పరిచయం ఉందా? తనకు పరిచయం లేని కరెన్సీతో ఎంత టిప్ ఇవ్వాలో తెలియక అయోమయానికి గురయ్యేలా టూరిస్ట్ లా ఉంది ఆమె పరిస్థితి.ఆ ప్రశ్నకు సమాధానం తెలుసుకోవాలనుకోలేదు. ప్రతిస్పందనగా తను కూడా అరనవ్వు నవ్వింది.

అదే సమయంలో ఓ పెద్దావిడ ఈత కొడుతూ, తన సమీపానికొచ్చింది. ఈత కొనసాగిస్తూనే "గుడ్ మార్నింగ్ నోరా" అంది.

ఆమె మాట్లాడిన తీరును బట్టి తను రోజూ ఇక్కడకు వచ్చే వ్యక్తినేనన్న విషయం ఆమెకు అర్థమైంది.

"మార్నింగ్" అని బదులిచ్చింది.

ఆమెతో సంభాషణ ఎటుదారి మళ్లుతుందో అన్న ఆందోళనతో దూరాన ఉన్న సముద్రం వైపు చూడసాగింది. ఉదయం నడకలు సాగించేవారు, సముద్రం అలలను ఆస్వాదించటానికి అక్కడకు వచ్చిన వారు కనిపించారు.

తన ఆస్ట్రేలియన్ జీవితానికి ఇదో కొత్త ప్రారంభం. తన వాచీవైపు తేరిపార చేసింది. నారింజ రంగులో మెరుస్తూ ఉండే పాత కేసియో వాచ్ అది. వాచీని చూడగానే తనకు కలిగిన ఉత్సాహం, ఆనందకరమైన జీవితానికి నాంది పలికింది. అప్పుడు సమయం తొమ్మిది అవుతోంది.వాచ్ పక్కనే ప్లాస్టిక్ రిస్ట్ బాండ్, దానికి జతపరిచిన కీ ఉన్నాయి.

బహుశా బీచ్ పక్కన ఉన్న అవుట్ డోర్ స్విమ్మింగ్ పూల్ కి నిత్యం ఇలా రావటం తన దినచర్యలో ఒక భాగమై ఉంటుంది. తను ఒక్కతే ఒంటరిగా వస్తోందా? మరి ఇజ్జా. స్విమ్మింగ్ పూల్ అంతా పరీక్షగా చూసింది. ఆమె జాడ కనిపించలేదు.

మరికాసేపు తను కూడా ఈతకొట్టింది.

ఈతలో తను బాగా ఇష్టపడే అంశం మాయంకావటం. నీళ్లలో ఉన్నప్పుడు తను పూర్తిగా ఏకాగ్రతతో మసులుకునేది. మరే విషయం ఆమె మనసులోకి జొరపడదు. స్కూలు గురించి గానీ, ఇంటి దగ్గర సమస్యలు గానీ, మరేవయినా గానీ. మిగతా అన్ని కళల మాదిరిగానే స్విమ్మింగ్ ను కూడా ప్రత్యేకమైన కళ అని ఆరాధించేది. నువ్వు చేస్తున్న పనిలో ఎంతగా నిమగ్నమవుతావో అంతగా ఇతర విషయాలు నీ దృష్టిపథం నుంచి తప్పుకుంటాయి. 'నువ్వు' ప్రాధాన్యత తగ్గిపోయి, అది నువ్వు చేసే పనిగా మారిపోతుంది.

భుజాలు, ఎద భాగం కొద్దిగా నొప్పి పుట్టాయి. ఈతకొడుతూ తను బాగా అలిసిపోయానని ఆమెకు అర్థమైంది. ఇక తను బయటపడాలి. బ్రాంటే బీచ్ స్విమ్మింగ్ పూల్ అనే బోర్డు కనిపించింది. ఏడాది క్రితం వచ్చిన డేన్ ఆ పేరు వాడిన విషయం ఆమెకు లీలగా గుర్తుకొచ్చింది.

తన సందేహం నిర్ధారణ అయ్యింది.

బ్రాండే బీచ్ అనేది సిడ్నీలో ఉంటుంది. అది బైరన్ బే లో కచ్చితంగా భాగం కాదు.

దీని ద్వారా రెండు విషయాలు ఆమెకు అర్థమయ్యాయి. తన జీవితంలో ఉన్న లిజ్జీ, కచ్చితంగా బైరన్ బే లో లేకుండా ఉన్నా ఉండాలి. లేదా నోరా ప్రస్తుతం ఇజ్జీతో లేకుండా ఉండాలి.

ఒక్కసారి పంచదార పాకంలో కూరుకుపోయినట్టుగా అనిపించింది.

ఆ సమయంలో తన దుస్తులు ఎక్కడ ఉన్నాయా అన్న సందేహం కలిగింది. ప్లాస్టిక్ రిస్ట్ బ్యాండ్ దానికి ఉన్న తాళం గుర్తుకొచ్చాయి.

57. అది లాకర్ నెంబరు అనుకుంటా. దుస్తులు మార్చుకునే గదులు కనిపించాయి. అక్కడున్న లాకర్ తెరిచి చూసింది. దుస్తుల పట్లు, వాచీల పట్లు ఉన్న తన అభిరుచి ఆమెకు అర్థమైంది. అవన్నీ మెరుస్తున్నాయి. టీషర్టు ఉంది. దానిపైన పైనాపిల్ ప్రింటు ఉంది. దాని నిండా అన్నీ పైనాపిల్ బొమ్మలే. దానితోపాటు పింక్ పర్పుల్ డెనిమ్ షర్ట్.

అసలు నేనేం అయ్యుంటాను? చిల్డ్రన్ టీవీ ప్రెజెంటరా? అని ఆలోచించింది.

హైబిస్కస్ టింటెడ్ లిప్ బామ్ తప్ప మరే మేకప్ లేదు. చేతుల మీద ఏవో చారికలు కనిపించాయి. అవేమయినా కావాలని చేసుకున్న గాయాలా అని ఓ క్షణం ఆలోచించుకుంది. భుజాల కింద టాటూ కనిపించింది. ఫోనిక్స్ బొమ్మ, మంటలు. అది ఘోరంగా కనిపించింది. ఈ జీవితంలో తనకంటే ప్రత్యేకమైన అభిరుచులు లేవనకుంటా. సంతోషంగా జీవించటానికి అభిరుచులతో సంబంధం ఏమిటి?

ఆమె దుస్తులు ధరించింది. షార్ట్స్ లో నుంచి ఫోన్ బయటకు తీసింది. లివిన్ రిలేషన్ లో ఉన్న తను పబ్ లైఫ్ లో ఉన్న దానితో పోలిస్తే బాగా పాతది. బొటనవ్రేలి ముద్రతో ఫోన్ అన్ లాకయ్యింది.

దుస్తులు మార్చుకునే గదులున్న ప్రదేశం నుంచి బయటపడి బీచ్ వైపు ఉన్న నడక ప్రదేశానికి వచ్చింది. వాతావరణం వెచ్చగా ఉంది. ఏప్రిల్ నెలలో సూర్యతాపం కొద్దిగా అధికమైనప్పుడు ఎప్పుడూ ఇలాగే ఉంటుందనుకుంటా. ఇంగ్లాండుతో పోలిస్తే ఇక్కడ అంతా సమగ్రంగా, వర్ణశోభితంగా, సజీవంగా ఉన్నట్టు ఆమెకు అనిపిస్తోంది.

అందమైన రామచిలుక... ఇంద్రధనస్సు రంగులో ఉండే లొరికీత్ పిట్టలు కనిపించింది. టూరిస్టులు ఎవరో దానిని తమ కెమెరాలో బంధించాలని చూస్తున్నారు. సైక్లిస్టు ఎవరో ఆమె వైపు చూసి చిరునవ్వు నవ్వుతూ... 'గుడ్ డే' అని పలకరించి ముందుకు సాగిపోయాడు.

అది కచ్చితంగా బెడ్ఫోర్డ్ మాత్రం అయ్యి ఉండదు అనిపించింది ఆమెకు.

నోరా తనలో చోటుచేసుకున్న మార్పును అర్థం చేసుకోగలుగుతోంది. ఆమె పెదవులపైన చిరునవ్వు నాట్యామాడుతోంది. ఎవరో పరిచయస్తులు తారసపడినప్పుడు పలకరించటానికి సిద్ధమైన దానిలా ఉంది.

ఆ సమయంలో గోడమీద ఏదో గ్రాఫిటీ కనిపించింది. ఒక దాని మీద "ప్రపంచం మొత్తం జ్వలిస్తోంది" అన్న వాక్యం కనిపించింది మరో దానిపైన ఒక నేల... అంటే ఒక జీవితానికి సమానం అన్న మరో వాక్యం కనిపించింది. అంతే ఆమెలో నవ్వు మాయమైంది. మరో జీవితం అంటే కచ్చితంగా మరో గ్రహం అయి ఉండదు అనుకుంది.

ఆమెకు అంతుచిక్కలేదు తను ఎక్కడ నివసిస్తోందో? ఏం చేస్తోందో? స్విమ్మింగ్ పూల్ నుంచి ఎక్కడికి వెళ్లాలో అర్థం కాలేదు. కానీ అలా తెలియకపోవటం కూడా భారం లేని విషయంగా తోచింది. ఏ రకమైన అంచనాలు లేకుండా, ఆఖరికి తన గురించి కూడా ఏదీ తెలియకుండా జీవించటం బావుందనిపించింది. తన పేరు, దానితో పాటు సిడ్నీ అన్న మాటను గూగుల్ చేసి తనకు ఏమైనా ఆధారాలు దొరుకుతాయేమోనని ప్రయత్నించింది.

దాని ఫలితాలు చూసుకునే సమయానికి ఓ వ్యక్తి తనను చూసి నవ్వుకుంటూ రావటం గమనించింది. అతని కళ్లు మెరుస్తున్నాయి. దట్టంగా విస్తరించి ఉన్న వెంట్రుకలను పోనీటెయిల్ తో బంధించాడు. అతని షర్టు చిందరవందరగా ఉంది. సరిగా గుండీలు పెట్టుకోలేదని అర్థం అయ్యింది.

అతను వస్తూనే ''హలో నోరా?'' అని పలకరించాడు.

తను గందరగోళానికి గురవుతున్నట్టు బయటపడనివ్వకుండా 'హాయ్' అంది.

''ఈరోజు ఎన్ని గంటలకు బయలుదేరావ్''.

ఆ ప్రశ్నకు తను ఎలా సమాధానం చెబుతుంది? ''నేను... నేను... ఆ ... ఆ విషయమే మరిచిపోయాను''.

అతను నవ్వాడు. ఆమెలో ఇలా మరిచిపోయే గుణం అత్యంత సహజమైన విషయం అన్నట్టుగా.

''నేను హాజరుపట్టీలో చూశానులే. అది 11గంటల ప్రాంతంలో''.

''11 గంటలా?''

ఆమె ప్రశ్నించేసరికి అతను నవ్వాడు. మాటమార్చి ''నువ్వేం స్మోక్ చేస్తున్నావ్. అది నాకు కావాలి'' అన్నాడు.

''ఏదీ లేదు'' ఠక్కున సమాధానం చెప్పింది. నేను బ్రేక్ ఫాస్టు కూడా చేయలేదు''

''సరే అయితే, నిన్ను నేను ఆర్వోలో... కలుస్తా''.

''ఆర్వోలోనా?'' అదెక్కడ ఉందోనని ఆమె ఆలోచించసాగింది.

అతను నవ్వుతూనే నడక కొనసాగించాడు. తిమిగళాల క్రూయిస్ లో తను పని చేస్తూ ఉండొచ్చు. తనతో పాటు ఇజ్జీ కూడా ఉండి ఉండొచ్చు అనుకుంది.

తను ఎక్కడ నివసిస్తుందో కూడా ఆమెకు తెలియలేదు. గూగుల్ తనకే మాత్రం సాయపడలేదు. సముద్రం నుంచి దూరంగా జరగటం ఒక్కటే తనకు మార్గాంతరంగా అనిపించింది. ఆమె స్థానికురాలై ఉంటుంది. రోజూ నడుస్తూ ఇక్కడకు వస్తూ ఉండొచ్చు లేకపోతే పూల్ కేఫ్ బయట, లాక్ చేసి ఉన్న ఓ వెహికల్ తనది కావచ్చు. తన చేతిలో ఉండే వాలెట్ ను తడిమి ఏమైనా తాళం దొరకుతుందేమోనని చూసింది. ఒక్క ఇంటి కీ మాత్రమే ఉంది. కారు తాళం గానీ, బైక్ తాళం గానీ లేవు. బహుశా బస్సులో గానీ, కాలినడకనగానీ తను వచ్చి ఉండొచ్చు. ఇంటి తాళంలో ఎలాంటి సమాచారం లేదు. ఎండ వీపుని చుర్రుమనిపిస్తున్నా పక్కన ఉన్న బెంచీ మీద కూలబడి మెసేజ్ లు చూడటం మొదలుపెట్టింది.

తను గుర్తు పట్టని పేర్లు ఏవేవో కనిపించాయి.

అమీ... రోడ్రీ, బెల్లా, లూసీ పి.కెమలా, ల్యూక్. లూసీ ఎమ్...

వీళ్లంతా ఎవరు?

ఈ కాంటాక్ట్ ల ద్వారా తనకు ఎలాంటి ఉపయోగం కనిపించలేదు.

'వర్క్' అనేది పరిశీలించింది.

అందులో ఒకే ఒక్క మెసేజ్ కనిపించింది.

''నువ్వెక్కడ ఉన్నావ్''.

తను గుర్తుపెట్టే పేరు అక్కడ కనిపించింది.

డేన్.

అతను తాజాగా ఇచ్చిన మెసేజ్ చదివేసరికి ఆమెను నిరాశ కమ్మేసింది.

''హాయ్ నోరా? ఎలా ఉన్నావు? నా ఈ మాటలు నీకు ఆశ్చర్యాన్ని లేదా ఆనందాన్ని కలగచేయవచ్చు. నిన్న రాత్రి నాకు పబ్ గురించిన కల వచ్చింది. అది ఎంత బావుందో? మనం ఎంతో సంతోషంగా జీవిస్తున్నాం. సరే, ఆ భయాన్ని పక్కన పెట్టు. మేలో నేను ఎక్కడికి వెళుతున్నానో తెలుసా? ఆస్ట్రేలియాకి. దశాబ్దం తర్వాత మొదటిసారిగా. పని మీద వస్తున్నాను. నేను ఓ ఎమ్బీఏలో చేస్తున్నాను. మనిద్దరం ఏ కాఫీకో కలిస్తే బావుంటుంది''.

ఆమెకు నవ్వొచ్చింది. అలా రావటం ఆమెకు ఆశ్చర్యాన్ని కలిగించింది. (ఈ జీవితానికి ఆమె ఇంకా సర్దుకోలేదు. అందుకే ఆమె దీని గురించి ఆలోచిస్తోంది). ఈ ప్రపంచంలో ఎంత మంది డేన్ లు ఉన్నారో? ఏదో కలలు గంటూ తీరా నిజంగా అది అందినా దాన్ని అసహ్యించుకున్నవాళ్లు. మరెంత

మందిని సంతోషం అని భ్రమ కలిగించే తమ స్వప్నసీమల్లోకి బలవంతంగా గుంజుతున్నారో?

ఈ జీవితంలో తనకి సామాజిక మాధ్యమాల్లో ఒక్క ఇన్ స్టాగ్రామ్ మాత్రమే ఉంది. దానిలోనే కవితల్ని పోస్ట్ చేస్తోంది తను.

జ్వలనం

తన శరీరంలోని అణువణువు
రూపాంతరం చెందింది.
అంతా తుడిచిపెట్టుకుపోయింది.
స్కూలు ప్రాంగణంలో అలుముకున్న నవ్వులు
పెద్దల సలహాలు
స్నేహితుల వేదనలు
అన్నీ మటుమాయమయ్యాయి.
చెల్లాచెదురుగా నేల మీద పడి ఉన్న ముక్కలన్నింటిని తను ఏరుకుంది
వాటిని ఇంధనంగా మలుచుకుంది.
నిప్పుగా మార్చుకుంది
వాటిని దహనం చేసింది.
మరింత తేజోవంతంగా నిత్యం తను వాటిని చూడగలుగుతోంది.

కావటానికి అది కేవలం పోయిమ్ అయినా తనను ఎందుకో ఇబ్బంది పెట్టింది. ఈమెయిళ్లను తిరగేస్తున్నప్పుడు ఛార్లెట్ కనిపించింది. కేలీ బ్యాండ్ లో ఆమె ఫ్లూట్ వాయిస్తూ ఉంటుంది. ఆమె స్కాట్లాండ్ కు వెళ్లే ముందు నోరాకు ఉన్న ఏకైక స్నేహితురాలు.

హాయ్ చార్లీ...
అంతా సరదాగా, హాయిగా సాగుతుందనుకుంటాను.

నీ పుట్టిన రోజు వేడుకలు బాగా సాగాయని అనుకుంటున్నాను. నేను హాజరు కాలేకపోయాను. సిడ్నీలో అంతా బావుంది. ఈ మధ్యనే కొత్త చోటుకు మారాను. అది సుందరమైన బ్రాంటే బీచ్ కి సమీపాన ఉన్న ప్రదేశం. చుట్టుపక్కలన్నీ కేఫ్ లు, ఇతర ఆకర్షణలు. దాంతో పాటు నాకు ఉద్యోగం కూడా వచ్చింది.

అదలా ఉంచితే, ప్రతి రోజూ ఉదయం, సాయంత్రం సాల్ట్ వాటర్ పూల్ లో ఈతకొడుతున్నాను. అలాగే సూర్యకాంతిలో ఆస్ట్రేలియన్ వైన్ తాగటం బావుంది.

చిరునామా:
2/29, డార్లింగ్ స్ట్రీట్,
బ్రాంటే,
ఎన్ ఎస్ డబ్ల్యు 2024
ఆస్ట్రేలియా
నోరా...

ఏదో తేడాగా ఉంది. అదంతా చిన్నప్పుడు ఎప్పుడో దూరమైన మేనత్తతో తన భావాలు పంచుకున్నట్టుగా ఉంది. ''చుట్టుపక్కలన్నీ కేఫ్ లు, ఇతర ఆకర్షణలు'' అనే మాటలు ట్రిప్ అడ్వయిజర్లో రివ్యూల్లా ఉన్నాయి. తనెప్పుడూ ఛార్లెట్ తో గానీ, ఆ పేరుతోఉన్న వ్యక్తులతో గానీ ఎప్పుడూ మాట్లాడి ఎరగదు.

అందులో ఇజ్జీ ప్రస్తావన లేదు. కొత్త చోటుకు మారాను. నేను మారానా? లేక మేము మారామా? అందులో ఇజ్జీ కూడా ఉందా? ఛార్లెట్ కు ఇజ్జీ తెలిసి ఉంటుందా? మరెందుకు అందులో ఆమె ప్రస్తావన లేదు.

కాసేపు సమయం గడిస్తే గానీ ఆ వివరాలు తెలియదేమో? సరిగ్గా 20 నిముషాల తర్వాత ఆమె తన ఇంటి అపార్టుమెంట్ లోపలకు ప్రవేశించే మార్గంలో ఉంది. నాలుగు బ్యాగుల్లో నింపిన చెత్త అక్కడ కనపడుతోంది. లివింగ్ రూమ్ బాగా చిన్నగా నిరుత్సాహపరిచేదిగా ఉంది. సోఫాలు బాగా పాతపడి ఉన్నాయి. అక్కడక్కడా బూజు కూడా కనిపిస్తుంది.

గోడమీద ఏంజిల్ అనే వీడియో గేమ్ కి సంబంధించిన పోస్టర్ కనిపిస్తోంది. దాని పక్కనే కాఫీ టేబుల్ పుస్తకం. దానిపైన ఈ సిగరెట్ కనిపిస్తోంది.

ఓ మహిళ అయోమయంతో స్క్రీన్ వైపే చూస్తోంది.

జుట్టు కురచగా ఉంది. క్షణకాలం పాటు ఆమె ఇజ్జీ కావచ్చని ఆమెకు అనిపించింది.

''హాయ్'' అంది నోరా.

ఆమె వెనక్కి తిరిగి చూసింది. ఆమె ఇజ్జీ కాదు. ఆమె కళ్లు మత్తుగా ఉన్నాయి. మనిషి బాగా హుందాగా కనిపిస్తోంది. ఇంతకు ముందు ఎప్పుడూ ఆమెను తను చూసి ఎరగదు. ఆమె పలకరింపుగా నవ్వింది.

''హాయ్, నీ కొత్త పోయిమ్ ఎలా వస్తోంది?''

''ఓ అదా... చాలా బాగా వస్తోంది''.

ఓ రకమైన విభ్రాంతితో నోరా ఫ్లాట్ అంతా కలియతిరిగింది. ముందూవెనక ఆలోచించకుండా ఓ తలుపు తోసింది. తీరా చూస్తే అది బాత్ రూం. ఆమెకు టాయ్ లెట్ పనిలేదు. కొన్ని క్షణాలు ఆలోచించుకోవటానికి తగిన ప్రదేశం కావాలి. లోపలకు వెళ్లి తలుపు మూసింది. చేతులు శుభ్రంగా కడుక్కుంది. ఆ తర్వాత ప్లగ్ హోల్ నుంచి వ్యతిరేకదిశలో వెళుతున్న నీటి ప్రవాహాన్ని గమనించింది.

ఆ తర్వాత షవర్ వంక చూసింది. పక్కనున్న పసుపు పచ్చని కర్టెన్ చాలా కాలంగా శుభ్రం చేసినట్టు లేదు. బాగా మాసిపోయి కనిపించింది. చూడటానికి అది స్టూడెంట్ గదిలా అనిపించింది. ఈ జీవితంలో ఆమె వయసు 35. స్టూడెంట్ మాదిరిగా జీవిస్తోంది.

చెత్తబుట్ట పక్కన 'నేషనల్ హెరాల్డ్' మేగజైన్ కనిపించింది. దాని అట్టపైన బ్లాక్ హోల్ కనిపించింది. వేరే ప్రపంచంలో, మరో జీవితంలో ఆ పుస్తకాన్ని తను చదివింది. అది కూడా నిన్ననే. అది తన సొంత పత్రికనే అని గ్రహించింది. ఆన్ లైన్లో చదవటానికి అంత సౌకర్యంగా అనిపించదు. అందులో బొమ్మలు తనను అంతగా ఆకట్టుకోవు. అందుకే తనెప్పుడూ కొని చదువుతుంది.

11 ఏళ్లవయసులో తన తండ్రి పుస్తకంలో ఆర్కిటిక్ లో ఉండే నార్వేనియన్ ద్వీపసమూహం స్వాల్ బర్డ్ ను చూస్తూ తన ముగ్ధురాలయిన విషయం ఆమెకు గుర్తుకొచ్చింది. అది చాలా విస్తృతంగా, నిర్జనంగా ఉంది. ఆ వ్యాసంలో చెప్పినట్టుగా, శాస్త్రవేత్తగా వేసవి అంతా ఏదో జియోగ్రఫికల్ రీసెర్చి చేస్తూ అక్కడ ఉండిపోతే ఎలా ఉంటుందా అని ఆలోచించింది. అందులో ఉన్న చిత్రాలన్నింటిని కత్తిరించి బెడ్రూంలో ఉన్న పిన్ బోర్డుకి తగిలించింది. పుస్తకంలో శాస్త్రవేత్తలు చెప్పినట్టుగా స్కూలులో చదివేటప్పుడు సైన్సు, జాగ్రఫీ పైన శ్రద్ధ పెట్టటానికి ఆపసోపాలు పడేది. వేసవిలో ఆకాశంలో స్వేచ్ఛగా పఫిన్స్ ఎగురుతుంటే, సముద్రంలో చేపల్ని వేటాడుతూ గడిపితే ఎలా ఉంటుందా అని ఆలోచించింది.

తండ్రి చనిపోయిన అనంతరం, జర్మన్ తత్త్వవేత్త నీషే రచన ''బియాండ్ గుడ్ అండ్ ఈవిల్'' చదివిన తర్వాత ఆమె ఒక్కటే నిర్ణయించుకుంది. 1) తన అంతరంగంలో తీవ్రతకి ఫిలాసఫీ ఒక్కటే తగినదిగా అనిపించింది. 2) ఏ రకంగా నయినా శాస్త్రవేత్త కావటం కంటే రాక్ స్టార్ కావటమే మేలని అనిపించింది.

బాత్రూం నుంచి బయటపడి, ఫ్లాట్ లో తన సహచరిని కలవటానికి వచ్చింది.

సోఫా మీద కూర్చుని కొన్ని క్షణాల పాటు అలా ఎదురుచూస్తూ గడిపింది. మనసులో ఆ మహిళ రూపం కదలాడుతోంది.

ఆమె వీడియో స్క్రీన్ వైపు చూస్తే ఏదో కామెంట్ చేస్తోంది.

ఈ సిగరెట్‌ను అందుకుంది. తనకి ఆమె ఎలా పరిచయం అనేది ఆలోచింపసాగింది. బహుశా తామిద్దరం కలిసి ఫ్లాట్ తీసుకుని ఉంటాం అని తనకే తనే సమాధానం చెప్పుకుంది.

''నువ్వు చెప్పినదాని గురించి ఆలోచిస్తున్నాను'' అంది ఆమె.

''ఏ విషయం?'' ప్రశ్నించింది నోరా.

''పిల్లుల్ని పెంచుకోవటం గురించి. నువ్వు పిల్లిని పెంచుకోవాలను కుంటున్నట్టు నాకు చెప్పావు''.

''అవును, ఆ విషయం నాకు గుర్తుంది''.

''అది చాలా చెత్త ఆలోచన''.

''అవునా?''

''పిల్లులు...''

''ఏమిటి వాటి గురించి నీకు ఏమైనా ప్రత్యేకంగా తెలిసిన విషయాలున్నాయా?''

''అవి పరాన్నజీవులు. టాక్సో ప్లాస్ లాంటి వాటితో అవి బాధపడు తూంటాయి''.

నోరాకు ఆ విషయం తెలుసు. బెడ్ఫోర్డ్ రెస్క్యూ సెంటర్లో ఉన్నప్పుడే ఆమె ఈ మాట వింది. 'టాక్సో ప్లాస్మాసిస్''

''పాడ్ కాస్ట్ లో నేను దాని గురించి విన్నాను. విదేశీ బిలియనర్లు పిల్లులకు దీనిని అంటించారు. దాని వల్ల మనుషుల్ని విపరీతమైన బలహీనులుగా చేసి దాని మీద ఆధిపత్యం చలాయించాలని చూస్తున్నారు. దాని గురించి ఒకసారి

ఆలోచించు. పిల్లులు అన్ని చోట్లా ఉంటాయి. జేర్ తో ఈ విషయం నేను చెప్పినప్పుడు "జోజో నువ్వేం పొగపీలుస్తున్నావ్" అనడిగాడు. "నువ్విచ్చింది" అన్నాను. "ఆ విషయం నాకు తెలుసు" అంటూ "అప్పుడు మిడతల గురించి చెప్పాడు".

''మిడతలా?''

''అవును. నీకు మిడతల గురించి తెలుసా?'' జోజో అడిగింది.

''ఏమిటి వాటి ప్రత్యేకత?''

''అవి వాటిని తామే స్వయంగా చంపుకుంటున్నాయి. వాటిల్లో ఉండే పరాన్నక్రిములు మెదడు మొత్తాన్ని ఆక్రమిస్తాయి. అవి జలాచరాల మాదిరిగా తయారవుతాయి. ''నాకు నీరంటే ఇష్టం'' అనుకుని నీటిలోకి దూకి చనిపోతాయి. అది చాలా కాలంగా జరుగుతున్నదే. గూగుల్ చేసి మిడతల దండు ఆత్మహత్య అని చదువు. ఇక్కడ నేను చెప్పదలుచుకునేదేమిటంటే, గొప్పోళ్లు పిల్లుల ద్వారా మనుషుల్ని చంపుతున్నారు''.

తను ఊహించిన దాని కంటే ఈ జీవితం ఎంత భిన్నంగా ఉందనే విషయాన్ని తను ఆలోచించసాగింది నోరా. ఇజ్జీ, తను ఇద్దరూ కలిసి బైరన్ బే లో పడవలో కలియతిరుగుతూ తిమింగళాలు చూసి ఆనందిస్తూంటున్నట్టు కలకంది. కానీ ఇప్పుడు సిడ్నీలో చిన్న కుండలాంటి అపార్టుమెంటులో ...ఓ అపరిచిత ఫ్లాటిస్టు... తనను అసలు పిల్లుల దరిదాపుల్లోకి కూడా పోనివ్వని వ్యక్తితో కలిసి జీవిస్తోంది.

''అసలు ఇజ్జీకి ఏమైంది?''

ఆ ప్రశ్నకు గట్టిగా బయటకే అడిగేసిన విషయాన్ని నోరా గుర్తించింది.

జోజో అయోమయంలో పడినట్టు కనిపించింది. ''ఇజ్జీ... నీ పాత స్నేహితురాలు ఇజ్జీనా?''

''అవును''.

''చనిపోయిన ఆ వ్యక్తినేనా?''

ఆ మాటలు ఎంత వేగంగా వచ్చాయంటే, వాటిని దిగమింగటం నోరాకు చాలా కష్టమయ్యింది.

''ఏమిటి?''

''కారు ఢీకొని చనిపోయిన అమ్మాయి...?''

''ఏంటి?''

జోజో గందరగోళానికి లోనయ్యింది. తన ఎదురుగా మొత్తం పొగ కమ్మేసినట్టు అయోమయానికి లోనయ్యింది. "ఏమైంది నోరా? అంతా ఒకేనా? కాస్త పొగ పీలుస్తావా?"

"అవసరం లేదు, నేను బాగానే ఉన్నాను".

"కొంత మార్పు ఉంటుంది ప్రయత్నించు" నోరా చెప్పబోయింది.

నోరా వెంటనే తన జేబులో నుంచి ఫోన్ తీసింది. ఆన్ లైన్ లోకి వెళ్లి ఇసాబెల్ హిరిష్

... ఇజ్జీ అసలు పేరు టైపు చేసింది.

"ఎన్ ఎస్ డబ్ల్యు రోడ్డు ప్రమాదంలో

బ్రిటిషు మహిళ దుర్మరణం

అన్న వార్త ఇజ్జీ ఫొటోతో సహా కనిపించింది

గత రాత్రి కాఫ్స్ దక్షిణాన సంభవించిన కారు ప్రమాదంలో, టయోటా కారొల్లా పసిఫిక్ హైవే నుంచి వ్యతిరేక దిశ నుంచి వస్తున్న కారు ఢీకొనటంతో అందులో ప్రయాణిస్తున్న 33 ఏళ్ల మహిళ మరణించింది. ముగ్గురు మహిళలు ఆస్పత్రి పాలయ్యారు.

వాహనం నడుపుతున్న వ్యక్తి బ్రిటిష్ పౌరురాలు ఇసాబెల్ హిరిష్, సంఘటన స్థలంలో 9 గంటల ప్రాంతంలో అక్కడికక్కడే కన్నుమూశారు. టయోటాలో ఆమె ఒక్కరే ఉన్నారు.

ఆమె రూమ్మేటు నోరా సీడ్ అందించిన సమాచారం ప్రకారం, ఇసాబెల్ నోరా పుట్టిన రోజు వేడుకలకు సిడ్నీ వచ్చి అక్కడి నుంచి బైరన్ బే తిరిగి వెళుతున్నారు. ప్రస్తుతం ఆమె బైరన్ బేలో వేల్ వాచింగ్ టూర్స్ లో పనిచేస్తున్నారు.

"ఈ వార్త విని నిర్ఘాంతపోయాను" అంది నోరా. "నెల క్రితమే మేం ఇద్దరం ఆస్ట్రేలియా వచ్చాం. వీలయినంత కాలం ఇక్కడే ఉండాలని తను భావించింది. ఆమె నాపై ఎంతగానో ప్రభావితం చూపిందంటే, తను లేని ఈ ప్రపంచం శూన్యం అనిపిస్తోంది. కొత్త ఉద్యోగం ఆమెను ఉత్తేజపరిచింది. ఈ వార్త అత్యంత విచారకరంగా, దిగమింగుకోవటానికి వీల్లేనంత భారంగా అనిపించింది".

రెండో కారులోని ప్రయాణికులంతా తీవ్రంగా గాయాలపాలయ్యారు. డ్రైవరు ఛార్లెస్ డేల్ ను బరింగా హాస్పిటల్ కు ఎయిర్ లిఫ్ట్ చేశారు.

ఈ రోడ్డు ప్రమాదాన్ని ప్రత్యక్షంగా చూసిన వారెవరయినా సంబంధిత సమాచారాన్ని న్యూ సౌత్ వేల్స్ పోలీసులకు అందించవలసిందిగా విన్నవిస్తున్నాం.

"ఎంత పని జరిగింది భగవంతుడా?" నోరా బాధతో విలవిలలాడిపోయింది. స్పృహతప్పుతోందని అనిపించింది.

ఏ ఇతర జీవితాల్లోనూ, ఇజ్జీ చనిపోయింది లేదు. ఇందులోనే అది వాస్తవంగా కనిపిస్తోంది. నోరా బాధ కూడా అంతే వాస్తవంగా ఉంది. ఈ బాధ పరిచయమైందిగా, బాధ పెట్టేదిగా, అపరాధభావంతో కూడినదిగా ఉంది.

తను అంతా సర్దుకునేలోగా ఫోన్ మోగింది.

"నువ్వెక్కడ ఉన్నావ్?"

"ఎందుకు?"

"ఓ అరగంటలో నువ్విక్కడ ఉండాలి."

"ఎక్కడ?"

ఫెర్రీ టెర్మినల్. నువ్వు టిక్కెట్లు అమ్మాలి. అన్నట్టు నేను సరైన నెంబరుకే ఫోన్ చేశానా? నోరా సీడ్ తో నేనా నేను మాట్లాడుతున్నది?"

"అందులో ఒకరితో" నిట్టూర్చింది నోరా.

అంతే అక్కడి నుంచి మాయమైంది.

చేపలతొట్టి

ఆ మహిళ అక్కడ ప్రత్యక్షమైంది. ఆమె చెస్ బోర్డువైపు తీక్షణంగా చూస్తోంది. కానీ అక్కడికొచ్చిన నోరాను ఆమె పట్టించుకోలేదు. తన పని తాను చేసుకోసాగింది.

''ఇది చాలా దారుణం.''

మిసెస్ ఎల్మ్ చిరునవ్వు నవ్వింది. ''అది నీకు దారి చూపింది కదూ'' అనడిగింది.

''ఏది?'' తిరిగి ప్రశ్నించింది నోరా.

''ఏదయినా ఎంచుకోగలగటం నీ చేతుల్లో ఉంది నోరా. కానీ దాని ప్రతిఫలం కాదు. ఇప్పటికీ నేను చెప్పిన మాటకు కట్టుబడి ఉన్నాను. నీ ఎంపిక మంచిదే. కానీ దాని ద్వారా నువ్వు ఆశించింది మాత్రం పొందలేకపోయావంతే''.

''నా అవస్థ చూసి ఆవిడ ఆనందించటం లేదు కదా?'' అనుకుంది నోరా. మిసెస్ ఎల్మ్ ముఖం వంక పరిశీలనగా ఉంది.

''నేను అలా ఎలా ఉండిపోయాను? తను చనిపోయిన తర్వాత ఇంటికి తిరిగి రావాలిగా'' అని ప్రశ్నించింది.

మిసెస్ ఎల్మ్ భుజాలు ఎగరేసింది.''నువ్వు నిశ్చేష్టురాలయిపోయావు. నువ్వు ఆవేదనకు లోనయ్యావు. డిప్రెషన్ బారిన పడ్డావు. నీకు తెలుసా? డిప్రెషన్ అనేది ఎలా ఉంటుందో?''

నోరాకు ఇదంతా తెలుసు. ఆమె ఎక్కడో చదివింది. చాలా మంది అనుకున్నట్టుగా కాకుండా చేపలు కూడా అచ్చు మనుషులు లాంటివట''.

అవి డిప్రెషన్ కు గురవుతాయి. జీబ్రాఫిష్ తో చేసిన పరిశోధనల్లో ఈ విషయం బయటపడింది. ఫిష్ ట్యాంకు ఒకదానిని తీసుకుని మార్కర్

పెన్ తో బయట అడ్డంగా సగం గీతగీస్తే, డిప్రెషన్ బారిన పడిన చేపలు అట్టడుగుకు చేరతాయట. అదే చేపలకు ఉత్తేజం కలిగించే ప్రొజాక్ (డిప్రెషన్ నయం కావటానికి ఇచ్చే మందు) ఇచ్చినప్పుడు అవి గీతపై భాగానికి, ఇంకా చెప్పాలంటే, ట్యాంకు పై భాగానికి వేగంగా, ఉత్సాహంగా కదలతాయట.

వాటిల్లో ఉత్తేజం లోపించినప్పుడు చేపలు కుంగుబాటుకు లోనవుతాయి. అన్నింటికి దూరం అవుతాయి. అవి అక్కడే ఉన్నప్పుడు మరేమీ మిగలలేదన్న చందంగా వ్యవహరిస్తాయి.

ఇజ్జీ ఒకప్పుడు వెళ్లిన ఆస్ట్రేలియా కూడా తనకు ఖాళీ ఫిష్ ట్యాంకు లాంటిదే. లైను దాటి ఈతకొట్టటానికి తనకు ఎలాంటి ప్రోత్సాహం లేదు. పైకి ఎదగటానికి ప్రొజాక్ గానీ, ఫ్లక్సోటీన్ గానీ అవసరం పడలేదు. అందుకే జోజోతో కలిసి తన ఫ్లాట్ లోనే ఉండిపోయింది. దేశం వదిలే పరిస్థితి వచ్చేవరకూ బయటకు కదలలేదు.

ఆత్మహత్యకు సిద్ధపడటం కూడా పెద్ద విషయమే. కొన్ని జీవితాల్లో ఏదో సాధించాలన్న కోరిక కూడా కనిపించదు. కాలక్షేపంగా అటు ఇటూ తిరగటమే ఉంటుంది. మారటానికి ప్రయత్నం కూడా చేయరు. అలాంటి వ్యక్తులు చాలా మందే ఉంటారు.

“అవును” అంది నోరా పైకి గట్టిగా. “నేను ఒక ప్రదేశం నుంచి గానీ ఒక పరిస్థితి నుంచి అంత త్వరగా మారగల స్వభావం ఉన్నదానిని కాదు. అదే నా తత్త్వం. స్టార్ఫిష్ ఏ జీవితంలోనయినా స్టార్ఫిష్ గానే వ్యవహరిస్తుంది. తను మరో జీవితంలో ఎయిరోస్పేస్ ఇంజనీరింగ్ ప్రొఫెసర్ కావటం సాధ్యం కాని పని. నేను అలా చిక్కుకుపోని జీవితం అంటూ అసలు ఉండదేమో?”

“నీ అభిప్రాయం పొరపాటని నేను అనుకుంటున్నాను”.

“అయితే అలా చిక్కుకుపోని జీవితాన్ని నేను కోరుకుంటున్నాను. అప్పుడు ఆ జీవితం ఎలా ఉంటుందో?”

“నువ్వు నాకు ఆ మాట చెప్పకూడదు”.

మిసెసె ఎల్మ్ చెస్ బోర్డు మీద రాణిని పైకి తీసి భటుడిని పక్కకు నెట్టింది. ఆ తర్వాత మరో ఎత్తు వేయటానికి బోర్డుని వ్యతిరేక దిశలో తిప్పింది.

“లైబ్రేరియన్లకు తెలివితేటలుంటాయి. సరైన పుస్తకాలు ఎంపిక చేసుకునేందుకు వాళ్లు సహకరిస్తారు. సరైన ప్రపంచాన్ని పరిచయం చేస్తారు. ఆత్మలను ఉద్దీపింప చేయగల దారులను చూపెడతారు”.

''బాగా చెప్పావు. సెర్చిబాక్సులోకి వెళ్లి టైపు చేసే ముందు... అసలు నువ్వు ఏది ఇష్టపడుతున్నావు అనే విషయంలో నీకు స్పష్టత రావాలి. అందుకోసం కొన్ని ప్రయత్నాలు చేసి తీరాలి''.

''ఆ విషయంలో నాకు అంత శక్తి లేదనిపిస్తోంది. నేను ఆ పని చేయలేను''.

''నేర్చుకోవటానికి ఉన్న ఏకైక మార్గం జీవించటమే''.

''అవును. ఆ మాట మీరు పదేపదే చెబుతూ వస్తున్నారు''.

నోరా గట్టిగా శ్వాస వదిలింది. లైబ్రరీలో అంత శబ్దం చేస్తూ గాలి వదలటం అనేది ఆమెకు గమ్మత్తుగా అనిపించింది. శరీరం అంతా ఏదో తెలియని హాయితో నిండిపోయింది. అది సహజంగా జరిగినట్టు అనిపించింది. నిజానికి ఇదంతా అసహజం. ఆమె నిజమైన భౌతికరూపం ఇక్కడ లేదు. అలా ఉండే అవకాశం కూడా లేదు. ఏదో ఉద్దేశ్యం, లక్ష్యం ఉండటంతో ఇక్కడకు వచ్చింది. నేలమీద నిలబడి ఉంది. గురత్వాకర్షణ శక్తి పనిచేస్తున్నట్టే అనిపించింది.

''సరే అయితే. నేను విజయవంతంగా ఉండగల జీవితాన్ని ఆశిస్తున్నాను''.

మిసెస్ ఎల్మ్ అనంగీకారంగా చెప్పింది. ''ఎక్కువ పుస్తకాలు చదివిన వ్యక్తివే అయినా, పదాల ఎంపికలో నువ్వు స్పష్టంగా లేవు''.

''ఏమిటి మీరంటున్నది?''

''విజయం... అంటే ఏమిటి నీ ఉద్దేశ్యంలో? బాగా డబ్బు ఉండటమా?''

''కాదు. అయి ఉండొచ్చు కూడా. కానీ అదే దానిని నిర్వచించే అంశం కాకూడదు''.

''అయితే విజయం అంటే ఏమిటి?''

నోరాకు ఎలా చెప్పాలో అర్థం కాలేదు. చాలా కాలంగా ఆమె విజయాన్ని రుచిచూసి ఎరగదు.

మిసెస్ ఎల్మ్ చిరునవ్వు నవ్వింది. అందులో సహనం కనిపించింది. ''ఇంకోసారి 'బుక్ ఆఫ్ రిగ్రెట్స్' పుస్తకాన్ని సంప్రదిస్తావా? నువ్వు అనుకునే విజయం నుంచి దూరం చేసిన తప్పుడు నిర్ణయాల గురించి తెలుసుకుంటావా?

నోరా వేగంగా తలాడించింది. శరీరంపై పడిన నీటిని కుక్కలు వేగంగా విదిల్చికొట్టినట్టు. తనకు వ్యతిరేకంగా పనిచేసిన తప్పులు, పొరపాట్ల

జాబితాను తలుచుకుని వాటిని ప్రతిఘటించాలని ఎంత మాత్రం ఆమెకు లేదు. ఇప్పటికే తను డిప్రెషన్ తో సతమతమవుతోంది. దానితో పాటు తను పశ్చాత్తాపపడే అంశాలు కూడా తెలుసు. పశ్చాత్తాపాలు విడిచిపెట్టవు. అవి దోమకాటు లాంటివి కావు. జీవితాంతం వేధిస్తూనే ఉంటాయి.

''అలా జరగదు'' నోరా మనసులో భావాలు అర్థమైనదానిలా చెప్పింది మిసెస్ ఎల్మ్.''నువ్వు నీ పెంపుడు పిల్లితో గడిపినందుకు పశ్చాత్తాపపడవు. అలాగే లిజ్జీతో ఆస్ట్రేలియా వెళ్లినందుకు కూడా''.

నోరా తలాడించింది. ఆమె చెప్పిందేమిటో అర్థమవుతోంది.

బ్రాంటే బీచ్ లో స్విమ్మింగ్ పూల్ లో ఈత కొట్టాలని తను కోరుకుంది. దాంతో తనకు విచిత్రమైన పరిచయం ఏర్పడింది.

''చిన్నప్పటి నుంచి ఈతను ప్రోత్సహించే వాతావరణం నీకు ఉండేది కదూ''.

''అవును''.

''నిన్ను ఈతకు తీసికెళ్లటాన్ని మీ డాడీ ఎంతో ఇష్టపడేవాడు కదూ''.

''అవును. ఆయన ఇష్టపడే అతి కొద్ది విషయాల్లో అదొకటి'' నోరా గాఢఆలోచనల్లోకి జారింది.

తండ్రి తనను స్విమ్మింగ్ కు పరిచయం చేశాడు. నీళ్లలో ఈతకొడుతూ ఉండే ఆ వాతావరణం అంటే ఆమెకు మాటల్లో చెప్పలేని ఆనందం కలుగుతుంది. అమ్మా,నాన్న నిత్యం తగువు పడుతూ ఉండే బయట వాతావరణానికి అది భిన్నంగా ఉండేది.

''మరెందుకు దానిని వదులుకున్నావ్?'' మిసెస్ ఎల్మ్ నిలదీసింది.

''నేను స్విమ్మింగ్ రేసెస్ పాల్గొని ఎప్పుడయితే గెలవటం మొదలుపెట్టానో అందరి దృష్టిలో పడ్డాను. అలా అందరి కళ్లలో పడటం నాకంత ఇష్టం లేదు. మన శరీరంపైన ఏదో తెలియని అబ్సెషన్ ఉన్న వయసులో, స్విమ్ సూట్ తో కనిపించటం ఇబ్బందిగా అనిపించేది. నా భుజాలు మగాళ్లలా ఉంటాయని ఎవరో విమర్శించారు. నిజానికి అది చాలా అసంబద్ధమైన విషయం. ఆ వయసులో అలాంటి పనికిరాని చెత్త విషయాలెన్నింటికో మనం ప్రాధాన్యత ఇస్తాం. టీనేజర్ గా ఉన్నప్పుడు ఎక్కువ అదృశ్యంగా ఉండటాన్ని ఇష్టపడేదాన్ని, నన్నంతా 'చేప' అని పిలిచేవాళ్లు. అది పొగడ్త అని భావించే వారు కాదు. నేను సిగ్గరిని. దాని వల్లనే నేను ఆటస్థలాల కంటే లైబ్రరీ అంటే

ఎక్కువ ఇష్టపడేదాన్ని. చూడటానికి అది చాలా చిన్న విషయమే అయినా, నా కంటూ ఓ స్పేస్ ఉండటం నాకు ఇష్టంగా అనిపించేది''.

''చిన్న విషయాలకు ఉండే అధిక ప్రాధాన్యతను నువ్వు విస్మరించవద్దు నోరా''హెచ్చరికగా చెప్పింది మిసెస్ ఎల్మ్.

నోరా ఆలోచనలు గతంలోకి మళ్లాయి. టీనేజ్‌లో ఆమె సిగ్గరితనం, నలుగురి ఎదుటకు రావటానికి అంతగా ఇష్టపడని స్వభావంవల్ల సమస్యలు ఎదురయి ఉండేవి. కానీ, ఆమె సోదరుడు జో కారణంగా స్కూలులో ఆ పరిస్థితి ఎప్పుడూ ఎదురుకాలేదు. అతను పెద్దగా దురుసుగా ఉండేవాడు కాదు గానీ అక్క మీద ఈగవాలనిచ్చేవాడు కాదు. ఇతరులు ఆమె జోలికి రావటానికి జంకేవాళ్లు.

మెల్లగా స్థానిక పోటీలలో గెలవటం ప్రారంభించింది. ఆ తర్వాత నేషన్స్ కు వెళ్లింది. 15 ఏళ్లు వచ్చేసరికల్లా అదంతా భారంగా తయరయ్యింది. రోజువారీ స్విమ్మింగ్ అభ్యాసం... పోటీలు ఒకదాని తర్వాత మరొకటి. ''నేను వదలివేయవలసి వచ్చింది''.

మిసెస్ ఎల్మ్ తలాడించింది. ''దానితో పాటే నువ్వు మీ నాన్నతో ఏర్పరచుకున్న బంధం పుటుక్కున తెగిపోయి పోట్లాటలకు దారితీసింది''.

''చక్కగా చెప్పారు''.

ఆమె తండ్రి రూపం కళ్ల ముందు కదలాడింది. ఆ ఆదివారం ఉదయం, బెడ్ ఫోర్టు లీజర్ సెంటరు బయట, కారులో ఉన్నప్పుడు తండ్రికి తన మనసులో మాట చెప్పింది. 'ఇక ముందు నేను పోటీల్లో పాల్గొనదలుచుకోలేదు'' ఆ మాట వినగానే ఆయనను తీవ్రమైన నిరాశ కమ్మేసింది.

''ఇందులో గెలుస్తున్నావు. బాగా రాణిస్తున్నావు కూడా'' అన్నాడు. అప్పుడు ఆయన చెప్పినవన్నీ ఈ నిముషంలో వరుసగా గుర్తుకొస్తున్నాయి.

''నువ్వు పాప్ స్టార్ కావాలనుకున్నంత మాత్రాన కాగలవా? కానీ ఇది... వాస్తవం. నీ కళ్ల ముందు కనిపిస్తోంది. మరింత శిక్షణ పొంది ప్రయత్నిస్తే నువ్వు ఒలంపిక్స్ దాకా ఎదగగలుగుతావు. నాకు ఆ నమ్మకం ఉంది'' అన్నాడు నచ్చచెబుతున్నట్టుగా.

సుఖంగా జీవించటానికి ఉన్న అనువైన మార్గాన్ని ఏర్పరిచి అందుకు తనను పూర్తిగా సిద్ధం చేసి ఉంచానని ఆయన చెప్పాడు. ఆయన చెప్పినట్టు నడుచుకోకుండా తను ఆయన మనసును గాయపరిచింది. ఆయన కన్న

కల పూర్తిగా నెరవేరుతున్న తరుణంలో దాని నుంచి వైదొలిగి ఆయనకు ఎంత ఆవేదన కలిగించిందో, దాని వల్ల ఆయన మనసకు ఎంత గాయం అయ్యిందో, 15 ఏళ్ల వయసులో తనకు అర్థం కాలేదు.

నోరా తండ్రి దృఢమైన వాడు. ఎటువంటి పరిస్థితులయినా తట్టుకోగలవాడు.

నోరా చేసే ప్రతి పనిని విమర్శిస్తూ ఉండే ఆయన స్విమ్మింగ్ విషయానికొచ్చేసరికి ఏది కోరితే అది అందించేవాడు. ఇప్పుడు ఆయనతో కలిసి ఉంటే తను తెలియని నేరం చేసినదానినవుతానన్న భావనకు లోనయ్యింది. కాలిగాయం కారణంగా రగ్బీ ఆట నుంచి తను దూరమయినప్పటి నుంచి విధి అంతా తనకు వ్యతిరేకంగా పని చేస్తున్నదనే భావనకు లోనయ్యాడు. కూతురు కూడా అందులో ఓ భాగమేనని ఆయన భావించి ఉంటాడు. సలుపుతున్న కాలి గాయంలానే తనను భావించి ఉంటాడు అనుకుంది.

తను తీసుకున్న నిర్ణయం వల్ల ఎలాంటి ఫలితాలు ఉంటాయో ఆయనకు తెలిసి ఉండొచ్చు. ఒక పశ్చాత్తాపం వల్ల మరొకటి, దాని వల్ల ఇంకొకటి. ఇలా చివరకు తను ఇలా అవుతానని ఆయన ఊహించి ఉండొచ్చు. మొత్తం పశ్చాత్తాపాల దొంతరలా.

"సరే మిసెస్ ఎల్మ్. నేను నా తండ్రి కోరుకున్న విధంగా జీవించి ఉంటే ఎలాంటి పరిస్థితులు ఉండేవి అనేది తెలుసుకోవాలనుకుంటున్నాను. నిత్యం ఈత కొడుతూ, ఎప్పటికీ మానకూడదన్న దృఢనిశ్చయంతో ఉంటే... ఇబ్బందిగా అనిపించినా ఉదయం 5 కల్లా ప్రారంభించి, 9 గంటలకల్లా ముగిస్తే... వీలయినంత కఠినమైన శిక్షణ తీసుకుంటే... మ్యూజిక్ వల్ల గానీ, సగం రాసిన నవలలతో గానీ దృష్టి మళ్ల కుండా ఉంటే... ఇతర వ్యాపకాలన్నింటిని త్యాగం చేస్తే... పట్టుదలగా ముందుకు వెళితే... ఒలంపిక్స్ చేరటానికి అవసరమైన పూర్తిస్థాయి పరిశ్రమను నేను చేయగలిగితే... అప్పుడు నేను ఎలాంటి జీవితాన్ని అందుకోగలననే అంశాన్ని నాకు పరిచయం చేయండి".

ఓ క్షణం పాటు తను చెబుతున్నదేమిటో ఆవిడ వినలేదన్న భావన కలిగింది నోరాకు. అంతగా ఆవిడ ఆటలో నిమగ్నమైంది.

"చదరంగంలో ఈ ఏనుగు అంటే నాకు ఇష్టం" అంది హఠాత్తుగా. "అది ముందుకే వెళుతుంది. దాని గురించి అంతగా చూసుకోవలసిన

పనిలేదు. నువ్వు కళ్లన్నీ రాణి మీద, గుర్రంమీద, ఇతరత్రా వాటి మీద పెడతావు. అవన్నీ దొంగచాటు ఎత్తులు. కానీ ఏనుగు నిన్ను ముందుకు తీసికెళుతుంది. అది కనిపించేటంత నెమ్మదిగా ఉండదు''.

మిసెస్ ఎల్మ్ కేవలం చదరంగం గురించే మాట్లాడటం లేదన్న విషయం నోరాకు అవగతమైంది. షెల్ఫులు వేగంగా కదలుతున్నాయి. రైళ్ల మాదిరిగా...

''ఇప్పుడు నువ్వు కోరుకున్న జీవితం'' మిసెసె ఎల్మ్ చెప్పింది. ''పబ్ కల నెరవేరటం, ఆస్ట్రేలియాలో సాహసం చేయటానికి భిన్నమైనది. అవి రెండు దగ్గర జీవితాలు. ఇది పొందాలంటే కాలంలో ముందుకు వెళ్లాలి. అందుకే నీకు అవసరమైన పుస్తకం కూడా బాగా దూరంగా ఉంటుంది. అర్థమైందా?''

''అవును''.

''లైబ్రరీలకు కొన్ని వ్యవస్థలుండాలి''.

పుస్తకాల పరుగు వేగం కాస్త నెమ్మదించింది. ''ఆ... ఇక్కడ ఉంది''.

ఈసారి మిసెస్ ఎల్మ్ పైకి లేచి నిలబడలేదు. ఆమె ఎడమచేతిని పైకి లేపింది. పుస్తకం ఆమె చేతిలో పడింది.

''మీరెలా తీశారు?''

''నాకు తెలియదు. నువ్వు కోరుకున్న జీవితం నీకు లభిస్తుంది. త్వరపడు''.

నోరా ఆ పుస్తకాన్ని అందుకుంది. చాలా తేలికగా, కొత్తగా నిమ్మరంగు అట్టతో ఉంది. మొదటి పేజీలోకి వెళ్లింది. ఆమెలో ప్రస్తుతం ఎలాంటి ఆలోచనలు లేవు. ఆ విషయంలో ఆమె చాలా జాగ్రత్తగా ఉంది.

జీవితానికి, మృత్యువుకీ మధ్య ఆమె ఊగిసలాడుతున్న క్షణంలో, తను పోస్టు చేసిన ఆఖరి అప్ డేట్‌ను తిరిగి చదువుకుంది.

నా పెంపుడు పిల్లి తప్పిపోయింది. నేను అలిసిపోయాను.

విజయవంతమైన జీవితం

ఆమె గాఢనిద్రలో ఉంది.

ఏ అవాంతరాలు, కలలకు లేనంత చోటులేనంత గాఢంగా...

అంతలో ఫోన్ రింగయింది. హఠాత్తుగా మెలకువ వచ్చింది. తనెక్కడ ఉన్నదనే విషయం ఆమెకు మొదట అర్థం కాలేదు.

ఫోన్ లో సమయం ఉదయం 6.30 చూపెడుతోంది. మంచం పక్కన ఉన్న లైటు స్విచ్ కూడా దానిలో కనిపిస్తోంది. వెంటనే ఆన్ చేసింది. తను హోటల్లో రూంలో ఉన్న విషయం ఆమెకు అర్థమైంది. అది విలాసవంతంగా, ఆధునికంగా, కార్పొరేట్ తరహాలో ఉంది.

గోడ మీద సెజిని నైరూప్య చిత్రం వేలాడుతోంది. అది యాపిల్లో, దానిమ్మ అనేదో తెలియకుండా ఉంది.

మంచం పక్కన సగం ఖాళీ చేసిన మినరల్ బాటిల్ కనిపిస్తోంది. ఉపయోగించని బిస్కెట్ ప్యాకెట్లు కూడా ఉన్నాయి. దాంతో పాటు కొన్ని కాగితాలు దగ్గరగా చేర్చి పిన్ కొట్టి కనిపించాయి. దానితో ఆ రోజు కార్యక్రమానికి సంబంధించిన వివరాలు జతపరిచి ఉన్నాయి.

దానిని పరిశీలనగా చూసింది.

సవివర ప్రణాళిక
నోరా సీడ్, గెస్ట్ స్పీకరు,
గలివర్ రీసెర్చి ఇన్ స్పైరింగ్ సక్సెస్. స్ప్రింగ్ కాన్ఫరెన్స్

ఉదయం 8.45 ... ప్రియనవులూరి (గలివర్ రీసెర్చి), రోరీ లాంగ్ ఫోర్డ్ (ప్రముఖ వక్త), జె ఇన్ లాబీ, ఇంటర్ కాంటినెటల్ హోటల్

9.00... సౌండ్ చెక్

9.05... సాంకేతిక అంశాలు

9.30... నోరా వీఐపీ ప్రదేశంలో ఎదురుచూడాలి. అప్పుడు మెయిన్ హాల్లో మొదటి వక్తను గమనించాలి(జెపి బ్లిత్, మీ టైమ్ యాప్, యువర్ లైఫ్, యువర్ టర్మ్ రచయిత)

10.15... నోరా ప్రసంగం

10.45... ప్రేక్షకుల ప్రశ్నలు, సమాధానాలు

11.00... కలవటం, పలకరించుకోవటం

11.30... ముగింపు

నోరా సీడ్ ఓబీఈ

ఇన్‌స్పైరింగ్ సక్సెస్

తను విజయవంతమైన జీవితం ఒకటుందన్న మాట. అది ఆసక్తి కలిగించే అంశంగా ఆమెకు అనిపించింది.

'జె' ఎవరయి ఉంటారు? తను లాబీలో కలుసుకునే ఇతర వ్యక్తులు ఎవరో? నోరా ఆశ్చర్యానికి గురయ్యింది. తను చదువుతున్న కాగితాలను పక్కన పెట్టి మంచం మీద నుంచి లేచింది. చాలా సమయం ఉంది. మరి ఎందుకు 6.30 కే లేచినట్టు. తను ప్రతి ఉదయం ఈతకు వెళుతుంది. అది కారణమై ఉండొచ్చు. బటన్ నొక్కింది. కర్టెన్లు తెరుచుకున్నాయి. ఓటూ ఎరీనాలో పెద్ద డోమ్ లు, ఆకాశాన్ని తాకేలా ఉండేలా నిలువెత్తు భవనాలు కనిపించాయి. ఆమె ఈ కోణంలో నుంచి ఎప్పుడూ ఇలా చూసి ఎరగదు. లండన్. కేనరీ వార్ఫ్. 20 భవనాల ఎత్తు పైన.

ఆమె బాత్రూంలోకి నడిచింది. బిగీ టైల్స్, పెద్ద షోవర్ క్యూబికల్, పాలనురగలాంటి తెల్లగా మెరిసే టవళ్లు,... సాధారణంగా ఉదయం వేళలు తనకు విసుగ్గా అనిపిస్తాయి. ఇప్పుడు అలా అనిపించకపోవటం ఆమెకు ఆశ్చర్యంగా ఉంది. ఎదురుగా గోడకు సగం వరకూ వేలాడుతున్న అద్దం కనిపించింది. అందులో తన ప్రతిబింబం చూసుకుంది. ఆమెకు నవ్వొచ్చింది. తను బాగా ఆరోగ్యంగా కనిపించింది. పుష్టిగా ఉంది. ఈ జన్మలో రాత్రి పూట ధరించే దుస్తుల పట్ల కూడా అమితమైన శ్రద్ధ కనిపిస్తోంది. (ఆకుపచ్చ రంగు పైజమా, ప్లాయిడ్ ధరించి ఉంది).

బాత్రూం చాలా విశాలంగా ఉంది. నేలపైన పుషప్స్ చేయటానికి అనుకూలంగా ఉంది. వరుసగా పది పుషప్ లు, ఏ మాత్రం అలిసిపోకుండా, మోకాళ్లపైన కూర్చోకుండా చేసింది.

తర్వాత లోహపు పలకను ఒంటి చేత్తో పట్టుకుని ముందుకూ వెనక్కి గెంతింది. అలాగే మరో చేత్తో ఒళ్లంతా కదిలిపోయేలా చేసింది. అనంతరం కొన్ని బర్పీలు తీసింది.

ఏ మాత్రం ఇబ్బంది కలగలా.

అద్భుతం.

పైకి లేచి నిలబడి గట్టిగా దృఢంగా ఉన్న తన పొట్టపైన ప్రేమగా చరుచుకుంది. నిజజీవితంలో తనెంత బలహీనంగా ఉండేదో, నడుస్తూ ఎంత ఇబ్బంది పడేదో కళ్ల ముందు కదిలింది. సాంకేతికంగా చెప్పాలంటే ముందు రోజు కూడా నడస్తూ తను అవస్థలు పడింది.

టీనేజర్ గా ఉన్నప్పటి నుంచి ఇప్పటి వరకూ తనింత దృఢంగా ఉన్నది లేదు. తన ఊహకు కూడా అందనంత శరీర దారుఢ్యంతో ఉంది.

ఫేస్ బుక్ తెరిచి 'ఇసాబెల్ హిరిష్' అని టైపు చేసింది. తన ఆప్తమిత్రురాలు ఇజ్జీ సజీవంగా ఉన్నట్టు, ఆస్ట్రేలియాలో సుఖంగా జీవిస్తున్నట్టు తెలుసుకుంది. నోరాకు అమితమైన ఆనందం కలిగింది. సోషల్ మీడియాలో తనకు స్నేహితులు లేరనే బాధ ఆమెకు కొంతయినా కలగలేదు. ఈ జీవితంలో తను బ్రిస్టల్ యూనివర్సిటీకి కూడా వెళ్లి ఉండదు. ఒక వేళ వెళ్లి ఉన్నా తను అదే కోర్సు చేసి ఉండదు. ఇంకో విషయం ఏమిటంటే ఈ 'ఇసాబెల్' నోరాను కలిసినా, కలవకపోయినా, నోరా మూల జీవితంలోని పనులనే చేస్తూ ఉండటం ఎందుకో సంతృప్తి కలిగించింది.

డేన్ వివరాల గురించి ప్రయత్నించింది. అతను స్పిన్ క్లాస్ ఇన్ స్ట్రక్టర్ జినాను పెళ్లి చేసుకుని హాయిగా జీవిస్తున్నాడని, వాళ్ల వివాహం సిసిలీలా అయ్యిందని తేలింది.

నోరా ఆ తర్వాత "నోరా సీడ్" అని గూగుల్ చేసింది.

ఆమెకంటూ ప్రత్యేకంగా వికీపీడియా పేజీ ఉంది (ఆశ్చర్యం). ఆమె ఒలంపిక్స్ కు కూడా చేరింది. అది రెండు సార్లు అని అందులో ఉంది. ఫ్రీ స్టయిల్ లో బాగా రాణించిందని అందులో పేర్కొన్నారు. 800 మీ ఫ్రీ స్టయిల్, ఎనిమిది నిముషాల ఐదు సెకండ్లతో పూర్తి చేసి బంగారు పతకాన్ని, 400మీ ఫ్రీ స్టయిల్లో వెండిపతకాన్ని గెల్చుకుంది.

ఇదంతా ఆమె 22 ఏళ్ల వయసులో సంభవించింది. 26 ఏళ్ల వయసులో మరో వెండి పతకం గెల్చుకుంది. అది 4×100 రిలేలో. అంతకంటే ఆమెకు హాస్యాస్పదంగా కనిపించిన అంశం ఏమిటంటే, వరల్డ్ ఆక్వాటిక్ ఛాంపియన్ షిప్ పోటీల్లో మహిళల 400మీ ఫ్రీస్టయిల్లో ఆమె ప్రపంచ రికార్డు సాధించినట్టుగా అందులో ఉండటం. ఆ తర్వాత అంతర్జాతీయ పోటీల నుంచి ఆమె తప్పుకుంది.

28 ఏళ్ల వయసులో అది సంభవించింది.

ఆ తర్వాత అందరికీ తెలిసినంత వరకూ బీబీసీకి పని చేస్తోంది. స్విమ్మింగ్ ఈవెంట్స్ కవరేజిలో భాగస్వామ్యం వహిస్తోంది. 'ఏ క్వొశ్చెన్ ఆఫ్ స్పోర్ట్' టీవీ షోలో కనిపిస్తోంది. 'సింక్ ఆర్ స్విమ్' పేరుతో ఆటోబయోగ్రఫీ కూడా రాసింది. బ్రిటిష్ స్విమ్మింగ్ జీబీలో అసిస్టెంటుకోచ్ గా పనిచేస్తోంది. ఇప్పటికీ రెండు గంటల పాటు ఈతకొడుతూనే ఉంది.

దానధర్మాలకూ ఆమె డబ్బు వెచ్చిస్తోంది. మేరీ క్యూరీ కేన్సర్ సెంటర్ కు కొంత విరాళం ఇచ్చింది. మెరైన్ కన్జర్వేషన్ సొసైటీ స్విమథాన్ పోటీలకు ఫండ్ రైజింగ్ ఛారిటీ కూడా నిర్వహించింది. ప్రొఫెషనల్ స్పోర్ట్ నుంచి వైదొలిగిన తర్వాత, ఛానల్ ను రెండు సార్లు ఈదింది.

స్పోర్ట్సు శిక్షణలోనూ, జీవితంలోనూ సహనశక్తికి ఉన్న ప్రాధాన్యత గురించి తన 'టెడ్ టాక్' లింక్‌ను కూడా జత చేశారు. దానికి మిలియన్ వ్యూస్ వచ్చాయి. ఆమె దానిని చూడటం మొదలుపెట్టింది. ఇతరుల కార్యక్రమంలా దానిని చూసింది. ఆ మహిళ పరిపూర్ణమైన ఆత్మవిశ్వాసంతో, స్టేజీని తన అదుపులో ఉంచగలుగుతోంది. మాట్లాడుతున్నప్పుడు అత్యంత సహజంగా నవ్వుతోంది. సభికులను కూడా తన చతురోక్తులతో నవ్వించగలుగుతోంది. సరైన సమయంలో ప్రేక్షకులంతా చప్పట్లు చరుస్తూ, హుషారుగా ఈలలు వేస్తూ సంబరంగా వంత పాడుతున్నారు.

తను ఇలా ఉండగలదని ఊహించటమే ఆమెకు కష్టంగా ఉంది. మరో నోరా సంభాషణలను గుర్తు చేసుకోవటానికి ప్రయత్నిస్తున్న కొద్దీ, తను ఎప్పటికీ ఇలా ఉండలేదనే విషయం ఆమెకు అర్థం కాసాగింది.

''దమ్మూధైర్యం ఉన్న వాళ్లు ఇతరుల కంటే భిన్నంగా ఏమీ తయారు కారు'' ఆమె గంభీరంగా చెబుతోంది. ''కానీ వాళ్ల మనసులో స్పష్టమైన గమ్యం ఉంటుంది. దాన్ని సాధించటం కోసం పట్టుదలగా పని చేస్తారు.

అనేకమైన వికర్షణలు ఉండే ఈ జీవితంలో 'స్టామినా' అనేది అవసరం ఉంది. శరీరం, మనసుకు ఉన్న పరిమితుల్లో లక్ష్యానికి కట్టుబడి ఉండే లక్షణం... తలవంచుకుని ఈత కొడుతూ చుట్టుపక్కల చూడకుండా, ఎవరు నిన్ను అధిగమిస్తారో పట్టించుకోకుండా ముందుకు వెళ్లటం...''

ఈ మనిషి ఎవరు?

వీడియోను కొంచెం ముందుకు జరిపింది. ఇప్పుడు నోరా జోన్ ఆఫ్ ఆర్క్ సాహసం గురించి మాట్లాడుతోంది.

''మీరు కాని దాని కోసం ప్రయత్నిస్తే, కచ్చితంగా మీరు విఫలమవుతారు. అందుకే మీరు మీలా ఉండటానికి ప్రయత్నించండి. మీలా కనిపించాలని, మీలా ప్రవర్తించాలని, మీలా ఆలోచించాలని చూడండి. పూర్తి ప్రామాణికతతో మిమ్మల్ని మీరు ప్రదర్శించుకోండి. 'మీ'తనాన్ని ఆత్మీయంగా హత్తుకోండి. దాన్ని సమ్మతించండి. దాన్ని ప్రేమించండి. అందుకోసం కష్టపడి పనిచేయండి. ఇతరులు పరిహాసం చేసినా, వెక్కిరించినా దాని గురించి రెండో ఆలోచన చేయవద్దు. అది మారువేషంలో ఉన్న అసూయ అందుకు కారణమని అర్థం చేసుకోండి. తలవంచుకుని ఈతకొట్టండి. మీ సామర్థ్యాన్ని పదిలపరచుకోండి. ఈతకొడుతూనే ఉండండి...''

''ఈతకొడుతూనే ఉండండి'' అవతల నోరా చెప్పిన మాటల్ని మననం చేసుకుంటూ 'ఈ హోటల్లో అందుకు ఏర్పాట్లు ఉన్నాయా?'' అని నెమ్మదిగా గొణుక్కుంది.

అంతలో వీడియో మాయమైంది. ఫోన్ మోగింది.

'నదియా' అన్న పేరు కనిపించింది.

నిజజీవితంలో తన పరిచయస్థుల్లో ఆ పేరుగలవారెవరూ లేరు. తన పేరు చూడగానే ఈ జీవనంలో అపరిమితమైన ఉల్లాసం కలుగుతుందా, దారుణమైన విచారం కలుగుతుందా అన్నది ఆమె ఆలోచించలేదు.

దాని తెలుసుకోవటానికి ఒకటే దారి ఉంది.

''హలో''

''స్వీట్ హార్ట్''. అవతల వైపు నుంచి తను గుర్తించలేని కంఠస్వరం పలకరించింది. అయితే తనకు అత్యంత సన్నిహితమైన వ్యక్తి అని అర్థమైంది. ఉచ్చారణ అదో రకంగా ఉంది. బహుశా రష్యన్ అయి ఉండొచ్చు అని ఆమెకు అనిపించింది. ''నువ్వు బావున్నావు అనుకుంటాను''.

''హాయ్ నదియా. థాంక్స్. నేను బావున్నాను. నేను ఇక్కడే హోటల్లో ఉంటున్నాను. కాన్ఫరెన్సు కోసం తయారవుతున్నాను'' మాటల్లో ఆనందాన్ని వ్యక్తీకరించింది.

''ఓ అదా తెలుసు. ఒక ప్రసంగానికి 1500 పౌండ్లు ... అది మామూలు విషయం కాదు''.

ఆ మాటలు నవ్వు తెప్పించేదిగా ఉన్నాయి. ఇంతకీ ఈ నదియా ఎవరు? ఆమెకు ఇదంతా ఎలా తెలుసు?

''అవునవును''.

''జో చెప్పాడు''.

''జో నా?''

''అవును. ఒకటి చెబుతున్నా విను. ప్రసంగంలో ఎక్కడో అక్కడ మీ నాన్న పుట్టిన రోజు అంశాన్ని ప్రస్తావించు''.

''ఏమిటీ?''

''మమ్మల్ని చూడటానికి నువ్వొస్తే, ఆయన కూడా సంతోషిస్తాడు''.

ఆమె శరీరంగా ఒక్కసారిగా చల్లబడిపోయింది. నిస్సత్తువ ఆవరించినట్టుగా అయ్యింది. ఒక దయ్యం కంటబడిన భావన కలిగింది.

తండ్రి దహన సంస్కారాలకు తను స్వయంగా హాజరయ్యింది. తను, సోదరుడు కన్నీరుమున్నీరు అవుతూ ఒకరినొకరిని ఓదార్చుకున్న విషయం కూడా గుర్తుంది.

''మా డాడీ''.

డాడీ... చనిపోయిన మా డాడీ...

''తోట మార్గంలో నుంచి లోపలకు వచ్చాడు. ఓసారి ఆయనతో మాట్లాడు''.

ఇది అద్భుతంగా ఉంది. ప్రపంచం బద్దలయినట్టుగా ఉంది. తన స్వరానికి, మాటకి సింక్ కావటం లేదు. అదేమంత పెద్ద విషయం కానట్టు అతి మామూలుగా చెబుతోంది.

''ఏమిటి?''

''నువ్వు ఆయనను పలకరించు''.

ఆమె బ్యాలెన్సు కోల్పోతోంది. తేరుకోవటానికి కొన్ని క్షణాలు పట్టింది

''నేను...''

ఆమె నోటి మాట రావటం లేదు. శ్వాస తీసుకోవటం కూడా కష్టమవుతోంది. ఏమని చెప్పాలో తెలియటం లేదు. అంతా అవాస్తవంగా కనిపించాయి. టైమ్ ట్రావెల్లో ... తను రెండు దశాబ్దాల వెనక్కి వెళ్లినట్టుగా ఉంది.

ఆమె స్పందించటం కాస్త ఆలస్యమైంది. అంతలోనే నదియా. ''ఇదిగిదిగో ఆయన వచ్చేశారు...'' అంది.

దాదాపుగా ఫోన్ కింద పెట్టేయాలన్న ఆలోచన నోరాకు కలిగింది. కానీ ఆ పని చేయలేదు. ఇదంతా ఓ అవకాశం. తిరిగి ఆయన స్వరాన్ని తను వినగలుగుతోంది.

గట్టిగా ఆయన శ్వాస తీసుకోవటం ఆమె చెవిన పడింది.

ఆ తర్వాత... ''హాయ్ నోరా? ఎలా ఉన్నావు?''

అత్యంత యాదృచ్ఛికంగా, రోజు మాట్లాడినట్టుగా మామూలుగా ఉంది. బలమైన ఆ స్వరం తనను గట్టిగా పట్టుకునేది. ఇప్పుడు పీలగా, బలహీనంగా వినిపిస్తోంది. ఉన్న దాని కంటే 15 ఏళ్ల వయసు పైబడటం వల్లనేమో?

''డాడ్...'' ఆమె పిలుపులో ఆశ్చర్యం కనిపించింది. ''నువ్వేనా?''

''నువ్వు బావున్నావా నోరా? ఈ లైను బావున్నట్టులేదు. మనం ముఖాముఖీ కలుసుకుందామా?''

మళ్లీ అదొకటా? ఆయన ముఖం చూడటమా? అసలు ఇదే చాలా ఎక్కువ. ఫేస్ టైమ్ కనుగొన్న తర్వాత ఆయన ఇంకా సజీవంగా ఉండటమే పెద్ద ఆశ్చర్యం. ఆయన లాండ్‌లైన్ల కాలానికి చెందిన వాడు. ఆయన చనిపోయేనాటికి అప్పుడప్పుడే ఈమెయిళ్లు, టెక్ట్స్ మెసేజ్‌లు లాంటి విప్లవాత్మక మార్పులు సంభవిస్తున్నాయి.

''సారీ... నేను మరేదో విషయం ఆలోచిస్తూ... కొంచెం దూరంగా ఉన్నా... మీరెలా ఉన్నారు?'' అనడిగింది ఆమె.

''బావున్నాను. నిన్ననే శాలీని పశువుల డాక్టర్ దగ్గరకు తీసికెళ్లాను''.

శాలీ అంటే బహుశా కుక్క పిల్లయి ఉంటుందని ఆమె అనుకుంది. తన తల్లిదండ్రులకు కుక్క గానీ, మరే పెంపుడు జంతువు లేదు. పిల్లిని గానీ, కుక్కను గానీ పెంచుకుందామని చిన్నప్పుడు నోరా గొడవ చేసినా వాళ్లు అందుకు అనుమతించలేదు. ''అవి నిన్ను కట్టిపడేస్తాయి'' అనేవాడు తన తండ్రి.

‘‘తనకి ఏమయింది’’ సహజంగా ఉండటానికి ప్రయత్నిస్తూ నోరా ప్రశ్నించింది.

‘‘మళ్లీ చెవి సమస్యే. ఇన్ఫెక్షన్ మళ్లీ మళ్లీ వస్తోంది’’.

‘‘‘పాపం శాలీ...’’.

శాలీ చెవి సమస్య తనకు పరిచయం ఉన్న విషయమే అన్నట్టుగా చెప్పింది. ‘‘ఐ లవ్యూ డాడీ...’’ నేను ఇంకా చెప్పాలనుకుంటున్నానంటే...’’

‘‘నువ్వు బావున్నావా నోరా... ఎందుకో నువ్వు ఉద్వేగానికి లోనవుతున్నావు...’’.

‘‘అదేం లేదు. ఇక చాలు అని చెప్పవద్దు. నన్ను చెప్పనివ్వండి. నేను మిమ్మల్ని బాగా ప్రేమిస్తానన్న విషయం మీరు తెలుసుకోవాలి. మీరు మంచి నాన్న. మరో జీవితంలో... నేను స్విమ్మింగ్ ను వదిలిపెట్టి,, చాలా పశ్చాత్తాపానికి లోనయ్యాను.’’

‘‘నోరా...?’’

ఆమెకు అంతా తెలుసుకోవాలన్న కుతూహలం కలుగుతోంది. అది ఇబ్బందికరమైన విషయమే అయినా...గీజర్ లో నుంచి నీళ్లు ఒక్కసారిగా ధారగా ఎగజిమ్మినట్టుగా, ఆమెలో నుంచి ప్రశ్నలు తన్నుకుని బయటకు వచ్చాయి.

‘‘నాన్నా, మీరు బావున్నారా?’’

‘‘ఆ సందేహం నీకెందుకొచ్చింది. నేను బానే ఉన్నా.’’

‘‘లేదు లేదు. కేవలం తెలుసుకోవాలని అనుకుంటున్నానంతే. అప్పుడప్పుడు ఛాతీనొప్పితో ఇబ్బంది పడేవారుగా...’’

‘‘అదంతా కొన్నేళ్ల క్రితం మాట. ఒలంపియన్ల వెంట తిరుగుతున్నప్పుడు నువ్వెలా ఇబ్బంది పడ్డావో, నేనూ అంతే.

‘‘నా ఆరోగ్యం కుదుటపడ్డాక, అదేమంత సమస్యగా అనిపించలేదు. అంతా సర్దుకుంది. రగ్బీవల్ల దృఢత్వం వచ్చింది. మద్యానికి దూరమై కూడా 16 సంవత్సరాలు దాటింది. కొలెస్టరాల్, బీపీ కూడా అదుపులో ఉన్నాయి అని చెబుతున్నారు డాక్టర్లు’’.

‘‘అవుననుకో. ఆరోగ్యసమస్యలు సర్దుకోవటం నాకు తెలుసు’’అంది. వెంటనే ఆమె మరో ప్రశ్న వదిలింది. ఎలా అడగాలో అర్థం కాక సూటిగా విషయంలోకి వచ్చేసింది.

"నదియాతో మళ్లీ మీరు ఎన్ని రోజులుగా కలిసి ఉంటున్నారు?"

"నీకేమయినా జ్ఞాపకశక్తి సమస్య గానీ మరొకటి గానీ ఉందా?"

"కాదు... అవును... ఏమో? ఈ మధ్య కాలంలో జీవితం గురించి లోతుగా ఆలోచిస్తున్నాను"

"నువ్వేమయినా తత్వవేత్తవయ్యావా ఏమిటి కొంపతీసి...?"

"అవును. ఇప్పుడు చదువుతున్నాను"

"ఎప్పుడు?"

"అదేమంత పెద్ద విషయం కాదు. నదియా,మీరు ఎప్పుడు కలిశారు. ఆ విషయం గుర్తురావటం లేదు".

అవతల వైపు నుంచి ఫోన్ లో నిట్టూర్పులు వినిపించాయి. అది కొంత కఠినంగా ధ్వనించింది.

"మేమెలా కలిశామో నీకు తెలుసు. మళ్లీ ఇదంతా ఎందుకు బయటకు తీస్తున్నావు? ఆ విషయంలో నా ఫీలింగ్స్ నీకు స్పష్టంగా తెలుసు. నీకు థెరపిస్టు అవసరం అనిపిస్తోంది."

"సారీ డాడీ."

"సరే సరే".

"మీరు సంతోషంగా ఉన్నారని తెలిస్తే నాకు చాలు".

"పూర్తి సంతోషంగా ఉన్నాను. నా బిడ్డను ఒలంపియన్ ఛాంపియన్ చేశాను. అలాగే నాకు నచ్చిన వ్యక్తిని జీవితంలో పొందగలిగాను. నువ్వు నీ కాళ్ల మీద నిలబడగలుగుతున్నావ్. మానసికంగా కూడా, ముఖ్యంగా పోర్చుగల్ నుంచి తిరిగొచ్చాక".

అసలు పోర్చుగల్లో ఏం జరిగిందో తెలుసుకోవాలన్న కుతూహలం ఆమెలో కలిగినా, అందుకు ముందు మరో అంశం తెలుసుకోవాలన్న ఆరాటం ఆమెలో మొదలయ్యింది.

"అమ్మ సంగతేమిటి? ఆమె నువ్వు ప్రేమించిన వ్యక్తి కాదా?"

"ఒకప్పుడయితే అది నిజమే. కానీ ఇప్పుడు కాదు. నోరా నువ్వు ఎదిగిన పిల్లవి. అర్థం చేసుకో".

"నేను..."

తన తండ్రి ఫోన్ ను స్పీకరు మోడ్‌లో ఉంచి, తను తన వికీపీడియా పేజీని తిరగేసింది. తన తండ్రి ఉక్రెయిన్ స్విమ్మర్ యెగర్ వాంకో తల్లి

నదియా వాంకోతో సంబంధం పెట్టుకోవటంతో, తల్లిదండ్రులిద్దరూ విడాకులు తీసుకుని విడిపోయారు. ఆ తర్వాత తన తల్లి... ఎప్పుడో 2011లో అనారోగ్యంతో కన్నుమూసింది. తనకు కలిగిన అభిప్రాయం అది చూడటంతో బలపడింది.

ఇదంతా ఎలా అంటే, నోరా ఎప్పుడూ బెడ్ఫోర్డ్ కారు పార్కింగులో ఎప్పుడూ కూర్చోలేదు. తను స్విమ్మింగ్ పోటీల్లో పాల్గొనదలుచుకోలేదన్న విషయాన్ని ఆయనతో చెప్పలేదు.

ఆమెలోవిచిత్రమైన భావనలు మొదలయ్యాయి. ఈ జీవితం తనది కాదు. తను మాయం అయి మళ్లీ లైబ్రరీలో ప్రత్యక్షం కావలసిన సమయం ఆసన్నమైందని ఆమెకు అర్థం అవుతోంది. ఎక్కడ ఎలా ఉందో అలాగే ఉండిపోయింది. ఫోన్లో తన తండ్రికి వీడ్కోలు పలికింది. ఆ తర్వాత తన గురించిన వివరాలు చదవటం ప్రారంభించింది.

ఆమె ఒంటరిగా ఉంటోంది. అమెరికన్ ఒలంపిక్ మెడల్ అందుకున్న డైవర్ స్కాట్ రిచర్డ్స్ తో మూడేళ్లుగా రిలేషన్ షిప్ లో ఉంది. కొద్దికాలం కాలిఫోర్నియాలో అతనితో సహజీవనం చేసింది. ఇద్దరూ కలిసి శాండిగో లాని జొల్లాలో నివాసం ఉండేవారు. ప్రస్తుతం తను ఒక్కతే వెస్ట్ లండన్ లో ఉంటోంది.

మొత్తం అంతా చదివేసి ఫోన్ పక్కన పెట్టింది. ఎక్కడయినా దగ్గర్లో ఈతకొలను ఉందేమో తెలుసుకోవాలని అనుకుంది. ఈ జీవితంలో తనేం చేస్తోందో దానిని చేయాలనుకుంది. అది స్విమ్మింగ్. అలా ఈత కొడుతూ ఉంటే తన ఆలోచనలకు ఒక దారి దొరుకుతుందని ఆమెకు అనిపించింది.

అసాధారణమైన స్విమ్మింగ్. అది అంత సృజనాత్మకమైన ప్రేరణ కలిగించలేదు. కానీ తాను ఎంతగానో ఇష్టపడే తండ్రితో మాట్లాడిన తర్వాత తన మనసులోని బరువు దిగిపోయినట్టనిపించింది. అందుకే తనకు నచ్చిన రీతిలో ఇష్టం వచ్చినట్టు, అటు నుంచి ఇటు, ఇటు నుంచి అటు, బ్రెస్ట్ స్ట్రోక్ లతో ముందుకు సాగింది. నీటిమీద ఆధిక్యత సాధించటానికి అవసరమైనంత దృఢత్వంతో తనలో ఉందని తెలియటం ఆమెలో తెలియని శక్తిని అందించింది. తండ్రి గురించిన ఆలోచనలు పక్కకు వెళ్లిపోయాయి. తను చేయవలసిన ప్రసంగం గురించి ఇంకా సిద్ధం కాలేదన్న అంశం స్ఫురించింది.

ఈత కొడుతూంటే ఆమె మూడ్ మారసాగింది. తండ్రి ఒక్కో అడుగు ముందుకు వెళుతుంటే, తల్లి నెమ్మది నెమ్మదిగా వెనకపడుతూ ఉండే రోజుల్ని

గుర్తు చేసుకుంది. ఈతలో మరింత వేగాన్ని సాధించాలని నిత్యం ఒత్తిడి చేసే తండ్రి అంటే తనకు విపరీతమైన కోపంగా ఉండేది. విడాకులు తీసుకోవటం తల్లిదండ్రులిద్దరికీ గర్వకారణంగా ఉండేది. పరస్పరం ఒకరిమీద మరొకరి ద్వేషం అంతరంగంలో ఉండేది. అది బయటకు పిల్లలమీదకు ప్రసరింపచేసేవారు. ముఖ్యంగా నోరా మీద. వారి ఆమోదం పొందటానికి ఉన్న ఏకైక మార్గం ఈతకొట్టటం.

ఈ జీవితంలో ఇప్పుడున్న పాత్రలో, తండ్రిని సంతోషపరిచే కెరీర్ ను ఎంచుకుంది. అందుకోసం తన రిలేషన్ షిప్ లను, సంగీతం అంటే తనకు ఉండే ఇష్టాన్ని, మెడళ్లు సాధించటం కంటే మిన్నంగా ఉండే ఆశలను, చివరకు తన జీవితాన్ని కూడా త్యాగం చేసింది. దానికి ప్రతిగా తన తండ్రి నదియాతో సంబంధం పెట్టుకుని తన తల్లిని విడిచిపెట్టి ఆమెను కష్టాలపాలు చేశాడు.

అందుకు ఆయనను వదిలిపెట్టకూడదు. గట్టిగా పట్టుకోవలసిందే.

ఈతలో ఫ్రీ స్టయిల్లో మారుతూండగా ఆమెకు మరో ఆలోచన వచ్చింది. తల్లిదండ్రులు ప్రేమించవలసినంతగా ప్రేమించకపోవటంలో తన తప్పేం లేదని ఆమెకు అనిపించింది. తల్లి తను చేసే ప్రతి పనిలోనూ తప్పులను ఎంచటానికి ప్రయత్నించేది. ఆఖరికి తన చెవులు రెండూ ఒకటిగా లేకపోవటాన్ని కూడా. అప్పుడే కాదేమో. అంతకు ముందు కూడా. తల్లిదండ్రులిద్దరి సంబంధం దెబ్బతిన్నప్పుడు తను ఈ భూమ్మీద పడింది. తల్లి డిప్రెషన్ లోకి కూరుకుపోతే తండ్రి టంబ్లర్ల కొద్దీ సింగిల్ మాల్ట్ విస్కీ లో మునిగేపోయేవాడు.

30 లెంగ్త్స్ స్విమ్మింగ్ అయ్యాక, ఆమె మనసు తేలిక పడింది. నీళ్లు హాయికలిగించాయి. ఏదో తెలియని ప్రశాంతత చేకూరింది. పూల్ నుంచి బయటకు వచ్చి గదికి చేరాక. హోటల్లో రూంలో ఉంచిన శుభ్రమైన నేవీ ట్రౌజర్ సూట్ ధరించింది. తన సూట్ కేసు తెరిచి చూసుకుంది. అది బోసిగా ఉంది. అందులో తను రాసిన పుస్తకం కనిపించింది. అట్టమీద టీమ్ జిమ్ స్విమ్ సూట్ ధరించి, పట్టుదలను సూచించే కళ్లతో ఉన్న తన రూపం. చిన్న అక్షరాల్లో సహరచయిత 'అమందా శాండ్స్'' అన్న పేరు కనిపించింది.

అమందా స్పోర్ట్స్ రచయితలందరికీ ఘోస్ట్‌గా వ్యవహరిస్తారని, ఇంటర్నెట్ చూస్తే ఆమెకు అర్థం అయ్యింది.

తన వాచీ చూసుకుంది, తన లాబీకి చేరుకోవలసిన సమయం దగ్గర పడుతోంది.

హుందాగా దుస్తులు ధరించి ఉన్న ఇద్దరు వ్యక్తులు గుమ్మం బయట తన కోసం ఎదురుచూస్తున్నారు. వాళ్లతో పాటు మరో వ్యక్తి. చూడగానే అతనెవరో పోల్చుకోగలిగింది. అతను జో... ఈ జీవితంలో అతను నీట్ గా షేవ్ చేసుకుని ఉన్నాడు. జుట్టంతా ఒక వైపుకు పరచుకుని ఉంది. అతని కనుబొమ్మలు ఎప్పటి మాదిరిగానే దట్టంగా ఉన్నాయి... ''అది అతనిలోని ఇటాలియన్ స్వభావం అనేది తన తల్లి...''.

''జో...''

ఇంకేమిటి? అతను తనను చూసి హాయిగా నవ్వుతున్నాడు. సోదర భావాన్ని వ్యక్తం చేస్తూ, సంక్లిష్టంగా నవ్వుతున్నాడు.

''మార్నింగ్ సిస్టర్...'' అన్నాడు. తను ఆశ్చర్యపడింది. అంతే కాదు. యాంత్రికంగా తను అతనికి గాఢమైన హగ్ ఇచ్చింది కూడా.

ఆ తర్వాత అతను తన పక్కనున్న ఇద్దరు వ్యక్తులను పరిచయం చేశాడు.

''ఈమె ప్రియ. సెమినార్ నిర్వహిస్తున్న గలివర్ రీసెర్చి సంస్థకు చెందిన వ్యక్తి. పక్కనున్న ఈమె రోరీ. ప్రముఖ వక్త'' అన్నాడు.

''హాయ్ ప్రియ'' పలకరించింది నోరా. ''హాయ్ రోరీ. మిమ్మల్ని కలవటం ఆనందంగా ఉంది''.

''అవును. మిమ్మల్ని ఆహ్వానించినందుకు మాకు కూడా సంతోషంగా ఉంది'' ప్రియ స్పందించింది.

''మనం అసలు ఇంతకు ముందు ఎప్పుడూ కలవనట్టుగా మాట్లాడు తున్నావు నువ్వు'' అంది రోరీ గట్టిగా నవ్వుతూ.

నోరా దెబ్బతిన్నట్టుగా ఆమె వైపు చూసింది.

''మనం ఇంతకు ముందు కలిశాం. గుర్తుంది నాకు. ఏదో జోక్ చేశానంతే. సెన్సాఫ్ హ్యూమర్ తో కాస్త ఆకట్టుకుందామని''.

''నీకు సెన్సాఫ్ హ్యూమర్ కూడానా...?''

''సర్లే రోరీ... ఆటపట్టించకు''.

అదే సమయంలో సోదరుడు జో జోక్యం కల్పించుకుని ఆమె వైపు నవ్వుతూ చూస్తూ ''ఇంతకీ స్పేస్ చూస్తావా?'' అనడిగాడు.

ఆమె కూడా నవ్వు ఆపుకోలేకపోయింది. ఇక్కడ తన ఎదురుగా తమ్ముడు. రెండేళ్లుగా తన అతన్ని చూడలేదు. ఇద్దరి మధ్యా ఎప్పుడూ

సత్సంబంధాలు లేవు. ఇప్పుడు ఆనందంగా, ఆరోగ్యంగా ఉన్నాడు. తనను ఎంతగానో ఇష్టపడుతున్నాడు. 'స్పేసా? ఏమిటది?'' అనడిగింది.

''అదా? హాలు... నువ్వు ప్రసంగించే ప్రదేశం'' అన్నాడు.

''అంతా సిద్ధమయ్యే ఉంది'' అంది ప్రియ. ఆ మాటకు కొనసాగింపుగా.

దాన్నే సమర్థిస్తూ ''అది చాలా విశాలమైన హాలు'' అంది రోరీ.

నోరా ముందుకు నడిచింది. అతి పెద్ద స్టేజీ, వేయివరకు ఖాళీగా ఉన్న కుర్చీలతో ఉన్న నీలం రంగు కాన్ఫరెన్స్ గదిలోకి అడుగుపెట్టింది. నల్లదుస్తులు ధరించి ఉన్న టెక్నిషియన్ ఒకరు ఆమె దగ్గరకొచ్చి అడిగాడు. ''మీరు ఏది ఎక్కువ ఇష్టపడతారు?లాపెల్లా, హాండ్ సెట్టా? లేకపోతే చేతితో పట్టుకునేదా?''.

''సారీ...''

''అక్కడ మీరు ఎలాంటి మైక్ ఉపయోగించాలనుకుంటున్నారు?''

''ఓ''.

నోరా తరపున చెప్పాడు జో. ''హెడ్ సెట్''.

''అవును. హెడ్ సెట్'' అని మాటకలిపింది నోరా.

''ఇప్పుడే ఆలోచిస్తున్నా...'' అన్నాడు జో... ''కార్డిఫ్ లో మైక్రోఫోను వాడేటప్పుడు కలిగిన ఇబ్బంది పీడకలే''.

''అవునవును. ఎలాంటి పీడకల?''

ఈలోపు ప్రియ ఆమెవైపు చూసి అడిగింది.

''నీకు మల్టీమీడియాకు సంబంధించి గానీ, స్లైడ్సుగానీ ఇతరత్రా గానీ ఏమీ లేవుగా... ''

''ఊఁ... నాకు...''

రోరీ, అతని సోదరుడు ఇద్దరూ ఆమె ఏం చెబుతుందా అని ఎదురుచూస్తున్నారు. ఈ ప్రశ్నకు తనే సమాధానం చెప్పాలన్నట్లు. కానీ తనకు తెలియటం లేదు.

''అవును'' అంది. తన తమ్ముడి వైపు ముఖంలో భావాలు మరోలా ఉండటం చూసి, ''లేదు. నాకు ఎలాంటి మల్టీ మీడియా స్టఫ్ లేదు'' అంది.

ఆమె ఏదోకు తేడా ఉందని అక్కడున్న వాళ్లు భావించారు. ఆమె వైపు అదోలా చూశారు.

పిప్పర్మెంట్ టీ

పదినిముషాల తర్వాత నోరా తన తమ్ముడితో కలిసి 'వీఐపీలాంజ్'లో కూర్చుంది. అదో చిన్న గది. అందులో ఒక టేబులు, కొన్ని కుర్చీలు ఉన్నాయి. టేబుల్ పైన ఆ రోజు దినపత్రికలు ఉన్నాయి. సూట్లు ధరించిన ఇద్దరు మధ్యవయస్కులు ల్యాప్టాప్ మీద పనిచేస్తున్నారు.

ఆమెకు ఈ పాటికే కొన్ని విషయాలు అర్థమయ్యాయి, తన సోదరుడే తనకు మేనేజరు. ఏడేళ్లక్రితం తను ప్రొఫెషనల్ స్విమ్మింగ్ ను వదిలిపెట్టిన దగ్గర నుంచి పక్కన ఉండి తన వ్యవహారాలు చూసుకుంటున్నాడు.

''ఇవన్నీ నీకు బానే అనిపిస్తున్నాయా'' రెండు గ్లాసుల్ని అందుకుని కాఫీ మిషన్ నుంచి వేడి నీటిని వాటిలో నింపాడు. అదయ్యాక సాచెట్ చించి అందులో నుంచి 'పిప్పర్మెంట్'టీ బ్యాగుతీసి ముంచాడు.

తర్వాత దానిని నోరాకు అందించాడు.

జీవితంలో తనెప్పుడూ పిప్పర్మెంటు టీ తాగి ఎరగదు. అందుకే అడిగింది. ''అది నా కోసమేనా?''

''అవును. ఇదొక్క రకమే ఇక్కడ అందుబాటులో ఉంది''.

నోరా కోరుకునే కాఫీ అతని దగ్గర ఉండేది. ఈ జీవితంలో బహుశా తను కెఫిన్ స్వీకరించదు.

''అంతా బావుందా?''

''ఏ విషయం గురించి నువ్వు అడుగుతుంది?'' ఆశ్చర్యపడుతూ అడిగింది.

''ఈ రోజు నువ్వు చేయబోయే ప్రసంగం.,?''

''ఓ అదా...? ఇంతకీ అది ఎంత సేపు?''

''40 నిముషాలు''.

''కచ్చితంగా అంతేనా?''

''నేను దాన్ని పది నిముషాల నుంచి బాగా పెంచాను''.

''మంచి పని చేశావు''.

''అదేమంత పెద్ద త్యాగం కాదు. నా వాటా 20 శాతం వస్తుందిగా''.

నోరా ఆలోచిస్తోంది. తమ బంధం గురించి వివరాలు ఎలా తెలుసుకోవాలా అని చూస్తోంది. ఇద్దరు పక్కపక్కన ఉండి ఈ జీవితంలో ఎలా సర్దుకుపోగలుగుతున్నామా అని ఆలోచించింది. బహుశా డబ్బు ప్రభావం అందుకు కారణమయి ఉండొచ్చు. కానీ తనకు తెలిసినంత వరకూ తన తమ్ముడు డబ్బు వెనకాల పరిగెత్తే రకం కాదు. జీవితాంతం లాబ్రింత్ లో గిటారిస్టుగా పనిచేస్తూ రాక్ స్టార్ కావాలని ఆశించాడు. ఎప్పుడయితే తను ఒప్పందం నుంచి వైదొలిగి వెళ్లిపోయిందో అప్పుడు తల్లకిందులయ్యాడు.

టీ బ్యాగుల్ని కొన్నిసార్లు ముంచి తీసిన తర్వాత నోరా వాటిని పక్కనున్న నీటిలో పడేసింది.

''నేను స్విమ్మింగ్ లో చిక్కుపడకుండా ఉంటే మన జీవితాలు ఎంత భిన్నంగా ఉండేవో ఎప్పుడయినా ఆలోచించావా?''.

''లేదు''.

''నువ్వు నా మేనేజరు కాకపోయుంటే ఏం చేసేవాడివి?''

''నీకు తెలుసుగా. నేను నీ వ్యవహారాలతో ఇతరులవి కూడా చూస్తుంటాను''.

''అవునవును. నాకు తెలుసు. కచ్చితంగా''

''నువ్వే లేకపోతే ఇతరులవి చూడటం నాకు సాధ్యమయ్యేది కాదేమో. మొట్టమొదట నీ విషయాలు చూశాను. ముందు కై కి ఆ తర్వాత నటాలియాకు నువ్వే పరిచయం చేశావు. ఆ తర్వాత ఎలికి...''

కై, నటాలియా, ఎలి ఎవరో అంతా తనకు తెలిసినట్టుగా నోరా తలాడించింది. ''నిజమే. కానీ మరో దారి నీకు దొరికి ఉండేదనిపిస్తోంది''.

''ఎవరికి తెలుసు? బహుశా నేను మాంఛెస్టర్ లోనే ఉండి పోయావాడినేమో?''

''మాంఛెస్టర్లోనా?''

''అక్కడ నేను ఎంత సంతోషంగా ఉండేవాడినో. యూనివర్సిటీ అంటే ఎంత ఇష్టమో నీకు తెలుసుగా''.

తమ్ముడు తనతో ఉండటం, ఇద్దరూ కలిసి పనిచేయటం, అతను యూనివర్సిటీకి కూడా వెళ్లటం నిజంగా ఆమెను ఆశ్చర్యపరుస్తోంది. తన మూల జీవితంలో తమ్ముడు ఎ-లెవల్స్ పూర్తి చేశాడు. హిస్టరీ చదవటానికి మాంచెస్టర్ వెళ్లాలనుకున్న మాట కూడా వాస్తవమే. అందుకు తగిన గ్రేడ్లు రాకపోవటంతో దాని నుంచి విరమించుకున్నాడు. స్నేహితుడు రవితో కలిసి ప్రతి రాత్రి అతను మత్తులో మునిగిపోయేవాడు.

మరి కాసేపు ఇద్దరూ మాట్లాడుకున్నారు.

మధ్యలో ఫోన్ వల్ల కొంత అంతరాయం కలిగింది. అప్పుడు నోరా అతని స్క్రీన్ సేవర్ ను పరిశీలనగా చూసింది. దానిపైన ప్రకాశవంతంగా, అందంగా నవ్వుతూ ఉన్న ముఖం.

ఆ వ్యక్తిని అంతకు ముందెప్పుడూ తను చూసి ఎరగదు. అదే సమయంలో తమ్ముడి చేతివేళ్లకున్న పెళ్లి ఉంగరం కంటపడింది.

"ఇంతకీ నీ వైవాహిక జీవితం ఎలా ఉంది?"

జో నవ్వాడు. ఆ నవ్వు అత్యంత సహజంగా ఉంది. అలాంటి నవ్వును ఆమె ఇంతకు ముందెప్పుడూ చూసిన గుర్తులేదు. తన మూల జీవితంలో జో ఎప్పుడూ ప్రేమవిషయంలో దురదృష్టవంతుడే. తనకు తెలిసినంత వరకూ టీనేజర్ గా ఉన్నప్పటి నుంచి అతను 'గే' నే. 22ఏళ్లు వచ్చే వరకూ అతను ఆ విషయంలో బయటపడలేదు. అతనికి ఎప్పుడూ సంతోషకరమైన, దీర్ఘకాలికమైన అనుబంధాలు ఎవరితోనూ లేవు. తమ్ముని జీవితాన్ని చక్కదిద్దే శక్తి ఉన్నా ఆ పని చేయలేకపోతున్నాననే అపరాధ భావం ఎప్పుడూ ఆమెను వెంటాడుతూండేది.

"నీకు ఇవాన్ తెలుసుగా. ఇవాన్స్ ఇవాన్..."

నోరా చిరునవ్వు నవ్వింది. ఇవాన్ ఎవరో, అతను ఎలా ఉంటాడో అన్న విషయాలు పూర్తిగా తెలిసి ఉన్నట్టుగా. "అతను చాలా గొప్పవాడు. మీ ఇద్దరి విషయం నాకు ఆనందం కలిగిస్తోంది" అంది.

అతను కూడా నవ్వాడు. "మా పెళ్లయి ఐదేళ్లయ్యింది. ఏదో ఇప్పుడే మేము కలిసినట్టుగా నువ్వు మాట్లాడుతున్నావ్".

"అదేం లేదు. నువ్వు అదృష్టవంతుడివని అనుకుంటూంటాను ఎప్పుడూ. ప్రేమలో కూడా. అది సంతోషించవలసిన విషయం".

''అతనికి పెంపుడు కుక్క కావాలి'' నవ్వుతూ చెప్పాడు. ''ప్రస్తుతం మా ఇద్దరి మధ్యా సాగుతున్న చర్చ అదే. దాని వల్ల నాకు అపాయం లేకుండా ఉండాలి. మల్టీ పూ గానీ, బిచాన్ గానీ పనికి రాదు. ఉల్ఫ్ కావాలి. సరైన కుక్క...''

నోరాకు వోల్టేరు గుర్తుకొచ్చాడు. ''జంతువులది మంచి సాహచర్యం''.

''ఇంతకీ నీకు కుక్కే కావాలా?''

''అవును. పిల్లి అయినా ఫరవాలేదు''.

''పిల్లుల్లో విధేయత తక్కువగా ఉంటుంది'' అన్నాడు. తన సోదరుడు గతంలో ఎప్పుడూ అనే మాట ఆమెకు స్ఫురణకొచ్చింది. ''కుక్కలకు వాటి స్థానం తెలుసు''.

''అవిధేయత అనేది స్వేచ్ఛకు నిజమైన పునాది, విధేయత అనేది బానిసత్వం''.

అతను కలరపాటుకు గురయ్యాడు. ఎక్కడి నుంచి వచ్చింది ఆ మాట. అదేమయినా సూక్తినా?''

''అవును. హెన్రీ డేవిడ్ థారో, నా అభిమాన తత్వవేత్త పలుకులివి''.

''తత్వశాస్త్రం ఎప్పటి నుంచి చదువుతున్నావ్?''

ఈ జీవితంలో తను ఎప్పుడూ పిలాసఫీ డిగ్రీ చేయలేదు. తన మూల జీవితంలో దుర్వాసం కొట్టే స్టూడెంటు ఫ్లాట్ లో ఉంటూ థారో, లావో ట్జు, సాత్రే రచనలు చదివింది. ఈ జీవితంలో బీజింగ్ లోని ఒలంపిక్ పోడియంల మీద నిలబడింది. ఆమెలో దిగులు కమ్ముకుంది. థారో 'వాల్డెన్' పైన, మార్కస్ అరులీయస్ 'మెడిటేషన్స్' పైన మక్కువ చూపని తన జీవితంపట్ల విచారం... అదే సమయంలో ఒలంపిక్ కలలను నిజం చేసుకోలేని పరిస్థితిపైన వేదన ఒకేసారి ఆమెను చుట్టుముట్టాయి.

''నాకు అవేం తెలియవు. ఇలాంటివి కొన్ని ఇంటర్నెట్ లో చూశాను.''.

''అలాంటివి కొన్నయినా నీ ప్రసంగంలో జోడించవచ్చేమో చూడు''.

నోరాకు మొహం పాలిపోయింది.''ఈసారి ఏమైనా కొత్తది చెయ్యగలనేమో, మెరుగుపరచగలనేమో అని ఆలోచిస్తున్నాను''.

ఏదయినా మెరుగుపరచటం అనే విద్యను ఆమె ఇప్పుడిప్పుడే అభ్యసిస్తోంది.

''మొన్న రాత్రెప్పుడూ గ్రీన్ ల్యాండ్ గురించిన డాక్యుమెంటరీ చూశాను. నువ్వు చిన్నప్పుడు ఆర్కిటిక్ మీద వ్యామోహంతో దానికి సంబంధించిన

పోలార్ బేర్, ఇతర బొమ్మలన్నీ కత్తిరించి అతికించిన విషయం నాకు గుర్తుకొచ్చింది''.

''అవును. మిసెస్ ఎల్మ్ చెప్పేవారు. ఆర్కిటిక్ ను శోధించాలంటే గ్లాసియాలజిస్టు కావాలని. ప్రస్తుతం నేను అదే కావాలని ఆశిస్తున్నాను''.

''మిసెస్ ఎల్మ్'' అనడిగాడు ఆశ్చర్యంగా. ''ఆ మాట వినగానే నాకు గంట మోగుతోంది.''

''స్కూలు లైబ్రేరియన్''.

''అవునవును. నువ్వెప్పుడూ ఆ లైబ్రరీలోనే ఉండేదానివి''.

''అవును. చాలా సుందరంగా''.

''ఇప్పుడు ఆలోచించు. నువ్వు గనక స్విమ్మింగ్ లో చిక్కుకుపోయుండకపోతే, కచ్చితంగా ఇప్పుడు గ్రీన్ లాండ్ లో ఉండేదానివి''.

''స్వాల్ బర్డ్' అంది ఆమె.

''అర్థం కాలా''.

''అది నార్వేనియన్ ద్వీపసమూహం. ఆర్కిటిక్ మహాసముద్రానికి పోయే మార్గం''.

''ఓ ... నార్వేలో ఉండేదానివన్నమాట''.

''ఏమో? ఎవరు చెప్పొచ్చారు. బెడ్ఫోర్డ్ లోనే ఉండిపోయి అటూ ఇటూ తిరుగుతూ నిరుద్యోగిగా ఉండిపోయేదాన్నేమో? ఇంటి అద్దె కూడా చెల్లించలేక సతమతమయ్యేదాన్నేమో?

''నిన్ను నువ్వు అంత తక్కువగా అంచనా వేసుకోకు. నువ్వు ఏదో ఒక గొప్ప పని చేస్తూనే ఉంటావ్''.

తమ్ముడి అమాయకత్వం చూసి ఆమె నవ్వుకుంది. ''అసలు కొన్ని జీవితాల్లో మనిద్దరం కలిసి ఉండం సాధ్యం కాదు''.

''అంతా చెత్త''.

''నాకు అలా అనిపిస్తోంది''.

జోకి ఇదంతా చాలా అసౌకర్యంగా అనిపిస్తోంది. వెంటనే సంభాషణ మార్చాలనుకున్నాడు.

''నేను నిన్న ఎవరిని చూసి ఉంటానో ఊహించు'' అన్నాడు.

నోరా భుజాలు ఎగరవేసింది. బహుశా తనకు తెలిసిన వ్యక్తిని ఎవరో కలిసి ఉంటాడు అనుకుంది.

''రవి. ఇంతకీ రవి నీకు గుర్తున్నాడా?''

నిన్ననే న్యూస్ ఏజెంట్ షాపులో తనకు కనిపించిన రవి ఆమెకు గుర్తొచ్చాడు. ''రవి... రవీనా...''

''వాడు హఠాత్తుగా నా కంట పడ్డాడు''.

''ఎక్కడ బెడ్ఫోర్డ్ లోనా?''

''ఓరి భగవంతుడా? కొన్నేళ్లుగా అక్కడికి పోలేదు. బ్లాక్ఫియర్స్ స్టేషన్ లో. అదీ యాదృచ్ఛికంగా. దశాబ్దానికి పైగా అతన్ని చూసింది లేదు. పబ్ కి వెళదామని బలవంతపెట్టాడు. నేను గతంలో మాదిరిగా ఆల్కాహాలిక్ ను కాను. మద్యానికి దూరంగా ఉన్నాను. ఎవరితోనూ కలిసి ఈ మధ్య కాలంలో కలిసి మద్యం తాగలేదు.''

నోరా ఒక్కసారి బాంబ్ మీద పడినట్టు షాక్ కు గురయ్యింది.

''అమ్మ చనిపోయిన తర్వాత నాకంతా గందరగోళంగా తయారయ్యింది. చూడగానే ముందు గుర్తుపట్టలేకపోయాను. ప్రస్తుతం కెమెరామెన్ గా పనిచేస్తున్నాడు. దాంతోపాటు మ్యూజిక్ లోనూ కొంత పరిశ్రమిస్తున్నాడు. రాక్ కాదు. డీ–జింగ్ లో. కొన్నేళ్లక్రితం అదే మా ఇద్దరిని కలిపింది. లాబ్రింత్ రూపంలో''.

అస్పష్టతను నటించటం ఆమెకు సులువనిపించింది. ''లాబ్రింతా' అనడగింది.

''అవును. ఆ రోజుల్ని తలచుకుంటే విచారం కలుగుతుంది. అంతా చెత్తగా ఉండేది. నేను సరిగా పాడలేకపోయేవాడిని''.

''లాబ్రింత్ విజయం సాధించి ఉంటే నువ్వే స్థాయికి చేరేవాడివో ఒకసారి ఆలోచించు''.

అతను నవ్వాడు. ఆ నవ్వులో విచారం ధ్వనించింది. ''ఏమై ఉంటుందో నాకు తెలియదు''అన్నాడు.

''నీకు అదనంగా ఓ వ్యక్తి అవసరం ఉండేవాళ్లు. నేను కీబోర్డు ప్లే చేసేదాన్ని. అమ్మానాన్న నిన్ను అర్థం చేసుకునేవాళ్లు''.

''నువ్వా? నీకంత సమయం ఉందా?''.

మ్యూజిక్ లేని జీవితం. తను ఇష్టపడే పుస్తకాలకు దూరంగా ఉండే జీవితం.

అదే సమయంలో తన తమ్ముడితో కలిసి గడిపే జీవితం. తనను నిరాశపరచకుండా చూడగల జీవితం.

''రవి హాయ్ చెప్పాలనుకుంటున్నాడు. ఈ ప్రసంగానికి ఎలాగయినా వస్తాడు. ఇక్కడికి కొద్ది దూరంలోనే అతను పనిచేస్తున్నాడు.''.

''ఏమిటి? అతను వస్తానన్నాడా? రాకుండా ఉంటే మంచిది''.

''కారణం...?''

''అతనంటే నాకు పెద్దగా ఇష్టంలేదు''.

జో కంగుతిన్నాడు. ''నాకు ఆ విషయం నువ్వు ఎప్పుడూ చెప్పిన గుర్తు లేదు. సమయం వృథా చేసేవాడయినా మంచి వాడని, పైకి వస్తాడని ఎప్పుడూ అంటూ ఉండేదానివి. ఈ మధ్య అతను ఇంకా తనను తాను మెరుగుపరుచుకున్నాడు''.

నోరా కుదురుకోలేకపోయింది. ''జో...''.

'ఆ...''

''అమ్మ ఎప్పుడు చనిపోయిందో నీకు తెలుసా?''

''ఆ''.

''అప్పుడు నేను ఎక్కడ ఉన్నాను?''

''అక్కా? నీకేమయ్యింది ఇవాళ. ఏమిటి నువ్వు అడుగుతున్నది? నీ కొత్త టాబ్లెట్లు పనిచేస్తున్నాయా?''

'టాబ్లెట్లా?''

ఆమె బ్యాగు తెరిచి చిందరవందరగా పడి ఉన్నవాటిని తేరిపారచూసింది. చిన్న బాక్సులో డిప్రెషన్ నిరోధక మందులు కనిపించాయి. గుండె ఒక్కసారి ఝల్లుమంది.

''అమ్మ చనిపోకముందు ఎక్కువ కాలం చూసుకున్నానా లేదా? నాకు ఆ విషయం తెలుసుకోవాలనుంది''.

జో నుదురు చిట్లించాడు. ఎప్పటి మాదిరిగా అదే తీరుగా ఉన్నాడు. తన అక్కను చదవటం సాధ్యం కాదన్న భావనలోనే ఉన్నాడు. వాస్తవం నుంచి తప్పించుకోవాలని చూస్తున్నాడు. ''మనం అప్పుడు దగ్గర లేం. అంతా వేగంగా జరిగిపోయింది. తన ఎంత జబ్బుతో బాధపడుతోందో మనకు ఏనాడూ చెప్పలేదు. మనల్ని కాపాడుకోవటానికో, లేదా మనం మద్యం తాకకుండా ఉండమని ఒత్తిడి చేస్తామనో తను భయపడేదేమో''.

"ఏమిటి అమ్మ మద్యం తాగేదా?"

జో విచారం మరింత పెరిగింది. "అక్కా, నీకు అమ్నీషియా వచ్చిందా? నదియా రంగం మీదకు వచ్చాక, తను రోజూ బాటిల్ జిన్ తాగుతూ ఉండేది".

"అవునవును. నాకు గుర్తుంది".

"అదే సమయంలో నీ యూరోపియన్ ఛాంపియన్ షిప్ వచ్చిపడింది. దానితో ఆమె జోక్యం కల్పించుకోవాలనుకోలేదు".

"జీసస్. నేను అక్కడ ఉండవలసింది. మనిద్దరిలో ఒకరయినా ఉంటే బావుండేదేమో?..."

అతని మొహం గడ్డకట్టుకుపోయింది.

"అమ్మతో నువ్వంత సన్నిహితంగా ఉండేదానివి కాదుగా. ఇప్పుడు ఎందుకు ఇలా ప్రవర్తిస్తున్నావ్?"

"నేను ఆమెతో సన్నిహితంగా ఉండాలని ప్రయత్నించాను. ఆమె నాతో..."

"నువ్వు నీలా ప్రవర్తించటం లేదు. నిన్ను చూస్తుంటే భయమేస్తోంది".

నోరా తలూపింది. "అవును నేను... నేను... నువ్వు చెప్పింది నిజమే... నేను... టాబ్లెట్ల వల్ల..."

చివరి రోజుల్లో తల్లి తనతో చెప్పిన మాటలు గుర్తుకొచ్చాయి. "నువ్వు లేకపోతే నేనేమయ్యేదాన్నో?" అనేది. బహుశా జో తో కూడా అదే చెప్పేదేమో. ప్రస్తుతం ఇద్దరూ లేరు.

ఈలోగా ప్రియ గదిలోకి ప్రవేశించింది. ఓ చేత్తో ఫోన్, మరో చేత్తో క్లిప్ బోర్డు పట్టుకుని.

"టైమవుతోంది" అంది ఆమె.

జీవితవృక్షం

15 నిముషాల తర్వాత నోరా తిరిగి కాన్ఫరెన్సు రూంలోకి అడుగుపెట్టింది. తన ముందు మాట్లాడుతున్న వ్యక్తి ఉపన్యాసాన్ని ముగించే దశలో ఉన్నాడు. దాదాపు వేయి మంది ప్రేక్షకులు ఉన్నారక్కడ. 'జీరో టూ హీరో' రచయిత్రిగా తను ప్రసంగించబోతోంది. మరో జీవితంలో డేన్ ఆ పుస్తకాన్ని తన పక్కన ఉంచుకున్న విషయం ఆమెకు గుర్తుకొచ్చింది. మొదటి వరుసలో తనకు కేటాయించిన సీటులో కూర్చున్నదన్నమాటే గానీ ఆ మాటలేవీ వినటం లేదు. తన తల్లి గురించి తెలిసిన విషయాలు ఆమెను కలవరపరుస్తున్నాయి. ప్రసంగం ఆందోళనకు గురి చేస్తోంది. తన అవస్థకు అదో రకంగా ఉంది(మైన్ స్ట్రోన్ సూప్ లో క్రౌటన్స్ మాదిరిగా). ''కొద్దిగా తెలిసిన విషయాలు', 'ఆశయం', 'వింటే మీకు ఆశ్చర్యం కలగొచ్చు గానీ', 'నేనే దానిని చేయగలిగితే', 'గట్టి ఎదురుదెబ్బలు' వంటి రకరకాల పదాలు తట్టాయి.

కొత్త కార్పెట్ వల్లనో, పర్ఫ్యూమ్ వాసన వల్లనో చుట్టుపక్కల వాతావరణం ఇబ్బందికరంగా అనిపించింది.

ఆమె ప్రశాంతంగా ఉండటానికి ప్రయత్నించింది.

పక్కనే కూర్చున్న తమ్ముడి వైపుకి వంగి, ''నేను ఇది చేయగలనని అనుకోవటం లేదు'' అంది.

'ఏది?''

''నా కేదో అవుతోంది. బహుశా నేను పానిక్ ఎటాక్ కు గురయ్యా ననిపిస్తోంది''.

అతను ఆమె వైపు చూసి నవ్వాడు. కానీ అతని కళ్లలో దృఢత్వం చూస్తుంటే, వేరే జీవితంలో, అలాంటి సందర్భంలో అతని ప్రవర్తన కళ్లముందు మెదిలింది. బెడ్ఫోర్డ్ లో లాబ్రింత్ పబ్ లో ఇలాంటి ఇబ్బందికర పరిస్థితినే తను ఎదుర్కొంది. ''నువ్వు బానే ఉంటావు''.

‘‘నేను దీనిని చేయగలను అనుకోవటం లేదు. అంతా శూన్యంగా అనిపిస్తోంది’’.

‘‘నువ్వు దాని గురించి ఎక్కువ ఆలోచిస్తున్నావు’’.

నాకు ఆందోళనగా ఉంది. అంతకు మించి ఆలోచించటానికి ఇంకేమీ మిగలలేదు’’.

‘‘కమాన్. మమ్మల్ని నిరాశపరచవద్దు’’.

మమ్మల్ని నిరాశపరచవద్దు.

‘‘కానీ...’’

ఆమె మ్యూజిక్ గురించి ఆలోచించటం మొదలుపెట్టింది.

సంగీతం వల్ల ఆమెకు ఎప్పుడూ సాంత్వన కలుగుతూంటుంది.

హఠాత్తుగా ఒక ట్యూన్ తట్టింది. తన మనసులో కదులుతున్నది ‘బ్యూటిఫుల్ స్కై’ గీతం అని గుర్తించి తనలో తాను కాస్త సిగ్గుపడింది. తన జీవితకాలంలో ఎప్పుడూ అలాంటి పాట పాడి ఎరగదు. ‘‘ది స్కై గ్రోస్ డార్క్ / ది బ్లాక్ ఓవర్ బ్లూ / యెట్ ద స్టార్స్ స్టిల్ / దేర్ టు షైన్ ఫర్...

నోరా పక్కన కూర్చున్న 50’ల వయసులో ఉండే బిజినెస్ ఉమెన్ ఆమె వైపు వంగింది. ‘‘పోర్చుగల్లో నీకు జరిగిన దానికి నేను చింతిస్తున్నాను’’ అంది. ఆమె దట్టంగా పర్ఫ్యూమ్ ధరించి వచ్చింది. ఇప్పటి వరకూ నోరాకు అసౌకర్యం కలిగిస్తున్న పర్ఫ్యూమ్ అదే.

‘‘ఏం జరిగింది?’’

ఆ సమయంలో ప్రేక్షకులు కొడుతున్న చప్పట్ల మధ్య ఆ మహిళ చెప్పిన మాటలు కరిగిపోయాయి.

‘‘ఏమిటి?’’ ఆమె మళ్లీ అడిగింది.

అప్పటికే ఆలస్యమైపోయింది. నోరాను స్టేజీ మీదకు నడిపించుకుని తీసికెళుతున్నారు. తమ్ముడు ఆమె మోచేయి పట్టుకుని ఉన్నాడు.

‘‘వాళ్లు నిన్ను రమ్మంటున్నారు పద’’ అతని కంఠం కంగుమంది.

ఉపన్యాసవేదికపైకి ఆమె హుందాగా నడుచుకుంటూ వెళ్లింది. ముఖంలో చిరునవ్వు. విజయం తాలూకు మెరుపు. మెడ చుట్టూ గోల్డ్ మెడల్. తన వెనకగా ఉన్న స్క్రీన్ పైన అదంతా కనపడుతోంది.

ఇతరుల దృష్టిలో పడటం అనేది ఆమెకు అంతగా నచ్చదు.

''హలో...'' మైక్రోఫోన్ లో ఆమె స్వరం ప్రతిధ్వనించింది. ''మీ అందరి ఎదురుగా ఉన్నందుకు ఆనందంగా ఉంది''.

సభలో వేయి వరకూ ఉన్న ముఖాలు ఆమె ప్రసంగం కోసం ఆత్రుతగా ఎదురుచూస్తున్నట్టు కనిపించాయి.

ఆమె ఒకేసారి ఇంత మందితో ఎప్పుడూ మాట్లాడలేదు. లాబ్రింత్ లో ప్రదర్శన ఇచ్చినప్పుడు కూడా వంద మందికి మించి లేరు. పాటల మధ్యలో మాట్లాడవలసిన సందర్భం వచ్చినప్పుడు కూడా తను పొడిపొడిగా అంతా చెప్పేసేది తప్ప దీర్ఘంగా మాట్లాడింది లేదు. ఇక స్ట్రింగ్ థీరీ లో పనిచేసేటప్పుడు స్టాఫ్ మీటింగుల్లో ఐదుగురు మించి ఉండకపోయినా తను ఎప్పుడో గానీ మాట్లాడేది కాదు. కస్టమర్లతో అవసరమైన మేరకు మాట్లాడటం అలవాటు. ఇక యూనివర్సిటీ కొచ్చేసరికి, ప్రజంటేషన్ అంటే తను తెగ కంగారుపడుతుంటే ఇజ్జీనే అంతా సంభాళించేది.

జో, రోరి తన వైపు అయోమయంగా చూస్తున్నారు.

టెడ్ టాక్ లో తను చూసిన నోరా, ఈ నోరా కాదు. ఆమె చేసిందంతా తను చేయగలగటం మాట అటుంచి, అసలు తను అలా ఉండగలదా అన్న సందేహం కలిగింది ఆమెకి.

''హలో... నా పేరు నోరా సీడ్''

అసలు తను తనను పరిచయం చేసుకోవలసిన పని లేదు. సరదా కోసం ఆ విషయం చెప్పలేదు. అదేదో వినోదమైన విషయం అన్నట్టు అంతా పగలబడి నవ్వారు.

''జీవితం చిత్రమైనది'' అంది ఆమె. ''మనం ఎలా జీవిస్తాం అనేది ప్రధానం. ఒక క్రమంలో అది సాగుతుంది. కానీ అది ఒక సంపూర్ణచిత్రం కాదు. జీవితం అనేది మనం చేసే పనుల వల్ల ఏర్పడదు. మనం చేయని పనుల వల్ల కూడా సంభవించవచ్చు. మన జీవితంలో ప్రతి క్షణం... . 'ఓ రకమైన మలుపు...'

ఇంకా ఏమీ లేదు.

''ఒకసారి దాని గురించి ఆలోచించండి. మనం ఎలా మొదలవుతాం అనేదాన్ని బట్టి అంతా సిద్ధమవుతుంది. భూమిలో నాటిన విత్తనం మాదిరిగా నెమ్మది నెమ్మదిగా ఎదుగుతాం... మొట్టమొదటగా మనం కేవలం మొండెం''

అంతకు మించి ఏమీలేదు.

"ఆ తర్వాత చెట్టు... అదే మన జీవితం... కొమ్మలు వస్తాయి. అన్ని కొమ్మలు మొండెం నుంచి వేర్వేరు ఎత్తుల్లో వ్యాపిస్తాయి. మళ్లీ వాటికి కొమ్మలు... కొన్ని వ్యతిరేకదిశల్లో కూడా ఉండొచ్చు. ఒకే చోట నుంచి ప్రారంభమయినా... కొమ్మలు, మరికొన్ని కొమ్మలుగా మారటం, చివరకు చిన్న రెమ్మలుగా మారటం గురించి ఆలోచించండి. జీవితం కూడా అంతే. కాకపోతే అది పెద్ద స్థాయిలో జరుగుతుంది. ప్రతి రోజూ ప్రతి నిముషం కొత్త కొమ్మలు ఏర్పడతాయి. మన దృక్పథంలో నుంచి చూసినా, ఇతరుల దృష్టి కోణంలో నుంచి చూసినా అవి నిరంతరాయంగా సాగుతూనే ఉంటుంది. ఒక చిన్న కొమ్మ ఒక్క ప్రయాణమే చేస్తుంది. కానీ ఇతర కొమ్మలు కూడా ఉంటాయి. మరికొన్ని ఇతర 'నేడు' లు ఉంటాయి. జీవితంలో ప్రాథమిక దశలో మీ ప్రయాణం దిశను మార్చుకుంటే అది వేరే రకమైన జీవితానికి దారితీస్తుంది. అది జీవితమనే వృక్షం. అది బుద్ధిజం, జైనిజం, క్రిస్టియానిటీతో పాటు ఎన్నోమతాలు, పురాణాలు జీవితం అనే మహావృక్షం గురించి మాట్లాడాయి. ఎందరో రచయితలు జీవితానికి రకరకాల భాష్యాలు చెప్పారు. సిల్వియా ప్లాత్ మాటల్లో చెప్పాలంటే, మన ఉనికిని చాటుకోవటం అత్తి చెట్టు లాంటిది. మన జీవించటానికి వీలైనన్ని అవకాశాలు... పెళ్లి చేసుకుని సంతోషంగా జీవించటం, పేరుప్రఖ్యాతులున్న కవి కావటం తదితరాలు. తను మధురమైన జీవితాన్ని అందుకోలేకపోతే అవి అక్కడికక్కడే నశిస్తాయి. అది మిమ్మల్ని పిచ్చివాళ్లను చేస్తుంది. మిగలిన జీవితాలను అనుభవించలేకపోయానన్న వేదన కలిగిస్తుంది.

"ఉదాహరణకు నేను అనుభవించిన అనేక జీవితాల్లో... ఇలా పోడియం ముందు నిలబడి విజయం గురించి మాట్లాడిన దాఖలాలు లేవు. చాలా జీవితాల్లో నేను ఒలంపిక్ మెడలిస్టును కూడా కాదు"

ఆ నిముషంలో మిడ్ నైట్ లైబ్రరీలో మిసెస్ ఎల్మ్ చెప్పిన మాటలు ఆమెకు గుర్తుకొచ్చాయి.

"నేర్చుకోవటానికి ఉన్న ఒకే ఒక్క అవకాశం అలా జీవించటమే".

ఇదే తీరులో మరో 20 నిముషాలపాటు ఆమె ప్రసంగం కొనసాగింది. మిసెస్ ఎల్మ్ చెప్పిన అనేక అంశాలను గుర్తుచేసుకుంటూ ముందుకు సాగింది. ఆమె చేతుల వంక చూసుకుంది. వేదిక మీద ఉన్న విద్యుద్దీపాల కారణంగా తెల్లగా మెరుస్తున్నాయి.

చేతిమీద కనిపించిన సన్నటి చార ధారగా సాగుతున్న ఆమె ప్రసంగాన్ని ఆటంకపరిచింది. కొత్త దారిలోకి మళ్లించింది అనటం సబబు.

"తర్వాత... మనం ఏదయితే ముందుకు వెళ్లటానికి అది విజయవంతమైన మార్గం అనుకుంటామో, నిజానికి అది కాదు. చాలా సందర్భాల్లో మనం విజయం అంటే బాహ్యమైన అంశాలనే చూస్తాం. అది ఒలింపిక్ మెడల్, మంచి భర్త, మంచి వేతనం ఇలా... ఈ కొలమానాలు పెట్టుకుని మనం వాటిని సాధించటానికి ప్రయత్నిస్తాం. కానీ విజయం అనేది నువ్వు కొలవగలిగినది కాదు. జీవితం అనేది నువ్వు గెలవగలిగిన పరుగుపందెం కాదు. మనం అనుకున్నదంతా పరమచెత్త... ."

ప్రేక్షకులకు అదంతా అసౌకర్యంగా అనిపిస్తోంది. ఆమె నుంచి వారు ఆశించిన ప్రసంగం నిజానికి ఇది కాదు. మొత్తం అక్కడున్న వాళ్లందరినీ స్కాన్ చేసి చూస్తే ఒక్క ముఖంలోనే చిరునవ్వు కనిపిస్తోంది. బ్లూకాటన్ షర్టు ధరించి, బెడ్ఫోర్డ్ లో తను చూసినప్పటి కంటే తక్కువ జుత్తుతో ఉన్న ఆ వ్యక్తిని రవిగా పోల్చుకోగలిగింది. న్యూస్ఏజెంటు షాపులో నిలబడి, ఏ మేగజైన్ కొనగలిగే స్థితిలో లేకుండా అందుకు తనే కారణమైనట్టు నిందించటం గుర్తొకొచ్చింది. ఈ వ్యక్తి స్నేహశీలిగా కనిపిస్తున్నాడు.

"నాకు తెలుసు. మీరంతా విజయసూత్రాలకు సంబంధించి నేను చేసిన టెడ్ ప్రసంగం లాంటిది నా నుంచి ఆశిస్తున్నారు. కానీ వాస్తవానికి విజయం అనేది ఓ భ్రాంతి. నేను చెప్పదలుచుకున్నదేమిటంటే, చాలా విషయాలను మనం అధిగమించగలం. ఉదాహరణకు స్టేజీ అంటే నాకు. భయం. ఇక్కడకు వచ్చి మీ ముందు ప్రసంగం చేస్తున్నాను. ఈ మధ్య ఎవరో నాకు చెప్పారు. నా భయం స్టేజీ కాదని, జీవితం అంటే భయమని. వాళ్లు చెప్పింది అక్షరాలా నిజం. జీవితం అనేది భయపెడుతుంది. అలా భయపెట్టటానికి కారణం... మనం ఏ కొమ్మ పైన జీవిస్తున్నా, అది కుళ్లిన చెట్టులో భాగం కావటమే. నేను జీవితంలో ఎన్నో కావాలని ఆశించాను. అన్ని రకాలుగా కూడా. కానీ నీ జీవితం కుళ్లిపోయినప్పుడు, నువ్వు ఏ పని తలపెట్టినా అది కుళ్లిపోయినట్టే అవుతుంది. తడి మూలాలు మొత్తం వస్తువును పనికిరాకుండా చేస్తుంది..."

ఇదంతా అసహనంగా ఉంది జోకి. మెడమీద చేయి ఉంచుకుని మధ్య మధ్యలో గాలిలో పైకి లేపుతూ సంభాషణను ఆపమని సూచిస్తున్నాడు.

“ఏది ఏమైనా దయాళువుగా ఉండండి. దయ ప్రదర్శించండి. నేను ఇక్కడ నుంచి వెళ్లిపోవాలనిపిస్తోంది. వెళ్లే ముందు ఒక్కమాట. మా తమ్ముడు జో అంటే నాకు ఇష్టం. తమ్ముడూ... ఐ లవ్ యు... వాడినే కాదు. ఈ హాలులో ఉన్న ప్రతి ఒక్కరినీ నేను ప్రేమిస్తున్నాను. ఇక్కడ మీ అందరి మధ్యన ఉండటం ఆనందం కలిగిస్తోంది.

మీ మధ్యన ఉండటం నాకు ఆనందం కలిగిస్తోంది అని ఆమె అనటం తరువాయి.

అదే క్షణంలో ఆమె అక్కడ నుంచి మాయమైంది.

సిస్టమ్ ఎర్రర్

ఆమె తిరిగి మిడ్ నైట్ లైబ్రరీలోకి ప్రవేశించింది.

ఈ దఫా ఆమె బుక్ షెల్ఫ్ లకు కాస్తంత దూరంగా ఉంది. విశాలమైన కారిడార్ లో ఆమె ఇంతకు ముందు ఆఫీసు ఏరియాగా భావించిన ప్రదేశం అది. డెస్కు మీద కంప్యూటర్, చిందరవందరగా పడేసిన కొన్ని పేపర్లు ఉన్నాయి.

కంప్యూటర్ చాలా పాతకాలం నాటిది. క్రీమ్ కలర్ బాక్సులో ఉంచారు. ఒకప్పుడు స్కూలు లైబ్రరీలో మిసెస్ ఎల్మ్ అలాంటి కంప్యూటర్ నే వాడేది. ఇప్పుడు కంప్యూటర్ ముందు కూర్చుని దాని వంకే తీక్షణంగా చూస్తూ ఏదో టైప్ చేసుకుంటోంది. నోరా ఆమె వెనగ్గా నిలబడింది.

పైన విద్యుత్ వైర్ల నుంచి వేలాడుతున్న లైట్లు మిణుకు మిణుకుమంటున్నాయి.

"నా వల్ల మా నాన్న జీవించి ఉన్నాడు. కానీ అతనికి వివాహేతర సంబంధం ఉంది. మా అమ్మ ముందుగా చనిపోయింది. నేను మా తమ్ముడిని ఎప్పుడూ నిరాశపరచకూడదని అతనితోనే ఉంటున్నాను. ఆ జీవితంలో తను నాతో బాగా ఉంటున్నాడు. నా వల్ల అతను డబ్బు సంపాదించుకోగలుగుతున్నాడు. నేను అలాగే ఉన్నా... అది నేను ఊహించుకున్న ఒలంపిక్ కలలను సాధించుకోవటం కాదు. పోర్చుగల్ ఏదో జరిగింది. నన్ను నేను చంపుకోవటానికి సిద్ధపడటమో, లేకపోతే అలాంటిదే మరొకటో సంభవించి ఉంటుంది''.

...ఇంకేమీ జీవితాలే లేవా? లేకపోతే కేవలం దుస్తులే మారుతున్నాయా?''

మిసెస్ ఎల్మ్ తన మాటలు వింటున్నట్టు లేదు. డెస్కుపై నున్న ఆరెంజ్ పెన్ నోరాను ఆకర్షించింది. తను స్కూలులో చదివేటప్పుడు అచ్చు అలాంటి పెన్నే తనకు ఉండేది.

''హలో, మిసెస్ ఎల్మ్? నేను చెప్పేది మీకు వినపడుతోందా?''

ఏదో తేడా వచ్చి ఉంటుంది.

లైబ్రేరియన్ ముఖం గంభీరంగా, ఆందోళనతో ఉంది. స్క్రీన్ వైపు చూస్తూ తనకు తనే అనుకుంది. 'సిస్టమ్ ఎర్రర్?''.

''మిసెస్ ఎల్మ్? హలో... ఓ... ఓ... మీరు నన్ను చూడగలుగుతున్నారా?''

ఆమె భుజాలను గట్టిగా చరిచింది. అది ఫలితం ఇచ్చినట్టుంది.

మిసెస్ ఎల్మ్ ముఖంలో ఏదో బరువు దిగిన భావన కనిపించింది. కంప్యూటర్ లో నుంచి తల తప్పి, ''ఓహ్... నోరా... నువ్వు వచ్చేశావా?''

''మీరు నేను రాకూడదని అనుకుంటున్నారా? నేను జీవించాలనుకున్న జీవితం అదేనని మీరు భావిస్తున్నారా?''

ఆమె నెమ్మదిగా తలాడించింది. అలాంటి అవకాశం లేదన్నట్టుగా. ''అది కాదు. ఈ అంశం చాలా సున్నితంగా ఉంది''.

''ఏది?''

''అదే బదిలీ''.

''... అంటే...''

''పుస్తకంలో నుంచి ఇక్కడకు. ఇక్కడ నువ్వు కోరుకున్న జీవితానికి. ఏదో సమస్య తలెత్తిందని అనిపిస్తోంది. మొత్తం వ్యవస్థకు సంబంధించింది. నా నియంత్రణలో లేనిది. ఏదో బయటది.

''అంటే నా నిజజీవితంలోనా?''

ఆమె తిరిగి స్క్రీన్ వైపు చూసింది. ''అవును. మూలజీవితంతో సంబంధం ఉంది కాబట్టే మిడ్ నైట్ లైబ్రరీలోకి నువ్వు రాగలుగుతున్నావు ''

''నేను చనిపోబోతున్నానా?''

మిసెస్ ఎల్మ్ ఉద్వేగానికి గురయ్యింది. ''ఆ అవకాశం ఉంది. నా ఉద్దేశ్యం ఏమిటంటే, అన్ని రకాల అవకాశాల తర్వాత చిట్టచివరికి సంభవించేది అదే''.

ఈతకొడుతున్నప్పుడు తనకెంత మానసిక ఉల్లాసం కలిగిందో నోరా ఓసారి గుర్తు చేసుకుంది. అప్పుడు తను సజీవంగాఉన్న అనుభూతి కలిగింది. కానీ హఠాత్తుగా తనకు ఏదో అయ్యింది. భౌతికంగా. అది బలంగా పని

చేసింది. కడుపును గుంజేసింది. మరణానికి సంబంధించిన ఆలోచన తనను హఠాత్తుగా ఇబ్బంది పెట్టింది. అంతే అప్పటి వరకూ మిణుకు మిణుకు మంటున్న వెలుగుతున్న దీపాలు హఠాత్తుగా వెలిగాయి.

మిసెస్ ఎల్మ్ ఆనందంతో చప్పట్లు కొట్టింది. కంప్యూటర్ స్క్రీన్ పైన కొత్త సమాచారం కనిపించింది.

''ఓహ్. అవాంతరం తొలిగింది. అది తిరిగివచ్చేసింది. ఇక పరుగు ప్రారంభమవుతుంది. థ్యాంక్స్''

''ఏమిటి?''

''కంప్యూటర్ ఏం చెబుతోందంటే, హోస్ట్ కి సంబంధించిన మూలకారణాలను తాత్కాలికంగా స్థిరపరచామని. హోస్ట్ నువ్వే. మూల కారణమూ నువ్వే'' అని నవ్వింది. నోరా కనురెప్పలాడించింది. కళ్లు తెరిచేసరికి మిసెస్ ఎల్మ్, నోరా ఇద్దరూ లైబ్రరీలో బుక్ షెల్ఫుల మధ్య వేర్వేరు ప్రదేశాల్లో ఎదురెదురుగా నిలబడి ఉన్నారు.

మిసెస్ ఎల్మ్ గట్టిగా నిట్టూర్పు విడిచింది. ''అంతా సర్దుకుంది'' తనలో తనే అనుకుంది.

''మా అమ్మ వేర్వేరు జీవితాల్లో వేర్వేరు తేదీల్లో చనిపోయింది. ఆమె సజీవంగా ఉన్న జీవితాన్ని నేను కోరుకుంటున్నాను. అలాంటి జీవితం ఉంటుందా?''

మిసెస్ ఎల్మ్ చూపు నోరా పైన పడింది.

''అది ఉండొచ్చు''.

''గొప్ప విషయం''.

''కానీ నువ్వు అక్కడకు చేరటం కష్టం''.

''ఈ లైబ్రరీ నువ్వు తీసుకునే నిర్ణయాలకు సంబంధించింది. నిన్నటి తర్వాత ఇంకా ఆమె జీవించి ఉన్న రోజుల్ని ఎంపిక చేసుకునే అవకాశం లేదు. సారీ''.

నోరా నెత్తిమీద ఉన్న బల్బు ఒక్కసారిగా వెలిగింది. లైబ్రరీలోని మిగతావాటిల్లో ఎలాంటి మార్పు లేదు.

''నువ్వు మరో రకంగా ఆలోచించాలి నోరా. ఇంతకు ముందు జీవితంలో నీకు ఆసక్తి కలిగించిన అంశాలేమిటి?''

"స్విమ్మింగ్. నేను స్విమ్మింగ్ ను ఎక్కువ ఇష్టపడ్డాను. అయితే ఆ జీవితంలో నేను సంతోషంగా ఉన్నట్టు అనిపించలేదు.

"సంతోషంగా ఉండటం అనేది లక్ష్యమా?"

"ఆ విషయం నాకు తెలియదు. నా జీవితం అర్థవంతంగా ఉండాలనుకుంటున్నాను. నా జీవితంలో ఏదో ఒక మంచి పని పని చేయాలనుకున్నాను".

"ఒకప్పుడు నువ్వు హిమానీనదాల శాస్త్రవేత్త (గ్లేసియాలజిస్టు) కావాలనుకున్నావు కదా?"

"అవును".

"దాని గురించి నువ్వు ఎప్పుడూ మాట్లాడుతూండేదానివి. ఆర్కిటిక్ అంటే ఇష్టం అని నువ్వు మాట్లాడుతుంటే, నేనే దానిని నీకు సూచించాను కదూ".

"అవును నాకు గుర్తుంది. ఆ పేరు పలకటమే నాకు అమితమైన ఇష్టంగా ఉండేది. మా అమ్మ, నాన్నలకు అదేమంత ఇష్టంగా అనిపించేది కాదు".

"కారణం?"

"కారణం తెలీదు. చదువుకు సంబంధించిన విషయాలంటే ఎక్కువ ఇష్టం చూపించేవాళ్లు. స్విమ్మింగ్ విషయంలో నాన్న ప్రోత్సాహం ఉండేది".

నోరాలో ఒక్కసారిగా విచారం తన్నుకొచ్చింది. తన పుట్టినప్పటి నుంచి సోదరుడికి తనకి పెంపకంలో చూపిన వ్యత్యాసం ఆమెకు గుర్తుకొచ్చింది.

"స్విమ్మింగ్ ఒక్కటే కాకుండా ఇతర విషయాలపైన కూడా జో ఆసక్తి చూపించేవాడు" చెప్పింది నోరా. "నన్ను బయటకు పంపటానికి మా అమ్మ ఒప్పుకునేది కాదు. నాన్నమాదిరిగా స్విమ్మింగ్ నూ ఇష్టపడేది కాదు. కచ్చితంగా మా అమ్మ మాట లక్ష్య పెట్టకుండా ఆర్కిటిక్ పరిశోధకురాలిగా ఎదిగిన జీవితం ఒకటి ఉండొచ్చు. అన్నింటి కంటే లక్ష్యం ప్రధానంగా... ఈ భూగ్రహానికి ఉపకరించేలా... పర్యావరణ మార్పులను అధ్యయనం చేస్తూ... ముందు వరసలోఉండేలా...

"నువ్వు అలాంటి జీవితాన్నిప్రసాదించమని నన్ను కోరుతున్నావన్నమాట".

నోరా నిట్టూర్పు విడిచింది. తను ఎలాంటి జీవితాన్ని కోరుకుంటోంది అనే విషయంలో ఆమెకు స్పష్టత లేదు. కనీసం ఆర్కిటిక్ వలయం అయితే కాస్త కొత్తగా ఉంటుందనిపించింది.

"సరే..."

స్వాల్బర్డ్

ఆ పడవలో ఉన్న చిన్న కేబిన్ లో ఉన్న పడక మీద నుంచి ఆమె లేచికూర్చుంది. అది అటూ ఇటూ కదులుతూండటంతో అది బోటు అని అర్థం చేసుకోగలిగింది. అది మెల్లగా ఊగుతున్నా ఆమెకు నిద్రాభంగమైంది. కేబిన్ అత్యంత సాధారణంగా ఉంది. ఆమె దట్టంగా ఉన్న ఫ్లీస్ స్వెట్టర్, పెద్ద జాన్స్ ధరించి ఉంది. దుప్పటిని తొలగిస్తూ తనకు తలనొప్పిగా ఉన్న విషయాన్ని గుర్తించింది. నోరు తడారిపోయి ఉంది. దవడలు అంటుకుపోయి పళ్లను కరుచుకుంటున్నాయి. అంతలోనే ఆమెకు దగ్గొచ్చింది. సాధారణంగా ఒలంపియన్లను మించి దృఢత్వంతో ఉన్నానన్న విషయం ఆమెకు అర్థమైంది. ఆమె చేతులు పొగాకు కంపు కొడుతున్నాయి. ఆమె కూర్చుంటూ ఎదురు బెడ్ వైపు చూసింది. తనవైపు చూస్తున్న మరో మహిళ కనిపించింది. ఆమె అందంగా, దృఢంగా, ఎటువంటి కఠినమైన వాతావరణాన్నయినా తట్టుకోగల వ్యక్తిగా అనిపించింది.

''గుడ్మార్నింగ్ నోరా''.

ఆమె చిరుదరహాసం చేసింది. ఈ జీవితంలో ఆమె మాట్లాడే స్కాండెనేవియన్ భాషతో తనకు అంత పరిచయం ఉండకపోవచ్చని ఆమెకు అనిపించింది.

''గుడ్మార్నింగ్...''

ఆమె మంచం పక్కన కింద నేల మీద సగం ఖాళీ అయిన వోడ్కా సీసా, మగ్ కనిపించాయి. రెండు మంచాల మధ్యన డాగ్ కేలండర్ (ఏప్రిల్: స్ప్రింగర్ స్పానియల్) ఉంది. దాని పక్కన మూడు ఇంగ్లీషు పుస్తకాలు. ప్రిన్సిపుల్స్ ఆఫ్ గ్లేసియర్ మెకానిక్స్ అన్న పుస్తకం ఆమెకు దగ్గరగా ఉంది.మిగిలిన రెండు నోరా పైన వచ్చినవి. 'ఎ న్యాచురలిస్ట్ గైడ్ ది ఆర్కిటిక్, పెంగ్విన్ క్లాసిక్

ఎడిషన్ 'ది సాగా ఆఫ్ వోల్సంగ్స్', 'ది నోర్స్ ఎపిక్ ఆఫ్ సిగర్డ్ ది డ్రాగన్ స్లేయర్'' అది కాదు. ఆమె గమనించిన విషయం మరొకటి. అక్కడ చలి ఎముకల్ని కొరికేస్తోంది. మనుషుల్ని దహించివేస్తుందా అన్నంత తీవ్రంగా ఉంది. చేతివేళ్లను, కాలివేళ్లను గాయపరిచేలా, చెక్కిళ్లను కొయ్యబారేలా చేస్తోంది. లోపల లేయర్లకొద్దీ థర్మల్ అండర్ వేర్లు, పైన స్వెట్టర్ ధరించి ఉంది. రెండు ఎలక్ట్రిక్ హీటర్లు నారింజరంగులో మెరుస్తున్నాయి. ప్రతి ఉచ్ఛ్వాసం ఒక మేఘంలా కమ్ముకుంటోంది.

''నువ్విక్కడ ఎందుకు ఉన్నావు నోరా?'' ఆ మహిళ అడిగింది తనదైన బరువైన ఇంగ్లీషు యాసలో.

అది చాలా చిత్రమైన ప్రశ్న. నువ్వు ఎక్కడున్నావో నీకే తెలియనప్పుడు అలాంటి ప్రశ్న ఎదురుకావటం...

''బాగా ముందు లేచాననుకుంటా... ఫిలాసఫీ వల్ల వచ్చానేమో?''

దూరంగా సముద్రంలో నుంచి చొచ్చుకొచ్చిన ఐస్ గడ్డ కనిపిస్తోంది. ఆమె ఉత్తరానికి దూరంగానో, దక్షిణానికి దూరంగానో తెలియదు గానీ, చాలా దూరంగా మాత్రం ఉంది.

ఆ మహిళ తన వంక ఇంకా తేరిపార చూస్తూనే ఉంది. తామిద్దరం స్నేహితులమా కాదా అన్న విషయం నోరాకు అర్థం కావటం లేదు. కానీ ఆ మహిళ సూటిగా, స్పష్టంగా, మంచి స్నేహశీలిగా మాత్రం కనిపిస్తోంది.

''పిలాసఫీని పక్కన పెట్టు. అసలు నిన్ను ఈ పరిశోధనలోకి లాక్కొచ్చిందేమిటి? ప్రశ్న అదే కానీ ఇంకోరకంగా అడుగుతున్నాను. మనుషులకు దూరంగా ఉండాలని ఎందుకు కోరుకున్నావ్? ఆ విషయం నాకెప్పుడూ చెప్పలేదే? ''

''నాకు తెలియదు. బహుశా శీతల వాతావరణం అంటే నాకు ఇష్టం కావటం వల్లనేమో?''

''ఈ చలిని ఎవరూ ఇష్టపడరు. సాడోమసోచిస్టుల్లాంటి మానసిక వికారాలు ఉన్న వాళ్లు తప్ప...''

ఆమె చెప్పిన దానిలో విషయం కనిపించింది. నోరా మంచం ఆ చివర ఉన్న స్వెట్టర్ ను అందుకుంది. తను వేసుకున్న స్వెట్టర్ పైన దానిని ధరించింది. వోడ్కా బాటిల్ పక్కన ల్యామినేషన్ చేసిన కార్డును గమనించింది.

ఇంగ్రిడ్ స్కిర్ బెక్,
ప్రొఫెసర్ ఆఫ్ జియోసైన్స్,
ఇంటర్నేషనల్ పోలార్ రీసెర్చి ఇన్ స్టిట్యూట్

"ఇంగ్రిడ్... దాని గురించి నాకు తెలియదు. నాకు గ్లేసియర్లు అంటే ఇష్టం. నాకు వాటి గురించి తెలుసుకోవటం అంటే ఇష్టం. అవెందుకు కరిగిపోతున్నాయా అని అర్థం చేసుకోవాలనుకున్నాను".

ఇంగ్రిడ్ చూపులను బట్టి, తను నిపుణురాలయిన పరిశోధకురాలిని కానేమో నన్న భావన ఆమెకు కలిగింది.

"మరి నీ సంగతేమిటి?" అనడిగింది.

ఇంగ్రిడ్ నిట్టూర్చింది. తన అరచేతిని బొటనవేలితో రుద్దుకుంది. పెర్ కన్నుమూశాక, ఓస్లోలో ఇక ఉండలేకపోయాను. మిగతావాళ్లంతా నాకు అతను కాదు అన్న విషయం నీకు తెలుసు. యూనివర్సిటీలో మనం వెళ్లే కాఫీ షాపు గుర్తుందా? మనం అక్కడ గంటలు గంటలు గడిపేవాళ్లం. నిశ్శబ్దంగా, వీలయినంత నిశ్శబ్దంగా. పేపర్లు చదువుకుంటూ, కాఫీ తాగుతూ. మనం ఎంతో దూరంగా నడిచేవాళ్లం కూడా. అలాంటి ప్రదేశాలను వదలటం నిజంగా చాలా కష్టం. అతని ఆత్మ నన్ను వెంటాడుతున్నట్టు అనిపించేది. ఎటు వెళ్లినా అది నన్ను తరుముతూ వచ్చేది. అతన్ని మరిచిపోటానికి శాయశక్తులా నేను చేసిన ప్రయత్నాలు వ్యర్థమయ్యాయి. దు:ఖమనేది పెద్ద శత్రువు. ఎక్కువ కాలం నేను అక్కడే ఉండిపోయి ఉంటే మానవాళిని ద్వేషించేదాన్ని. స్వాల్ బర్డ్ లో రీసెర్చి స్థానానికి అవకాశం వచ్చినప్పుడు అంగీకారం తెలిపాను. అదే నన్ను కాపాడింది. అతనితో కలిసి సంచరించని ప్రదేశంలో నేను ఉండాలనుకున్నాను. అతని జ్ఞాపకాలు నన్ను వెంటాడకూడదనుకున్నాను. కానీ చివరికి... సగమే పనిచేసింది. ప్రదేశాలు ప్రదేశాలే. జ్ఞాపకాలు జ్ఞాపకాలే. జీవితం జీవితమే అని అప్పుడు అర్థమైంది.

ఆ చెప్పిన విషయాలన్నింటినీ నోరా స్వీకరించింది. తనకు బాగా పరిచయం ఉన్న వ్యక్తితో అన్నీ పంచుకుంటున్నానని ఇంగ్రిడ్ భావిస్తోంది. కానీ తను పూర్తిగా అపరిచితురాలు. ఎందుకో అదంతా తప్పుగా, అసహజంగా అనిపించింది. ఇలా గూఢచారిగా ఉండటం అనేది అన్నింటికంటే కష్టం అని ఆమెకు అనిపించింది. మీలో భావోద్వేగాలను భద్రపరుచుకోవటం అనేది

ఇతరులు చేసే చెడ్డ పెట్టుబడి అవుతుంది. అవతల వాళ్ల నుంచి మీరేదో దోచుకుంటున్నారన్న భావన కలుగుతుంది.

ఆమె ఆలోచనలకు భంగం కలిగిస్తూ, ''నిన్న రాత్రి జరిగిన దానికి థ్యాంక్స్. మనం బాగా మాట్లాడుకున్నాం. ఈ బోటులో చాలా మంది మూర్ఖులున్నారు. నువ్వు మాత్రం అలా కాదు''.

''థ్యాంక్స్. నువ్వు కూడా...''.

అప్పుడు గమనించింది నోరా. గదికి అవతల మూల, కోటు హుక్కుల పక్కన గోధుమరంగు హాండిల్ ఉన్న అతి పెద్ద రైఫిల్ గోడకు ఆనించి ఉంది.

అది చూడగానే ఆమెకు సంతోషం కలిగింది. 11 ఏళ్ల పిల్లలా తను సాహసం చేయబోతున్నానని అనిపించింది.

హ్యూగో లెవోఫ్

హ్యాంగోవర్ వల్ల తలనొప్పితో బాధపడుతూ నోరా వెదురు మార్గం గుండా నడుచుకుంటూ డైనింగ్ హాలును సమీపించింది. అక్కడ శాస్త్రవేత్తలందరూ కూర్చుని అల్పాహారం చేస్తూ కనిపించారు.

కొంత రా బ్రెడ్, బ్లాక్ కాఫీ అందుకుని తను కూడా వాళ్ల పక్కన కూర్చుంది. బయట వాతావరణం చాలా ఆహ్లాదంగా కనిపించింది. గడ్డలు కట్టిన ఐస్ పొగమంచు మధ్య తెల్లగా మెరుస్తూ కనిపించింది. నోరా తన చుట్టు పక్కల వాళ్లెంత మందో లెక్కపెట్టింది. 11 మంది పురుషులు, ఆర్గురుమహిళలు మొత్తం 17 మంది ఉన్నారు. తను ఓ టేబుల్ పైన సర్దుకుంది. పక్కన ఉన్న అతను చిన్న జుట్టు, రెండు రోజులుగా పెరిగిన గడ్డంతో ఉన్నాడు. గదిలో ఎక్కువ మందిలా అతను కూడా పర్కా ధరించాడు. కానీ అది అతనికి అంతగా నప్పలేదు. రివేరాలో డిజైనర్ షార్ట్స్, పింక్ పోలో షర్టులు ధరించే వాడిలా ఉన్నాడు. అతను నోరాను చూసి మందహాసం చేశాడు. ఆమె నవ్వుని అర్థం చేసుకోవటానికి, తమ మధ్య సంబంధాన్ని గ్రహించటానికి ప్రయత్నించింది. ఆమెను కాసేపు గమనించాక, తన కుర్చీని జరుపుకుని ఆమెకు ఎదురుగా కూర్చున్నాడు. అతని పేరు ఏమిటో ఆమెకు తెలుసుకోవాలనిపించింది.

''నా పేరు హ్యూగో'' అనటం ఆమెకు ఉపశమనం కలిగించింది. ''హ్యూగో లెవోఫ్. మీరు నోరా కదా?''

''అవును''.

''స్వాల్బర్డ్ లో రీసెర్చి సెంటర్లో మిమ్మల్ని చూశాను. కానీ మనం ఎప్పుడూ పలకరించుకోలేదు. మంచుపర్వతాలపైన మీరు పబ్లిష్ చేసిన పరిశోధన పత్రం నాకు చాలా నచ్చింది. ఆ విషయం మీకు ఎప్పటి నుంచో చెప్పాలనుకుంటున్నాను''.

''నిజంగా?''

''అవును. అది ఇక్కడే ఎందుకు సంభవిస్తుంది? మిగతాచోట్ల అలా ఎందుకు ఉండదు అనే విషయం నన్ను ఎప్పుడూ ఆకర్షిస్తుంది''.

''జీవితం అనేది అనేక అద్భుతాల సమాహారం''.

ఆ సంభాషణ మనసును ఆకర్షిస్తోంది గానీ అది ప్రమాదకరమైనది. నోరా సన్నగా నవ్వింది. కిటికీలో నుంచి బయటకు చూడటం ప్రారంభించింది. మంచుగడ్డలు నిజంగా ద్వీపాలుగా మారిపోతున్నాయి. పర్వతాల కొన వంటి చిన్న మంచు కొండలు చారలుగా కనిపిస్తున్నాయి. వాటిపై భాగం కనిపించటం లేదు. మేఘాలు కప్పేస్తున్నట్టుగా ఉన్నాయి. మిగిలిన భాగం అంతా పొగమంచుకి దూరంగా ఉన్నట్టు అనిపించింది. అది అద్భుతంగా, నమ్మశక్యం కాకుండా ఉంది.

మీరు టీవీలోగానీ, మేగజైన్ లో గానీ గమనిస్తే, గ్లేసియర్ అంటే మంచుముద్దలా కనిపిస్తుంది. కానీ దాని ఉపరితలం గమనిస్తే కొండలా ఉంటుంది. నలుపు గోధుమవర్ణం, తెలుపు కలగలిసి ఉంటాయి. ఆ తెలుపులో రకరకాలు ఉంటాయి. తెలుపు-తెలుపు, నీలం-తెలుపు, టర్క్వాయిష్-తెలుపు, బంగారం-తెలుపు, వెండి-తెలుపు, అపారదర్శకం-తెలుపు ఇలా రకరకాల రంగుల్లో ఆకర్షణీయంగా సజీవంగా ఉంటాయి. ఇప్పుడు తింటున్న బ్రేక్ ఫాస్ట్ కంటే కచ్చితంగా బావుంటాయి.

''విసుగుపుట్టిస్తుంది కదూ'' హ్యూగో అడిగాడు.

''ఏమిటి?''

''ఈ రోజు ఎప్పటికీ పూర్తికాదనే సత్యం''.

ఈ పరిశీలన నోరాకు అసౌకర్యంగా అనిపించింది. ''ఏ రకంగా?''

అతను స్పందించటానికి ముందు ఒక నిముషం ఆగాడు.

''అంతులేని కాంతి...'' అన్నాడు. బ్రేక్ ఫాస్టు లో ముక్క తుంపుకుని నోట్లో పెట్టుకుంటూ, ''ఏప్రిల్ నుంచి... రోజును ఎక్కువ సేపు గడపవలసి రావటం...''

''ఆ అంశం గురించి కొంత వివరంగా చెబుతారా?''

''పార్ట్ హోల్ కర్టెన్స్ ఇచ్చారని మీరు అనుకోవచ్చు. నేను ఈ బోటు ఎక్కిన దగ్గర్నుంచి సరిగా నిద్రపోతే ఒట్టు''.

నోరా తలాడించింది. ''ఎంత కాలం ఇలా ఉంటుంది?''

అతను నవ్వాడు. పెదాలువిడివడకుండా నోరుగట్టిగా మూసుకుని. నాగరికంగా కూడా ఉంది. అసలే నవ్వలేదేమో అన్నట్టుగా ఉంది.

''నిన్న రాత్రి ఇంగ్రిడ్ తో కలసి బాగా తాగాను. ఏమయిందో వోడ్కా వల్ల గుర్తుకు రావటం లేదు.

''అది వోడ్కా అని మీరు గట్టిగా చెప్పగలరా?''

''కాకపోతే మరేమై ఉంటుంది?''

అతని కళ్లు పరిశోధిస్తున్నట్టుగా ఉన్నాయి. నోరాలో అపరాధభావం కలిగింది.

వెంటనే ఆమె చూపులు ఇంగ్రిడ్ వైపు మళ్లాయి. ఆమె కాఫీ తాగుతూ ల్యాప్ టాప్ లో ఏదో టైప్ చేసుకుంటోంది. తనుపక్కన ఉంటే బావుంటుందని ఆమెకు అనిపించింది.

''అది వరుసగా మూడో రోజు రాత్రి'' హ్యూగో అన్నాడు. ''ద్వీపసమూహాల చుట్టూ ఆదివారం నుంచి తిరుగుతూనే ఉన్నాం. అవును ఆదివారం. ఆ రోజే లాంగ్ ఇయర్ బైన్ దాటాం''.

అదంతా తెలుసు అన్నట్టు నోరా ముఖం పెట్టింది. ''అయినా ఆదివారం ఎప్పుడో అయిపోయిందిగా''

పడవ మలుపు తిరుగుతున్నట్టు ఉంది. నోరా తన కుర్చీలో ఒక పక్కకు వొదగవలసి వచ్చింది.

''స్వాల్బర్డ్ లో 20 ఏళ్ల క్రితం చూస్తే ఏప్రిల్లో అసలు నీటి జాడ అనేది ఉండేది కాదు. ఇప్పుడు చూడండి. మెడిటేరియన్ లో క్రూయిజింగ్ చేస్తున్నట్టు ఉంది''.

నోరా నవ్వింది. సేదతీరుతున్నట్టుగా. ''అంత లేదేమో?''

''ఈరోజు మీకేదో కష్టమైన పని అప్పచెప్పినట్టున్నారు''.

నోరాకు ఎలా స్పందించాలో అర్థం కాలేదు. ''నిజంగానా?''

''మీరే స్పాటర్ అనుకుంటా. అందరి దృష్టి మీ మీదే ఉంది''.

నిజానికి అతనేం చెప్పదలుచుకున్నాడో గ్రహించటం ఆమెకు కష్టమైంది. అతని కళ్లలో కనిపించిన మెరుపు అనుమానాన్ని కలిగించేదిగా ఉంది.

''అవును. నేను స్పాటర్ నే''.

హ్యూగో కళ్లు విశాలమయ్యాయి. అతను ఆశ్చర్యపోతున్నాడా? చిన్నబుచ్చుతున్నాడా? ఆ రెండింటికి మధ్య తేడాను కనుక్కోవటం కష్టంగా ఉంది.

''స్పాటర్?''

''అవును''.

స్పాటర్ అంటే ఏమిటో, అతను చేయవలసిన పని ఏమిటో నోరాకు తెలుసుకోవాలన్న ఆసక్తి కలిగింది. కానీ ఆ మాట నేరుగా అతన్ని అడగలేకపోయింది.

''బొన్నె ఛాన్స్'' అన్నాడు ఆమెను పరీక్షించే చూపులతో. ఫ్రెంచి భాషలో గుడ్ లక్ అని ఆ మాటకు అర్థం.

''మెర్సి...'' అంది. తను కూడా ఫ్రెంచి భాషలోనే 'థ్యాంక్యూ' అని బదులిచ్చింది. తన చూపు ప్రసరించినంత మేర ఆర్కిటిక్ ప్రకృతిదృశ్యాన్ని తిలకించింది. గతంలో తను ఇలాంటిది పత్రికల్లో మాత్రమే చూసింది. ''నేను సవాలు స్వీకరించటానికి సిద్ధంగా ఉన్నాను'' అంది.

వలయాకారంలో నడక

ఓ గంట తర్వాత నోరా మంచు కప్పి ఉన్న విశాలమైన పర్వతశ్రేణి మీద ఉంది. అది చూడటానికి ద్వీపంలా లేదు. రాతి శ్రేణిలా ఉంది. అది చాలా చిన్నగా ఉంది. నివాసయోగ్యం కాని ప్రదేశం. మంచులా చల్లగా ఉన్న నీటిమధ్య కనిపిస్తోంది. ఆమె పడవ పక్కగా నిలబడి ఉంది. తను బ్రేక్ ఫాస్ట్ చేసిన పెద్ద పడవ, 'లాన్స్' కాదు. సముద్రం దగ్గర లంగరు వేసి ఉంచారు. రూనే లాక్కొచ్చిన చిన్న మోటారు బోటు డింగీలో వచ్చింది.

అతను స్కాండేనేవియనయినా అమెరికా పశ్చిమతీరానికి సంబంధించిన భాష మాట్లాడతాడు.

ఆమె కాలిదగ్గర భుజానికి తగిలించుకునే పసుపుపచ్చని బ్యాగు ఉంది. క్యాబిన్ లో గోడకు ఆనించి ఉంచిన విన్ చెస్టర్ రైఫిల్ ఇప్పుడు పక్కనే నేలమీద పెట్టి ఉంది. అది ఆమె సొంత గన్. ఈ జీవితంలో ఆమెకు సొంతంగా ఆయుధం ఉంది. గన్ పక్కనే సాస్ పాన్ ఉంది. దాంట్లో స్పూన్ ఒకటి వేసి ఉంది. తన చేతిలో, మరో తుపాకి ఉంది. అదేమంత పెద్ద ప్రమాదకరమైనది కాదు. పిస్టల్. తక్షణం స్పందించి కాల్పులు జరపటానికి.

ఆమె చేయవలసిన 'స్పాటింగ్' ఏమిటో ఆమెకు అర్థమైంది. తొమ్మిది మంది శాస్త్రవేత్తలు పర్యావరణ అంశానికి సంబంధించి క్షేత్రస్థాయి పనుల్లో నిమగ్నమయ్యారు. తను ధృవఎలుగుబంటి (పోలార్ బేర్) లను కనుగొనటం అనే పని చేస్తోంది. ఇది నిజమైన అవకాశం. అవి కనిపించగానే మొట్టమొదట ఆమె చేయవలసిన పని... కాల్పులు జరపటం. దీనివల్ల రెండు పనులు సిద్ధిస్తాయి.

1. ఎలుగుబంటి పారిపోతుంది.
2. ఇతరులకు అది హెచ్చరికగా పనిచేస్తుంది.

అదేమంత కట్టుదిట్టమయిన పనేం కాదు. మానవులు తిండికి ఎగబడతారు. అలాగే అవి కూడా. ఎలుగుబంట్లకు నివాసస్థానం లేకుండా పోతోంది. ఆహారం కూడా అందుబాటులో ఉండటం లేదు. దానితో అవి మరింత నిర్లక్ష్యంగా ఉంటున్నాయి. భయపడటం లేదు.

"మీరెప్పుడయితే నిప్పును ప్రజ్వరిల్ల చేశారో..." గ్రూపులో ఉన్న పెద్దాయన చెప్పటం ప్రారంభించాడు. ఆయన పేరు పీటర్. తనే ఇక్కడ ఫీల్డ్ లీడర్. ఎవరేం చేయాలో చెబుతున్నాడు. "స్పూన్ తో పాన్ మీద గట్టిగా చప్పుడు చెయ్యండి. వాటికి గ్రహణశక్తి ఎక్కువ. అవి పిల్లుల్లాంటివే. పదిలో తొమ్మిదిసార్లు, ఆ శబ్దం వాటిని భయపెడుతుంది.".

"కొన్ని సందర్భాల్లో అయితే పదికి పదిసార్లు కూడా సంభవించవచ్చు".

నోరా ఒక్కదాని దగ్గరే కాదు. తుపాకులు అందరి దగ్గరా ఉన్నాయి. ఆయుధాలు కలిగిన శాస్త్రవేత్తలు వారు. పీటర్ చెబుతూ నవ్వుతున్నాడు. ఇంగ్రిడ్ ఆమె భుజాలు చరిచింది.

"నీకు మంచి జరగాలని ఆశిస్తున్నాను" అంది ఇంగ్రిడ్. "ఎలాంటి ఇబ్బందులు లేకుండా నువ్వు తిరిగి రావాలని... రుతుక్రమంలో లేనంత వరకూ నీకు వాటి నుంచి ఎలాంటి అపాయం ఉండదనుకో".

"జీసస్. ఏమిటి నువ్వనేది?"

"అవి కొన్ని మైళ్లదూరం నుంచి రక్తం వాసనను పసిగట్టగలవు".

అంతలో పక్కనున్న అపరిచిత వ్యక్తి ఎవరో లోగొంతుకతో ఆమెకు 'గుడ్ లక్" అని చెప్పారు. అసలు అక్కడున్నది ఎవరో తెలియనంతగా శరీరాలను కప్పేసుకుని ఉన్నారు. బాగా పరిచయమయిన వాళ్లనే గుర్తుపట్టటం కష్టం.

"మనం అంతా ఐదుగంటల్లో తిరిగి వస్తాం..." పీటర్ నవ్వుతూ చెప్పాడు. అతను జోక్ చేస్తున్నాడా అని నోరాకు అనిపించింది. "వెచ్చదనం పంచుకోవటానికి అందరూ వలయాకారంలో నడవండి".

వాళ్లు ఆమెను అక్కడ వదిలి రాత్రిశ్రేణి దాటి పొగమంచులో మాయమయ్యారు.

గంట వరకూ ఏం కాలేదు. నోరా వలయకారంలో నడుస్తోంది. ఎడమవైపు నుంచి కుడివైపుకి తిరుగుతోంది. పొగమంచు కాస్త బలహీనపడింది. ఆమె ప్రకృతిని పరిశీలనగా చూడసాగింది. తను తిరిగి లైబ్రరీకి ఎందుకు చేరలేదో ఆమెకు అర్థం కాలేదు. నిజానికి ఇది చాలా

పనికిమాలిన పని అనిపించింది. ఇతర జీవితాల్లో తను హాయిగా స్విమ్మింగ్ పూల్ పక్కన కూర్చుని సూర్యరశ్మిని ఆస్వాదిస్తూ ఉండేది. కొన్నింటిలో సంగీతంతో సహవాసం చేస్తూండేది. లెవెండర్ స్నానం చేస్తూ వెచ్చదనాన్ని సొంతం చేసుకునేది. లేకపోతే హాయిగా డేటింగ్ లో ఉండి శృంగారపు శిఖరాలను అధిరోహించేది. మెక్సికో బీచ్ లో చదువుకుంటూనో, మిచిలియన్ రెస్టారెంట్ లో తింటూనో, పారిస్ వీధుల్లో ఉల్లాసంగా సంచరిస్తూనో, రోమ్ నగరంలో తనను తాను మరిచిపోతూనో లేదంటే క్యోటో దగ్గర ఆలయం వైపు చూస్తూ ప్రశాంతతకు లోనవుతూనో, పట్టుపురుగు అల్లే గూడు మాదిరిగా మంచి రిలేషన్ షిప్ లో సురక్షితంగా ఉండేది.

తను చాలా జీవితాల్లో శారీరకంగా సుఖంగా ఉండేది. కానీ ఇక్కడ అంతా కొత్తగా ఉంది. ఎప్పుడో భూస్థాపితం చేసిన పురాతన అంశాలూ కావచ్చు. హిమానీనదాలతో కూడిన ప్రకృతి దృశ్యం చూస్తుంటే , మిగతా విషయాల మాట ఎలా ఉన్నా తాను ఈ భూగ్రహం మీద ప్రాణిని అన్న విషయం గుర్తుకొస్తోంది. తన జీవితంలో చేసిన ప్రతిపనీ, తన సొంతమైనవి, అనుభవించినవీ అన్నీ కూడా తొమ్మిది మిలియన్ల జీవరాశుల్లో తనొకటి అన్న స్పృహను కలిగించాయి.

"ఆత్మవిశ్వాసంతో ఎవరయితే అడుగులు వేస్తూ..." థారో 'వాల్డెన్' అన్న తన పుస్తకంలో ఇలా చెబుతారు. "తన కలల దిశలో ప్రయాణిస్తారో, జీవించటానికి ప్రయత్నిస్తారో, మామూలుగా అసంభవమైనది, ఊహించని విజయాన్ని అందుకోగలుగుతారు". ఈ రకమైన విజయం ఏకాంతంగా ఉండటం వల్ల సంభవించింది అని ఆయన గుర్తించారు. "ఒంటరితనం అంత మంచి సాహచర్యాన్ని అందించగల సహచరుడని నేను గుర్తించలేకపోయాను".

గంటకు పైగా ఒంటరిగా గడపటం వల్ల నోరాకు ఇక్కడ అదే అనుభవం కలుగుతోంది. జనం మధ్య గడపటం అంతగా ఇష్టపడని ఆమెకు ఇంతకు ముందెప్పుడూ ఇలాంటి ఏకాంతం లభించలేదు.

తను ఆత్మహత్యకు సిద్ధపడిన రోజు రాత్రి ఒంటరితనం శాపం అని భావించింది. అది నిజమైన ఏకాంతం కాకపోవటంతో ఆ భావం కలిగింది. బిజీగా ఉండే నగర జీవనంలో, ఒంటరితనంలో మగ్గే మనసు సంబంధాలను కోరుకుంటుంది. అంతా మనిషికి మనిషికి మధ్య ఉండే సంబంధం అని

భావిస్తుంది. కానీ దానికి ఉండే స్వభావం వల్ల (థారో దానిని 'వైల్డ్ టానిక్' అని పేర్కొనేవారు) ఏకాంతం వేరే రూపాన్ని సంతరించుకుంటుంది. అదే ఒక సంబంధంగా మారిపోతుంది. అది తనకు, ప్రపంచానికి మధ్య ఉన్న సంబంధం, తనకు తనతో ఉండే సంబంధం.

ఆమెకు యశ్ గుర్తుకొచ్చాడు. పొడవుగా, ఆకర్షణీయంగా ఉండేవాడు. తన గిటార్ కోసం కొత్త పాటల పుస్తకాల కోసం వెతికేవాడు.

అతనితో సాగిన సంభాషణ... అది కూడా ఏదో షాపులో కాదు. ఆస్పత్రిలో. అదీ అమ్మ అనారోగ్యంగా ఉండి ఆస్పత్రిలో చేరినప్పుడు. ఆమె అండాశయ కేన్సర్ బారిన పడిందని, ఆమెకు శస్త్రచికిత్స అవసరమని చెప్పారు. బెడ్ఫోర్టు జనరల్ హాస్పిటల్లో ఉన్న అందరు కన్సల్టెంట్ల చుట్టూ ఆమెను తిప్పింది. జీవితం మొత్తంలో కంటే, ఆ మూడు రోజుల్లోనే ఆమె తన తల్లి చెయ్యిని గట్టిగా పట్టుకుంది.

అమ్మకు సర్జరీ జరుగుతున్నప్పుడు, నోరా ఆసుపత్రి క్యాంటీన్‌లో ఎదురుచూసింది. ఆస్పత్రి దుస్తుల్లో ఉన్న యశ్ ఆమెను గుర్తుపట్టాడు. ఆమె స్టింగ్ థీరీ లో తను ఎన్నోసార్లు మాట్లాడిన వ్యక్తి, ఇప్పుడు ఆందోళనతో ఉందని గ్రహించి పలకరించాడు.

అతను ఆస్పత్రిలో జనరల్ సర్జన్ గా పనిచేస్తున్నాడు. అతను చేసే ఆపరేషన్ల గురించి తెలుసుకుంది. (ఆ రోజు అతను అప్పెండిక్స్ ను తొలగించటం, అలాగే పైత్యరసనాళాన్ని సరిచేయటం వంటి ఆపరేషన్లు నిర్వహించాడు). ఆపరేషన్ తర్వాత కోలుకునే సమయం, తర్వాత నిర్వహించే ప్రక్రియలకు పట్టే సమయం అన్నింటి గురించి తెలుసుకుంది. ఆమెకు భారం తగ్గినట్టుగా అనిపించింది. ఇద్దరూ చాలాసేపు ఎన్నో విషయాల గురించి మాట్లాడుకున్నారు. ఆమెకు ఓ మనిషి అవసరం ఉందని అతను గ్రహించాడు. ఆరోగ్య సంబంధిత విషయాలు తెలుసుకోవటానికి గూగుల్ పైన ఎక్కు:వ ఆధారపడకూడదన్న సలహా చెప్పాడు. ఆ సంభాషణ ఆ తర్వాత సామాజిక మాధ్యమాల వైపు మళ్లింది. ఎక్కువ మంది సామాజిక మాధ్యమాల్లో సంబంధాలు పెంచుకుంటున్నా, సమాజం ఏకాంతంగా మారుతోంది అన్నాడు.

"ఈ రోజుల్లో అందుకే ఒకరినొకరు అసహ్యించుకుంటున్నారు" అని అతను అభిప్రాయపడ్డాడు. స్నేహితులు కాని వాళ్లతో ఎక్కువ స్నేహం

చేస్తున్నారు. డన్ బార్ నెంబరు అనే మాట విన్నావా?'' అనడిగి దాని గురించి వివరంగా చెప్పాడు.

కేవలం 150 మందితో మాత్రమే మానవులు సంబంధాలు పెట్టుకోగలరని, వేటగాళ్ల సమాజాన్ని ఆ సంఖ్య సూచిస్తుందని ఆక్స్ఫర్డ్ యూనివర్సిటీలో పనిచేసే రాబిన్ డన్ బార్ చెప్పాడు.

ఆస్పత్రి క్యాంటీన్ వెలుతురులోనే అతను 'డ్యూమ్స్ డే బుక్' గురించి కూడా వివరించాడు. ''నువ్వు డూమ్స్ డే బుక్ గనక గమనిస్తే, ఇంగ్లీషు సమాజం సగటు పరిణామం 150 మంది. కెంట్ లో అలా కాదు. అది కేవలం 100 మందికి మాత్రం పరిమితం, నేను కెంట్ కి చెందిన వాడిని, మాదంతా యాంటీసోషల్ డీఎన్ఏ''.

''నేను కూడా కెంట్ సందర్శించాను'' నోరా సమాధానం చెప్పింది. ''నేను కూడా ఆ విషయం గమనించాను. ఆ సిద్ధాంతం నాకు కూడా నచ్చింది. ఇన్ స్టాగ్రామ్ లో గంటకు ఎక్కువ మందిని నేను కలుసుకోగలుగుతాను''

''అవును. కాని అది ఆరోగ్యకరమైనది కాదు. మన మైండ్ అంత మందిని భరించలేదు. అందుకే మనం ముఖాముఖీ సంబంధాల కోసం ఉవ్విళూరుతాం. అందుకే నేను... 'సైమన్ అండ్ గార్ఫంకెల్' గిటార్ పుస్తకాన్ని ఆన్ లైన్ లో కొనటానికి ఎప్పుడూ ఇష్టపడను.

అతను గుర్తుపెట్టుకున్న విధానం ఆమెను అబ్బురపరిచింది. అకస్మాత్తుగా ఆర్కిటిక్ లో వచ్చిన పెద్ద శబ్దానికి ఆమె వాస్తవంలోకి వచ్చింది.

తనకు కొద్ది మీటర్ల దూరంలో, తనున్న రాతి శ్రేణికి, బేర్ ఐలాండ్ కు మధ్యన చిన్న కొండ ఉంది. చిన్న చిన్న రాళ్లతో కూడిన ఆ కొండ సముద్రపు నీళ్ల నుంచి బయటకు తన్నుకొచ్చింది. ఏదో బరువైనది, రాతిని కుదుపుతున్న భావన కలిగింది. ఫైరింగ్ చేయటం గురించి ఆలోచించింది. కాని కనిపించింది పోలార్ బేర్ కాదు. అది వాల్రస్.

ఆర్కెటిక్ ధృవంలో ఉండే భారీ శరీరంకలిగిన జీవం వాల్రస్. ఏనుగుదంతాల్లాగే బయటికి దూసుకొచ్చిన కొమ్ములు, ఎర్రటి కళ్లతో భయం గొలిపేదిగా ఉంటుంది. అది భూమ్మీద, సముద్రంలోనూ బతకగలిగే జంతువు. పోలార్ బేర్ కు శత్రువు. అది ఆమె వైపు సూటిగా చూస్తోంది. ఎంత సేపయినా అది అలాగే చూస్తూ ఉండిపోగలదు. నోరాకు వణుకుపుట్టింది.

దాని గురించి ఆమెకు రెండు విషయాలు తెలుసు. అవి చాలా దుర్మార్గమైనవి. అవి గుంపులుగా ఉండగలవు తప్ప ఒంటరిగా ఎక్కువ సేపు ఉండవు.

మరికొన్ని వాల్రస్ లు నీటిలో నుంచి బయటకు వచ్చే అవకాశం ఉందనిపించింది.

తను ఫైరింగ్ చేయాలా వద్దా అని కాసేపు ఆలోచించింది.

వాల్రస్ అది ఉన్న చోటే చాలా సేపు నిలబడింది. మరికాసేపటికి అది పొగమంచు మాటున మాయమైంది. నిముషాలు గడిచాయి. నోరా ఏడుపొరల దుస్తులు ధరించింది. కళ్లు చాలాఇబ్బంది పెడుతున్నాయి. ఎక్కువ సమయం మూసి ఉంచితే గడ్డకట్టుకుపోతాయోమోనని ఆమెకు భయం వేసింది. తన సహచరుల మాటలు వినిపిస్తున్నాయి. ఒక్కొక్కరు వస్తున్నట్టుగా ఆమెకు అర్థమవుతుంది. మరికాసేపటికి అందరూ ఒక చోట చేరారు. నేల మీద కుప్పగా పోసి ఉన్న మంచులో ఛాయాచిత్రాలు తీయటం, ఐస్ శాంపిల్స్ ను అధ్యయనం చేయటం ఇదంతా ఆమెకు కొత్తగా ఉంది. ఆ తర్వాత వాళ్లు అక్కడ నుంచి వెళ్లిపోయారు. తను బ్యాగులోంచి ప్రొటీన్ బార్ తీసుకుని తింది. అది చల్లగా టోఫీలా గట్టిగా ఉంది. ఫోన్ చూసుకుందామనుకుంది. కానీ సిగ్నల్ లేదు.

అక్కడ చాలా నిశ్శబ్దంగా ఉంది.

ఈ నిశ్శబ్దం మిగతా ప్రపంచ అంతా ధ్వనులతో ఎంత సందడిగా ఉంటుందన్న విషయాన్ని గుర్తు చేసింది. ఇక్కడ శబ్దానికి ఓ అర్థం ఉంటుంది. మీరేదో వింటారు. దాని పైన నిశితమైన దృష్టిపెడతారు.

ఆమె నములుతుంటే ఏదో శబ్దం వినిపించింది. మరో వైపు నుంచి. పొగమంచు, దానితో పాటు బలహీనమైన కాంతి వల్ల అదేమిటో తెలుసుకోలేకపోయింది. అది వాల్రస్ కాదు. అంత వరకూ తెలుస్తూనే ఉంది. అది కదులుతూ దగ్గరకు రావటం వద్ద దాని ఆకారం పెద్దగా ఉందన్న విషయం గుర్తించింది. అది వాల్ రస్ కంటే భారీ గా ఉంది. మనుషుల కంటే కూడా పెద్దగా ఉంది.

అత్యంత తీవ్రమైన సంక్షోభం

“అయ్య బాబోయ్”. భయంతో వణికిపోయింది నోరా

కోరుకున్న లైబ్రరీ అందుబాటులో లేని క్షణాలు

పొగమంచు చెదిరిపోయింది. ఎదురుగా ధృవఎలుగుబంటి (పోలార్ బేర్) ప్రత్యక్షమైంది. అది తన భయంకరమైన రూపంతో నాలుగుకాళ్ల మీద వేగంగా కదులుతూ తన వైపుకి వస్తోంది. నోరా ఏం చేయలేకపోయింది. ఆమె మెదడు భయంతో స్తంభించిపోయింది. ఘనీభవించిన నేల మీద నిస్తేజంగా నిలబడిపోయింది.

ఛీ...

ఛీ... ఛీ...

ఛీ... ఛీ... ఛీ

ఛీ... ఛీ... ఛీ... ఛీ... ఛీ

ఆమెలో బతకాలన్న కాంక్ష పెరిగిపోయింది. సిగ్నల్ పిస్టల్ తీసి దాని వైపు చూస్తూ గురిచూసి కాల్చింది. అది చిన్న తోకచుక్కలా నీటిలోకి మాయమైంది. దాని మెరుపు కూడా ఆమెలో ఆశలానే మారిపోయింది. ఆ జంతువు తనవైపుకు దూసుకువస్తోంది. ఆమె మోకాళ్లమీద కూర్చుని సాస్పాన్ లో ఉన్న లాడల్ చప్పుడు చేయటం మొదలుపెట్టింది. వీలయినంత పెద్దగా అరవటం మొదలుపెట్టింది.

"బేర్... బేర్... బేర్..."

ఆ ఎలుగుబంటి ఒక క్షణం అలాగే నిలబడింది.

"బేర్... బేర్... బేర్..."

మళ్లీ అది తన వైపు నడవటం ప్రారంభించింది.

ఆమె నిశ్చేష్టురాలయి అలాగే ఉండిపోయింది. శబ్దం చేయటం నిలిపేసింది. ఎలుగుబంటి దాదాపుగా సమీపంలోకి వచ్చేసింది. మంచునిండిన

కొండ మీద అడుగులు వేసుకుంటూ వచ్చిన దాని బలిష్టమైన పాదాలను, వాడిగా ఆయుధాల మాదిరిగా ఉన్న దాని వేళ్లను చూస్తూండిపోయింది. అది తలవంచుకుని సూటిగా తననే చూస్తోంది. పక్కనే కాస్తంత దూరంలో ఐస్ లో పడిఉన్న రైఫిల్ ను అందుకోవాలన్న ఆలోచన ఆమెకు రాలేదు.

"లైబ్రరీ..." నోరా గట్టిగా అరిచింది. "మిసెస్ ఎల్మ్. నన్ను తిరిగి లైబ్రరీకి పంపించండి. నేను కోరుకున్నది ఇది కాదు... ఇలాంటి జీవితం కాదు. నిజంగా తప్పు చేశాను. తిరిగి నన్ను పంపించెయ్యండి. నాకు ఎలాంటి సాహసాలు అవసరం లేదు. నాకు లైబ్రరీ కావాలి. కావాలి..."

పోలార్ బేర్ చూపుల్లో ఎక్కడా కలవరం లేదు. ఎదురుగా నోరా రూపంలో కనిపిస్తున్న ఆహారం దానిని ఊరిస్తోంది. మాంసం. మంచి రుచికరమైన మాంసం అన్న ఆత్రుత దానిలో కనిపిస్తుంది. నోరా గుండె చప్పుడు వేగం పెరుగుతూ ఒక్కసారిగా హెచ్చు స్థాయికి చేరింది. ఆ విషయం ఆమెకు అర్థమవుతూనే ఉంది.

ఆ క్షణంలో ఆమెకు చావాలనిపించలేదు.

చనిపోతున్న క్షణాల్లో ఆమెకు జీవితం అద్భుతంగా అనిపించింది. అదే అసలు సమస్య. జీవితం ఆకర్షణీయంగా కనిపిస్తున్నప్పుడు తను తిరిగి మిడ్ నైట్ లైబ్రరీకి ఎలా చేరగలదు? జీవితాన్ని చూసి భయపడటం మాత్రమే కాదు, పూర్తిగా నిరుత్సాహం చెందితేనే తను తిరిగి మిడ్ నైట్ లైబ్రరీకి వెళ్లగలుగుతుంది.

మృత్యువు తనను ఆహ్వానిస్తోంది. అది మామూలుది కాదు. విస్మృతికారకమైనది. ఎలుగుబంటి రూపం ధరించి వచ్చేస్తోంది. మిగతాది ఏదీ అర్థం కాకపోయినా ఒక విషయం మాత్రం స్పష్టంగా అర్థం అవుతోంది. తను చావటానికి సిద్ధంగా లేదు. పోలార్ బేర్ తో ముఖాముఖీ నిలబడిన క్షణాల్లో, బతికి తీరాలన్న తెగింపు ఆమెలో వచ్చింది. సాస్ పాన్ లో ఉన్న లేడల్ ను చప్పుడు చేయటం మొదలుపెట్టింది. గట్టిగా, వేగంగా.

"నేను భయపడటం లేదు... నేను భయపడటం లేదు... నేను భయపడటం లేదు..."

ఎలుగుబంటి అలాగే నిలబడిపోయింది. వాల్రస్ చూస్తున్నట్టుగానే అది చూడసాగింది. ఆమె రైఫిల్ కోసం చూసింది. అది కొంచెం దూరంగా ఉంది. తను దాన్ని అందుకుని కాల్పులు చేయాలంటే చాలా సమయం పడుతుంది.

అప్పటికి అంతా ఆలస్యమై, జరగవలసిన నష్టం జరిగిపోతుంది. అయినా తను దానిని కాల్చగలదా? ఆమెలో సందేహం తన్నుకొచ్చింది. లాడల్ చప్పుడు పెంచింది.

నోరా కళ్లు మూసుకుంది. ఒక వైపు లైబ్రరీని తలుచుకుంటూ శబ్దం చేయటం కొనసాగించింది. ఆమె కళ్లు తెరిచేచూసేసరికి ఎలుగుబంటి నీళ్లలోకి వెళ్లి చూస్తుండగానే మాయమైంది. అయినా ఆమె చప్పుడు చేయటం ఆపలేదు. ఓ నిముషం తర్వాత, ఎవరో తనను పేరుపెట్టి పిలుస్తున్నట్టుగా ఆమెకు అనిపించింది.

ద్వీపం

ఆమె దిగ్భ్రాంతికి గురయ్యింది. మోటారు బోటులో వాళ్లు ఊహిస్తున్న దానికి భిన్నమైన అఘాతం అది. మృత్యువు సమీపానికి వెళ్లినందువల్ల భయోత్పాతం కలిగించిన షాక్ కాదు. ఇప్పుడు తనలో జీవించాలన్న కాంక్ష మొదలయ్యిందని గ్రహించటం వల్ల కలిగిన కలవరపాటు అది.

ప్రకృతితో పాటు పయనమవుతూ ఒక ద్వీపం దగ్గర ఆగారు. మొక్కల్లా కనిపించే ఫంగస్ (లించెస్) ఆకుపచ్చ రంగులో కొండలమీద కనిపిస్తున్నాయి. మరో వైపు ఆక్స్, పఫిన్స్ పిట్టలు సమూహంలా ఎగురుతూ సందడి చేస్తున్నాయి. ఆర్కిటిక్ లో అసాధారణ పరిస్థితులకు వ్యతిరేకంగా సాగే జీవితం అది.

హ్యూగో తన ఫ్లాస్కులో నుంచి తెచ్చిచ్చిన కాఫీని సిప్ చేస్తోంది నోరా. మూడు రకాల గ్లోవ్స్ ధరించిన తన చల్లని చేతితో కప్పును పట్టుకుంది.

ప్రకృతిలో భాగం కావటం అంటే, జీవించాలన్న కోరిక కలిగించుకోవటం.

మీరు ఒక ప్రదేశంలో ఎక్కువ కాలం గనక ఉంటే, మిగతా ప్రపంచం ఎంత పెద్దదనే విషయం విస్మరిస్తారు... దాని అక్షాంశం, రేఖాంశం వివరాలు పక్కన పెట్టేస్తారు. అలాగే, మనిషి మనసు కూడా అంతే. ఒక మనిషిలో ఉన్న అంతరంగపు లోతులు అంతుపట్టనివి అని ఆమెకు అనిపించింది.

ఒక్కసారి గనక మీరు గనక దాని విశాలతను అనుభూతి చెందితే అందులో నుంచి ఏదో సందేశం మీకు అందుతుంది. జీవితంపై ఆశ పెరుగుతుంది. మీరు కోరుకున్నా, కోరుకోకపోయినా ఒక జలగ కొండను పట్టుకున్నట్టు అది మిమ్మల్ని పట్టుకుంటుంది.

పర్యావరణ మార్పులు

స్వాల్బర్డ్ లోని ఉపరితల గాలి ఉష్ణోగ్రతలు, అంతర్జాతీయస్థాయి కంటే రెండు రెట్లు వేగంగా వేడెక్కుతున్నాయి. భూమిపైన మరే ప్రదేశంలోకంటే వేగంగా పర్యావరణ మార్పులు సంభవిస్తున్నాయి.

ఊదారంగు టోపీ ధరించిన యువతి ఒకరు కనుబొమలను సవరించుకుంటూ పెద్ద మంచుకొండ తేలటం గురించి తోటి వారితో చర్చిస్తోంది. నీరు వేడెక్కటం వల్ల అది బరువుగా తేలుతున్న విషయం గురించి వివరిస్తోంది.

భూమిపైన ఈ పర్యావరణ మార్పులు (పర్మాఫ్రాస్ట్) వల్లకొండచరియలు విరిగిపడటం, హిమపాతాలు సంభవించటం వల్ల, స్వాల్బర్డ్ లోని అతిపెద్ద పట్టణమయిన లాంగ్ యియర్ బైన్ ఉన్న చెక్క ఇళ్లు ధ్వంసమయ్యే ముప్పు వచ్చి పడింది. దీనివల్ల స్థానిక స్మశానవాటికలో శవాలు తేలుతున్నాయి.

ఈ భూమ్మీద అసలు ఏం అవుతోందో తెలుసుకోవటానికి ప్రయత్నిస్తున్న శాస్త్రవేత్తల మధ్య గడపటం అనేది ఎవరికయినా స్ఫూర్తినిస్తుంది. హిమానీ నదాల గురించి, పర్యావరణ మార్పుల గురించి అధ్యయనం చేయాలి. భూమ్మీద జీవరాశులను కాపాడేందుకు అవసరమైన సూచనలు అందించాలి.

మెయిన్ బోటు డైనింగ్ ఏరియాలో కూర్చుని ఉంది నోరా. అందరూ ఆమె పట్ల సానుభూతి చూపుతున్నారు. ఎలుగుబంటిని ఎదుర్కొనటం, ప్రాణాపాయం నుంచి బయటపడటం గురించి అందరూ మాట్లాడుతున్నారు. ఈ అనుభవం తనకు గొప్పగా అనిపించినా, ఆ విషయాన్ని వారితో పంచుకోలేకపోయింది. మర్యాదపూర్వకంగా నవ్వి సంభాషణ మరింత ముందుకు వెళ్లకుండా జాగ్రత్త పడుతోంది.

ఈ జీవితం అత్యంత ప్రమాదాలతో కూడినది. అందులో ఎలాంటి రాజీలేదు. పోలార్బేర్ దాదాపుగా తినేసేదాకా పరిస్థితి వచ్చింది. వాతావారణం

మైనస్ 17 డిగ్రీలుగా ఉంది. తన మూల జీవితం, అందులో శూన్యత ఆమెను ఎప్పుడూ చికాకుపెడుతూంటాయి.

నిరాశ, సామాన్యంగా జీవించటం అనేది తన తలరాత అని ఆమెకు ఎప్పుడూ అనిపిస్తూంటుంది.

ఆశలను చంపుకోవటం, పశ్చాత్తాపానికి లోనవటం తన ముందు తరాల వాళ్లంతా అనుభవించిందే నని , అది వారసత్వంగా తనకు సంక్రమించిందని ఆమెకు తెలుసు.

ఉదాహరణకు, తన మాతామహుడు, అమ్మ నాన్న లారెంజోకాంటో. ఆయన ఇటలీలోని ప్రశాంతం ప్రదేశం పుయా నుంచి 1960 ప్రాంతంలో హడావుడిగా ఉండే లండన్ మహానగరానికి వచ్చాడు.

తన ఉన్న ఊరు నిర్జనమైన పోర్టు ప్రాంతం బ్రిందిస్ నుంచి లండన్ బ్రిక్ కంపెనీలో ఉద్యోగం కోసం వలస వచ్చాడు. తను భవిష్యత్తు అద్భుతంగా ఉంటుందని లొరెంజో ఊహించుకున్నాడు. బ్రిక్ కంపెనీలో పనిచేసుకుంటూ సాయంత్రం వేళల్లో బీటిల్స్ తో భుజాలు కలపవచ్చని, అలాగే కార్నెబీ స్ట్రీట్ లో ఫ్రింప్టన్, మారియాన్ ఫెయిత్ ఫుల్ లాంటివాళ్లతో కలిసి అడుగులు వేయవచ్చని కలలు కన్నాడు. వచ్చిన చిక్కేమిటంటే, పేరులో సూచిస్తున్నట్టు బ్రిక్ కంపెనీ లండన్ లేదు. బెడ్ఫోర్డ్ కు తూర్పున 60 మైళ్లదూరంలో ఉంది. దాంతో లొరెంజో జీవితంతో రాజీపడిపోయి అక్కడే ఉండిపోయాడు. తను చేస్తున్న పని అంత ఆకర్షణీయంగా లేకపోయినా, మంచి వేతనం మాత్రం అతనికి లభించేది.

లొరేంజో స్థానిక ఇంగ్లీషు మహిళ పాట్రిసియా బ్రౌను వివాహమాడాడు. ఆమె కూడా జీవితంలో నిరాశలను ఎదుర్కొంటున్న వ్యక్తే. నటి కావాలన్న తన కోరికను, సబర్బన్ హౌస్ వైఫ్ గా చంపేసుకుంది. తన అసాధారణమైన వంటప్రావీణ్యాన్ని కూడా పుజిలీయన్ అత్తగారి నీడలో సమాధి చేసుకుంది. జీవితాంతం ఆ విషయంలో భర్తను సంతృప్తిపరచలేకపోయింది.

పెళ్లయిన ఏడాది తర్వాత ఆడపిల్లను ప్రసవించింది. డోనాగా ఆమెను పిలిచేవారు. ఆమె నోరా తల్లి.

తన తల్లిదండ్రులతో విభేదిస్తూ, దాదాపుగా ప్రతి విషయానికి పోరాడుతూ డోనా ఎదిగింది. వివాహం అనేది తప్పనిసరి అని, అది తప్పనిసరిగా ఘోరంగానే ఉంటుందనే అభిప్రాయంలో ఉండేది. లా

ఫర్మ్ లో సెక్రటరీ గా పనిచేసేది. తర్వాత బెడ్ఫోర్డ్ కౌన్సిల్లో కమ్యూనికేషన్ ఆఫీసరయ్యింది. తర్వాత ఆమెకు ఎదురయిన అనుభవాలను ఎవరితో ఆమె చర్చించలేదు. ఆఖరికి నోరాతో కూడా.

ఒక రకమైన మానసిక రుగ్మతకు గురయ్యింది. అది ఒక సారి కాదు. అనేక సార్లు. దాని వల్ల ఆమె ఇంటి దగ్గరే ఉండిపోవలసిన పరిస్థితి వచ్చింది. ఆమె అందులో నుంచి బయటపడినా, తిరిగి పనికి మాత్రం పోలేదు.

తన తల్లి పైకి కనిపించని వైఫల్యం అనే లాఠీని తన పైన ప్రయోగించింది. వైఫల్యం అనేది తన డీఎన్ఏలోనే ఉందేమో అన్నంతగా. నోరా ఎక్కువ కాలం దానిని భరించింది. చాలా అంశాలను పక్కన పెట్టేసింది.

ఆర్కిటిక్ నదీ ప్రవాహం మీదుగా పడవ ముందుకు ప్రయాణిస్తోంది. నల్లకాళ్ల కిట్టీ వేక్ పిట్టలు సందడి చేస్తున్నాయి. నోరా ఆలోచనలు కొనసాగుతున్నాయి.

తన కుటుంబం రెండు వైపుల వారిలోనూ జీవితం మనల్ని వేధించటానికే ఉందనే పిచ్చి నమ్మకం ఉండేది. నోరా తండ్రి, జియోఫ్ కూడా పూర్తిగా లక్ష్యం గురితప్పిన జీవితాన్నే అనుభవించాడు.

రెండేళ్ల వయసు ఉన్నప్పుడే అతని తండ్రి గుండెపోటుతో మరణించాడు. ఒంటరి తల్లి సంరక్షణలో గుట్టుగా, భయంభయంగా పెరిగాడు. ఆమె ఐర్లాండ్ లోని గ్రామీణ ప్రాంతంలో పుట్టి ఇంగ్లండుకు వలసపోయింది. స్కూలుక్లీనర్ గా పనిచేసేది. సరదాల మాట దేముడెరుగు. అప్పట్లో ఆమెకు కడుపునింపుకోవటమే కష్టమయ్యేది.

జియోఫ్ చిన్నప్పుడే వేధింపులకు గురయినా, వాటినన్నింటిని ఎదుర్కొని ఎదిగాడు. విశాలమనస్తత్వాన్ని అలవరుచుకున్నాడు. బాగా కష్టపడి ఫుట్ బాల్, షాట్ పుట్, ఇంకా చెప్పాలంటే రగ్బీలో గొప్పవాడు అనిపించుకున్నాడు. బెడ్ఫోర్డ్ బ్లూస్ యూత్ టీమ్ లో ఆడుతూ ఉత్తమ క్రీడాకారుడనిపించుకున్నాడు. దురదృష్టవశాత్తు లిగ్మెంట్ గాయం వల్ల అతను ఆడే అవకాశం కోల్పోయాడు. ఆ తర్వాత పీఈ టీచరయ్యాడు. ప్రపంచంపైన అతనిలో ఏదో తెలియని కసి ఉండేది. ట్రావెలింగ్ అంటే అతనికి ఇష్టం, కానీ నేషనల్ జియోగ్రఫీ పత్రికకు చందా కట్టటానికే పరిమితమయ్యింది. గ్రీక్ ద్వీపాలు సైక్లేడ్స్ ను అప్పుడప్పుడు సెలవల్లో సందర్శించేవాడు. సూర్యాస్తమయం వేళ అపోలా టెంపుల్ దగ్గర అతను దిగిన ఫొటోను నోరా అప్పుడప్పుడు చూసేది.

టన్నుల కొద్దీ నిరాశ, యాంత్రికత, తగిలిన గాయాలు, వైరుధ్యాల వల్ల కావచ్చు. అద్భుతమైన, సౌందర్యవంతమైన అంశాలు ఎప్పుడో మెరుపులా రావటం వల్ల కావచ్చు. ఆ జీవితాలు అలా సాగటం వల్ల కావచ్చు. అర్థవంతమైన విలువలైన విషయాలు కూడా పెద్దగా ప్రాధాన్యతకు నోచుకుండా ఉండేవి. ప్రపంచానికి స్వయంసాక్షిగా ఉండటం కంటే గొప్ప సంగతి ఏమి ఉంటుంది? తన తల్లిదండ్రులు సంతోషంగా లేకపోవటానికి కారణం వాళ్లు విజయం సాధించకపోవటం కాదు. జీవితంపైన గొప్ప అంచనాలుండటం అనిపిస్తుంది. నిజానికి వాటి గురించి తనకు అంతగా తెలియదు. కానీ బోటులో ప్రయాణిస్తున్న ఈ నిముషంలో ఒక విషయం అర్థమయ్యింది. తను తల్లిదండ్రులను తను అమితంగా ప్రేమిస్తోంది. అంతకు ముందెప్పుడూ ఇలాంటి అభిప్రాయం తెలీదు. ఈ భావన రాగానే ఆమె వాళ్లను క్షమించేసింది.

లాంగియర్ బైన్ లో ఓ రాత్రి

లాంగియర్ బైన్ లో ఉన్న చిన్న పోర్టుకు చేరటానికి దాదాపు రెండు గంటలు పట్టింది. నార్వేకు మాత్రమే కాదు. మొత్తం ప్రపంచానికే అది ఉత్తర దిక్కున ఉన్న పట్టణం, అక్కడ జనాభా దాదాపు రెండు వేల మంది ఉంటారు.

ఈ ప్రాథమిక విషయాలన్నీ తన మూల జీవితం నుంచి ఆమెకు తెలుసు. 11 ఏళ్ల వయసు నుంచి ప్రపంచంలోని ఈ భాగం ఆమెకు ఆసక్తిగొలుపుతూనే ఉంది. తన చదివిన పత్రికల్లో వ్యాసాలను దాటి అది ముందుకు సాగలేదు. వాటి గురించి మాట్లాడటం అంటే ఆమెకు భయం కలుగుతోంది.

పడవ ప్రయాణం హాయిగా సాగింది. తమ పక్కనున్న వాళ్లు పర్వతాలు, మంచు మొక్కల నమూనాలను సేకరిస్తుంటే, వాటి గురించి ఆమెకు ఏమీ అర్థం కావటం లేదు. బసాల్ట్ బెడ్ రాక్, పోస్టు గ్లేసియల్ ఐసోటోప్స్ అన్న పదాలు అగమ్యగోచరంగా ఉన్నాయి. పోలార్ బేర్ సంఘటన ఎవరికయినా నివ్వెరపోయిన విషయమే.

తను కూడా షాక్ గురయ్యింది. కానీ అది తన సహచరులు ఊహిస్తున్నట్టుగా అకస్మాత్తుగా చనిపోయే పరిస్థితి వచ్చినందుకు కాదు. మొట్టమొదట తను మిడ్ నైట్ లైబ్రరీని సందర్శించినప్పటికే తను ఆ స్థితిలో ఉంది. తను జీవించాలని ఆశపడటం అనేది ఆమెను షాక్ కు గురిచేసింది. తన మళ్లీ జీవించగలనని ఊహించటం, ఆ జీవితంతో ఏదయినా మంచి చెయ్యాలనుకోవటం చిత్రంగా అనిపిస్తోంది.

స్కాటిష్ తత్త్వవేత్త డేవిడ్ హ్యూమ్ మాటల్లో చెప్పాలంటే, విశ్వంలో మానవజీవితానికి గుల్లచేప కంటే మించిన ప్రాధాన్యత ఏమీ లేదు.

అదే సమయంలో ఆ జీవితంతో కాస్త మంచి చెయ్యాలని, అన్ని రూపాల్లోనూ జీవితాన్ని కాపాడాలనే లక్ష్యం విధించుకోవాలని హ్యూమ్ చెప్పి ఉండవలసింది.

కొత్త జీవితంలో నోరా ఆమె, సహ శాస్త్రవేత్తలు చేస్తున్న కృషిని అర్థం చేసుకోగలుగుతోంది.ఈ ప్రాంతంలో మంచు, మంచుపర్వతాలు ఎంత వేగంగా కరుగుతున్నాయో, దాని వల్ల పర్యావరణంపైన అది ఏ మేరకు మేరకు ప్రభావం చూపుతుందో అధ్యయనం చేస్తున్నారు. అంత మాత్రమే కాదు. నోరా చూస్తున్నంత మేరకు అంత కంటే ఇంకా ఎక్కువే ఉంది.

ఈ జీవితంలో ఆమె ఇతర శాస్త్రవేత్తలతో కలిసి ఈ గ్రహాన్ని కాపాడటానికి ప్రయత్నిస్తోంది. వాతావారణ సంక్షోభం వల్ల వినాశనం తలెత్తకుండా ప్రజలను అప్రమత్తం చేయగలుగుతోంది. అది స్తబ్దతను, వ్యాకులతను పెంచే పనయినా పూర్తి సంతృప్తినిస్తోంది. దానికి ఒక లక్ష్యం అంటూ ఉంటుంది. అది అర్థవంతంగా ఉంటుంది.

మిగతావాళ్లపైన ఆమె ప్రభావం చూపగలిగింది. పోలార్ బేర్ సంఘటనతో అందరి దృష్టిలో ఆమె హీరో అయ్యింది. అది ఒలంపిక్ స్విమ్మింగ్ ఛాంపియన్ షిప్ సాధించటంలా కాదు. పూర్తి సంతోషాన్ని, సంతృప్తిని ఇచ్చే మరో రకమైన పద్ధతిలో.

ఇంగ్రిండ్ ఆమె భుజాల చుట్టూ చేతులు వేసింది.

"నువ్వు సాస్ పాన్ యోధురాలివి. నీ నిర్భయాత్వాన్ని, మా అధ్యయనంలో సాధించిన ఫలితాన్ని మనం సెలబ్రేట్ చేసుకోవాలి. మంచి భోజనం చేద్దాం. అలాగే వోడ్కా కూడా. పీటర్ మరి నువ్వేం అంటావ్?"

"లాంగ్రియర్ బైన్ లోనా? మంచి భోజనమా? దొరుకుతుందంటావా?"

అందుకు తగిన ఏర్పాట్లు ఉన్నాయి.

మంచుతో కూడిన ఆ ప్రదేశంలో కొద్ది దూరంలో చాలా సాధారణంగా వెదురుతో కట్టిన గ్రువెలాజర్ట్ అనే ప్రదేశానికి వెళ్లారు. ఆర్కిటిక్ వాళ్లు తాగే బీరును ఆమె సేవించింది. మెనూలో దొరికిన ఏకైక వేగాన్ ఫుడ్ తిని తోటివారిని ఆశ్చర్యపరిచింది. నోరా కొంచెం అలిసిపోయినట్టుగా కనిపిస్తోంది. కొందరు ఆమెతో అదే మాట చెప్పారు. అంత ఆత్మవిశ్వాసంలేకపోవటం వల్ల సంభాషణలకు దూరంగా ఉంటోంది. కొత్తగా డ్రైవింగ్ నేర్చుకున్నవాళ్లు రద్దీగా ఉన్న రహదారుల్లో

ముందుకెళ్లటానికి తడుముకుంటూ అంతా సరిగ్గా ఉందో లేదో చూసుకుంటూ సాగినట్టు ఆమె తడబడుతోంది.

హ్యూగో అక్కడే ఉన్నాడు. తనను పరిశీలనగా చూస్తున్నాడు. తను అతనికి ఆంటీబ్స్ లాగానో సెయింట్ ట్రోపేజ్ లాగానో కనిపిస్తున్నట్టుంది. అది ఆమెను ఇబ్బంది పెడుతోంది.

అందరూ నడుచుకుంటూ తాము విడిది చేసే గదికి బయలుదేరారు. అది చూడటానికి పరిమాణంలో చిన్నదిగా, వెదురుతో చేసి ఉంది. నోరాకు అది యూనివర్సిటీ రెసిడెన్సీలాగా అనిపించింది. హ్యూగో పరుగులాంటి నడకతో వచ్చి ఆమెను చేరుకున్నాడు.

''ఇది చాలా ఆసక్తికరంగా ఉంది'' అన్నాడు.

''ఏ విషయం?''

''ఉదయం బ్రేక్ ఫాస్ట్ సమయంలో నేనెవరో తెలియనట్టు నువ్వు ఉండటం...''.

''ఎందుకు? నీకు కూడా నేనెవరో తెలియదు కదా?''

''నాకు నువ్వు తెలుసు. నిన్ననే మనం రెండు గంటలు ఛాటింగ్ కూడా చేసుకున్నాం''.

తనేదో ఉచ్చులో చిక్కుకుంటున్నట్టు నోరా ఇబ్బందిగా ఫీలయ్యింది.

''నేను ఇక్కడకు రాకముందు బ్రేక్ ఫాస్ట్ దగ్గర నిన్ను స్టడీ చేశాను. కానీ ఈ రోజు నువ్వేందుకో చాలా భిన్నంగా కనిపిస్తున్నావు''.

''ఆడవాళ్లను పరిశీలించటం అనేది గగుర్పాటు కలిగించే అంశం''.

''కొన్ని విషయాలు నేను గుర్తించాను''.

నోరా స్కార్ఫ్ ను ముఖం మీదకు లాక్కుంది. ''చలి ఎక్కువగా ఉంది. మనం ఈ విషయం రేపు మాట్లాడుకుందామా?''

''నువ్వు మెరుగుపడుతున్నట్టు కనిపిస్తోంది. ఈ రోజంతా నువ్వు చెప్పిన విషయాలకు కట్టుబడుతున్నట్టులేవు''.

''అది నిజం కాదు. నేను భయపడిపోయాను. పోలార్ బేర్ సంఘటన నీకు తెలుసా?''

''అదికాదు (అతను ఫ్రెంచి భాషలో సీ నెస్ట్ పాస్ క అన్నాడు). ఎలుగుబంటి రావటానికి ముందు, అది వచ్చి వెళ్లిన తర్వాత మొత్తం రోజంతా.

''నువ్వేం అంటున్నావో, నాకు...''

''అదో రకమైన చూపు. ఇంతకు ముందు ఇతరుల్లో అలాంటిది చూశాను. ఎక్కడయినా దానిని నేను గుర్తించగలను''

''నువ్వు చెబుతున్నది నాకు అర్థం కావటం లేదు''.

''మంచుపర్వతాలు ఎందుకు కంపిస్తాయి?''

''ఇది నీ అధ్యయన అంశం కదా? అందుకే నువ్వు ఇక్కడ ఉన్నావు. అవునా? కాదా?''

''సైన్సు మొత్తం దానిపైన ఆధారపడి లేదు''.

''సరే, ఇక్కడున్న మంచుపర్వతాల పేర్లు ఏమిటో చెప్పు. కాంగ్రస్ బ్రీన్, నాథోర్టుసు బీన్... ఇలా ఏదయినా తడుతున్నాయా?''

''ఈ రకమైన సంభాషణలు కొనసాగించటంపైన నా కిష్టం లేదు''.

''ఎందుకంటే నువ్వు నిన్నటిలాంటి వ్యక్తివి కాదు గనక''.

''మనం ఎవరూ కూడా అలా ఉండం'' ఠక్కున అంది నోరా. ''మన బ్రెయిన్స్ మారతాయి. దాన్నే న్యూరో ప్లాస్టిసిటీ అంటారు. హ్యూగో, గ్లేసియాలజిస్టు వేరు. గ్లేసియర్లు వేరు''.

హ్యూగో కాస్త తగ్గాడు. ఆమెలో అపరాధభావం పోలేదు. వాళ్ల మధ్య కొద్ది సేపు నిశ్శబ్దం. మంచులో పాదాలు చిన్నపాటి శబ్దం చేస్తున్నాయి. దాదాపు గదిదాకా వచ్చేశారు మిగిలిన వాళ్లు కాస్త వెనకపడ్డారు.

అప్పుడు అతను అన్నాడు.

''నేను కూడా నీలాంటి వాడినే నోరా. నేను నావి కాని జీవితాలను సందర్శిస్తున్నాను. నాకు అవకాశం... గొప్ప అవకాశం లభించింది. ఎన్నో జీవితాలను చూస్తున్నాను. ఒకదాన్లో నుంచి ఇంకో దానిలోకి మారుతూ ఉన్నాను. ఈ జీవితంలో ఐదు రోజులుగా ఉన్నాను''.

ఇంగ్రిడ్ నోరా చేయి పట్టి లాగింది.

''నా దగ్గర ఇంకొంచెం వోడ్కా మిగిలి ఉంది'' తలుపు దగ్గరకు రాగానే చెప్పింది. గ్లోవ్స్ ధరించి ఉన్న చేతులతో కీ కార్డ్ తీసి స్కానర్ దగ్గరకు చేర్చింది. తలుపులు తెరుచుకున్నాయి.

''ఇదిగో విను'' హ్యూగోఅన్నాడు ఏదో కుట్ర చేస్తున్నట్టుగా. ''నీకు అన్ని వివరాలు తెలియాలంటే, ఐదు నిముషాల్లో కమ్యూనిటీ కిచెన్ దగ్గరకొచ్చి నన్ను కలుసుకో''.

నోరా గుండె వేగంగా కొట్టుకోసాగింది. ఆ విషయం ఆమెకు అర్థమవుతోంది. ఇప్పుడు మోగించటానికి లాడల్ గానీ సాస్ పాన్ గానీ ఆమె దగ్గర లేవు. ఆమెకు హ్యూగో తీరు చికాకుపెట్టింది. అలాగని అతను చేప్పేది వినకూడదని బలంగా అనుకోకలేకపోయింది. ఎందుకో తెలియదుగానీ, అతన్ని నమ్మవచ్చనిపించింది.

"సరే అయితే. నేను అక్కడ కలుస్తాను" అంది.

ఎదురుచూపులు

తనను తాను అంగీకరించటం అనేది నోరాకు ఎప్పుడూ పెద్ద సమస్యే. తనకు గుర్తున్నంత వరకూ ఏవిషయానికయినా తను అర్హురాలిని కానని అనుకునేది. ఆమె తల్లిదండ్రులు, తామూ అభద్రతతో కొట్టుమిట్టాడుతూ ఆమెకున్న ఇలాంటి ఆలోచనలను ప్రోత్సహించేవారు.

తనను తాను పూర్తిగా అంగీకరిస్తే... తను చేసిన ప్రతి తప్పు, తన శరీరంపై నున్న ప్రతి మచ్చ, తను చేరుకోలేని ప్రతి గమ్యం, తను భరించిన ప్రతి బాధ, తను బలవంతంగా అణిచివేసుకున్న ప్రతి కోరిక ... ఇలా ప్రతిదానిని సమ్మతిస్తే ఎలా ఉంటుందన్న ఆమె ఆలోచించటం ప్రారంభించింది.

ప్రకృతిని ఎలాగయితే ఉన్నదున్నట్టుగా అంగీకరిస్తామో, అలాగే జీవితంలో ప్రతి దాన్ని అంగీకరిస్తున్నట్టుగా భావించుకుంది. ఒక మంచుపర్వతంలా, పఫిన్ లా,

ప్రకృతిలో తనో విచిత్రమైన వ్యక్తినని భావించింది. గొప్పగా ఉండటానికి ప్రయత్నించే సెంటిమెంట్ ఎక్కువగా ఉన్న జంతువునని భావించింది.

అలా అనుకుంటూ తను స్వేచ్ఛగా ఉంటే ఎలా ఉంటుంది అని మొదటిసారిగా ఆలోచించింది.

జీవితం, మృత్యువు ... క్వాంటమ్ వేవ్ పనిచేయటం

హ్యూగోతో ఉన్నది లైబ్రరీ కాదు.

''అది వీడియో స్టోరు'' అన్నాడతను. చవకబారు గోడకు అనుకుని కూర్చున్నాడు. ఎదురుగా కాఫీ పెట్టి ఉంది. అది చూడటానికి అచ్చు వీడియోస్టోరులా ఉండేది. నేను పుట్టి పెరిగిన లియోన్ పొలిమేరల్లో ఉండేది. దాని పేరు వీడియో లుమియర్. లుమియర్ బ్రదర్స్ లియోన్ లో పేరుపొందినవారు. అక్కడున్నవన్నీ వాళ్లపేర్లమీదే ఉంటాయి. వాళ్లే సినిమాను కనుగొన్నారు. దానికంటే ముఖ్యమైన విషయం ఇక్కడ చెప్పాలి. నేను పాత విహెచ్ఎస్ ను ఎన్నుకుంటాను. స్టోరులో దానిని ప్లే చేసిన వెంటనే సినిమా ప్రారంభమవుతుందా నేను మరుక్షణం అక్కడ నుంచి మాయమవుతాను.

నోరా నవ్వును అణుచుకుంది.

''అందులో నవ్వటానికి ఏముంది?'' హ్యూగో కొంచెం నొచ్చుకున్నట్టు కనిపించాడు.

''ఏమీ లేదు. ఒక్క వీడియో స్టోరు అంటే నాకు కొంచెం ఆశ్చర్యం కలిగింది.''

''దానితో పాటు ఓ లైబ్రరీ కూడా ఉంది. మరిప్పుడు...?.

''పుస్తకాలు కూడా ఉంటే కొంచెం అర్థవంతంగా ఉంటుంది. కనీసం చదువుకోవచ్చు. ఈ రోజుల్లో వీడియోలు ఎవరు చూస్తున్నారు''

''ఆసక్తికరంగా ఉంది. జీవితంలో ఇలాంటిది ఉంటుందని అనుకోలేదు. నీవల్ల అర్థమైంది''.

''హ్యూగో, మధ్యలో నీకు అంతరాయం కలిగిస్తున్నందుకు మన్నించు. అక్కడ ఇంకెవరయినా ఉన్నారా? నువ్వు ఎలాంటి జీవితం ఎంచుకోవాలో సూచిస్తున్నారా?''

అతను తలూపాడు. ''ఆ ... అవును. అక్కడ మా అంకుల్ ఫిలిఫ్ ఉన్నాడు. ఆయన ఏడాది క్రితం చనిపోయాడు. అతను ఎప్పుడూ వీడియోస్టోరీలో పనిచేసింది కూడా లేదు. ఇదంతా చాలా తర్కరహితంగా ఉంది''.

అప్పుడు నోరా అతనికి మిసెస్ ఎల్మ్ గురించి వివరంగా చెప్పింది.

''స్కూలు లైబ్రేరియనా?'' అతను ఎగతాళిగా నవ్వాడు. ''ఇంకా అది హాస్యాస్పదంగా ఉంది''.

నోరా అతని మాటల్ని పెడచెవిన పెట్టింది. ''వాళ్లను దయ్యాలను కుంటున్నావా? మార్గదర్శకం చేసే ఆత్మలంటావా? సంరక్షించే దేవదూతలంటావా? ఇంతకీ వాళ్లెవరు?''

ఇద్దరు శాస్త్రవేత్తలు ఇలా మాట్లాడుకోవటం హాస్యాస్పదంగా అనిపించింది.

''వాళ్లు...'' సరైన పదం కోసం ఆలోచించి తర్వాత చెప్పాడు. ''దీన్ని వ్యాఖ్యానం లేదా గూఢార్థం చెప్పటం (ఇంటర్ప్రిటేషన్) అంటారు''.

''వ్యాఖ్యానమా?''

''నేను మనలాంటివాళ్లను చాలా మందిని కలిశాను'' అన్నాడు హ్యూగో. ''ఒకే స్థితిలో నేను చాలా రోజులు ఉన్నాను. చాలా మంది స్లైడర్లను కలిశాను. స్లైడర్లు... అదే మన లాంటివాళ్లకు నేను పెట్టిన పేరు. మూలజీవితంలో మనం స్పృహకోల్పోయి, చావుకు, బతుక్కి మధ్య ఊగిసలాడుతూ ఉంటాం. ఒక చోటకు వస్తాం. అది భిన్నంగా ఉంటుంది. లైబ్రరీ, వీడియోస్టోర్, ఆర్ట్ గ్యాలరీ, కేసినో, రెస్టారెంట్ ఇలా... దాన్ని బట్టి నీకు ఏం అర్థమవుతోంది?''

నోరా తెలియదన్నట్టు భుజాలు ఎగరవేసింది. ఆలోచించటం మొదలుపెట్టింది. సెంట్రల్ హీటర్ శబ్దం చెవిన పడుతోంది. ''ఇదంతా చెత్త. ఇందులో ఏదీ వాస్తవం కనిపించటం లేదు''.

''కాదు. అన్ని చోట్ల టెంప్లేట్ ఒకటే ఉంటుంది. ఉదాహరణకు అక్కడ ఎవరో ఉంటారు. ఒక మార్గదర్శకుడు. ఎప్పుడూ ఒక్కడే ఉంటాడు. అతను కచ్చితంగా తన నిజజీవితంలో ఎప్పుడో ఒకప్పుడు సాయం చేసిన వ్యక్తే అయి

ఉంటాడు. అక్కడ ఉండే వాతావరణానికి భావోద్వేగపరమైన ప్రాధాన్యత ఉంటుంది. సంభాషణ అంతా మూల జీవితానికి అందులో భాగాలకు సంబంధించినవై ఉంటాయి''.

మిసెస్ ఎల్మ్ గుర్తుకొచ్చింది నోరాకు. తన తండ్రి చనిపోయినప్పుడు తనతో పాటే ఉండి ఆమె తనను ఓదార్చింది. మరే వ్యక్తి తనపైన అంత దయను చూపింది లేదు.

''ఎప్పుడూ అసాధారణమైన నిర్ణయాలు ఉంటాయి.'' హ్యూగో చెప్పటం మొదలుపెట్టాడు.

''అసంఖ్యాకమైన వీడియోటేపులు, పుస్తకాలు,పెయింటింగులు, లేదా భోజనాలు... ఇప్పుడు నేను సైంటిస్టును. ఎందరో శాస్త్రవేత్తల జీవితాలు గడిపాను.నా అసలు జీవితంలో నాకు బయోలజీలో డిగ్రీ ఉంది.మరో జీవితంలో నోబుల్ బహుమతి గెలుచుకున్న కెమిస్టును. మెరైన్ బయాలజిస్టుగా గ్రేట్ బారియర్ రీఫ్ ను కాపాడటానికి ప్రయత్నిస్తూంటాను. నా ప్రధాన బలహీనత భౌతిక శాస్త్రం. నాకు ఏమవుతుందనేది నేను గ్రహించలేకపోయేవాడిని. తన అసలు జీవితంలో క్వాంటమ్ ఫిజిస్ట్ అయిన మహిళ నాకు తారసపడింది. ప్రొఫెసర్ డామ్నిక్ బిసెట్, మాంట్ పెల్లర్ యూనివర్సిటీ. క్వాంటమ్ ఫిజిక్స్ వివరించే అనేక ప్రపంచాలకు సంబంధించిన వ్యాఖ్యానం గురించి ఆమె నాకు అంతా వివరించింది. దాన్ని బట్టి మనం...''

అంతలో అక్కడికి ఎరుపురంగు తేలిన గోధుమవర్ణం గడ్డంతో ఉన్న గులాబీ రంగులో ఉండే వ్యక్తి వచ్చాడు. అతనెవరో నోరాకు తెలియదు. కప్పులో కాఫీ వంపుకుని వస్తూ ఆమెను చూసి పలకరింపుగా నవ్వాడు.

ఆ తర్వాత అక్కడ నుంచి కదిలి వెళుతూ ''రేపు కలుద్దాం'' అన్నాడు కెనడియన్ ఉచ్చారణతో.

''అలాగే'' అంది నోరా.

''సీయూ'' అన్నాడు హ్యూగో. ''యూనివర్సల్ వేవ్ సిద్ధాంతం అనేది వాస్తవం నోరా. ప్రొఫెసర్ బిస్సెంట్ చెప్పింది అదే''.

''ఏమిటి?''

హ్యూగో ఒక్క వేలు పైకెత్తి చూపించాడు. ఆమెను మాట్లాడవద్దన్నట్టుగా. అది ఆమెకు చిరుకోపాన్ని కలిగించింది. ఆ వేలిని విరిచేద్దామనిపించింది. ''ఎర్విన్ శ్రీడింగర్''

''పిల్లుల గురించి చెప్పినతను''.

''అవును. పరమాణు భౌతిక శాస్త్రంలో ఏకకాలంలో ప్రత్యామ్నాయ అవకాశాలు సంభవిస్తాయి. అన్ని ఒకేసారి. ఒకే చోట. అదే క్వాంటం సూపర్ పొజిషన్. పెట్టెలో దాగి ఉన్న పిల్లి జీవించి ఉండొచ్చు, మరణించి ఉండొచ్చు. పెట్టె తెరిచి చూసినప్పుడు కూడా అది బతికి ఉండొచ్చు, ఉండకపోవచ్చు. ప్రతి విశ్వం ఇంకో విశ్వంపైన ఉంటుంది. ట్రేసింగ్ పేపరు మీద ఉన్న మిలియన్ల కొద్దీ చిత్రాలు స్వల్పతేడాలతో ఒకే మాదిరిగా దాదాపు ఒకే ఫ్రేమ్ లో ఉన్నట్టుగా. అనేక భిన్నమైన విశ్వాలు సమాంతరంగా ఉంటాయని అనేక ప్రపంచాలకు సంబంధించిన నిగూఢార్థాల గురించి పరమాణు భౌతిక శాస్త్రం చెబుతుంది. ప్రతి క్షణం, జీవితంలో తీసుకునే ప్రతి నిర్ణయంలో మీరు కొత్త విశ్వంలోకి ప్రవేశిస్తారు. ఒకే స్పేస్ లో అవి సంభవించినా, కేవలం మిల్లీ మీటరు దూరంలోనే అవి సంభవించినా వాటి మధ్య సమాచారమార్పిడికి గానీ, మాటల బదిలీకి గానీ ఎట్టి అవకాశం ఉండదు.

''మరి మన సంగతి ఏమిటి? మనం మాట్లాడుకుంటున్నాం కదా?''

''అవును. నేను ఇక్కడ ఉన్నాను. అదే సమయంలో నేను ఇక్కడ లేనన్న విషయమూ నాకు తెలుసు. మరో వైపు రక్తనాళాల సమస్యతో బాధపడుతూ పారిస్ ఆసుపత్రిలో చికిత్సపొందుతున్నాను. అరిజోనాలో స్కైడైవింగ్ చేస్తున్నాను. దక్షిణ భారతదేశంలో పర్యటిస్తున్నాను. లియోన్ లో యాచెట్ పైన పర్యటిస్తూ మద్యం సేవిస్తున్నాను''.

''నాకు తెలుసు''.

''నిజంగా... (ఫ్రెంచి భాషలో వ్రైమెంట్ అంది)

అతను అందంగా ఉన్నాడని ఆమె అనుకుంది.

''ఆర్కిటిక్ లో సాహసం చేయటం కంటే నువ్వు కేన్స్ లో ఉంటే బావుండేది''.

స్టార్ షిప్ మాదిరిగా కుడి చేయిని వెడల్పుగా చేసి చెప్పాడు. ''ఐదు రోజులు. నేను ఐదు రోజులుగా ఈ జీవితంలో ఉన్నాను. అదొక రికార్డు. నిజంగా ఇది నేను కోరుకుంటున్న జీవితం...''

''ఆసక్తిగా ఉంది. అతిశీతలవాతావరణంలో నీ జీవితం సాగుతుంది''.

''ఎవరికి తెలుసు. నువ్వు కూడా... ''నా ఉద్దేశ్యం ఏమిటంటే, బేర్ నిన్ను లైబ్రరీకి వెనక్కి తీసికెళ్లలేదంటే, ఇక ఏదీ నిన్ను తీసికెళ్లలేదనిపిస్తోంది''.

అతను కెటిల్ నింపటం ప్రారంభించాడు. "జీవితానికి, మృత్యువుకు నడుమ నిగూఢమైన గ్రే జోన్ ఉంటుందని సైన్సు చెబుతోంది. ఇక్కడ నేను చెప్పదలుచుకున్నదేమిటంటే, మనం ఒకటి కాదు, మరొకటి కాదు. మనం ఇద్దరం మరణించి ఉండొచ్చు, జీవించి ఉండొచ్చు. ఈ రెండు జీవితాల్లోనూ కొన్నిసార్లు, కేవలం కొన్ని సార్లుమాత్రమే మనం శ్రోడింగర్ చెప్పిన పిల్లులం అవుతాం. జీవించిగానీ మరణించిగానీ ఉంటాం. పరమాణు భౌతిక శాస్త్రంలో చెప్పినట్టుగా యూనివర్సల్ వేవ్ ఫంక్షన్ లో ఏదయితే సాధ్యపడుతుందో అది సంభవిస్తుంది. దాని ప్రకారం ఓ ఉదయం లాంగ్రియర్బిన్ లోని కమ్యూనిటీ కిచెన్లో మనం సంభాషించుకోగలుగుతాం".

నోరా ఇదంతా స్వీకరించటానికి సిద్ధమవుతోంది. వోల్ట్స్ గుర్తుకొచ్చింది. జీవించి మంచం కింద కదలకుండా పడిఉన్నప్పుడు, రోడ్డు పక్కన మరణించి నిర్జీవిగా మారినప్పుడు.

"కొన్నిసార్లు పిల్లి చనిపోయి ఉంటుంది, జీవించి ఉంటుంది".

"అర్థం కాలా".

"ఏమీలేదు. నా పిల్లి చనిపోయింది. ఇంకో జీవితం కోసం ప్రయత్నించాను. అందులో కూడా పిల్లి అప్పటికే చనిపోయి ఉంది".

"విచారించవలసిన సంగతే. నాకూ అలాంటి అనుభవం అయ్యింది. లేబ్రడార్ తో. ఇక్కడ గుర్తించవలసిన విషయం ఏమిటంటే, మనలాంటి వాళ్లు చాలా మంది ఉంటారు. నేను చాలా జీవితాలు జీవించాను. అలాంటి వాళ్లు నాకు తారసపడ్డారు. నీ జీవితంలో వాస్తవాలను గట్టిగా బయటకు చెప్పినప్పుడే నీలాంటివాళ్లను కనుగొనగలుగుతావు".

"నిజంగా ఇలాంటి వాళ్లు ఉండటం... అవును. ఇంతకీ నువ్వేదో పేరుపెట్టావు?"

"స్లైడర్స్"

"అవును. అదే".

"అది సాధ్యమే, కానీ మనలాంటివాళ్లు అరుదుగా ఉంటారు. నాకు తారసపడిన ఇతర వ్యక్తులు... దాదాపు డజను మంది ... మన వయసు వాళ్లు. మిగతావాళ్లంతా 30, 40, 50 ఏళ్ల వాళ్లు. ఒకతనికి మాత్రం నిజానికి 29 ఉంది. పనులు భిన్నంగా చేయాలన్న దృక్పథం ఉన్నవాళ్లు. అందరిలోనూ

పశ్చాత్తాపం ఉంది. చనిపోతే బావుండనని అనుకున్నారు. అదే సమయంలో ఇంకో కోణంలో జీవించాలని అనుకున్నారు''.

''అది శ్రోడింగర్ జీవితం. మనసులో చావటం, బతకటం గురించి ఒకేసారి ఆలోచించటం''.

''ఈ పశ్చాత్తాపాల వల్ల మన మనసు ప్రభావితమవుతుంది. దాని వల్ల న్యూరోకెమికల్ ప్రతిచర్య సంభవిస్తుంది. ఒక వైపు మరణించాలన్న ఆరాటం, మరొకవైపు జీవించాలన్న ఆశల మధ్య ఈ రెండింటి మధ్య జీవితాన్ని మనకు అందిస్తుంది''.

కెటిల్ శబ్దం చేస్తోంది. అందులో నీళ్లు బుసబుసమని పొంగుతున్నాయి అచ్చు నోరా ఆలోచనల మాదిరిగా.

''అది లైబ్రరీ కావచ్చు, మరొకటి కావచ్చు. ఎప్పుడూ మనకి ఒకే వ్యక్తి మాత్రమే ఎందుకు కంటపడుతున్నారు?''

హ్యూగో భుజాలు ఎగరేశాడు. ''నేను మతాన్ని నమ్మేవాడినయితే, అది దేవుడు అని చెప్పేవాడిని. దేవుడనేవాడిని మనం చూడలేం. వర్ణించలేం. మగ, ఆడా ఎవరో చెప్పలేం. కానీ మన జీవితంలో మంచిగా ఉన్నవారిని దైవంగా మనం భావించుకుంటాం. నేను మతాన్ని అనుసరించని వాడినయితే, నిజానికి నేను అదే, మానవ మేధ క్వాంటమ్ వేవ్ లోని సంక్లిష్టతను తట్టుకోలేక తనకు అర్థమయ్యే భాషలోకి దానిని తర్జుమా చేస్తుంది... లైబ్రేరీలోని లైబ్రేరియన్ గా, లేదా వీడియో స్టోర్ లో స్నేహంగా ఉండే మామయ్య తదితరుల మాదిరిగా.

నోరా మల్టీ వెర్సెస్ గురించి చదివింది. గెస్టాల్ట్ సైకాలజీ గురించి కొద్దిగా తెలుసుకుంది. మానవుడి మెదడు జటిలమైన సమాచారాన్ని తీసుకుని దానిని సరళీకరిస్తుందట. చెట్టువంక చూసినప్పుడు, జటిలమైన ఆకులు, కొమ్మలను విడదీసి చూస్తుంది. ప్రపంచం మొత్తాన్ని సరళీకరించి తనకు అర్థమయ్యే కథగా మారుస్తుంది.

మానవులు అన్నింటిని సూక్ష్మంగా చూసే స్వభావం ఉంటుందని ఆమెకు తెలుసు. ఏదయినా త్రీ డైమన్షన్లో చూస్తారు. ప్రాథమికంగా వాళ్లు పరిమితమైనవాళ్లు. అన్నింటినీ సాధారణీకరిస్తారు. ఆటోపైలెట్ విధానంలో జీవిస్తారు. మెదడులో ఉన్న గందరగోళాన్ని ఎప్పటికప్పుడు

సవరించుకుంటారు. అందుకే అన్ని సమయాల్లో తికమకపడతారని ఆమె అనిపిస్తూంటుంది.

‘‘మనుషులు ఎప్పుడూ గడియారంలో సెకండ్ హాండ్ చూడలేని భ్రాంతిని ఎదుర్కొంటూంటారు’’ అంది నోరా?

‘‘ఏంటి?’’

హ్యూగో చేతికున్న ఎనలాగ్ గడియారం వంక చూసి చెప్పింది. ‘‘ప్రయత్నించి చూడు. నువ్వు ఆ పని చేయలేవు. మెదడు దాని నిర్వహించలేని దానిని చూడలేదు’’.

ఓసారి పరిశీలనగా చూసి ఆ విషయాన్ని అంగీకరించాడు.

‘‘దీన్ని బట్టి ఏం అర్థం అవుతోందంటే’’ అంది నోరా. ‘‘విశ్వాల మధ్య ఉన్నది లైబ్రరీ కాదు. దాన్ని అర్థం చేసుకోవటానికి అది సులవయిన మార్గంగా నాకు అనిపిస్తోంది. అది నా దత్తాంశం. వాస్తవానికి సులభగ్రాహ్యంగా ఉండే విషయం అది. లైబ్రేరియన్ అనేది కేవలం మానసికమైన రూపం’’.

‘‘ఇదంతా అద్భుతంగా లేదూ’’ అడిగాడు హ్యూగో.

నోరా నిట్టూర్చాడు. ‘‘ఇంతకు ముందు జీవితంలో నేను నా చనిపోయిన తండ్రితో మాట్లాడాను’’.

హ్యూగో కాఫీ జార్ తెరిచి, అందులో నుంచి గ్రాన్యూల్స్ తీసి రెండు మగ్ లలో వేశాడు.

‘‘నేను కాఫీ తాగను. కేవలం పిప్పర్మెంటు టీ తాగుతాను’’.

‘‘వినటానికి ఆ మాట ఘోరంగా ఉంది’’.

‘‘అది భరించగలిగిందే’’.

‘‘ఇక్కడ ఇంకో విచిత్రమైన విషయం చెప్పుకోవాలి’’ హ్యూగో చెప్పాడు. ‘‘మన సంభాషణల్లో ఏ క్షణమైనా ఇద్దరిలో ఒకరం మాయమయిపోవచ్చు’’.

హ్యూగో అందించిన మగ్‌ను అందుకుంటూ, ‘‘అదెప్పుడయినా సంభవించిందా?’’

అనడిగింది నోరా.

‘‘ఆ... కొన్నిసార్లు. అది చిత్రంగా ఉంటుంది. చాలా మంది దానిని గుర్తించలేరు. చివరిరోజున తమ ఆలోచనలు అస్పష్టంగా ఉంటాయి. ఈ మాట వింటే నీకు ఆశ్చర్యం కలగొచ్చు. ఇప్పటికిప్పుడు నువ్వు లైబ్రరీకి తిరిగి వెళితే, నేను ఇక్కడ కిచెన్ దగ్గర నిలబడి నీతో మాట్లాడటం కొనసాగిస్తూ

ఉంటే, "మనం ఏదో మాట్లాడుకుంటున్నట్టున్నాం. హఠాత్తుగా నా మైండ్ బ్లాంక్ అయ్యింది. మనం ఏ విషయం గురించి మాట్లాడుకుంటున్నది" అని నువ్వు ప్రశ్నిస్తావు. అప్పుడు ఏం జరిగి ఉంటుందో నేను గ్రహించగలుగుతాను. నేను గ్లేసియర్ల గురించి అని సమాధానం చెప్పగానే, నువ్వు దానికి సంబంధించిన విషయాలన్నింటిని గుదిగుచ్చుతావు. దాంతో నీ మెదడు ఆ ఖాళీలను పూరించి, ఓ కథనాన్ని రూపొందించుకుంటుంది"

"సరే. మరి ఆ పోలార్ బేర్ సంగతేమిటి? రాత్రికి చేయబోయే భోజనం మాటేమిటి? వేరే నేను ఏం తిన్నాననే విషయాన్ని గుర్తుంచుకోగలుగుతానా"

"ఆ అవసరం లేదు. అలా జరగటం కూడా నేను చూశాను. మెదడు ఖాళీలను భర్తీ చేసుకోవటం ఆశ్చర్యం కలిగిస్తుంది".

"నేను నిన్న ఎలా ఉన్నాను. అంటే..."

అతను కళ్లు మూసుకున్నాడు. అందమైన కళ్లు. నోరా క్షణకాలం పాటు కుదుపునకు లోనయ్యింది. అది ఉపగ్రహం భూ కక్ష్య లోకి లాగిన విధంగా అనిపించింది.

"సున్నితంగా... మనోహరంగా... తెలివిగా... అందంగా... అచ్చు ఇప్పుడు మాదిరిగానే...".

ఆమె నవ్వుతూ... "ఫ్రెంచిలో పొగడటం కాసేపు పక్కన పెట్టు".

ఇబ్బందికరమైన విరామం.

చివరకు నోరా అడిగింది.

"ఇంతకీ నువ్వెన్ని జీవితాలు చూశావు. ఎన్నింటిని అనుభవించావు"

"చాలా. దాదాపు 300 వరకూ".

"మూడొందలా?"

"నేను ఎన్నో రూపాలు ధరించాను. భూ గ్రహం మీద ఎన్నో ఖండాలను చూశాను. కానీ ఏదీ తగినదిగా కనిపించటంలేదు. నేను శాశ్వతంగా ఉండిపోవటానికి కోరుకున్న జీవితం ఏదీ నాకు కనిపించటం లేదు. అందుకే ఎప్పటికీ ఇలా ఉండాలనుకోవటం లేదు. మరో రకంగా జీవించాలని తహతహలాడుతున్నాను. నువ్వెందుకు అలా విచారంగా మొహం పెట్టావు. నేను హాయిగానే ఉన్నాను".

"ఏదో ఒకరోజున వీడియో స్టోర్ అనేది లేకపోతే" అడిగింది నోరా. ఆరివెలిగే లైట్ల మధ్య కంప్యూటర్ టేబుల్ మీద కూర్చుని భయాందోళనలకు

లోనయ్యే మిసెస్ ఎల్మ్ గురించి ఆలోచించింది. "నువ్వు మాయమయిపోతే? నువ్వు కోరుకునే జీవితం నీకు లభిస్తే..."

అతను భుజాలు ఎగరవేశాడు. "నేను చనిపోతాను. నా ఉద్దేశ్యం ఏమిటంటే, ఇంతకు ముందు గడిపిన మూల జీవితంలో నేను ఎలాగూ నేను చనిపోవలసిన వాడినే కదా? నాకు స్లైడర్ గా ఉండటం ఇష్టం. అసంపూర్ణతలను ఇష్టపడతాను. మరణాన్ని ఐచ్ఛికంగా ఉంచుకోదలుచుకున్నాను. అక్కడే నేను ఉండిపోవాలనుకోవటం లేదు".

"నా పరిస్థితి వేరే. అతి త్వరలో నేను కోరుకున్న జీవితం గనక లభించకపోతే నాకు మరణాన్ని తప్పదనుకుంటున్నాను. అది మంచికే అనిపిస్తోంది".

గతంలోకి వెళ్లటం వల్ల ఇంతకు ముందు ఎదురైన అనుభవాన్ని ఆమె పంచుకుంది.

"అది చెడ్డది. చెడ్డది కాకపోవచ్చు కూడా. ఇప్పుడు నువ్వు తెలుసుకోవలసిందేమిటంటే, మనకు అపరిమితమైన అవకాశాలుంటాయి. మల్టీ వెర్స్ అనేది ఏదో గుప్పెడు విశ్వాల గురించి కాదు. అది ఎన్నో విశ్వాల గురించి. మిలియన్, బిలియన్, ట్రిలియన్ అవకాశాలు కాదు. ఇంకా... ఇంకా... అసంఖ్యాకంగా,అనంతంగా ఉండే ఎన్నెన్నో విశ్వాలు. వాటిల్లోకి నువ్వు ప్రవేశించగలవు. నీ ఊహకు పరిమితులు ఉండొచ్చు. కానీ నువ్వు పశ్చాత్తాపాలను తొలగించుకునే విషయంలో సృజనాత్మకంగా వ్యవహరించొచ్చు. టీనేజర్ గా ఉన్నప్పుడు ఎయిరోస్పేస్ ఇంజనీరింగ్ చదివి వ్యోమగామి కావాలన్న ఆలోచన నాకు ఉండేది. నేను అంతరిక్షంలోకి ప్రవేశించనందుకు పశ్చాత్తాపానికి లోనయ్యేవాడిని. కానీ ఒక్కసారయినా దానిని నేను అనుభవంలోకి తెచ్చుకోగలిగాను. ఇదొక గొప్పఅవకాశం. అరుదయింది. మరెవరికీ దక్కనిది అని నువ్వు గ్రహించాలి. మనం చేసిన ఏ తప్పునయినా మనం సవరించుకోగలం. మనం కోరుకునే ఏ జీవితాన్నయినా అందుకోగలం. ఏ జీవితాన్నయినా... అందుకే పెద్ద కలలు కను. నువ్వు కోరుకునేది ఏదయినా కాగలవు. ఒక జీవితంలో దాన్ని పొందగలవు".

కాఫీ సిప్ చేసింది. "ఆ విషయం నాకు తెలుసు".

"జీవితం అర్థం గురించి ఆలోచిస్తూ కూర్చున్నావంటే, నువ్వెప్పటికీ జీవించలేవు" అన్నాడు అతను తెలివిగా.

''నువ్వు కామూ చెప్పిన మాటను గుర్తు చేస్తున్నావు కదూ''.

''మంచిగా అర్థం చేసుకున్నావు''.

అతను ఆమెను తేరిపార చూస్తున్నాడు. అందులో ఉన్న తీవ్రతను ఆమె ఏ మాత్రం పట్టించుకోలేదు. తన గురించి కొద్దిగా ఆలోచించుకుంటోంది. ''నేను ఫిలాసఫీ విద్యార్థిని'' అంది వీలయినంత వరకూ అతని చూపులతో చూపు కలపకుండా.

అతను ఆమెకు బాగా దగ్గరగా వచ్చి నిలబడ్డాడు. హ్యూగోను చూడగానే రెండు భిన్నమైన భావనలు కలుగుతాయి ఎవరికయినా. అతన్ని ముద్దు పెట్టుకోవలనిపిస్తుంది. అదే సమయంలో సాచి లెంపకాయ కొట్టాలనిపిస్తుంది. పరిస్థితులను బట్టి వాళ్ల వాళ్ల నిర్ణయాలు ఆధారపడతాయి.

''ఒక జీవితంలో మనం ఏళ్లతరబడి ఒకరికొకరం బాగా పరిచయం ఉన్నవాళ్లం. పెళ్లి చేసుకున్నాం'' అన్నాడు.

అతని కళ్లలోకి ఇప్పుడు సూటిగా చూస్తూ. ''చాలా జీవితాల్లో నువ్వెరవో నాకు తెలియనే తెలియదు''

ఆ మాటలను ఆమె తిప్పి కొట్టింది.

''అది చాలా విచారించవలసిన విషయం''

''అవునా?''

''అవును'' ఆమె నవ్వింది.

''మనం చాలా ప్రత్యేకమైన వాళ్లం నోరా. మనం ఎన్నుకోబడ్డాం. మనల్ని ఎవరూ అర్థం చేసుకోరు''.

''ఎవరూ ఎవరినీ అర్థం చేసుకోరు. మనల్ని ఎవరూ ఎంచుకోలేదు''.

''నేను ఈ జీవితంలో ఉండటానికి ఏకైక కారణం నువ్వే''.

అతను చెప్పటం పూర్తికాలేదు. ఆమె ముందుకు దూసుకెళ్లి అతనికి ముద్దుపెట్టింది.

నాకు ఏదైనా జరిగితే నేను అక్కడ ఉండాలనుకుంటాను

అది అద్భుతమైన అనుభవం. ముద్దు. అంతకు ముందు సంభాషణలో అతని ద్వారా తెలుసుకున్న విషయాలు ఆమెను ముందడుగు వేసేలా చేశాయి. జరగవలసినది ఏదయినా ఏదో ఒక జీవితంలో జరిగింది అనే ఎరుక వల్ల ఆమె తన నిర్ణయం నుంచి కొద్దిగా పక్కకు తప్పుకుంది. యూనివర్సల్ వేవ్ ఫంక్షన్ లో సంభవించేది అదే. ఏది జరిగినా, అది పరమాణు భౌతిక శాస్త్రం ప్రభావం వల్లనే అన్న వాదనతో ఇప్పుడు ఆమె సరిపెట్టుకుంటోంది.

"నేను నా గదిని ఇతరులకి పంచలేను" అన్నాడు.

ఆమె అతని వంక నిర్భయంగా చూసింది. పోలార్ బేర్ ను ఎదుర్కోవటం వల్ల ఆమెకు అంతకు ముందు అంతగా పరిచయం లేని ఆధిక్యతను ప్రదర్శించటం కొద్దిగా అలవాటయ్యింది. "సరే, నీ అలవాటును నువ్వు సడలించుకోవచ్చు హ్యూగో " అంది.

ఆమెకు కామూ గుర్తుకొచ్చాడు. అతను చెప్పిన "సెక్సు అనేది నిరాశపరుస్తుంది" అన్నవాక్యం తట్టింది. "నాకు ఏది ఆసక్తి గొలుపుతుందనేది నాకు తెలియదు. కానీ ఏది కాదనేది మాత్రం నాకు తెలుసు" అన్న మరో వాక్యం స్ఫురణ కొచ్చింది.

రాత్రిపూట తామిద్దరి మధ్య సాగిన సంభాషణ గురించి కాదు. ఆమె అస్తిత్వ తత్వశాస్త్రం గురించి ఆలోచిస్తోంది. అలాగే హఠాత్తుగా తట్టిన సూక్తి గురించి ఆలోచిస్తోంది. "నాకు ఏదైనా జరిగితే నేను అక్కడ ఉండాలనుకుంటాను" అన్న మాట కూడా కామూ చెప్పిందే కదా?

చివరకు ఆమె ఓ నిర్ణయానికొచ్చింది.

హ్యూగో పూర్తి అపరిచితుడు. మాట్లేడప్పుడు చాలా సన్నిహితంగా, దగ్గరి వాడుగా ఎంతో గాఢంగా అనిపించినా ఆ తర్వాత అతను నిర్లిప్తంగా, తటస్థంగా ఉన్నాడు. ఎవరయినా అతనిలాగా ఎన్నో జీవితాలు జీవిస్తే, నీకు అత్యంత బాంధవ్యం ఉండే జీవితం ఒక్కటే అవుతుంది. అది నీదే. ఇక అక్కడ ఉండటానికి ఆమెకు ఏ మాత్రం మనస్కరించలేదు.

అనుకున్నట్టుగా క్షణం కాలం తర్వాత ఆమె అక్కడ లేదు.

దేముడు, ఇతర లైబ్రేరియన్లు

''మీరెవరు?''

''నీకు నా పేరు తెలుసు. నా పేరు మిస్ ఎల్మ్. లూయిస్ ఇసాబెల్ ఎల్మ్''.

''మీరు దేవుడా?''

ఆమె నవ్వింది. ''నేను ఎవరో అదే నేను''.

''మరి మీరెవరు?''

''లైబ్రేరియన్''.

''మీరు నిజంగా వ్యక్తి కాదు. మీరు యంత్ర నిర్మాణం అంతే...

''మనం అందరం అదేగా''.

''అది కాదు. మన మనసుకు, మల్టీవెర్స్ కి నడుమ ఉండే చిత్రమైన సాహచర్యం వల్ల మీరు ఉత్పన్నమయ్యారు. క్వాంటమ్ వేవ్ ఫంక్షన్ లో సరళీకరణ వల్ల కావచ్చు. మరొక కారణం వల్ల కావచ్చు''.

ఈ మాటలకు మిసెస్ ఎల్మ్ కదిలిపోయింది. ''నీకేమయ్యింది?''

అసంకల్పితంగా ఆమెకు పోలార్ బేర్ ను ఎదుర్కొన్న సందర్భం గుర్తుకొచ్చింది. పసుపుపచ్చని ఫ్లోర్ వంక చూసింది. ''నేను దాదాపుగా చనిపోయాను''.

''ఒక జీవితంలో నువ్వు చనిపోయావంటే, నువ్వు ఇక్కడికొచ్చే అవకాశమే ఉండదు. ఆ విషయం గుర్తుపెట్టుకో.'

''అది సమంజసం కాదు''.

''లైబ్రరీలో నిబంధనలు కఠినంగా ఉంటాయి. పుస్తకాలు విలువైనవి. వాటితో నువ్వు జాగ్రత్తగా వ్యవహరించాలి''.

''ఇంకా ఇతర జీవితాలు ఉన్నాయి. అవి నేను కాదు, నా ఇతర వేరియంట్లు''.

''అవును. కానీ నువ్వు ఆ జీవితాలను అనుభవిస్తున్నప్పుడు వాటి తాలూకు పర్యవసానాలను నువ్వే అనుభవించాలి''

''నిజమే. నిజాయితీగా చెప్పాలంటే కానీ అదే నాకు చికాకుపెడుతోంది''.

లైబ్రేరియన్ పెదాల చివర్లలో చిరునవ్వు తళుక్కుమంది. ఆకులు రాలినట్టుగా ''చాలా ఆసక్తికరంగా ఉంది''.

''అందులో ఆసక్తికరమైన అంశం ఏమిటి?''

''మరణించటం గురించి నీ అభిప్రాయాన్ని మార్చుకోవటం...''

''ఏమిటి?''

''అప్పుడు నువ్వు చనిపోవాలనుకున్నావు. ఇప్పుడు వద్దనుకుంటున్నావు''.

మిస్ ఎల్మ్ చెబుతున్న దానిలో విషయం ఉంది. అది తన భావాలకు పూర్తిగా కాకపోయినా దగ్గరగా వచ్చిందని నోరాకు అర్థమవుతోంది. ''నా మూలజీవితం జీవించటానికి అర్హమైనది కాదు. నిజానికి ఈ అనుభవం ఆ విషయాన్ని నాకు అర్థమయ్యేలా చేసింది''.

''నువ్వు ఆలోచిస్తున్నది అదికాదు'' తల అడ్డంగా ఊపుతూ ఆమె అంది.

''నేను ఆలోచిస్తున్నది అదే. అందుకే ఆ విషయాన్ని చెప్పాను''.

''కాదు. ది బుక్ ఆఫ్ రిగ్రెట్స్ పుస్తకం తేలిగ్గా ఉంది. దానిలో చాలా వరకూ తెల్లభాగాలు కనిపిస్తున్నాయి. జీవితంలో చాలా భాగం నువ్వు ఆలోచించని విషయాలు మాట్లాడుతున్నావని అర్థం అవుతోంది. నీకు ప్రధాన అవరోధం అదే''.

''అవరోధాలా''?

''అవును. అలాంటివి చాలా ఉన్నాయి. వాటి వల్లనే నువ్వు వాస్తవాలను చూడలేకపోతున్నావు''.

''ఏ విషయం?''

''నీ గురించే. వాస్తవాన్ని గ్రహించాలంటే నువ్వు ప్రయత్నించటం ప్రారంభించాలి. అప్పుడే నీకు అంతా అర్థం అవుతుంది''.

''నేను ఎంచుకోవటానికి అనంతమైన జీవితాలు ఉన్నాయని అనుకుంటున్నాను''.

''అంతరంగంలో సంతోషం కలిగించే జీవితాన్ని నువ్వు ఎంచుకోవాలి. లేకపోతే త్వరలోనే ఆ అవకాశాలు కోల్పోతావు''.

''ఎంతో కాలంగా ఈ పని చేస్తున్న వ్యక్తిని కలిశాను. తనకు సంతృప్తిని తెచ్చి పెట్టిన జీవితాన్ని ఇంత వరకూ అతను కనుగొనలేకపోయాడు''.

''కావచ్చు. కానీ హ్యూగోకు ఉన్న ప్రత్యేకమైన సౌకర్యం నీకు ఉంటుందని చెప్పలేం''.

''హ్యూగో విషయం మీకు...''

అలా అడుగుతున్నప్పుడు ఆమెకు ఓ విషయం గుర్తుకొచ్చింది. మిసెస్ ఎల్మ్‌కి తను ఊహించిన దానికంటే ఎక్కువ విషయాలే తెలుసు.

''నువ్వు జాగ్రత్తగా ఎంపిక చేసుకోవాలి'' అంది లైబ్రేరియన్ గా ఉన్న ఆమె. ''ఒక రోజున లైబ్రేరియన్ ఇక్కడ ఉండకపోవచ్చు. నువ్వు శాశ్వతంగా దూరం కావచ్చు''.

''నాకు ఎన్ని జీవితాలు అందుబాటులో ఉన్నాయి?''

''ఇదేమీ మాయాద్వీపం కాదు. నేను జెన్నీని అంతకంటే కాదు. కచ్చితంగా ఇన్ని ఉంటాయని చెప్పలేం. వంద ఉండొచ్చు. ఒకటి కూడా ఉండొచ్చు. మిడ్ నైట్ లైబ్రరీలో ఉన్నంత వరకూ అపరిమిత సంఖ్యలో జీవితాలు నీకు అందుబాటులో ఉంటాయి. అది అర్ధరాత్రి సమయంలో. అది అర్ధరాత్రిలో ఉన్నప్పుడు, నీ జీవితం బతుక్కి, చావుకి మధ్య కొట్టుమిట్టాడుతుంది. కాలం గడిచిందంటే... ఏదో... అక్కడ సరైన పదం కోసం తడుముకుంది. ఆ తర్వాత చెప్పింది. 'నిశ్చయమైన విషయం'సంభవిస్తుంది. మిడ్ నైట్ లైబ్రరీ మనల్ని తన వెంట భూమి మీదకు తీసికెళుతుంది. నువ్వు ఎక్కడికి చేరాలనుకుంటావో నేను లోతుగా ఆలోచిస్తాను. తప్పు చేసినప్పుడు నిన్ను సరైన మార్గంలో ఉంచటానికి హెచ్చరిస్తాను. ఇప్పటికి నువ్వు కొంచెం ప్రగతి సాధించగలిగావని నేను చెప్పగలను. జీవితం అత్యంత విలువైనది, అంతరంగంలో లోపల సరైన దానిని కనుగొనాలి. దాన్లో నుంచి వెళ్లటానికి ముందు ఆ గేటు మూసుకుపోకుండా నువ్వు చూసుకోగలగాలి''.

చాలా సేపు ఇద్దరు మౌనంగా ఉన్నారు. తన చుట్టూ ఉన్న పుస్తకాలు చూడటంలో నోరా తలమునకలయ్యింది. అంటే అన్ని సంభావ్యతలను చూసుకుంది. నెమ్మదిగా, ప్రశాంతంగా ఒక వైపుకి మళ్లింది. పుస్తకం ముఖచిత్రాలను దాటి ఇంకేం ఉందో చూడాలని ప్రయత్నించింది. అందుకు పుస్తకం వెనక ఉన్న ఆకుపచ్చని భాగాలు ఏమైనా క్లూ ఇస్తాయోమోనని ఆశగా వెదికింది.

"నువ్వు ఇప్పుడు ఏ పుస్తకం ఇష్టపడుతున్నావు నోరా" మిసెస్ ఎల్మ్ మాటలు వెనక నుంచి వినిపించాయి.

కిచెన్ లో హ్యూగో చెప్పిన విషయాలు గుర్తుకొచ్చాయి.

'గొప్ప కలలు కను'.

నోరా వెనక తేరిపారచూడసాగింది లైబ్రేరియన్. "ఇంతకీ ఈమె ఏ పుస్తకం కోరుకుంటోంది?"

నోరా ఆలోచలను పరుగులు తీయసాగాయి. సంతోషానికి తన దగ్గర దారి మ్యూజిక్ అని ఆమెకు అనిపించింది. ఆమె పియానో వాయించేది. కొన్ని సార్లు కీబోర్డు కూడా. ఆ తర్వాత ఆమె సృష్టించటం మానేసింది. పాటను విడిచిపెట్టింది. పబ్ లో ఉన్న తొలిరోజుల్లో 'బ్యూటిఫుల్ స్కై' పాడిన విషయం గుర్తుకొచ్చింది. స్టేజీ మీద తను రవి, ఎల్లాలతో కలిసి ఉన్నప్పుడు తన తమ్ముడు ఉలిక్కిపడిన విషయం గుర్తుకొచ్చింది.

ఇప్పుడు ఏ పుస్తకం అడగాలన్న విషయంలో ఆమెకు స్పష్టత వచ్చింది.

కీర్తిప్రతిష్ఠలు

ఆమెకు చెమటలు పడుతున్నాయి. అది ఆమె మొట్టమొదట గమనించిన అంశం. శరీరంలో అడ్రనలిన్ తరుముతోంది. దుస్తులు మొత్తం శరీరాన్ని అతుక్కున్నాయి. తన చుట్టూ మనుషులున్నారు. ఒకరిద్దరి చేతిలో గిటార్లు ఉన్నాయి. ఆమె శబ్దం వినగలుగుతోంది. అది పెద్ద ఎత్తున జనసందోహం నుంచి వస్తున్న శబ్దం. దానికి ఒక లయ, రూపం కనిపిస్తున్నాయి. అది మత ప్రార్థనలా మారుతోంది.

తన ఎదురుగా మహిళ కనిపించింది. ఆమె టవల్ తో ముఖం తుడుచుకుంటోంది.

''ధన్యవాదాలు'' అంది నోరా నవ్వుతూ.

ఆ మహిళ నిశ్చేష్టురాలై చూస్తూండిపోయింది. అదేదో హఠాత్తుగా భగవంతుడు ప్రత్యక్షం అయినట్టుగా.

డ్రమ్ స్టిక్ లు చేతిలో ఉన్న వ్యక్తిని ఆమెను గుర్తించగలిగింది. అతను రవి. అతని జుట్టు వైట్ బ్లాండ్ చేసి ఉంది. అతను ఇండిగో సూట్ ధరించి ఉన్నాడు. పైన షర్టు ధరించలేదు. పైన ఛాతీ భాగం నగ్నంగా మెరుస్తోంది. నిన్న బెడ్ఫోర్డులో న్యూస్ పేపరు ఏజెంటు షాపులో మేగజైన్ల పక్కన నిలబడినప్పుడు చూసిన దానికి, అలాగే ఇంటర్ కాన్టినెంటల్ హోటల్లో విపత్తుల గురించి ప్రసంగించినప్పుడు బ్లూ షర్టు ధరించి కార్పొరేట్ లుక్ తో ఉన్నదానికీ ఇప్పటికీ అతనిలో చాలా తేడా కనిపించింది.

''రవీ'' ఆమె పిలిచింది. ''నువ్వు చాలా అద్భుతంగా ఉన్నావు''.

''ఏమిటి?''

అక్కడ గోలగోలగా ఉండటం వల్ల ఆమె చెప్పింది అతనికి వినిపించలేదు. ఈ సారి ఇంకో ప్రశ్నఅడిగింది.

"ఇంతకీ జో ఎక్కడ?" దాదాపు అరిచినంత పని చేసింది.

రవి ఓ క్షణం గందరగోళపడినట్టు , ఒకింత ఆందోళన చెందినట్టు కనిపించాడు. తనేదో ఘోరమైన విషయం వినబోతున్నట్టు భయపడింది నోరా.

"మామూలు విషయమే. విదేశీ ప్రెస్ తో మాటామంతీ జరుపుతున్నాడు".

నోరాకు ఏం జరుగుతోందో అర్థం కాలేదు. జో బ్యాండులో సభ్యుడే అనిపిస్తోంది. కానీ అందరితో కలిసి ప్రదర్శన మాత్రం ఇవ్వటం లేదు. అతను బ్యాండులో లేకపోతే, హఠాత్తుగా మాయం కావటం ఎందుకు? రవి చెప్పినదాన్ని బట్టి, అతను చెప్పిన తీరును బట్టి అతను సభ్యుడే అనిపిస్తోంది. ఎల్లా కూడా అక్కడ లేదు. బాగా కండలు తిరిగి, తల నున్నగా గొరిగించుకుని, ఒళ్లంతా టాటూలు ధరించిన వ్యక్తి పాట పాడుతున్నాడు. ఆమె ఇంకేదో తెలుసుకోవాలనుకుంది. సమయం కాదని ఊరుకుంది.

రవి గాల్లో చేతులు ఊపాడు. ఒకసారి చుట్టూ చూసింది. ఈ సారి చాలాపెద్ద స్టేజీని చూడగలిగింది.

ఆమె పొంగిపోయింది. కానీ దాన్ని ఎలా బయటపెట్టాలో అర్థం కాలేదు.

"ఎంకోర్ టైమ్" అన్నాడు. (ప్రేక్షకుల కోరిక మేరకు మళ్లీ పాటలు పాడి అలరించటాన్ని ఎంకోర్ అంటారు).

నోరా ఆలోచించటం మొదలుపెట్టింది. ఆమె ప్రదర్శన చేసి చాలా కాలమైంది. అది కూడా పబ్ బేస్మెంట్ లో అనాసక్తితో ఉండే దాదాపు వెయ్యి, 1200 సభ్యుల మధ్య మాత్రమే.

రవి కాస్త ముందుకు వంగి,"అంతా ఓకేనా నోరా?" అనడిగాడు.

ఆ మాట పెళుసుగానే ఉంది. అతను తన పేరును ఉచ్చరించిన విధానం చూస్తే , వేరే జీవితంలో తనపైన ఉన్న వ్యతిరేకత కనిపించింది.

"అవును" అంది గట్టిగా. "కానీ... ఎన్ కోర్ లో ఏం చేయాలో నాకు అర్థం కావటం లేదు".

రవి భుజాలు ఎగరేశాడు. "ఎప్పటిమాదిరిగా అదే".

"ఊ... ఆ... సరే" నోరా ఆలోచించటం మొదలుపెట్టింది. ఆమె స్టేజీ వైపు చూసింది. పెద్ద వీడియోస్క్రీన్ ఎదురుగా కనిపించింది. దానిపైన లాబ్రింత్ అని పెద్ద అక్షరాలతో ఫ్లాష్ అవుతూ వలయాకారంలో తిరుగుతున్నాయి. ఆమె ఆలోచించటం మొదలుపెట్టింది.

ఓవ్... మేం పెద్దవాళ్లమయిపోయాం. స్టేడియం అంత పెద్దగా... తనకు సమీపాన పెద్ద కీబోర్డు, కూర్చోటానికి ఎత్తుపీట కనిపించాయి. తన పేరేమిటో తెలియని బ్యాండ్ సహచరులు స్టేజీమీదకు వెనక్కి తిరిగి వచ్చారు.

"మనం ఎక్కడ ఉన్నాం?" చుట్టూ ఉన్న శబ్దాన్ని మించి ఎక్కువ స్వరంతో అడిగింది.

"శావో పాలో".

"మనం బ్రెజిల్లో ఉన్నాం".

వాళ్లు ఆమె వంక అదోలా చూశారు, తనేదో పిచ్చిదయినట్టు.

"గత నాల్రోజులుగా ఏమై పోయావు?"

"బ్యూటిఫుల్ స్కై" అంది నోరా. అందులో చాలా భాగం పదాలు ఆమెకు గుర్తున్నాయి. "అది పాడదాం".

"మళ్లీ చెప్పు" రవి గట్టిగా నవ్వాడు. అతని ముఖం అంతా చెమట పట్టి ఉంది."మనం పది నిముషాల క్రితం అదే పాడాంగా ".

"సరే అయితే విను" ఈసారి ఇంకా గట్టిగా అరిచింది. " మనం ఏదో కొత్తది చేస్తే బావుంటుందనుకుంటున్నాను. మిక్సప్ చేసి, మామూలు కంటే భిన్నమైనది ఏదో చేయాలనుకుంటున్నా".

""హౌల్" అంది ఇంకో బ్యాండ్ మెంబరు. టర్కిష్ గిటార్ ఆమె మెడ చుట్టూ వేలాడుతోంది. "మనం ఎప్పుడూ చేస్తాం. అదే చేద్దాం".

నోరా తన జీవితంలో ఎప్పుడూ "హౌల్" అనే మాట విని ఎరగదు.

"ఆ... నాకు తెలుసు" బుకాయించింది. "కానీ కలిపేద్దాం. వాళ్లకు తెలియనిది ఏదో పాడదాం. వాళ్లను ఆశ్చర్యపరుద్దాం".

"దీని గురించి ఎక్కువ ఆలోచిస్తున్నావు నోరా" అన్నాడు రవి.

"మరే రకమైన ఆలోచనలు నాకు మిగలలేదు".

రవి భుజాలు ఎగరేశాడు. "మనం ఏం చేద్దాం?"

నోరా ఆలోచించించటం మొదలుపెట్టింది. ఆమె యశ్ గురించి ఆలోచించింది. సైమన్, గర్ఫంకెల్ గిటార్ సాంగ్ బుక్ లోని పాట "బ్రిడ్జ్ ఓవర్ ట్రబుల్డ్ వాటర్" గుర్తుకొచ్చింది. "అది పాడదాం" అంది.

రవికిది నమ్మశక్యం కాకుండా ఉంది. "ఏమిటి?"

"మనం అది చేస్తే బావుంటుందని అనుకుంటున్నాను. జనం ఆశ్చర్యానికి గురవుతారు".

''నాకు ఆ పాటంటే ఇష్టం'' అంది మహిళా బ్యాండ్ మేట్. ''అది నాకు పూర్తిగా వచ్చు''.

''అది అందరికీ వచ్చు ఇమానీ'' ఆ మాటలు కొట్టి పారేస్తూ రవి అన్నాడు.

''అదీ సంగతి'' ఉత్సాహంగా అంది నోరా. రాక్ స్టార్ లను తలపించేలా, ''లెటెజ్ డూ ఇట్'' అంది ఉత్తేజపరుస్తూ...

పాలపుంత

నోరా స్టేజీ మీదకు నడిచింది.

ముందు ఆమె జనాలను చూడలేకపోయింది. లైట్లన్నీ ఆమె మీదకు ఫోకస్ అయి ఉయ్యాయి. ఆ మెరుపు మినహా మిగతాది అంతా అంధకారంగా ఉంది.

కెమెరా ఫ్లాష్ లు, ఫోన్ టార్చ్ లు పాలపుంతలా అందరినీ మంత్రముగ్ధులను చేస్తున్నాయి.

ఆమె అందరిని వినగలుగుతోంది. కేరింతలు చెవినపడుతున్నాయి.

మనుషులు తగినంత మంది ఒక చోట చేరి ఐకమత్యంగా ఒకే పనిచేయటానికి సిద్ధమయితే అది మరేదో కొత్త రూపాన్ని సంతరించుకుంటుంది. సంయుక్తంగా వారంతా చేస్తున్న గర్జన మరేదో జంతువును ఆమెకు గుర్తుచేస్తున్నాయి. తను హెర్క్యులెస్ అయినట్టు, ఎదురుగా ఉన్నది తనను చంపటానికి వచ్చిన అనేక తలలు హైడ్రా అయినట్టు ఆమె ముందుగా కలవరపడింది. ఆ గర్జన అంతా తనకు మద్దతు పలికేలా ఉంది. దాని శక్తి ఆమెకు ఎనలేని బలాన్ని ఇచ్చింది.

తనకు తెలిసినదానికంటే తను మరింత సమర్థురాలినని ఆమె ఆ క్షణంలో గుర్తించింది.

వెల్లువెత్తిన ప్రేమాభిమానాలు

ఆమె కీబోర్డు దగ్గరకు వెళ్లింది. స్టూలుమీద కూర్చుని మైక్రోఫోన్ ను మరింత దగ్గరగా లాక్కుంది.

"థ్యాంక్యూ, సావో పౌలో " అంది.

"ఉయ్ లవ్ యు... "

బ్రెజిల్లోని అతిపెద్ద నగరమైన సావో పౌలో ప్రజలు కేరింతలు కొడుతూ ఆమెపై ప్రేమాభిమానాలు కురిపించారు.

'పవర్' అంటే ఇదే. కీర్తికి ఉన్న శక్తి అది. ఈ పాప్ గాయకులు సామాజికమాధ్యమాల్లో ఒక మాట చెబితే చాలు, వాటికి మిలియన్ల కొద్దీ షేర్లు, లైక్ లు వచ్చిపడతాయి. ఓ దశ దాటేసరికి, మిమ్మల్ని హీరోలానో, మేధావి గానో, దేమునిగానో చూస్తారు. వాటిలో ముప్పు తెచ్చే అంశాలూ లేకపోలేదు. కొన్నిసార్లు మీరు దయ్యంలానో, విలనో లానో, అత్యంత మూర్ఖులుగానో కనిపిస్తారు.

ఆమె గుండె వేగంగా కొట్టుకోసాగింది. ఓ సన్నని తాడుపైన మునివేళ్లమీద నడుస్తున్న భావన కలిగింది.

దోబూచులాడుతున్న చీకటివెలుగుల మధ్యన, అక్కడకు వచ్చిన వేలాది మందిలో కొన్ని ముఖాలను ఆమె చూడగలుగుతోంది. దాదాపు 20వేల ముఖాలు. అంతా సన్నగా, చిన్నగా, కొత్తగా కనిపిస్తున్నారు. దేహరహితమైన రూపాలను ఆమె చూడగలుగుతోంది.

ఆమె నోరు ఎండిపోయింది. మాట్లాడటం కూడా ఇబ్బందిగా అనిపిస్తోంది. ఇప్పుడు 'పాడటం అంటే ఎలా?" అని ఆలోచించుకుంది. డేన్ గుర్తుకొచ్చాడు. తను పాడతా అన్నప్పుడు అతను మాటలతో ఎగతాళి చేసిన విషయం మనసు మెదిలింది.

ప్రేక్షకుల కేరింతలు తగ్గుముఖం పట్టాయి.

సమయం దగ్గర పడింది.

''సరే'' అంది ఆమె. ''ఇంతకు ముందు మీరు విన్నపాట మీ కోసం''.

ఇంత కంటే అర్ధరహితమైన మాట ఇంకొకటి ఉండదు. తాము విన్నపాటలనే మళ్లీ మళ్లీ వినేందుకే వాళ్లంతా టిక్కెటు కొనుక్కొని ఇంత దూరం వచ్చారు.

''అది నా మనసుకు చాలా దగ్గరైన పాట''.

అక్కడ వాతావరణం విస్ఫోటనంలా ఉంది. ప్రేక్షకులు అరిచారు, గోల చేశారు. చప్పట్లు కొట్టారు, ఆమె పేరును పదేపదే ఉచ్ఛరించారు. క్షణకాలం పాటు తను క్లియోపాత్రనేమో అన్న భావనకు లోనయ్యింది. అదీ భయపడుతున్న క్లియోపాత్రలా.

పియానో మాదిరిగా సరైన స్వరాన్ని పలికించేందుకు ఆమె ప్రయత్నించింది. ముంజేతిపైన టాటూ, అందులో కాలిగ్రఫీ అయిన అక్షరాలు క్షణకాలంపాటు ఆమె దృష్టిని మళ్లించాయి. ''అన్ని మంచి విషయాలు విశృంఖలంలా, స్వేచ్ఛగా ఉంటాయి'' అన్న డేవిడ్ థారో సూక్తి రంగుల్లో మెరుస్తూ కనిపించింది. ఆమె కళ్లు మూసుకుంది. పాట పూర్తయ్యేవరకూ వాటిని తెరవాలనుకోలేదు.

చీకట్లో పాడటానికి చోపిన్ ఎందుకు ఇష్టపడతాడో ఆమెకిప్పుడు అనుభవంలోకొచ్చింది. అలా పాడటం చాలా సులువు.

''వైల్డ్'' అని కాస్త ఆగి ''ఫ్రీ''తనకు తనే అనుకుంది.

పాట పాడుతున్నప్పుడు తను సజీవంగా ఉన్న భావన కలిగింది. ఒలంపిక్ ఛాంపియన్ పోటీల్లో ఈత కొడుతున్నప్పటి కంటే కూడా బావుంది.

అది మనసుకు హాయి కలిగిస్తోంది. జనం ముందు నిలబడి పాడటానికి అంతకు ముందు ఎందుకు భయపడ్డానా అన్న ఆశ్చర్యానికి గురయ్యింది.

'అదరగొట్టేశావ్'

తన పాట ముగిస్తున్న సమయానికి రవి దగ్గరగా వచ్చి నెమ్మదిగా చెవిలో చెప్పాడు.

'థాంక్యూ' అని బదులిచ్చింది.

''ఇప్పుడిక 'హౌల్' చేద్దామా?''

ఆమె తలాడించింది. ''మీరంతా ఈ కార్యక్రమానికి విచ్చేసినందుకు మీ అందరికీ ధన్యవాదాలు. జాగ్రత్తగా ఇంటికెళ్లండి'' అంది హఠాత్తుగా.

"ఇంటికి జాగ్రత్తగా వెళ్లండి" హోటల్లో తిరిగివెళుతున్నప్పుడు ఈ మాటలను గుర్తు చేస్తూ అదోలా నవ్వాడు. అతని మొహంలో ఏదో అసంతృప్తి కనిపించింది.

"అందులో తప్పేం ఉంది?" గట్టిగా ఆమె ఎదురుప్రశ్న వేసింది.

"ఇదంతా నీ సహజమైన ప్రవర్తనకి భిన్నంగా ఉంది".

"అలా చెప్పకూడదా ఏమిటి?"

"చికాగోలో ఉన్న మాదిరిగా లేవు ".

"ఎందుకు? చికాగోలో నేను ఏం చేసేదాన్ని?"

రవి నవ్వాడు. "మెదడుకు చికిత్స చేయించుకున్నావా (లొబొటొమైజ్) ఏమిటి?"

ఆమె ఫోన్ వైపు చూసుకుంది. ఈ జీవితంలో ఆమె కొత్త మోడల్ ఫోన్ వాడుతోంది.

ఇజ్జీ నుంచి సందేశం వచ్చింది.

నిజజీవితంలో తను డేన్ తో పబ్ లో ఉన్నప్పుడు వచ్చిందే అది. నిజానికి అది మెసేజ్ కూడా కాదు. అది తిమింగళం చిత్రం. కాకపోతే కాస్త భిన్నంగా ఉంది. ఈ జీవితంలో ఇజ్జీతో స్నేహంగా ఉండటం ఏమిటి? మిగతా జీవితాల్లో లేకపోవటం ఏమిటి అనే ప్రశ్న ఆమెకు కలిగింది. అయితే ఒక విషయం ఆమెకు స్పష్టంగా అర్థమైంది. ఈ జీవితంలో ఆమెకు డేన్ తో వివాహం కాలేదు. చేతివేళ్ల వైపు చూసుకుంది. పెళ్లయినట్టు సూచించే ఉంగరం లాంటి గుర్తులేమీ లేవు.

బహుశా ఇజ్జీ ఆస్ట్రేలియా వెళ్లటానికి ముందే లాబ్రింత్ వల్ల తను పేరు ప్రఖ్యాతులు గడించేసి ఉండొచ్చు. అందుకే ఆమెతో వెళ్లటానికి సుముఖత చూపకపోవటాన్ని అందరూ అర్థం చేసుకున్నారు. ఇజ్జీ తన లాంటి ప్రఖ్యాత వ్యక్తితో స్నేహాన్ని ఇష్టపడుతూ ఉండొచ్చు.

ఇజ్జీ తిమింగళం బొమ్మ కింద ఓ వ్యాఖ్య రాసింది.

"మంచి విషయాలు అన్నీ విశృంఖలంగా, స్వేచ్ఛగా ఉంటాయి".

ఆమెకు తన టాటూ విషయం తెలిసి ఉంటుంది.

ఇప్పుడు ఆమె నుంచి మరో సందేశం వచ్చింది.

"నువ్వు దుమ్మురేపి ఉంటావు. బ్రెజిల్ ఉర్రూతలూగిపోయి ఉంటుంది. పది మిలియన్ల మందికి ధన్యవాదాలు".

అందులో కొన్ని ఈమోజీలు, కొన్ని హృదయాల బొమ్మలు, అభినందిస్తున్న చేతులు, మైక్రోఫోన్ బొమ్మలు, మ్యూజికల్ నోట్స్ జత చేసి ఉన్నాయి.

నోరా తన ఇన్ స్టాగ్రామ్ ను పరిశీలించింది. ఈ జీవితంలో ఆమెకు 11.3 మిలియన్ల మంది అనుచరులున్నారు.

ఆమె అద్భుతమైన సౌందర్యరాశిని తలపించేలా ఉంది. నల్లగా మెరుస్తున్న కురులకు తెల్లటి స్ట్రైప్‌లు, వాంపిరిక్ మేకప్, పెదాలకు రంగులద్దుకుని ఉంది. బహుశా ఎక్కువ టూర్లలో ఉండటం వల్ల కావచ్చు. ఈ అలసటలోనూ గ్లామర్ కనిపించింది. అమెరికన్ గీత గాత్ర రచయిత్రి బిల్లీ ఎల్లిస్ లా అనిపించింది.

ఆమె సెల్ఫీ తీసుకుంది. ఇప్పటికే ఆమె ఫోన్ లో అలాంటి ఫొటోలు అనేకం ఉన్నాయి. మేగజైన్ల కోసం ఫొటో షూట్లో తీసినవి. వాటిల్లో కంటే అందంగా, కూల్‌గా ఉంది. తను ఊహించిన దాని కంటే మెరుగ్గా ఉంది. ఆస్ట్రేలియా జీవితంలో ఆమె ఆన్ లైన్ లో పోయిమ్స్ కూడా రాస్తోంది. వాటికి ఒక్కో దానికి అర మిలియన్ వరకూ లైక్ లు రావటాన్ని ప్రత్యేకంగా చెప్పుకోవాలి. అందులో 'ఫైర్' అనేది ఒకటి. అదీ ఇంతకు ముందు దాని కంటే భిన్నంగా ఉంది.

ఆమె మనసులో అగ్ని ఉంది.

అది తన వినాశనానికా? వెచ్చదనాన్ని అందించటానికా అని ఆమె ఆశ్చర్యపోతూ ఉంటుంది.

"అప్పుడు ఆమె గుర్తించింది.
నిప్పుకు ఒక లక్ష్యం ఉండదని.
ఆ శక్తి తనదేనని.
అది తనకు మాత్రమే ఉందని".

తన పక్కన ఓ మహిళ కూర్చుని ఉంది. ఆ మహిళ బ్యాండులో వ్యక్తి కాదు గానీ, ఆమెకు ప్రాధాన్యత ఉన్నట్టుంది. ఆమెకు దాదాపు 50 ఏళ్లుంటాయి. తను మేనేజర్ ఏమో, రికార్డు కంపెనీకి పనిచేస్తున్నదేమో. కానీ అమ్మలా, కఠినమైన క్రమశిక్షణను పాటించే వ్యక్తిలా అనిపించింది. నోరాను చూసి ఆమె చిరునవ్వు నవ్వింది.

‘‘అద్భుతం ... అసాధారణం... సైమన్ అండ్ గర్ఫంకెల్ మాదిరిగా దక్షిణ అమెరికా అంతా నువ్వు ట్రెండింగ్ లో ఉన్నావు’’ అంది.

‘‘ఊ’’.

‘‘నీ సోషల్ మీడియా ఎక్కౌంట్ లో నుంచి దానిని పోస్ట్ చేశాను’’.

అది చాలా సాధారణమైన విషయం అన్నట్టుగా చెప్పింది.

‘‘ఓ... రైట్. ఒకే...’’

‘ఈ రాత్రికి హోటల్లో ప్రెస్ కి సంబంధించిన కొన్ని అంశాలున్నాయి. రేపు పెందరకాడే బయలుదేరాలి. ముందే రియోకి విమానయానం చేయాలి. తర్వాత 8 గంటల హడావుడి. అక్కడ అంతా హోటల్లోనే’’.

‘‘రియోనా?’’

‘‘ఈ వారం షెడ్యూల్ ప్రకారం నువ్వింకా వేగం పెంచాలి. సరేనా?’’

‘‘ఊ... సరే. టూర్ వివరాలు అన్నీ ఓ సారి గుర్తు చెయ్యి,’’

నోరాకు అన్నీ తెలిసి కూడా తనను ఆటపట్టిస్తోందేమోనని ఆమె అనుకుంది.

రేపు రియోకి వెళతాం. అక్కడ రెండు రాత్రులు. అటు నుంచి బ్రెజిల్ కి. పోర్టో అలిగ్రేకి, శాంటిగో, చిలీ, బ్యూనో ఎయిర్స్, అర్జెంటీనా, అక్కడ నుంచి లూమా, పెరూ. అది దక్షిణాఫ్రికాలో చిట్టచివరి కార్యక్రమం. తర్వాత వారం అంతా ఆసియా. జపాన్, హాంకాంగ్, ఫిలిఫ్ఫెన్స్, తైవాన్’’.

‘‘పెరూనా? అక్కడ కూడా మనం పేరుమోశామా?’’

‘‘నోరా, నువ్వు అంతకు ముందు కూడా అక్కడకు వెళ్లావు. మరిచిపోయావా? గత ఏడాది. అదే ప్రదేశం. రేస్ కోర్సు కొచ్చిన 1500 మంది మతులు పోగొట్టుకున్నారు’’.

‘‘రేస్ కోర్సు కదూ... అవునా... నిజమే నిజమే. నాకు గుర్తుంది. ఆ రాత్రి అద్భుతం’’.

ఈ జీవితం నిజంగా ఎలా సాగుతోందో ఆమెకు అర్థం కాలేదు. పెద్ద రేస్ కోర్సులానా? అందులో గుర్రమా? జాకీనా? దేనితో తనకు సారూప్యత ఉంది?

రవి మాట్లాడుతున్న ఆమె వైపు భుజం చరిచి అంది. ‘‘జొయానా, రేపు పాడ్ కాస్ట్ ఎన్ని గంటలకు?’’

''ఓ... అదా... చెప్పటం మరిచిపోయా, అది ఈ రోజు రాత్రికే. వాళ్లే నోరాతో మాట్లాడతానని అన్నారు. కావాలంటే రాత్రికి కాస్త ముందు నిర్వహించవచ్చు''.

రవి నిరుత్సాహం చెందాడు. భుజాలు ఎగురవేస్తూ''అలాగే'' అన్నాడు.

''విషయం చెప్పిన వాడి మీద దాడి చేయటం సరైన పద్ధతి కాదు. అదెప్పుడూ నిన్ను ఆపలేదు''.

నోరా ఆలోచనలు అతని తమ్ముని వైపు మళ్లాయి. జొయానా, రవిల మధ్య ఉన్న ఒత్తిడి వాతావరణంలో తన గురించి తాను తెలుసుకోవటానికి ప్రయత్నించటం ఇబ్బందిగా అనిపించింది. నాలుగు లేన్ల రహదారి మీదుగా వాహనం సాగిపోతోంది. కిటికీలో నుంచి బయటకు చూసింది. చీకట్లో కార్లు, లారీలు, మోటారు బైక్ ల వెనుకనున్న ఎర్రలైట్లు మిణుకు మిణుకు మంటూ కనిపిస్తున్నాయి. నల్లటిమేఘాలతో కమ్ముకున్న ఆకాశం, ఆకాశాన్ని తాకుతున్నట్టుగా ఉన్న భవనాలు వేగంగా కదలిపోతున్నాయి. హైవేకి అటూ ఇటూ, మధ్యలోనూ బారులు తీరిన చెట్లు రెండు వైపులా సాగుతున్న ట్రాఫిక్ ను వేరు చేస్తున్నాయి.

ఇదే జీవితంలో మరుసటి రోజు సాయంత్రం వరకూ కొనసాగితే, పూర్తిస్థాయి కచేరీలో తను పాల్గొనవలసి ఉంటుంది. పాటలు అన్నీ తనే పాడాలి. వాటి గురించి అంతగా తెలియదు. మరి వాటిని ఎంత త్వరగా తను నేర్చుకోగలిగేదో?

అంతలో ఫోన్ మోగింది. వీడియో కాల్. 'రాయన్' అని పేరు కనిపించింది.

అది చూసి జోయన్నా ముసిముసిగా నవ్వుకుంది. ''మాట్లాడి చూడు నీకే అంతా తెలుస్తుంది'' అంది.

రాయన్ ఎవరనేది నోరాకు తెలియలేదు. స్క్రీన్ మీద మొహం గుర్తుపట్టలేని విధంగా ఉంది.

ఆమె ఆలోచిస్తూ ఉండగానే అది ఎవరనేది ఆమెకు అర్థమైంది.

అనేకసార్లు సినిమాల్లో చూసిన ముఖం. ఎన్నో సార్లు ఊహించుకున్న మొహం.

''హాయ్... మనిద్దరం మంచి స్నేహితులమే కదా? ఇప్పుడే చెకిన్ చేస్తున్నాను''

ఆ స్వరాన్ని గుర్తుపట్టింది.

అత్యంత మనోహరమైన, ప్రసిద్ధమైన అమెరికన్ స్వరం.

"ఆమె ఫోన్ లో రాయన్ బెయిలీతో మాట్లాడుతోంది"... జొయానా ఎవరితోనో చెబుతోంది.

రాయన్ బెయిలీ

రాయన్ బెయిలీ.

తన ఊహా సుందరుడు. ఎన్నో మార్లు స్వప్నంలోకి వచ్చి ఉక్కిరిబిక్కిరి చేసినవాడు.

అతని వెస్ట్ హాలివుడ్ హాట్ టబ్‌లో, అతనితోపాటు ముఖం మీద మేలిముసుగుతో ఉన్న ప్లాటో, హైడగ్గాల గురించి చర్చించినట్టుగా ఎన్నో మార్లు కలలు కన్నది.

''నోరా, ఎలా ఉన్నావు? ఎందుకు భయపడుతున్నట్టుగా కనిపిస్తోంది''.

''అవును... నేను... మరి... నేను... ఇక్కడ... బస్సులో... పెద్ద బస్సులో... టూరింగ్ చేస్తూ...ఆ ... అవును''.

''సరే, నేనెక్కడ ఉన్నానో ఊహించు''.

ఆమెకు ఏమని సమాధానం చెప్పాలో అర్థం కాలేదు. హాట్ టబ్ అనే మాట వాడటం పూర్తిగా అసంబద్ధంగా అనిపించింది. ''నిజంగా నాకు తెలీదు'' అని బదులు ఇచ్చింది.

అతని ఫోన్ అటూ ఇటూ కదుపుతూ గది మొత్తం చూపించాడు. విశాలంగా, సంపన్నంగా ఉన్న విల్లా... ఆధునికంగా అలంకరించి ఉంది. టెర్రాకోట్ టైల్స్ తో మెరుస్తోంది. దోమతెర వెనుక ఫోర్ పోస్టర్ డబుల్ బెడ్ కనిపిస్తోంది.

''నయారిత్, మెక్సికో'' అన్నాడతను. మెక్సికోలో 'ఎక్స్' అన్న మాటను స్పానిష్‌వాళ్ల మాదిరిగా 'హెచ్' అని ఉచ్చరించాడు. సినిమాల్లో కనిపించేదాని కంటే కాస్త భిన్నంగా, కొత్తగా ఇక్కడ కనిపిస్తున్నాడు. మృదువుగా, కాస్తంత మందకొడిగా, మద్యం సేవించిన వాడిలా ఉన్నాడు.

''లొకేషన్ లో ఉన్నాం. సెలూన్2 షూటింగ్ చేస్తున్నాం''.

''సెలూన్ 2 నా? అయితే నేను మొదటిది చూడాలి''

తనేదో గొప్ప జోక్ చెప్పినట్టుగా అతను పడీపడీ నవ్వాడు.

''ఎప్పటి మాదిరిగా, అనాసక్తిగా, పట్టించుకోకుండా ఉన్నావు నోనో?''

''నోనో నా?''

''కేసా డి మిట్టా లో ఉంటున్నాను'' అతను చెప్పటం కొనసాగించాడు. ''నీకు గుర్తుందా? వారాంతంలో ఒకసారి మనం అక్కడున్నాం. అదే విల్లాలో ఇప్పుడు నన్ను ఉంచారు. అప్పట్లో ఇద్దరం కలిసి మెక్సికో డ్రింక్ మెజ్కల్ మర్గారిటా సేవించాం. అవును. ఇంతకీ నువ్వెక్కడ ఉన్నావు?''

''బ్రెజిల్లో. సావో పౌలో కన్సర్ట్ చేస్తున్నాం''.

''అది విస్తృతమైన భూభాగం. కూల్ గా ఉండు''.

''నిజంగా చాలా బావుంది'' అంది ఆమె.

''ఇప్పుడు నువ్వు సహజంగా ఉన్నట్టు అనిపిస్తోంది''.

బస్సులో సగం మంది ఆమె సంభాషణ వింటున్నారన్న విషయం నోరాకు తెలుసు. బీరు తాగుతూ ఆమెనే గమనిస్తున్నాడు రవి.

''నీకు తెలుసుగా. బస్సులో ఉన్నాను. చుట్టూ చాలా మంది జనం ఉన్నారు''.

''జనమా?'' అతను పెద్ద పెట్టున నవ్వాడు. ''జనం అనేవాళ్లు ఎప్పుడూ ఉండనే ఉంటారు. అది చిన్న సమస్య. దాని గురించి ఈ మధ్య ఎక్కువ ఆలోచిస్తున్నాను. అలాగే నువ్వు జిమ్మీ ఫలోన్ గురించి చెప్పింది కూడా''.

రోడ్డు మీదకు ఒకేసారి జంతువులు అడ్డదిడ్డంగా పరిగెత్తుకొచ్చిన భావన కలిగింది. అతను చెప్పిన ఒక్కో వాక్యాన్ని అర్థం చేసుకోవటం ప్రారంభించింది.

''నేనేం చెప్పాను''

''నువ్వు, నేను... అది ఎలా ముగిసిందో నీకు తెలుసుగా. మనిద్దరి మధ్య ఎలాంటి ద్వేషభావనలు లేవు. ఆ మాట అన్నందుకు నీకు ధన్యవాదాలు చెప్పుకోవాలి. నేనే చెత్తవెధవని. నాకు ఆ విషయం తెలుసు. నాలో లోపాలను సవరించుకోవటానికి ప్రయత్నిస్తున్నాను. నేను కలిసిన థెరపిస్టు కూడా చాలా మంచివాడు''.

''ఓ... సంతోషం''.

''నీలాంటి మంచి వ్యక్తిని జారవిడుచుకున్నాను నోరా. మనిద్దరం ఎన్నో ఆనందక్షణాలను అనుభవించాం. అయినా జీవితం అంటే ఒక్క శృంగారమే కాదు కదా?''

''అవును'' నోరా అంది. అతను చెబుతూ ఊహించుకుంటున్న ఆ విషయం గురించి స్పందించకుండా ఉంటే బావుంటుందని ఆమెకు అనిపించింది.

''మనం అన్నీ పొందగలిగాం. దాన్ని చక్కగా ముగించటంలో నువ్వు విజయవంతం అయ్యాం. విశ్వం సూచించిన విధంగా ముందుకు సాగిపోయావ్. జీవితంలో తిరస్కరణ (రిజెక్షన్) ఉండదు. దారి మళ్లింపు (రీ డైరక్షన్) మాత్రమే ఉంటుంది. జగత్తు గురించి ఈ మధ్య ఆలోచిస్తున్నాను. లోతుగా, చాలా ఎక్కువగా, దాంతో చాలా విషయాలు అర్థమవుతున్నాయి. నేను చాలా బ్యాలన్స్ గా ఉండవలసిన అవసరం ఉందని తెలుస్తోంది. మన జీవితాలు తీవ్రంగా ఉంటాయి. డార్విన్ మూడో చలన నియమం ప్రకారం పనిచేస్తూంటాయి. ఒక చర్య మరో ప్రతి చర్యకు దారి తీస్తుంది. మనం ఈ విశ్వంలో పరిభ్రమిస్తున్న చిన్న పిపీలికాలం అని నువ్వు సరిగానే గ్రహించావు. మనం మళ్లీ ఏదో రోజున లాస్ ఏంజెల్స్ లోని చాట్యూ మార్మోంట్ లాంటి చోట కలుసుకోగలుగుతాం''.

ఆమెకు ఏం సమాధానం చెప్పాలో అర్థం కాలేదు. ''బహుశా అది న్యూటన్ అనుకుంటా'' అంది.

''ఏది?''

''మూడో చలన నియమం''.

అతను తలాడించాడు. గందరగోళపడిన వాడిలా అన్నాడు. ''ఏమిటి?''

''అదేంలేదు. పట్టించుకోకు. వదిలెయ్''.

అతను నిట్టూర్పు విడిచి తర్వాత చెప్పాడు .''నేను ఈ మార్గారిటాను పూర్తి చేస్తాను. నాకు మరో ట్రైనింగ్ సెషన్ ఉంది. కొత్త ట్రైనర్. ఎంఎంఏ కుర్రాడు''.

''ఒకే''.

''మరి నానో''.

''ఆ''.

''నా కోసం ఎప్పుడూ పిలిచే పేరుతో పిలవ్వా?''

"ఊ".

"నువ్వు మరిచిపోలేదు'.

"అవుననుకో" ఆ పేరు ఏదయి ఉంటుందా అని ఆలోచించసాగింది. రై... రై... రాయ్ బ్రడ్. ప్లాటో.

"నా వల్ల కావటం లేదు".

"చుట్టూ అందరూ ఉన్నారనా?".

ఆమె తన చుట్టూ ఉన్న వాళ్లందరినీ చూపించింది. "అవును. జనమే. మనం ఇప్పుడు ఎవరి జీవితాలను వాళ్లు గడుపుతున్నాం. ఇప్పుడు అలా పిలుచుకోవటం అసంబద్ధంగానే ఉంటుంది".

అతను విషాదకరమైన నవ్వు నవ్వాడు. "ఇప్పుడు నేను చెప్పేది విను. నేను లాస్ ఏంజెల్స్ కార్యక్రమానికి వస్తున్నాను. మొదటి వరసలో కూర్చుంటాను. నువ్వు నన్ను ఆపలేవు. అర్థమైందా?".

"నీ మాటలు వినటానికి చాలా తియ్యగా ఉన్నాయి".

"మనం చిరకాలం స్నేహితులం".

"అవును, చిరకాలం స్నేహితులం".

తన సంభాషణ ముగుస్తుందని అర్థం అవుతోంది నోరాకు. హఠాత్తుగా అడిగింది. "నిజంగా నువ్వు పిలాసఫీలోకి ప్రవేశించావా?"

అతను ముక్కులో నుంచి గాలి విడిచి వింత ధ్వని చేశాడు. రాయన్ బెయిలీ మనిషిగా మారటం, మానవశరీరంలోకి ప్రవేశించి ఇలా చెయ్యటం నిజంగా నివ్వెపరిచే విషయమే.

"ఏమిటి?"

"కొన్నాళ్ల క్రితం 'ఏథేనియన్స్'లో ప్లాటో పాత్రను పోషించినప్పుడు, నువ్వు ఓ ఇంటర్వ్యూ ఇచ్చావు. తత్వశాస్త్ర పుస్తకాలు ఎక్కువ చదువుతానని చెప్పావు. అది నిజమేనా?"

"నేను జీవితాన్ని చదువుతాను. జీవితం అంటేనే తత్వశాస్త్రం".

అతను చెబుతున్నదేమిటో నోరాకు అర్థం కాలేదు. కానీ అంతరాంతరాల్లో ఏ-లిస్టు మూవీ స్టార్ ను పడగొట్టగలిగానన్న అతిశయం ఆమెకు అంతులేని ఆనందాన్ని కలిగిస్తోంది.

"మార్టిన్ హెడిగ్గా గురించి మాట్లాడినప్పుడు నువ్వు ఆ మాటలు మాట్లాడి ఉంటావు".

‘‘ఇంతకీ ఈ మార్టిన్ హాట్ డాగ్ ఎవరు? ఎవడో ప్రెస్ వెధవయి ఉంటాడు. ఏదో పనికిరాని చెత్త విషయాలన్నీ చెబుతూంటావు నువ్వు’’.

‘‘అడియోస్ అమిగా (గుడ్ బై ఫ్రండ్)’’.

‘‘అడియోస్ రాయన్ (గుడ్ బై రాయన్)’’.

అతను మాయమవ్వాడు. జొయానా నవ్వుతూ ఆమె వైపు చూడసాగింది. ఆమె ఏమీ మాట్లాడలేదు.

జొయానాలో హుందాతనం, వాతావరణాన్ని తేలికపరిచే స్వభావం ఆమెకు నచ్చుతోంది. ఈ జీవితంలో తను బాగా ఇష్టపడే వ్యక్తి తనేనేమో అనిపించింది నోరాకి. ఆ రోజు తను చేయవలసిన పాడ్ కాస్ట్ గుర్తుకొచ్చింది. బ్యాండు తరఫున పాడ్ కాస్ట్ చేయాలి. బ్యాండులో ఉన్న సగం మంది వ్యక్తుల పేర్లు తనకు తెలియవు. వాళ్లు చేసిన ఆల్బమ్స్ తో పరిచయం లేదు. చివరి ఆల్బమ్ ఏమిటనేది తెలియదు.

నగరం వెలుపలగల విలాసవంతమైన హోటల్ ఎదుట కోచ్ ఆగింది. దాని ఎదురుగా ఎన్నో ఫ్యాన్సీ కార్లు నిలబెట్టి ఉన్నాయి. వాటి అద్దాలు నల్లగా మెరుస్తున్నాయి. అక్కడ ఉన్న పామ్ చెట్లు విద్యుత్ అలంకారాలతో మెరుస్తున్నాయి. మరో గ్రహం మీదకు అడుగుపెట్టినట్టుగా అనిపించింది.

‘‘ఒకప్పటి రాజప్రాసాదం’’ వివరించింది జొయానా. ‘‘బ్రెజిలియన్ ఆర్కిటెక్ట్ ఒకరు దీన్ని రూపొందించారు. అతని పేరు మరిచిపోయాను’’ అని ఒకసారి ఆగి... ‘‘ఆస్కార్ నిమియర్’’ అంది. ‘‘అత్యంత ఆధునికుడు. అతను సాధారణంగా అనుసరించే పద్ధతులకంటే ఇది భిన్నం. బ్రెజిల్లోనే బెస్ట్ హోటల్’’.

అప్పుడు నోరా గమనించింది. జనం పెద్ద ఎత్తున గుమికూడి తన కోసం ఎదురుచూస్తున్నారు. వాళ్ల చేతుల్లో ఫోన్లు ఉన్నాయి. ఎప్పుడెప్పుడు తన చిత్రాన్ని కెమెరాలో బంధిద్దామా అన్న ఆత్రుత వాళ్లలో కనిపిస్తోంది.

నీకు అన్నీ ఉంటాయి. కానీ ఏదీ ఉన్నట్టు అనిపించింది.
@నోరాలాబ్రింత్ 74.8కె రీట్వీట్స్, 485.3 కె లైక్స్

వెండిపళ్లెంలో నోరూరించే హనీకేకులు

మల్టీవెర్సులోని తన ఇతర పాత్రలతో కలిసి సహజీవనం చేయటం అనేది ఈ జీవితంలో క్రూరమైన ఆలోచన అనిపించింది.

ఒక జీవితంలో అద్దె చెల్లించటమే భారంగా బతకటం... మరో జీవితంలో ప్రపంచం అందరినీ ఉత్తేజితులను చేయగల స్థాయిలో ఉండటం నోరాకు నమ్మశక్యం కాకుండా ఉంది.

బస్సు హోటల్ దగ్గరకు వచ్చి ఆగే వరకూ దృశ్యాలను కెమెరాలో బంధించుకున్న అభిమానులు ఇప్పుడు ఆమె ఆటోగ్రాఫ్ ల కోసం ఎగబడటం మొదలుపెట్టారు. బ్యాండులో ఇతర సభ్యులను పట్టించుకోవటం లేదు. ఆమెను చూడాలని, మాట్లాడాలని తహతహలాడుతున్నారు.

ఆమె మీదకు దూసుకువస్తున్న ఒక అమ్మాయి వైపు చూసింది. ఆమె ఒళ్లంతా టాటూలు ఉన్నాయి. పశ్చిమ దేశాల స్త్రీ మాదిరి దుస్తులు ధరించింది. అచ్చు నోరాను పోలిన హెయిర్ మేకప్ చేసుకుంది.

''నోరా... నోరా... నోరా...'' జనం కేకలు పెడుతున్నారు. ''మేం నిన్ను ప్రేమిస్తున్నాం. నువ్వు బ్రెజిల్ వచ్చినందుకు ధన్యవాదాలు''.

అస్పష్టమైన చేతిరాతతో ఆమె ఆటోగ్రాఫ్ లు ఇస్తోంది. 20'ల కంటే తక్కువ వయసున్న వ్యక్తి ఒకరు తన తొడుక్కున్న బనియన్ తొలగించి భుజం మీద ఆటోగ్రాఫ్ చేయమని కోరాడు.

''అది టాటూ కోసం'' అన్నాడు అతను.

అతన శరీరంపైన తన పేరు రాస్తూ ''నిజంగానా''? ఆశ్చర్యపడుతూ అడిగింది ఆమె.

"ఇది నా జీవితంలో గొప్ప సంఘటన" అత్యుత్సాహంగా అన్నాడు. "నా పేరు ఫ్రాన్సిస్ కో".

షార్పీతో అతని శరీరంపైన తను రాసే రాత అతని అస్తిత్వానికి ఓ గొప్పతనాన్ని ఆపాదిస్తోందని తెలిసి నోరా చకితురాలయ్యింది.

"మీరు నా జీవితాన్ని కాపాడారు... ఆ పాట... మీరు పాడిన 'బ్యూటిఫుల్ స్కై" పాట అత్యంత శక్తివంతమైనది".

"ఓ. బ్యూటిఫుల్ స్కై... ఆ పాట నీకు తెలుసన్నమాట".

ఆ ప్రశ్నకు అతను హిస్టీరిక్ గా మారిపోయాడు.

"పాట తెలుసానా? అంతకంటే హాస్యాస్పదమైన విషయం ఇంకొకటి ఉండదు. దాని వల్లనే నువ్వంటే నాకు అంత ఆరాధన. నేను నిన్ను గాఢంగా ప్రేమిస్తున్నాను" అన్నాడు.

నోరాకు ఏం మాట్లాడాలో తెలియదు. బ్రిస్టన్ యూనివర్సిటీలో చదివేటప్పుడు 19ఏళ్ల వయసులో ఆ గీతాన్ని తను రాసింది. అది బ్రెజిల్లో ఒక వ్యక్తిని ప్రభావితం చేసిందంటే నమ్మశక్యం కాకుండా ఉంది.

ఇది తనకు నిర్దేశించబడిన జీవితం. ప్రజల నుంచి ఆదరాభిమానాలు పొందుతూ ఆరాధ్యనీయ వ్యక్తిగా మసులుతోంది. బెడ్ఫోర్డ్ లో ఖాళీగా ఉండి, 77వ నెంబరు బస్సులో కూర్చుని విషాదగీతాలు పాడుకోవటం కంటే ఇది అన్ని విధాలా నయమనిపించింది. లైబ్రరీకి తిరిగి వెళ్లవలసిన అవసరం ఇక ఉండదేమో అని కూడా అనిపించింది.

సెల్ఫీలకు పోజులిస్తోంది.

ఒకమ్మాయి దాదాపు కన్నీటిపర్యంతవుతోంది. నోరా, రాయన్ బెయిలీని ముద్దాడుతున్న పెద్ద ఫొటో ఆమె దగ్గర కనిపించింది.

"నువ్వు అతని నుంచి విడిపోవటం నాకు విచారాన్ని కలిగింది".

"నాకు తెలుసు. అది విచారించవలసిన విషయమే. కానీ కొన్ని అలా జరిగిపోతూంటాయి. అదంతా ఒక అనుభవం... 'లెర్నింగ్ కర్వ్' లాంటిది.

జొయానా ఆమెను సమీపించి మెల్లగా పక్కకు నెట్టి భుజం పట్టుకుని హోటల్ వైపు నడిపించింది.

సొగసుగా, పూల పరిమళాలతో షాండ్లియర్ల వెలుగులో ఉన్న లాబీలోకి ప్రవేశించింది నోరా. అక్కడ అతిథులంతా ఆమె కోసం ఎదురుచూస్తున్నారు. బాండులోని ఇతర సభ్యులంతా బార్ దగ్గరకు వచ్చేశారు. వారిలో తమ్ముడు

కనిపించలేదు. బహుశా ప్రెస్ వాళ్లతో మాటామంతీలో మునిగిపోయుంటాడు అనుకుంది. జోన్నాను అడగవచ్చనుకుంది.

సైన్సు ఫిక్షన్ మూవీ ఫాంట్ లో లాబ్రింత్ అని రాసి ఉన్న టీషర్టు ధరించి ఉన్న యువకుడితో జోన్నా ఏదో మాట్లాడుతోంది. అతను 40ల్లో ఉన్నాడు. గడ్డం నెరిసి ఉంది. జుట్టు పలచగా ఉంది. నోరాను చూడగానే అతను కలవరానికి లోనయ్యాడు. నోరాతో కరచాలనం చేయగానే చిన్నగా తలపంకించాడు.

''నా పేరు మాసెలో'' పలకరింపుగా అన్నాడతను. ''ఇంటర్వ్యూకి అంగీకరించినందుకు ధన్యవాదాలు''.

మాసెలో వెనక, ముఖం మీద చిరునవ్వుతో టాటూలు ధరించిన యువకుడొకరు రికార్డింగ్ పరికరాలతో నిలబడి ఆసక్తిగా తన వైపు చూస్తూండటాన్ని నోరా గమనించింది.

''బార్ లో నిశ్శబ్దంగా ఉండే ప్రదేశాన్ని ఎంపిక చేశాం' అంది జొయన్నా. ''అక్కడ జనం సందడి ఎక్కువగా ఉంటుందేమో? నోరా సూట్ అయితే బావుంటుందేమో?'' అంది అంతలోనే.

''బావుంటుంది'' అన్నాడు మాసెలో. ''చాలా చాలా బావుంటుంది''.

ఆమె లిఫ్ట్ దగ్గరకు నడిచింది. ఓసారి బార్ వైపు వెనక్కి తిరిగి తన బృంద సభ్యులను చూసింది.

ఆ తర్వాత మార్సిలో వైపు చూస్తే, ''మీరు ఇతర బ్యాండు సభ్యులతో కూడా మాట్లాడితే మంచిది? నేను మరిచిపోయిన విషయాలు చాలా వరకూ వాళ్లకు గుర్తుంటాయి'' అంది.

మాసెలో చిరునవ్వు నవ్వుతూ, ''ఫరావాలేదు. ఇలాగే బావుంటుంది'' అన్నాడు.

''ఓ... అయితే సరే'' అంది.

లిఫ్ట్ కోసం ఎదురుచూస్తూ నిలబడ్డారు. అన్ని కళ్లూ వాళ్లపైనే.

''అంతా ఓకేనా?'' నోరాపైకి ఒరిగి ప్రశ్నించింది జొయానా.

''ఆ... అయినా ఎందుకు అలా అడుగుతున్నావ్?''

''నాకు తెలియదు. అదేంటో గానీ ఈ రాత్రి నువ్వంతా కొత్తగా కనిపిస్తున్నావు''.

''కొత్తగా అంటే...?''

‘‘అంతే... భిన్నంగా’’.

లిఫ్ట్ లో ప్రవేశించగానే జొయానా అక్కడున్న మహిళకి చెప్పింది. బార్ నుంచి కొన్ని డ్రింకులు తెప్పించమని. పాడ్ కాస్టర్ లకు రెండు బీర్లు, నోరాకు మినరల్ వాటర్, తనకు బ్రెజిల్ కాక్టయిల్ డ్రింక్ కైపిరెన్యా తేవాలని చెప్పింది.

‘‘దాన్ని సూట్ దగ్గరకు తెమ్మని చెప్పు మాయా?’’

లిఫ్ట్ దిగి ఖరీదైన సాల్మన్ పింక్ కార్పెట్ మీదుగా తన సూట్ లోకి అడుగుపెడుతూ... ‘‘తను ఈ జీవితంలో ఆల్కాహాల్ కి దూరంగా మసిలే ‘టీ టోట్లర్’ అన్న మాట అనుకుంది నోరా.

లోపలకు వచ్చాక అత్యంత సాధారణంగా ప్రవర్తించటానికి ప్రయత్నించింది. ముందు పెద్దగది, ఆ తర్వాత మరో పెద్ద గది, దాని తర్వాత విశాలంగా ఉన్న బాత్రూం. ఆమె కోసం పెద్ద పూలబోకె ఏర్పాటు చేశారు. అది హోటల్ మేనేజర్ సంతకంతో వచ్చింది.

ఆ గది అత్యాధునికంగా అలంకరించి ఉంది. కింద నుంచి పై దాకా వేలాడుతున్న కర్టెన్లు, విశాలమైన మంచం, చిన్న సినిమా హాలు సైజులో ఉన్న పెద్ద టీవీ, ఐస్ తోకూడిన షాంపైన్, బ్రెజిలియన్ హనీ కేకులతో నిండిన వెండి పళ్లెం...

అదంతా చూసి, ‘‘వౌ’’ అనకుండా ఆమె నిగ్రహించుకుంది.

‘‘ఇందులోవి ఏమీ నువ్వు ముట్టుకోవటానికి వీల్లేదు’’ అంది జొయానా, ప్లేటులో నుంచి రుచికరమైన పదార్థాన్ని తను తీసి నోట్లో పెట్టుకుంటూ... ‘‘నువ్వు కొత్త డైట్ ప్లాన్‌లో ఉన్నావు. నీ మీద ఓ కన్నేసి ఉంచమని హార్లే చెప్పాడు’’.

వాటిని తింటూ ఆస్వాదిస్తున్న జొయానాను చూడసాగింది నోరా. బ్రెజిలియన్ హనీ కేక్ లాంటి రుచికరమైన పదార్థం తినకుండా అడ్డుకునే డైట్ ప్లాన్ ఏమిటో ఆమెకు అర్థం కాలేదు. ఇంతకీ ఇదంతా చేస్తున్న హార్లే ఎవరో? అనుకుంది. అయినా అవ్వంటే తనకు పెద్ద ఇష్టం లేదని మాత్రం గ్రహించింది.

‘‘అన్నట్టు లాస్ ఏంజెల్స్ లో నిప్పు ఇంకా చల్లారలేదు. కాలబాసెస్ లో సగం ఇళ్లు ఖాళీ అయ్యాయి. మీరున్న చోట ఇంకా అంత ఇబ్బంది లేదనుకో’’.

ఆ నిముషంలో లాస్ ఏంజెల్స్ లో సొంత ఇల్లు ఉన్నందుకు సంతోషించాలో, అది అగ్నిప్రమాదం బారిన పడిందని తెలిసి చింతించాలో నోరాకు అంతుపట్టలేదు.

ఈలోగా ఇద్దర బ్రెజిలియన్ పాడ్ కాస్టర్ కుర్రాళ్లు సామాగ్రి సిద్ధం చేయటానికి కొంత సమయం తీసుకున్నారు. విశాలంగా ఉన్న సోఫాలో కూలబడింది నోరా. కేకు ముక్కల్ని నోట్లో కుక్కుకుని, తమ మ్యూజిక్ పాడ్ కాస్ట్ లన్నింటిలోకి, ''ఓ సోమ్'' అనేది చాలా పాపులర్ '' అని చెప్పసాగింది జొయానా.

''జనబాహుళ్యంతో పోల్చుకుంటే దానికి వచ్చిన స్పందన అంతా ఇంతా కాదు'' అంది. పాడ్ కాస్ట్ ప్రారంభయ్యేవరకూ తల్లిలా అక్కడే నిలబడి చూడసాగింది.

బట్టబయలైన రహస్యం

''ఈ ఏడాది మీకు అద్భుతంగా గడిచినట్టుంది'' అని ప్రారంభించాడు మాసెలో. మంచి ఇంగ్లీషులో.

''అవును. అది హాయిగా అలా సాగిపోయింది'' అంది నోరా అచ్చు రాక్ స్టార్ మాదిరిగా.

''మనం ఇప్పుడు పాటర్స్ విల్ ఆల్బమ్ గురించి మాట్లాడుకుందాం. అందులో అన్ని పాటలు మీరే రాశారా?'' అనడిగాడు.

''చాలా వరకూ నేనే అనుకుంటా'' ఎడమ చేతిలో తనకు పరిచయం ఉన్న పుట్టుమచ్చ వైపు చూస్తూ చెప్పింది నోరా.

జొయానా మధ్యలో జోక్యం చేసుకుని, ''అన్నీ పాటలూ తనే స్వయంగా రాసింది'' అంది.

మాసెలో తలాడించాడు. పక్కనున్న వ్యక్తి చిరునవ్వు నవ్వుతూ, ధ్వని సరిగ్గా ఉందో లేదో ల్యాప్ టాప్ లో సరిచూసుకున్నాడు.

''నా వరకూ, ''ఫెదర్స్'' అంటే నాకిష్టం'' అన్నాడు మాసెలో. అప్పుడు డ్రింక్స్ వచ్చాయి.

''మీకు అది నచ్చినందుకు సంతోషం''.

ఈ ఇంటర్వ్యూ ఇవ్వకుండా బయటపడటం ఎలా అని విషయం గురించి ఆలోచిస్తోంది నోరా. ''తలనొప్పి వచ్చిందని చెప్పాలా? కడుపు పాడయిందని అనాలా''?

''అన్నింటి కంటే ముందుగా మీరు విడుదల చేసిన 'నా జీవితానికి దూరంగా ఉండు' అన్న ఆల్బమ్ గురించి మాట్లాడాలనుకుంటున్నాను. ఇది ఒకరకంగా మీ వ్యక్తిగతమైన ప్రకటన అనుకుంటా''.

నోరా బలవంతంగా నవ్వింది. ''గీతంలో సాహిత్యమే అంతా చెబుతుంది''.

''అది ఒక రకంగా మీ గురించి ...అన్న అభిప్రాయం ఉంది. దాన్ని ఇంగ్లీషులో ఏమంటారో?''

''దాన్ని నిరోధక ఉత్తర్వు (రిస్ట్రయినింగ్ ఆర్డర్)'' అంటారు. మాట అందించింది జొయానా.

''అవును. అదే''.

''ఊ'' అంది నోరా. ''అందులో విషయాల గురించి విడిగా విడమర్చి చెప్పటం కష్టం. పాట దానికదే చెబుతుంది''.

''అవునవును. నేను అర్థం చేసుకోగలను. ఇటీవల మీరిచ్చిన రోలింగ్ స్టోన్ ఇంటర్వ్యూలో, మీరు మీ పాత స్నేహితుడు డాన్ లార్డ్ గురించి చెప్పుకొచ్చారు. అందులో ... అతను మీ ఇంటిని ధ్వంసం చేసి మిమ్మల్ని తూలనాడుతున్నప్పుడు దాన్ని నిగ్రహించుకోవటం చాలా కష్టమైందన్నారుకదా? 'బ్యూటిఫుల్ స్కై' గీతాన్ని తనే రాశానని రిపోర్టర్లతో అతను చెప్పుకొచ్చాడు''.

''భగవంతుడా?''

నవ్వు, విషాదం కలగలిసి ఆమెను ఉక్కిరిబిక్కిరి చేశాయి. ఆమె ఏ భావాన్ని వ్యక్తం చేయలేదు.

''నేను అతనితో కలిసి ఉన్నప్పుడే ఈ పాట రాశాను. అది అతనికి ఇష్టం ఉండేది కాదు. దాన్ని అతను ద్వేషించేవాడు. అతను మా అమ్మను ఇష్టపడేవాడు కాదు. రవిని ఇష్టపడే వాడు కాడు. అతనికి నేను ఈ బ్యాండులో ఉండటం ఇష్టం లేదు. మొదట నుంచి బాండులో ఉండే ఎల్లా అన్నా నచ్చేది కాదు. ఓ మాటలో చెప్పాంటే డేన్ ది అసూయ స్వభావం''.

ఇదంతా అధివాస్తవికంగా అనిపించింది ఆమెకు. ఓ జీవితంలో, అదీ అతను కోరుకున్నది, అందులో నోరాతో పెళ్లి వల్ల ఏర్పడిన విముఖతతో వివాహేతర సంబంధం పెట్టుకున్నాడు. ఈ జీవితంలో ఆమె ఎదుగుదలను భరించలేక ఇల్లు ధ్వంసం చేయటానికి పూనుకున్నాడు.

''నేను అతన్ని డిక్'' అంటాను అంది నోరా. ''ఇలాంటి భయంకరమైన వ్యక్తి పోర్చుగీసులో ఏం పదం వాడాలో నాకు తెలియటం లేదు''.

''కుజావో''.

''యాష్ హోల్'' మరో పదం అందించాడు పక్కనున్నతను.

''నేను కుజావో'' అంటాను అంది ఆమె. ''అతను పూర్తిగా వేరే వ్యక్తిగా మారిపోయాడు. ఇది అసహజం. జీవితంలో మనం ఎదుగుతున్నప్పుడు

అవతలవారు ఇలాగే ప్రవర్తిస్తారు. ఇదంతా కీర్తి వల్ల ఎదురయ్యే ఫలితం అనుకుంటాను''.

''మీరు హెన్రీ డేవిడ్ థారో అని ఒకటి రాశారనుకుంటాను. అంతకు మించి తత్వవేత్తల పేరుమీద ఏమీ రాసినట్లు లేదు''.

''అవునవును. నేను యూనివర్సిటీలో తత్వశాస్త్రం చదువుకున్నప్పుడు అతను నా అభిమాని. అందుకే టాటూ కూడా వేసుకున్నాను. ''ఇమ్మాన్యుయేల్ కాంట్ కంటే గొప్ప టైటిల్ అని నాకు అనిపించింది''.

ఆమె సంభాషణ పుంజుకుంది. జీవితంలో కోరినది లభించినప్పుడు నటనకు ఆస్కారం ఎంత మాత్రం ఉండదు.

''అలాగే కచ్చితంగా 'హౌల్ కూడా. అది ప్రభావవంతమైన గీతం. 22 దేశాల్లో నెంబరు ఒన్. గ్రామీ అవార్డు తెచ్చిపెట్టిన వీడియో. అందులో హాలివుడ్ లో ఉన్న ఏ జాబితాలో ఉన్న వారంతా నటించారు. మీరు దాని గురించి మాట్లాడటానికి సిద్ధంగా ఉన్నారనుకుంటా''.

జొయానా ఇంకో హనీకేక్ ను అందుకుంది.

మాసెల్ సున్నితంగా నవ్వుతూనే ఆమెపై ఒత్తిడి పెంచాడు. ''నా వరకూ అది ప్రధానం. మీరు లోపల ఉన్నదంతా వెళ్లగక్కుకోవటానికే ఆ పాట రాశారనిపిస్తోంది. మీరు మీ పాత మేనేజర్ ను, అంటే జొయాన్నా ముందున్న వ్యక్తిని ఫైర్ చేసిన రోజు రాత్రే ఆ పాట రాశారు. అతను ఆర్థికంగా మిమ్మల్ని మోసం చేస్తున్నాడని మీరు గ్రహించి ఇందుకు సిద్ధమయ్యారు''.

''అవును. అది మంచి పనికాదు'' ఆ మాటను మరింత మెరుగుపరిచి ''అది ద్రోహం'' అంది ఆమె.

''హౌల్‌కు ముందు నేను లాబ్రింత్ కు గొప్ప అభిమానిని. ''లైట్ హౌస్ గర్ల్ లాంటివాటిని ఇష్టపడేవాడిని. హౌల్ విషయానికొస్తే అది పూర్తిగా నా కోసం రాసిందే అన్న భావన కలుగుతుంది. నోరా సీడ్ గొప్ప మేధావి అనుకునేవాడిని. అందులో ఉన్నవన్నీ నైరూప్య గీతాలే. కానీ మీరు ఆగ్రహాన్నివెళ్లగక్కిన తీరు చాలా మృదువుగా ఉంటుంది. శక్తివంతంగా ఉంటుంది. ఆత్మను ఉద్దీపన చేస్తుంది. ఫ్రాంక్ ఓషన్, టేమ్ ఇంపాలా మషప్ గీతంలా ఉంటుంది''.

అదేంటో అర్థం చేసుకోవాలని ప్రయత్నించి విఫలమైంది నోరా.

''వినసొంపైన రాగం కోసం సంగీతంలో శృతిని తగ్గించు
కృత్రిమ నవ్వు పక్కన పెట్టి వెన్నెలను ఆస్వాదించు''

నోరా చిరునవ్వు నవ్వింది. పాట మొత్తం తనకు పరిచయం అయినదన్నట్టుగా. ''నేను కూడా అదే చేస్తున్నాను''అంది.

మాసెలో ముఖం కందగడ్డలా మారిపోయింది. ఆమె అనుభవించిన కష్టాల పట్ల అతనికి నిజంగా సానుభూతి ఉంది. ''ఇన్నాళ్లూ మీరు చాలా కష్టాలను ఎదుర్కొన్నారు. స్టాల్కర్లు, ఇబ్బంది పెట్టే మేనేజర్లు, చెత్త కలహాలు, నకిలీ పోరాటాలు, కోర్టు కేసులు, కాపీరైట్ వివాదాలు, రాయన్ బెయిలీతో తెగదెంపులు చేసుకోవలసి రావటం, చివరి ఆల్బమ్ విడుదలకు ఏర్పడిన గ్రహణం, టోరంటో సంఘటన... పారిస్ లో నిస్సత్తువతో కుప్పకూలటం, వ్యక్తిగత విషాదం, డ్రామా... వీటన్నింటి మధ్య మీడియా చొరబాటు... ప్రెస్ మిమ్మల్ని ఎందుకు ద్వేషిస్తుందని మీరు అనుకుంటున్నారు?''.

నోరాకు అసంతృప్తిగా అనిపించింది. కీర్తి అంటే ఇదేనేమో? ఆరాధన, విమర్శల దాడులతో కూడిన తీపి చేదుల కాక్ టెయిల్ ఏమో? పట్టాలు ఎటు పడితే అటు తిరిగిపోతూండటంతో చాలా మంది ప్రముఖులు దారితప్పారు. ముద్దాడటం, చెంపదెబ్బకొట్టటం ఒకేసారి లాంటి సంఘటన అది.

''నేను... నాకు తెలీదు... అవన్నీ టపాకాయలు లాంటివి''.

''ఇప్పుడు నా ప్రశ్న ఏమిటంటే, మీరు గనక విభిన్నమైన మార్గంలో వెళ్లుంటే జీవితం ఇంకో దిశలో సాగేదేమో?

మినరల్ వాటర్ బాటిల్లోని బుడగల వైపు చూస్తూ నోరా ఆ మాటలు వింది.

''భిన్నమైన మార్గాలలో వెళితే అంతా బావుంటుందని అనుకోవటం సులువు'' అంది ఆమె మొట్టమొదటిసారి ఆ విషయాన్ని గ్రహించినట్టుగా. ''అవన్నీ దారులే. అందులో సులువైన దారులు ఏమీ ఉండవు. ఒక జీవితంలో నేను పెళ్లయిన దాన్ని అయ్యుంటాను. ఇంకో జీవితంలో షాపులో పని చేస్తూ ఉండొచ్చు. కాఫీకి వెళదామా అని ఎవరైనా కొంటె కుర్రాడు అడిగితే, నేను అందుకు అంగీకారం తెలపొచ్చు. ఇంకో జీవితంలో ఆర్కిటిక్ సర్కిల్లో మంచుపర్వతాలపైన పరిశోధన చేస్తూండొచ్చు. మరో జీవితంలో ఒలంపిక్ స్విమ్మింగ్ ఛాంపియన్ అయ్యుండొచ్చు. ఎవరికి తెలుసు? ప్రతి రోజూ, ప్రతి నిముషం మనం కొత్త విశ్వంలోకి ప్రవేశిస్తూంటాం. ఎక్కువ

సమయం మనం వేరే వారితో పోల్చుకుంటూ, లేదా మనం ఇతర వెర్షన్స్ లో మనల్ని మనం చూసుకుంటూ జీవితం భిన్నంగా ఉండాలని ఆశిస్తాం. నిజానికి జీవితంలో కొంత స్థాయిలో మంచి, కొంత స్థాయిలో చెడు కూడా ఉంటుంది.

మాసెలో. జొయానాలతో పాటు అక్కడున్న బ్రెజిల్ యువకుడు ఆమెను విభ్రాంతిగా చూశారు. సంభాషణలో ఆమె స్వేచ్ఛగా పరుగులు తీస్తోంది.

''జీవితానికి నమూనాలు ఉంటాయి. దాన్ని లయ అనొచ్చు. ఒక జీవితంలో చిక్కుకుపోయినప్పుడు, అందులోనే ఉండిపోవటం వల్ల విచారం, విషాదం, వైఫల్యం లేదా భయాలు ఎదురవుతున్నాయన్న భావనకు లోనవుతూంటాం. ఒకరకంగా జీవించటం వల్ల ఉత్పన్నమయ్యే ఉపఫలం అది. నేను చెప్పదలుచుకున్నదేమిటంటే, విచారం నుంచి దూరం చేసే వ్యాధినిరోధకం ఏదీ లేదని అర్థం చేసుకున్నప్పుడు పరిస్థితులన్నీ సులువుగా మారిపోతాయి. సంతోషం అనే నేసిన వస్త్రంలో విషాదం అనేది అంతర్గత భాగం. ఒకటి లేకుండా రెండోదాన్ని పొందటం ఎంత మాత్రం సాధ్యం కాదు. కానీ అవి వేర్వేరు స్థాయిల్లో, పరిమాణాల్లో వస్తూ ఉంటాయి. ఏ జీవితంలోనూ పూర్తిగా సంతోషంలో ఉండిపోవటం సాధ్యం కాదు. అలా ఊహించుకోవటం వల్ల మరింతగా విచారానికి చేరువ కావలసి వస్తుంది''.

''చాలా మంచి సమాధానం'' పొగుడుతున్నట్టుగా అన్నాడు మాసెలో. ఇక సంభాషణ ముగుస్తుందని అర్థం అయ్యాక, ''ఈ రాత్రి కచేరీలో మీరు చాలా ఆనందంగా కనిపించారు. ''హాల్'' బదులు ''బ్రిడ్జి ఓవర్ ట్రబుల్డ్ వాటర్'' పాడారు. చాలా అద్భుతమైన ప్రకటన. నేను దృఢంగా ఉన్నాను అని చెబుతూ మీరు చేసిన ప్రకటన అది. మీ అభిమానులకు, మాకు కూడా ' అంతా బావుంది. నేను బావున్నాను' అన్న సందేశాన్ని పంపారు. ఇంతకీ మీ టూర్ ఎలా సాగుతోంది?''

''అవును. నేను ఇక్కడ గొప్ప జీవితాన్ని గడపాలన్న సందేశాన్ని పంపాలనుకున్నాను. కొంత వరకూ సొంత ఇంటిని కూడా కోల్పోతున్న మాట కూడా నిజమే''.

''ఇంతకీ ఏది?''అడిగాడు మాసెలో చిరునవ్వులు చిందిస్తూ. ''సొంత ఇంట్లో ఉన్న భావన మీకు ఎక్కడ లభిస్తుంది? లండన్ లోనా, లాస్ ఏంజెల్స్ లోనా? అమాల్ఫీ కోస్ట్ లోనా?''

ఇక్కడ కార్బన్ పాదముద్రలు అధికంగా ఉన్నాయి.

''నాకు ఆ విషయం తెలియదు. బహుశా లండన్ అనుకుంటా''.

మాసెలో గాఢంగా నిట్టూర్చాడు. తన తర్వాత ప్రశ్న ఆమెను బాధపడుతుందని గ్రహించాడు. గడ్డం బరుకున్నాడు. ''సరే. నా ప్రశ్న మీకు కష్టం కలిగించవచ్చు. ఆ ఫ్లాట్ ను మీరు మీ తమ్ముడితో పంచుకునేవాళ్లు కదా?''

''అవును. దానిలో ఇబ్బంది ఏం ఉంది?''

జొయనా తన తాగుతున్న కాక్ టెయిల్ ను పక్కన పెట్టి కుతూహలంగా చూసింది.

మాసెలో సెంటిమెంటల్ అభిమానంతో కూడిన చూపు చూశాడు. అతను కళ్లు విప్పార్చి చూశాడు. ''మీ తమ్ముడు మీ జీవితంలోనూ, మీ బ్యాండులోనో ఒక భాగంగా ఉండేవాడు కదా?'' బీర్ సిప్ చేస్తూ అడిగాడు.

ఉండేవాడు...

ఆ చిన్న పదంలోనే భయంకరమైన సత్యం దాగుంది. నీళ్లపైన రాయి చిందినట్టు నిశ్చలత్వం చెదిరిపోయింది.

కచేరీలో ఎంకోర్ సమయంలో...

రవిని తను తమ్ముడు గురించి అడిగిన విషయం గుర్తుకొచ్చింది.

''ఇక్కడెక్కడో ఉన్నాడు. రాత్రికి వచ్చేస్తాడు''

''అతని ఉనికిని ఆమె ఫీలవుతోంది. ఆ విషయాన్నే నోరా చెప్పలనుకుంటోంది'' అంది జొయానా.

''అది నిజంగా విషాద సంఘటన. డ్రింక్, డ్రగ్స్ అనేవి ఒక జీవితాన్ని ఎంతగా విచ్ఛిన్నం చేస్తాయో చెప్పటానికి ఇదే ఉదాహరణ. కానీ అందరూ అతన్ని గుర్తుచేసుకుంటూనే ఉంటారు. అదే అతని గొప్పతనం.''

''నువ్వేం మాట్లాడుతున్నావు?'' అడిగింది నోరా. తను జీవితంలో నటించటంలేదు. నిజంగా ఆ విషయాన్ని తెలుసుకోవాలనుకుంటోంది.

మాసెలో విచారకరంగా ఆమె వైపు చూశాడు.''అతను చనిపోయి రెండేళ్లయి పోయిందని మీకు గుర్తు ఉందిగా?''

నోరా తట్టుకోలేకపోయింది ఆమెకు ఊపిరిపీల్చుకోవటం కష్టమవుతోంది.

అప్పటికప్పుడే ఆమె లైబ్రరీలోకి ప్రవేశించలేదు. దాన్ని ఆమె దిగమింగుకోలేకపోయింది. ఆమె లేచి నిలబడింది. అక్కడున్న వాళ్ల వంక సూటిగా చూసింది. సూట్లో నుంచి బయటకు దూసుకొచ్చింది.

"నోరా? నోరా" గట్టిగా పిలిచింది జొయానా.

ఆమె లిఫ్ట్ ఎక్కి నేరుగా రవి దగ్గరకు వెళ్లింది.

"జో మీడియాను మేనేజ్ చేసే పనిలో ఉన్నాడని ఎందుకు చెప్పావు?"

"ఏమిటి?"

"నువ్వు చెప్పిందే. జో ఏం చేస్తున్నాడని నేను అడిగినప్పుడు, "మీడియాతో మాటామంతీలో ఉన్నాడన్నావు".

అతను తాగుతున్న బీరును పక్కనపెట్టి ఆమె వంక పజిల్ ను చూసినట్టుగా చూశాడు. "నేను చెప్పింది నిజమే. తను మీడియా పనిలోనే ఉంది".

"ఆమె".

లిఫ్ట్ లో నుంచి లాబీలోకి దూసుకువస్తున్న జొయానాను చూపించాడు.

"అవును, జొయానా. తను ప్రెస్ వ్యవహారాలు తనే చూస్తోంది".

నోరాను విషాదం ముప్పిరిగొంది.

"ఓ ... నో... ఓ జో... జో..."

అప్పటి వరకూ ఉన్న పెద్ద హోటల్ మాయమైంది. "టేబుల్, డ్రింక్స్, జొయానా, మాసెలో, సౌండ్ పని చూసే వ్యక్తి, హోటల్ అతిథులు, రవి, ఇతరులు, మార్బల్ ఫ్లోర్, బార్మన్, వెయిటర్స్, ఛాండ్లియర్స్, ఫ్లవర్స్, అక్కడ ఒక్కటి కూడా మిగలలేదు.

హౌల్

ఎటూ పోయే దారి లేక
శీతాకాలపు అడవికి వెళ్లింది.
తనకు తెలిసిన వాటన్నింటికి దూరంగా
ఆ అమ్మాయి పరిగెత్తింది

ఒత్తిడి తన్నుకొస్తోంది
ఒత్తిడి ఎగతన్నుతోంది (అది ఎప్పటికీ ఆగేలా లేదు)

వాళ్లు నీ శరీరాన్ని కోరుకున్నారు
వాళ్లు నీ ఆత్మను కోరుకున్నారు
వాళ్లు నీ కుహనా నవ్వుల్ని కోరుకున్నారు
అదే వారికి రాక్ అండ్ రోల్
తోడేళ్లు నిన్ను చుట్టుముడుతున్నాయి
నీ కలలను చిదిమేస్తున్నాయి
తోడేళ్లు చుట్టుముడుతున్నాయి
గొంతుచించుకుని అరిచి చెప్పు

గొంతు చించుకుని చీకట్లో అరువు
గొంతు చించుకుని వెలుతురులో అరువు
గొంతుచించుకుని పోరాటంలో నీ వంతు వచ్చే వరకూ అరువు
గొంతుచించుకుని నువ్వు సాధించే వరకూ అరువు

గట్టిగా అరువు అరువు అరువు
(చెత్త వెధవలు)

జీవితాంతం నువ్వు పోరాడుతూ ఉండలేవు
నువ్వు అది అంగీకరించవలసిందే
నీ జీవితం అనుకున్నట్టుగా నడవకపోతే
అది ఎందుకు నువ్వు ప్రశ్నించుకోవాలి

(సంభాషణరూపంలో)
గుర్తుంచుకోండి
మనం చిన్నగా ఉన్నప్పుడు
రేపటి గురించి భయపడనప్పుడు
నిన్నటి గురించి విచారపడనప్పుడు
మనం మనంగా ఉన్నప్పుడు
వర్తమానంలోనే ఉంటున్నప్పుడు
మనం జీవిస్తున్నట్టు లెక్క.
చొక్కాలో దాగిన చేతుల్లా
బయటపడటానికి ఎక్కువ ఆరాటపడం
మనకు సమయం ఉంది
మనకు ఊపిరిపీల్చుకునే సమయం ఉంది

చెడ్డ సమయం ఉంది
చెడ్డ సమయం వచ్చేసింది
అసలు ప్రారంభం అనేది లేకుండా
జీవితం అనేది ముగిసిపోదు
సరస్సులు మెరుస్తున్నాయి నీళ్లు శీతలంగా ఉన్నాయి
మెరిసేవన్నీ బంగారంగా మారుతున్నాయి
వినసొంపైన రాగం కోసం సంగీతంలో శృతిని తగ్గించు
కృత్రిమ నవ్వు పక్కన పెట్టి వెన్నెలను ఆస్వాదించు

గొంతు చించుకుని చీకట్లోకి అరువు
గొంతు చించుకుని వెలుతురు వచ్చే వరకూ అరువు
పోరాటంలో నీ వంతు వచ్చే వరకూ అరువు
నువ్వు సాధించే వరకూ అరువు
గట్టిగా అరువు అరువు అరువు

(దీనిని కడవరకూ పునరావృతం చెయ్యి)

ప్రేమ-వేదన

''ఈ పద్ధతిని నేను ద్వేషిస్తున్నాను'' అంది నోరా మిసెస్ ఎల్మ్ తో. ''ఇక్కడితో దీనిని ఆపేయాలనుకుంటున్నాను'' స్వరాన్ని పెంచి మరీ చెప్పింది.

''నిశ్శబ్దంగా ఉండు'' అంది మిసెస్ ఎల్మ్. తన చేతిలో తెల్లపావును ముందుకు కదుపుతూ, ''ఇది లైబ్రరీ'' అంది.

''ఇక్కడ మనిద్దరమే ఉన్నాం''.

''విషయం అది కాదు. చర్చికి వెళ్లినప్పుడు నువ్వు నిశ్శబ్దంగా ఉంటావు. కారణం అక్కడ ఎక్కువ మంది ఉన్నారని కాదు. అది క్రైస్తవ ప్రార్థనాలయం కావటం వల్ల. లైబ్రరీకి కూడా అది వర్తిస్తుంది''.

''సరే'' మంద్రస్వరంతో చెప్పింది నోరా. ''నాకు ఇదంతా ఇష్టం లేదు. దీనిని ఇక్కడే ఆపేయాలని అనుకుంటున్నాను. నేను నా లైబ్రరీ సభ్యత్వాన్ని రద్దు చేసుకోవాలనుకుంటున్నాను. నా లైబ్రరీ కార్డును తిరిగి ఇచ్చేద్దామనుకుంటున్నాను'.

''నువ్వే లైబ్రరీ కార్డువి''.

నోరా మళ్లీ మొదటికొచ్చింది. ''నేను దీనిని ఆపేయాలనుకుంటున్నాను''.

''అది వల్ల కాని పని''.

''నేను అలా చేయాలనుకుంటున్నాను''.

''అలాంటప్పుడు మరెందుకు ఇక్కడకు వచ్చినట్టు?''

''అంతకంటే నాకు వేరే దారి కనిపించలేదు''.

''నన్ను నమ్ము నోరా. నీకు రావటం ఇష్టం లేకపోతే, ఇక్కడ నువ్వు ఉండవు. ఆ విషయం మొదట్లోనే వివరంగా నీకు చెప్పాను''.

''నాకిది నచ్చలేదు''.

''ఎందుకు?''

''నాకిది చాలా బాధ కలిగిస్తోంది.''

''ఏ విషయం?''

''అది నిజం కాబట్టి. ఒక జీవితంలో నా సోదరుడు చనిపోయాడు''.

లైబ్రేరియన్ ముఖం కఠినంగా మారిపోయింది. ''ఒక జీవితంలో, అతని ఒకానొక జీవితంలో ... నువ్వు కూడా చనిపోయావు. అది అతనికి బాధ కలిగించదా?''

''ఆ విషయం నేను చెప్పలేను. తను నాతో ఏదీ చేయాలనుకోవటం లేదు. సొంత జీవితాన్ని కోరుకుంటున్నాడు. అది నా వల్లనే నెరవేరటం లేదని నన్ను నిందిస్తున్నాడు.

''ఇదంతా నీ తమ్ముడి కోసం అన్నమాట''.

''కాదు. అన్నింటి గురించి. ఇతరులను బాధపెట్టకుండా జీవించటం అసాధ్యం అనిపిస్తోంది''.

''ఎందుకంటే అది అలాగే ఉంటుంది కాబట్టి''.

''అలాంటప్పుడు జీవించటం ఎందుకు?''

''నిజం చెప్పాలంటే, చావు కూడా మనుషులను గాయపరుస్తుంది. ఇంతకీ తదుపరి నువ్వు ఎలాంటి జీవితాన్ని కోరుకుంటున్నావు?''

''నాకొద్దు''.

''ఏమిటి?''

''మరో పుస్తకంతో నాకు పనిలేదు. నేను మరో జీవితాన్ని నేను ఆశించటం లేదు''.

మిసెస్ ఎల్మ్ ముఖం పాలిపోయింది. నోరా తండ్రి మరణవార్త ఆమె చెవినపడినప్పుడు కూడా ఆమె ఇలాగే ఉంది.

అంతలో చిన్న పాటి భూకంపం. నోరా కాళ్ల కింద భూమి కదలటం ప్రారంభించింది. ఆమె, మిసెస్ ఎల్మ్ పుస్తకాల ర్యాక్ ను గట్టిగా పట్టుకున్నారు. కొన్ని పుస్తకాలు అప్పటికే కింద పడిపోయాయి. టేబుల్, చెస్ బోర్డు కూడా పక్కకు ఒరిగిపోయాయి. అప్పటివరకూ మిణుకుమిణుకుమంటున్న దీపాలు ఆరిపోయి గదంతా అంధకారం అలుముకుంది.

''ఓ... నో... మళ్లీనా?'' విసుగ్గా అంది మిసెస్ ఎల్మ్.

''ఏమైంది?''

''నీ వల్లనే నోరా ఇదంతా. నీ వల్లనే ఈ ప్రదేశం ఉనికిలో ఉంది. నువ్వే ఇక్కడ ఆధారం... అంటే పవర్ సోర్స్ వి. ఎప్పుడయితే పవర్

సోర్స్ కి అవాంతరం లభించిందో, లైబ్రరీ అనేది సంకటంలో పడుతుంది. అత్యంత దురదృష్టకరమైన సమయంలో నువ్వు ఇందులో నుంచి వైదొలగాలనుకుంటున్నావు. అది మంచిది కాదు. నువ్వు ఇవ్వగలిగింది చాలా ఉంది. నీ ముందు ఎన్నో అవకాశాలు ఉన్నాయి. నువ్వు బయటపెట్టవలసిన ఎన్నో వెర్షన్లున్నాయి. పోలార్ బేర్ ను చూసినప్పుడు నీ స్పందనను ఒక్కసారి గుర్తు చేసుకో. జీవించాలని నువ్వు ఎంతగా కోరుకున్నావో?''.

పోలార్ బేర్

పోలార్ బేర్

''అలాంటి చెడ్డ అనుభవాలకు కూడా మంచి ప్రయోజనాలు ఉంటాయి. దాన్ని నువ్వు గమనించలేదా?''

జీవితంలో తను అనుభవించిన పశ్చాత్తాపాలు చాలా వరకూ వృథా అని తెలుసుకోగలిగింది.

అందుకే ''అవును'' అంది.

చిన్నపాటి భూకంపం ఆగిపోయింది.

పుస్తకాలన్నీ నేల మీద చెల్లాచెదురుగా పడి ఉన్నాయి. దీపాలు వెలిగాయి. కానీ పూర్తిగా కాదు. ఆగాగి వెలుగుతున్నాయి.

''నన్ను క్షమించండి'' అంది నోరా. కింద పడి ఉన్న పుస్తకాలను తీసి యథాస్థానంలో పెట్టటానికి సిద్ధపడింది.

''వాటిని ముట్టుకోవద్దు. కింద పడెయ్యి'' హెచ్చరించింది మిసెస్ ఎల్మ్.

''సారీ''.

''ముందు ఆ మాట వాడటం ఆపెయ్యి. ఈ విషయంలో సాయం చెయ్యి. అది మంచిది''.

మిసెస్ ఎల్మ్ చెస్ బోర్డును, అందులో పావులను తీసి పైన పెడుతుంటే, నోరా ఆమెకు సాయపడింది. టేబుల్ సరిచేసింది.

''నేల మీద పడి ఉన్న పుస్తకాల సంగతి ఏమిటి? వాటిని అలా వదిలెయ్యటమేనా?''

''వాటి గొడవ నీకు ఎందుకు? అవన్నీ పూర్తిగా మాయం కావాలని నువ్వు కోరుకుంటున్నావా?''

మిసెస్ ఎల్మ్ అనంత విశ్వంలో సంక్లిష్టతను సరళీకరించటానికి ఉనికిలో ఉన్న యంత్రాంగం అయినా... ఈ నిముషంలో ఆమె సగం ఖాళీ

అయిన పుస్తకాల షెల్ఫుల మధ్య చెస్ బోర్డు ముందు కొత్త ఆటకు కూర్చుని... విచారం, తెలివి జతకలిసిన ఓ సాధారణ వ్యక్తిలా కనిపించింది.

''నేను అంత కఠినంగా ఉండకుండా ఉంటే బావుండేది'' అంది చివరకు.

''ఫరవాలేదు''

''నువ్వు స్కూలులో చెస్ ఆడటం ప్రారంభించిన తొలి రోజుల్లో, ముందు కీలకమైన పావులన్నింటిని పోగొట్టుకునేదానివి, శకటాన్ని, రాణిని ముందు పోగొట్టుకునేదానివి. బంటు లేదా గుర్రం, లేకపోతే రెండూ బోర్డు మీద మిగిలి ఉండేవి. దాంతో ఆట ముగిసిందనుకునేదానివి''.

''ఆ విషయం ఇప్పుడెందుకు చెబుతున్నారు?''

మిసెస్ ఎల్మ్ తను ధరించిన జంపర్ నుంచి వేలాడుతున్న తాడును గమనించి లోపలకు నెట్టింది. మళ్లీ అసౌకర్యంగా అనిపించి అలాగే వదిలేసింది.

''చెస్ లో రాణించాలంటే నువ్వు ఒక విషయం గమనించాలి'' అంది ఆమె. అంత కంటే నోరా ఆలోచించుకోవటానికి మరే విషయం లేనట్టు. ''నువ్వు గుర్తించవలసిన విషయం ఒకటుంది. ఆట ముగిసేవరకూ అది పూర్తయినట్టు కాదు. బోర్డు మీద ఒక బంటు ఉన్నా కూడా ఆట పూర్తయినట్టు కాదు. ఆటలో ఒక వైపు రాజు, భటుడు మిగిలి, రెండో వైపున అన్ని పావులు ఉన్నప్పుడు కూడా ఆట పూర్తయినట్టు కాదు. జీవితంలో నువ్వు బంటువి అయితే, దాదాపుగా మనందరం అంతే అనుకో, ఓ విషయం గుర్తుంచుకోవాలి. అది చిన్నగానూ, సాధారణంగానూ కనిపించినా అత్యంత శక్తివంతమైనది, మహిమాన్వితమైంది. బంటు ఎప్పటికీ బంటుగా మిగిలిపోదు. రాణి కావటానికి వేచి ఉన్న పావు అది. మనం చేయవలసిందల్లా ముందుకెళ్లే దారిని కనుగొనటమే. ఒక గడి తర్వాత మరొక గడి. అవతలవైపుకు వెళ్లిన తర్వాత అది తన శక్తినంతటిని బయటకు తీస్తుంది''.

నోరా తన చుట్టూ ఉన్న పుస్తకాల వైపు తేరిపార చూసింది. ''అంటే నేను ఆడటానికి బంట్లు మాత్రమే మిగిలాయని మీరు చెబుతున్నారా?''

''నేనేం చెప్పదలుచుకున్నానంటే, పైకి సాధారణంగా కనిపించే సంఘటనలు కొన్ని సార్లు విజయం వైపు నడిపిస్తాయి. నువ్వు ప్రయాణిస్తూనే

ఉండాలి. అప్పుడు నదిలో ఉన్నప్పటిలా. ఇంతకీ ఆ సంఘటన నీకు గుర్తుందా?''.

నోరాకు ఆ సంఘటనను మరిచిపోలేదు.

అప్పుడు తనకు బహుశా 17 ఏళ్లుంటాయేమో. స్విమ్మింగ్ పోటీలలో పాల్గొనటం మానేసింది. అవి దుర్దినాలు. తండ్రి ప్రతి చిన్న విషయానికీ తనతో విభేదిస్తున్న సమయం. తల్లి డిప్రెషన్ తో సతమతమవుతూండేది. ఆర్ట్స్ కళాశాలలో చదువుతున్న తమ్ముడు జో, వారాంతంలో తన స్నేహితుడు రవితో కలిసి వచ్చాడు. బెడ్ఫోర్డ్ లో వివిధ ప్రదేశాలను చూపించాడు. ఆ తర్వాత నది ఒడ్డున అప్రయత్నంగా ఒక చిన్న పార్టీ ఏర్పాటు చేశాడు. బీర్లు, తినేందుకు అడ్డమైన చెత్త, మ్యూజిక్, అమ్మాయిలతో కోలాహలం మొదలైంది. నోరాను కూడా ఆహ్వానించాడు. ఆ సమయంలో పీకలదాకా తాగేసింది. పక్కనున్న రవితో స్విమ్మింగ్ పైన సంభాషణలోకి దిగింది.

''అయితే నువ్వు నదిలోనూ ఈతకొట్టగలవన్న మాట'' అడిగాడతను.

''అవును''.

''నీ వల్ల కాదు'' పక్కనున్న వాళ్లు ఎవరో అన్నారు.

అంతే. ఆ మాటలు తప్పు అని నిరూపించుకోవాలన్న ఆరాటంతో మూర్ఖత్వంగా వెనకా ముందూ చూసుకోకుండా నదిలోకి దూకేసింది. తన తమ్ముడు గమనించే సమయానికి ఆలస్యమైపోయింది. అప్పటికే స్విమ్మింగ్ మొదలయ్యింది.

ఆమె దీనిని గుర్తుతెచ్చుకునే సమయానికి లైబ్రరీలో చిందరవందరగా పడి ఉన్న పుస్తకాలన్నీ షెల్ఫుల్లో యథాస్థానంలోకి చేరాయి. ఆమె కాలికింద ఉన్న టైల్స్ అన్నీ పచ్చికలా మారిపోయాయి. పైనున్న సీలింగ్ వినీలాకాశంగా తయారైంది. ఆమె మాయమై వేరే రూపంలోకి మారలేదు. మిసెస్ ఎల్మ్, పుస్తకాలు కూడా అలాగే ఉండిపోయాయి. ఆమె సగం లైబ్రరీలోనూ, సగం తన ఆలోచనల్లోనూ ఉండిపోయింది.

ఆమె కారిడార్-రివర్ లో ఎవరినో తేరిపార చూస్తోంది. అది నీటిలో ఉన్న తన ప్రతిరూపమే. కానీ వయసు మాత్రం తక్కువగా ఉంది. వేసవి వెలుతురు మాయమై చీకట్లు కమ్ముకుంటున్నాయి.

సమానదూరం

నది శీతలంగా ఉంది. ప్రవాహఉద్ధృతి ఎక్కువగా ఉంది.

ఆమెకు గుర్తున్నంత వరకూ, భుజాలు, బాహువుల్లో నొప్పి తెలుస్తోంది. ఒక కవచం ధరించినట్టుగా అవి బరువుగా మారాయి. వెనక వైపు ఒడ్డు ఎంత దూరం ఉన్నదో, ఎదురుగా కనిపిస్తున్న చింత చెట్టు కూడా అంతే దూరంలో ఉంది. తను మురికి నీటిని తాగేయటం కూడా గుర్తుకొచ్చింది. తన తమ్ముడు,అతని స్నేహితులు మందు పార్టీలో మునిగిపోయి ఒడ్డుమీద నిలబడ్డారు.

తను, బుక్ షెల్ఫుల పక్కన నిలబడి అదంతా చూస్తోంది.

ఒకానొక మానసిక స్థితిలో తను 'సమానదూరం' అన్న మాట అనుకోవటం అప్పుడు గుర్తుకొచ్చింది. ఆ పదాన్ని పదే పదే తలుచుకోవటం వల్లనేమో తను ఎక్కడ ఉందో అక్కడే ఉండిపోయింది.

ఆ ఒడ్డుకు గానీ ఈ ఒడ్డుకు గానీ వెళ్లలేకపోతోంది.

తన జీవితంలా ఎక్కువ భాగం ఇలాగే గడిచిపోయింది.

మధ్యలోనే ఆగిపోవటం, పోరాడటం, దెబ్బతినటం, మనుగడ కోసం మళ్లీ ప్రయత్నించటం, ఎటు వెళ్లాలో అర్థం కాని స్థితికి లోనుకావటం, పశ్చాత్తాపానికి లోనై ఏ మార్గానికి కట్టుబడాలా తెలియక విచారానికి లోనుకావటం..

అవతల ఒడ్డు వైపు చూసింది. ఈసారి బుక్ షెల్ఫులు ఎక్కువ సంఖ్యలో కనిపించాయి. అలాగే పెద్ద చెట్టు నదిమీదకు ఒంగి కనిపించింది. ఆదుర్దా పడుతున్న పెద్దవాళ్లలా గాలికి దాని ఆకులు వేగంగా కదులుతున్నాయి.

''నీ మార్గాన్ని నిర్దేశించుకున్నావు నోరా'' అంది మిసెస్ ఎల్మ్. ''అందుకే జీవించి ఉన్నావు''.

ఇతరుల కల

''జీవితం అనేది ఒక చర్య'' అంది మిసెస్ ఎల్మ్. నదిలో దూకిన తన తమ్ముడిని, అతని స్నేహితులు బయటకు లాగుతున్న దృశ్యం ఎదురుగా కనిపిస్తోంది. బయటకు రాగానే అతను ఎవరికోసమయితే ఎమెర్జెన్సీ కాల్ చేయటం కూడా మరిచిపోయాడో ఆ అమ్మాయి వైపు పరిశీలనగా చూశాడు.''నువ్వు లెక్కలోకి తీసుకోవలసిన పనిచేశావు. అవతల ఒడ్డు వరకూ ఈదావు. నీ శక్తికి మించి ప్రయత్నించావు. నిన్ను నువ్వు బయటకు తెచ్చుకున్నావు. శీతల ఉష్ణోగ్రతల వల్ల హైపోథార్మియా సోకినా, దగ్గుతెర వచ్చినా ఏ మాత్రం లెక్క చేయలేదు. పరిస్థితులన్నీ వ్యతిరేకంగా మారినా నువ్వు అనుకున్నది సాధించావు. నీలో కొత్త వ్యక్తిని కనుగొనగలిగావు'' అన్నాడు ప్రశంసిస్తున్నట్టుగా.

''అవును. చాలా మురికినీళ్లు తాగాను. బ్యాక్టీరియా, దాని వల్ల చాలా వారాల పాటు అనారోగ్యం బారిన పడ్డాను''.

''కానీ నువ్వు జీవించావు. నీకు బతుకు మీద ఆశ ఉంది''.

''అవును. అప్పటి నుంచి దాన్ని కోల్పోతున్నాను''.

ఆమె కిందకు చూసింది. కింద ఉన్న గడ్డి తిరిగి రాయిగా మారుతోంది. దూరంగా కనిపిస్తున్న నీళ్లు అక్కడున్న చెట్లు, చిన్నగా ఉన్న తమ్ముడు, అతని స్నేహితులు, తన మరో రూపం అన్నీ క్షణాల్లో మాయమవుతూండగా ఆమె చూసింది.

లైబ్రరీ మళ్లీ పూర్వరూపాన్ని సంతరించుకుంది. పుస్తకాలన్నీ తమతమ స్థానాల్లో ఉన్నాయి. దీపాలు మిణుకుమిణుకుమనకుండా మామూలుగా వెలుగుతున్నాయి.

''అందరినీ ఆకట్టుకోవాలని మూర్ఖంగా ఈత కొట్టటానికి సిద్ధమయ్యాను. జో నా కంటే మెరుగైన వాడు అని నేను భావించేదానిని. తను నాలాగా ఉండాలని అనుకునేదాన్ని''.

''అతను నీకంటే మెరుగైన వాడని అనుకోవటానికి కారణమేమిటి? మీ తల్లిదండ్రులు అలా ప్రవర్తించటమే కారణమా?''

మిసెస్ ఎల్మ్ సూటిగా ప్రశ్నించటం నోరాకు ఆగ్రహాన్ని కలిగించింది. అయితే ఆమె ప్రకటించిన అభిప్రాయంలో విషయం లేకపోలేదు. ''నేను వాళ్లను ఆకట్టుకోవటానికి ఎప్పుడు వాళ్లు చెప్పిందే చేయవలసి వచ్చేది. జో కి ఏవో సమస్యలుండేవి. అవి ఏమిటనేవి నాకు అర్థమయ్యేవి కావు. చివరకు అతను గే కావటం అనేది అర్థమైంది. తోబుట్టువుల మధ్య పోటీకి పిల్లలు కారణం కాదు, పెద్దలే. మా ఇద్దరి విషయానికొస్తే, వాళ్లు అన్నింటిలోనూ జో ను ప్రోత్సహించేవారని నాకు ఎక్కువ అనిపించేది''.

''మ్యూజిక్ విషయంలోనా?''

''అవును''.

''జో అతని స్నేహితుడు రవితో కలిసి రాక్ స్టార్ కావాలని కోరుకున్నప్పుడు అతనికి గిటార్ ను, ఎలక్ట్రిక్ పియానో ని బహుమతిగా ఇచ్చారు''.

''ఆ తర్వాత ఏమైంది?''

''గిటార్ వరకూ ఫరవాలేదు. అది కొన్న వారంలోపుగానే 'స్మోక్ ఆన్ ది వాటర్' గీతాన్ని దానిపైన వాయించగలిగాడు. పియానో విషయం అయితే, దాంతో తన గదిని చిందరవందర చేసుకోకూడదనుకున్నాడు''.

''అప్పుడు నువ్వు దాన్ని అందుకున్నావన్నమాట'' మిసెస్ ఎల్మ్ తనను అడగటం కాకుండా అంతా తెలిసినట్టుగా చెప్పసాగింది. అవును. ఆమెకు అంతా తెలుసు.

''అవును''.

''అది నీ గదిలోకి ప్రవేశించింది. దానిని నువ్వు స్నేహితునిలా స్వాగతించావు. దాన్ని పూర్తిగా నేర్చుకోవాలని పట్టుదలతో సాధన చేశావు. ''మొజార్ట్ ఫర్ బిగినర్స్'', 'ది బీటిల్స్ ఫర్ పియానో'' లాంటి పియానో నేర్పే పుస్తకాలను కొనటం కోసం నీ పాకెట్ మనీ వెచ్చించావు, నువ్వు దాన్ని బాగా ఇష్టపడేదానివి. దానితో పాటు అది నేర్చుకుని మీ సోదరుడి మెప్పు పొందాలనకునేదానివి''.

''ఇదంతా నేనెప్పుడూ మీకు చెప్పలేదు''.

ఆమె అదోలా నవ్వింది. ''పుస్తకం చూసి అంతా తెలుసుకున్నానులే. నువ్వేం ఆందోళన చెందకు''.

''సరే, అలాగే, అర్థమైంది''.

''ఇతరుల మెప్పు కోసం ఎదురుచూస్తూ ఆందోళన చెందటం మానుకోవాలి నోరా'' నెమ్మదిగా అంది మిసెస్ ఎల్మ్. ''నువ్వు నువ్వుగా ఉండటానికి ఇతరుల నుంచి అనుమతి ఎంత మాత్రం అవసరం లేదు''.

''అవును. అర్థమైంది''.

నిజంగా ఆమె అర్థం చేసుకోగలుగుతోంది.

లైబ్రరీలోకి ప్రవేశించిన తర్వాత తను ప్రయత్నించిన జీవితాలన్నీ ఇతరులు కన్న కలలే. పబ్ లో వైవాహిక జీవితం గడపటం అనేది డేన్ కల. ఆస్ట్రేలియా యాత్ర చేయటం ఇజ్జీ స్వప్నం. ఆమెతో వెళ్లలేకపోవటం తనలో పశ్చాత్తాపం కలిగించిన విచారం కంటే తన స్నేహితురాలిలో ఏర్పడిన అపరాధ భావన ఎక్కువ. స్విమ్మింగ్ ఛాంపియన్ కావాలన్న కల తన తండ్రికి సంబంధించింది. ఆర్కిటిక్ అంటే తను ఇష్టపడిన మాట వాస్తవమే. మిసెస్ ఎల్మ్ తో స్కూలు లైబ్రరీలో సంభాషణను కొనసాగించటం వల్ల చిన్నప్పటి నుంచి హిమానీనదాల శాస్త్రవేత్త కావాలన్న కోరిక ప్రబలమైంది. లాబ్రింత్ అనేది చిన్నప్పటి నుంచి తన సోదరుని కల.

ఇప్పటి వరకూ సరైన జీవితం తగలలేదు. కచ్చితంగా విలువైనది, జీవించటానికి తగినది.. పరిపూర్ణమైన జీవితం అంటూ ఒకటి ఉండి ఉంటుంది. దానిని తను కనుగొనాలి. అందుకోసం తను 'పెద్ద నెట్' ను ఉపయోగించాలి అని ఆమె గ్రహించింది.

మిసెస్ ఎల్మ్ చెప్పింది నిజమే. తన ఆట ఇంకా పూర్తి కాలేదు. బోర్డు మీద పావులు మిగిలి ఉన్నంత వరకూ ఆట పూర్తయినట్టు కాదు.

ఆమె వెన్ను సవరించుకుని నిటారుగా నిలబడింది.

''నువ్వు షెల్ఫుల్లో బాగా కింద గానీ, పైనున్న వాటిలో నుంచి జీవితాలను ఎంచుకోవాలి. నీకు ఉన్న పశ్చాత్తాపాలను స్పష్టంగా వదులుకోవాలని సిద్ధమయ్యావు. అందులో ఒక విశ్వంలో లేదా ఒక జీవితంలో నువ్వు జీవించినవి, కానీ నీ ఆలోచనలకు, ఊహలకు కూడా అందని జీవితాలు

అక్కడ అందుబాటులో ఉంటాయి. కలలో కూడా నువ్వు ఊహించని జీవితాలు నీకు అందుబాటులోకి వస్తాయి.

"అవి విచారకరమైన జీవితాలు అన్నమాట".

"కొన్ని అలా ఉంటాయి. కొన్ని అలా ఉండవు. కానీ అవి ప్రత్యక్షంగా పరిచయం ఉన్న జీవితాలు కావు. వాటిని అందుకోవాలంటే కొంత ఊహ అవసరం అవుతుంది. నువ్వు అక్కడకు చేరగలవని నేను అనుకుంటున్నాను".

"మీరు అందుకు నాకు సాయపడాలి".

"లైబ్రేరియన్లకు కవిత్వం అంటే ఇష్టం ఉంటుంది. నీ కోసం ఒక కవిత్వ పాదం చెబుతాను" అంది మిసెస్ ఎల్మ్ నవ్వుతూ. ఆ తర్వాత రాబర్ట్ ఫ్రాస్ట్ కవిత చెప్పింది. "అడవిలో దారి రెండుగా చీలింది. నేను తక్కువ ప్రయాణించే మార్గాన్ని ఎంచుకున్నాను. దాని వల్ల అంతా తేడా వచ్చింది".

అడవిలో రెండు కంటే ఎక్కువ మార్గాలుంటే ఏమవుతుంది? అక్కడ చెట్ల కంటే ఎక్కువ దారులు ఉంటే ఏమవుతుంది? నువ్వు ఎంపిక చేసుకోవటానికి ముగింపు అంటూ లేకపోతే ఏమవుతుంది? అప్పుడు రాబర్ట్ ఫ్రాస్ట్ ఏం చేసి ఉండేవాడు?

ఫిలాసఫీ మొదటి క్లాసులో చదివిన అరిస్టాటిల్ ఆమెకు గుర్తుకొచ్చాడు. "ఉత్తమం అనేది ఎప్పుడూ ప్రమాదవశాత్తు సంభవించేది కాదు" అన్న మాట ఎందుకో ఆమెకు చికాకు తెప్పిస్తుంది. అత్యుత్తమ ఫలితాలనేవి ఎన్నో ప్రత్యామ్నాయాల్లో నుంచి ఎంపిక చేసుకున్న తెలివైన ఎంపికలు. తను ఈ రోజున అలాంటి ప్రత్యామ్నాయాలు ఎంపిక చేసుకోగల ప్రత్యేక స్థానంలో ఉంది. అది తెలివితేటలకు అడ్డదారి. సంతోషానికి కూడా అది కారణం కావచ్చు కూడా. అందుకే దానిని ఇప్పుడు భారంగా చూడటం లేదు. ఆనందాన్ని సొంతం చేసుకోవటానికి దక్కిన బహుమతిగా తోస్తోంది.

"మన యథాస్థానంలో ఉంచిన ఆ చెస్ బోర్డు వంక చూడు" అంది మిసెస్ ఎల్మ్ మృదువుగా. "ఆట ప్రారంభం కావటానికి ముందు అవెలా క్రమబద్ధంగా, ప్రశాంతంగా, భద్రంగా కనిపిస్తున్నాయో చూడు. చాలా అద్భుతంగా అనిపిస్తోంది కదూ. కానీ బోరింగ్ గా ఉంటుంది. అవి మృతజీవులుగా కనిపిస్తాయి. బోర్డు పైన కదలికలను ప్రారంభించిన క్షణాల్లోనే అంతా మారిపోతుంది. పరిస్థితులన్నీ గందరగోళం అవుతాయి. నువ్వు వేసే ప్రతి అడుగుతోనూ గందరగోళం పెరుగుతూ ఉంటుంది".

మిసెస్ ఎల్మ్ ఎదురుగా ఖాళీగా ఉన్న కుర్చీలో కూలబడింది. చెస్ బోర్డు వంక చూస్తూ భటుడిని రెండు గళ్లు ముందుకు కదిపింది.

మిసెస్ ఎల్మ్ దానిని పరీక్షగా చూసింది. ''అది సులువుగా ఆడగలిగిన ఆట'' అంది నోరా వైపు చూస్తూ. ''కాని నైపుణ్యాన్ని తెచ్చుకోవటం మాత్రం కష్టం. నువ్వు వేసే ప్రతి అడుగు అవకాశాల కొత్త ప్రపంచానికి ద్వారాలు తెరుస్తుంది''.

నోరా తన గుర్రాన్ని ముందుకు నడిపింది. అలా ఇద్దరు కొద్ది సేపు ఆడారు.

మిసెస్ ఎల్మ్ చెప్పసాగింది. ''ఆట ప్రారంభమయ్యే సమయంలో పెద్దగా వైవిధ్యం ఉండదు. బోర్డు అమర్చటానికి ఒకటే దారి. కానీ మొదటి ఆరు ఎత్తుల తర్వాత అనుసరించటానికి తొమ్మిది మిలియన్ల వరకూ అవకాశాలు ఉన్నాయి. అలాగే ఎనిమిది ఎత్తుల తర్వాత, 288 బిలియన్ అవకాశాలు మన ముందుంటాయి. మనకు కనిపించే విశ్వంలో ఉన్న పరమాణువుల కంటే చదరంగంలో ఎక్కువ ఎత్తులుంటాయి. అందుకే అంతా గందరగోళంగా ఉంటుంది. ఆటకు ఇదే సరైన పద్ధతి అని చెప్పటానికి లేదు. అనేక మార్గాలు ఉంటాయి. చెస్ లో మాదిరిగానే, జీవితంలో కూడా అవకాశం అనేది అన్నింటికి మూలం. ప్రతి ఆశ, ప్రతి కల, ప్రతి పశ్చాత్తాపం, జీవితంలో ప్రతి క్షణం దానితోనే ముడిపడి ఉంటాయి''.

చివరకు ఆటలో నోరా గెలిచింది. మిసెస్ ఎల్మ్ తనను గెలిపించటానికి ప్రయత్నించిందన్న అనుమానం వచ్చినా, ఆ ఆనందాన్ని పూర్తిగా ఆస్వాదించింది.

''సరే...నోరా'' అంది మిసెస్ ఎల్మ్. ''ఇప్పుడు పుస్తకం ఎంచుకునే సమయం వచ్చింది, ఏమంటావ్''.

నోరా పుస్తకాల వంక తేరిపార చూసింది. పుస్తకాల శీర్షిక ద్వారా ఏమయినా అర్థం అవుతుందేమో చూసింది. మంచి జీవితం ఇక్కడ అందుబాటులో ఉంది (పర్ఫెక్ట్ లైఫ్ రైట్ హియర్) లాంటి పుస్తకాలు ఏమయినా దొరకుతాయేమో చూసింది.

మిసెస్ ఎల్మ్ సూచనలను పట్టించుకోకూడదన్న ఆలోచన వచ్చింది. ఎక్కడయితే పుస్తకాలు ఉంటాయో, అక్కడ వాటిలో ఏం ఉందో తెరిచి చూడాలన్న కుతూహలం కూడా ఉంటుంది. జీవితం కూడా అంతే.

మిసెస్ ఎల్మ్ ఇంతకు ముందు చెప్పిన మాటనే పునరావృతం చేసింది.

''చిన్న విషయాలకున్న అతి పెద్ద ప్రాధాన్యతను విస్మరించవద్దు''.

అది ఉపయోగపడే విషయమే.

''నేను సున్నితమైన జీవితాన్ని కోరుకుంటున్నాను'' అంది నోరా. ''నేను జంతువులతో కలిసి పనిచేయాలి. స్కూలులో ఉన్న అనుభవంతో, స్ట్రింగ్ థీరీకి ముందు చేసిన 'యానిమల్ షెల్టర్' ఉద్యోగం చేయాలి. దయచేసి నాకు దాన్ని అందించండి''.

సాధారణమైన జీవితం

ఈ జీవితంలోకి రావటం సులువుగా అనిపించింది.

బాగా నిద్రపోవటం అలవాటు అనుకుంటా. అలారం మోగినా పట్టించుకోకుండా పావుతక్కువ ఎనిమిదికి తాపీగా లేచింది నోరా. ఆ తర్వాత ఓ పాత హ్యూండాయ్ లో పనికి బయలుదేరింది. అది కుక్క బిస్కట్ల కంపు కొడుతోంది. ఆసుపత్రులు, స్పోర్ట్సు సెంటర్లుల మీదుగా వెళ్లి ఆధునికమైన చిన్న భవనం ముందు ఆపింది. అది రెస్క్యూ సెంటర్.

ఉదయం వేళల్లో కుక్కలకు ఫీడింగ్ చేయటం, అటూ ఇటూ తిప్పటం వంటి పనులు చేస్తుంది. ఈ జీవితం ఆమెకు హాయిగా అనిపిస్తోంది. అక్కడ స్నేహశీలి, ఆదరణ పూర్వకంగా మాట్లాడే వ్యక్తి ఆమెకు తారసపడింది. పేరు పౌలీన్. రింగులు తిరిగిన గోధుమ రంగు జుత్తు, యార్క్ షైర్ యాసతో మాట్లాడుతుంది. పిల్లుల షెల్టర్ లో కాకుండా డాగ్ షెల్టర్ లో పనిచేయాలని ఆమె చెప్పినప్పుడు నోరా కొంత కంగారుపడిన మాట నిజం. అక్కడ పనిచేసే వారికందరికీ బ్యాడ్జీలున్నాయి. దాని వల్ల వాళ్ల పేర్లు తెలుసుకోవటం ఆమెకంత కష్టం కాలేదు.

షెల్టర్ లోకి కొత్తగా ప్రవేశపెట్టిన బాల్మాస్టఫ్ జాతి కుక్క దగ్గరకు నడిచింది. యజమాని దానిని నానా హింసలు పెట్టాడని చెప్పింది. సిగరెట్టుతో కాల్చిన గుర్తులు దాని శరీరంమీద అక్కడక్కడా కనిపించాయి.

క్రూరత్వానికి తావులేని ప్రపంచంలో జీవించాలని నోరా ఆశపడుతోంది. ఆమె వచ్చిన ఈ ప్రపంచంలో జంతువులకు మానవులతో సంబంధం ఉంది. బాల్మాస్టఫ్ పేరు శాలీ. అది భయం భయంగా ఉంటోంది. పొదలను చూసే కాదు. ఆఖరికి దాని నీడను చూసినా అది వణికిపోతోంది. నోరా అంటే కొంచెం ఇష్టం ఏర్పడినట్టుంది. ఆమెకు దగ్గరకు వచ్చి తన శరీరంతో రుద్దుతోంది.

తర్వాత ఆమె డాగ్ హట్స్ ను శుభ్రం చేయటం మొదలుపెట్టింది. అందరూ వాటిని పంజరాలు అని పిలుస్తారు గానీ, ఆ మాట కంటే హట్స్ అనే మాట తగినదిగా అనిపిస్తుంది. అక్కడ మూడు కాళ్ల ఆల్సేసియన్.. డీజిల్ ఉంది. అది అన్నింటికీ చక్కగా స్పందిస్తుంది. బాల్ విసిరితే ఎగిరి దాన్ని అందుకుంటుంది. ఎందుకో తెలియదు. జీవితంలో ఈ భాగం తనకు నచ్చుతోంది. ఎంతో హాయిగా, ఓదార్పును, భరోసాను అందిస్తోంది. ఇతరులు తనతో మాట్లాడుతున్నబట్టి తనేమిటో అర్థం అవుతోంది.

ఇక్కడ తన మనసు భిన్నంగా ప్రవర్తిస్తోంది. ఎన్నో ఆలోచనలు చేస్తోంది. అవన్నీ చాలా వరకూ మృదువుగా ఉంటున్నాయి

'కరుణ అనేది నైతికతకు మూలాధారం'' అని ఓ సందర్భంలో తత్వవేత్త ఆతోషోపెన్ హోవర్ అన్నాడు. బహుశా అది జీవితానికి కూడా ఆధారం కావచ్చు.

అక్కడ పనిచేస్తున్న వారిలో డిలాన్ ఒకడు. పొడవుగా బంగారం రంగులో ఉండే జుత్తుతో ఆకర్షణీయంగా కనిపిస్తాడు. జంతువులతో అతను ప్రవర్తించే తీరు అత్యంత సహజంగా ఉంటుంది. దాదాపు తన వయసు వాడే. ఇంకా చెప్పాలంటే కాస్త చిన్నవాడు కూడా. లంచ్ సమయంలో పని వదిలేసి తన పక్కన వచ్చి కూర్చున్నాడు.

''ఈ రోజు ఏం తెచ్చావు?'' నోరా లంచ్ బాక్సు వైపు చూస్తూ అడిగాడు.

నిజం చెప్పాలంటే ఆమెకు అందులో ఏం ఉందో తెలియదు. నిద్ర లేచిన తర్వాత మాగ్నెట్, కేలండర్లతో ఉన్న తన ఫ్రిజ్ దగ్గరకు వెళ్లింది. అందులో అప్పటికే సర్ది ఉంచిన బాక్సును అలాగే తెచ్చేసింది. తెరిచి చూస్తే అందులో చీజ్, మార్మైట్ శాండ్ విచ్ కనిపించాయి. పక్కన కొంచెం సాల్ట్, వెనిగర్ క్రిస్ప్ ప్యాకెట్లు ఉన్నాయి.

ఆకాశంలో మేఘాలు నల్లగా కమ్ముకుంటున్నాయి. బలంగా గాలులు వీయటం ప్రారంభమైంది.

''బాబోయ్ వర్షం వచ్చేటట్టు ఉంది'' అంది నోరా ఆందోళనగా.

''కావచ్చు. కుక్కలన్నీ లోపలే ఉన్నాయి?''

''ఏమిటి?''

''వాన ఎప్పుడు వస్తుందనే విషయాన్ని కుక్కలు ముందరే పసిగట్టగలవు. దాన్ని బట్టి అవి జాగ్రత్తపడతాయి. ముక్కుతోనే భవిష్యత్తును అంచనా వేయగల శక్తికి వాటికి ఉంటుంది''.

''అవును'' అంది నోరా.

శాండ్విచ్ ముక్కను తింపుకుని నోట్లో పెట్టుకోబోతోంది. డిలాన్ ఆమె భుజం మీద చేయి వేశాడు.

ఒక్కసారిగా ఎగిరిగెంతింది నోరా. 'అబ్బా'' అంది.

డిలాన్ తప్పు చేసిన వాడిలా క్షమాపణ చెప్పుకోవటానికి సిద్ధమయ్యాడు. తనను చూసి కొద్దిగా భయపడ్డాడు కూడా.

''కాదు.. కాదు. అదేం లేదు.. అంతా ఓకే..''

డిలాన్ తన బాయ్ ఫ్రెండ్. తను చదివిన హజల్డీన్ స్కూలులోనే తను కూడా విద్యాభ్యాసం చేశాడని, ఆమె కంటే రెండేళ్లు చిన్నవాడని ఆమెకు తెలుసు.

ఆమెకు ఓ విషయం గుర్తుకొచ్చింది. తండ్రి చనిపోయిన రోజున తను స్కూలు లైబ్రరీలో కూర్చుని ఉంది. ఆ సమయంలో బయట వర్షం కురుస్తోంది. ఎవరో కుర్రాడు..రింగుల జుట్టు ఉంది. ఎవరో తనను తరముతున్నట్టుగా, లేదా తనే ఎవరినో తరుముతున్నట్టుగా పరుగు తీయటం చూసింది. ఆ కుర్రాడు ఇతనే. అతను ఎవరో తెలియకుండానే, అతని గురించి ఆలోచించకుండానే దూరం నుంచే చూసి అతన్ని ఇష్టపడింది.

''నీకు ఇబ్బందేం లేదుగా నోరా'' అడిగాడు డిలాన్.

''లేదు.. అంతా బావుంది''

నోరా బెంచి మీద కాస్త జరిగి కూర్చుంది. ఇద్దరి మధ్యా దూరం పెరిగింది. సూటిగా చెప్పాలంటే డిలాన్ చేసిన దానిలో తప్పేమీ లేదని ఆమెకు అనిపించింది. అతను స్వీట్ పర్సన్. ఈ జీవితంలో నిజంగా ఆమె అతన్ని ఇష్టపడుతోంది. ఇంకా చెప్పాలంటే ప్రేమిస్తోంది. భావోద్వేగాలను పంచుకోవటం అనేది జీవితంలోకి ప్రవేశించినంత సులువు కాదు కదా.

''ఇంతకీ జినోస్ బుక్ చేశావా?''

''జినోసా? అది ఇటాలియన్ రెస్టారెంట్. టీనేజర్ గా ఉన్నప్పుడు నోరా అక్కడికి వెళ్లింది. అది ఇంకా నడుస్తూండటం ఆమెకు ఆశ్చర్యం కలిగించింది.

''ఏమిటి?''

''జినోస్.. పిజ్జా ప్యాలెస్. ఈ రాత్రికి. నీకు అక్కడి మేనేజరు కూడా బాగా పరిచయం అని చెప్పినట్టు గుర్తు''.

''అవును. మా నాన్న అక్కడికి తరచూ వెళుతూండేవాడు''.

''మరి నువ్వు కాల్ చేసుంటే బావుండేది కదా?''

''చేశాను. అప్పటికే ఫుల్ అయిపోయిందని చెప్పారు'' చిన్న అబద్ధమాడింది.

''వారాంతంలో... అబ్బా ఇలానా? సిగ్గుగా ఉంది. నాకు పిజ్జా లంటే ప్రాణం, పాస్టా లంటే ఇష్టం. లజాన్యా అన్నా కూడా..''.

''సరే సరే అంతా నాకు అర్థమైంది. ఏవో రెండు పెద్ద ఆర్డర్లు వచ్చాయని చెప్పారు.

అప్పటికే డిలాన్ జేబులో నుంచి ఫోన్ బయటకు తీశాడు. లా కేంటినా ప్రయత్నిస్తాను. మెక్సికన్ రెస్టారెంట్ అంటే నాకిష్టం. బోలెడన్ని వేగాన్ రుచులు అందుబాటులో ఉంటాయి. మరి నీకు..''

నోరాకు అడ్డు చెప్పటానికి సరైన కారణం ఏదీ కనిపించలేదు. డిలాన్ సూటిగా మాట్లాడిన తీరు ఆమెకు నచ్చింది. దానితోపాటు తను తింటున్న శాండ్ విచ్, ఫ్రిజ్ లో ఉండే పదార్థాలు అన్ని చూసుకుంటే మెక్సికన్ రెస్టారెంటుకు వెళ్లటమనేది మంచి ఎంపిక అని ఆమెకు అనిపించింది.

డిలాన్ వాళ్లకోసం ఓ టేబుల్ బుక్ చేశాడు. భవనం వెనక వైపు నుంచి కుక్కల అరుపులు గట్టిగా వినిపించే దాకా వాళ్లు ఏవేవో మాట్లాడుకుంటూనే ఉన్నారు. కలిసి తిరుగుదామనుకున్నారు.

''మనం ఇద్దరం 'లాస్ట్ ఛాన్స్ సెలూన్' కలిసి చూద్దాం'' ప్రతిపాదించాడు డిలాన్.

ఆమెకు సరిగా వినపడలేదు. ''ఏమిటి?'' మళ్లీ అడిగింది.

అతను సిగ్గరి. తన కళ్లలోకి చూసి మాట్లాడలేదు. మిగతా సమయం అంతా మనోహరంగా కనిపిస్తాడు.

''అది నువ్వు చూడాలనుకున్న రాయన్ బెయిలీ సినిమా. మనం ట్రైలర్ కూడా చూద్దాం. బాగా వినోదం ఉండేటట్టు కనిపిస్తుందే అని నువ్వన్నావు. దానితో పరిశోధన చేశాను. అది నెట్ ఫ్లిక్స్ లో అందుబాటులో ఉంది. ఎనభై శాతం పైగా కుళ్లిన టమోటాలపైన కథ నడుస్తుంది'' అన్నాడు.

ఒకానొక జీవితంలో తను అంతర్జాతీయ ఖ్యాతి గడించిన పాప్ సింగర్ నని, గ్లోబల్ ఐకాన్ నని, రాయన్ బెయిలీతో డేటింగ్ చేసి స్వచ్ఛందంగా బయటికొచ్చానని చెబితే డిలాన్ నమ్ముతాడా?

''మంచి ఆలోచన'' అంది కింద గడ్డిపై పడేసిన క్రిస్ప్ ప్యాకెట్ వైపు చూస్తూ.

డిలాన్ గబుక్కున లేచి దానిని అందుకుని బెంచి పక్కన ఉన్న చెత్త బుట్టలో పడేశాడు.

తిరిగి వచ్చి ఆమెవైపు అదోలా చూశాడు. నోరా అతన్ని గమనించింది. ఆ చూపులు స్వచ్ఛంగా ఉన్నాయి. తనే ఓ కుక్క అన్న చందంగా.

కుక్కలతో సహజీవనం

ఆ రెస్టారెంట్ కేజిల్ రోడ్డులో ఉంది. స్టింగ్ థీరీ షాపు మీదుగానే అక్కడికి వెళ్లాలి. దాన్ని చూడగానే ఆమెకు కొత్తగా అనిపించింది.అక్కడ పరిస్థితులు సవ్యంగా లేవన్న విషయాన్ని గ్రహించింది. కిటికీకి వేలాడుతూ కనిపించే గిటార్లు లేవు. గ్లాసులోపల అతికించిన పేపరు బయటకు కనిపిస్తోంది.

అది నీల్ చేతిరాతగా ఆమె గుర్తించింది.

స్టింగ్ థీరీ ఇక నుంచి వ్యాపారకార్యకలాపాలను నిర్వహించటం లేదు. అద్దె భారాన్ని మోయలేకపోవటంతో మేం ఈ నిర్ణయానికొచ్చాం. మా కస్టమర్లందరికీ మా ధన్యవాదాలు. ఇంకేం ఆలోచించకండి. మీకు నచ్చిన మార్గంలో ముందుకు వెళ్లండి. మీరే లేకపోతే మేం ఏమయిపోతామో?

అది చూసి డిలాన్ ఆశ్చర్యానికి గురయి, ''అలా ఎందుకయ్యిందో'' అని నిట్టూర్చాడు. కాసేపు ఆగి, ''నీకు చెప్పానా, బాబ్ డిలాన్ పేరే నాకు పెట్టారు'' అన్నాడు.

''ఆ విషయం నాకు గుర్తులేదు''.

''నీకు తెలుసా? ఆయన ప్రముఖ సంగీతకారుడు''.

''డిలాన్, నేను బాబ్ డిలాన్ పేరు విన్నాను''.

''మా పెద్దక్కకు సుజాన్నే అని పేరు పెట్టారు. లియొనార్డ్ కొహెన్ పాట ఆధారంగా..''.

నోరా చిరునవ్వు నవ్వింది. ''మా తల్లిదండ్రులు లియొనార్డ్ కొహెన్ అభిమానులు''.

''అవును చూడటానికి అది గొప్ప షాపులా అనిపిస్తోంది. ఎప్పుడయినా ఇక్కడకు వచ్చావా?''.

''ఒకటికి రెండుసార్లు''.

''నువ్వు పియానో వాయిస్తావని తెలుసు. అందుకే అడిగాను''.

''అవును... గతంలో కీబోర్డును ఉపయోగించేదాన్ని''. నోరాకు ఆ నోటీసు చాలా పాతదిగా కనిపించింది. తనను బయటకు పంపేటప్పుడు నీల్ చెప్పిన విషయాలు గుర్తుకొచ్చాయి. ''నీలాంటి నిద్రమొహాన్ని ఉంచుకుని కస్టమర్లను పోగొట్టుకోలేను''.

''ఇప్పుడు అర్థమైందా నీల్. నీ సమస్య నా మొహం కాదని'' అనుకుంది.

వాళ్లు మాట్లాడుకుంటూ ముందుకు నడిచారు.

''నువ్వు 'సమాంతరమైన విశ్వాలను నమ్ముతావా?''

భుజాలు ఎగరవేస్తూ అతను అన్నాడు. ''నమ్ముతాననే అనుకుంటున్నాను''.

''ఇంకో జీవితంలో నువ్వు ఏం చేస్తూ ఉండి ఉంటావు? నువ్వు ఇక్కడే ఉండటం ఇష్టపడుతున్నావా? లేకపోతే బెడ్ఫోర్డ్ కాకుండా మరో చోట ఉండాలని కోరుకుంటున్నావా?''

''అదేం లేదు. నేను ఇక్కడ సంతోషంగా ఉన్నాను. ఈ జీవితంలో నేను కుక్కలతో స్నేహంలో ఉంటే మరో జీవితం ఎందుకు కోరుకుంటాను? ఇక్కడయినా, లండన్ లోనయినా కుక్కలు ఒకేలా ఉంటాయి. నాకంటూ ఒక స్థానం ఉంది. వెటర్నరీ మెడిసన్ చదవటానికి నేను గ్లాస్గో యూనివర్సిటీకి వెళ్లాను. నేను ఓ వారం అక్కడికి వెళ్లాను. ఆ సమయంలో కుక్కలను ఎంతగానో 'మిస్' అయ్యాను. ఈలోగా మా నాన్న కి ఉద్యోగం పోయింది. నన్ను చదివించటం ఆయనకు కష్టం కావటంతో ఇక్కడే ఉండిపోయాను. దాంతో పశువైద్యుడిని కాలేకపోయాను. అందుకు నాకేం పశ్చాత్తాపం లేదు. నాకంటూ కొద్ది మంది మంచి స్నేహితులు ఉన్నారు. నేను ప్రేమించే శునకాలు కూడా ఉన్నాయి''

నోరా చిరునవ్వు నవ్వింది. ఆమె డిలాన్ ను ఇష్టపడుతోంది. ఇంకో నోరాలో అతనిని తనను ఆకర్షిస్తుందో లేదో నన్న సందేహం కలిగింది. అతను మంచివాడు. అలాంటి మంచివాళ్లు లభించటం అనేది బాగా అరుదు.

రెస్టారెంట్ సమీపిస్తున్నప్పుడు పొడవుగల జుత్తు ఉన్న వ్యక్తి తమ వైపు జాగింగ్ చేసుకుంటూ రాసాగాడు. అతను యశ్ అని గుర్తించగానే ఆమెకు మతిపోయింది. యశ్..సర్జన్.. స్టింగ్ థీరీకి కస్టమర్ గా వచ్చేవాడు, తనను కాఫీకి రమ్మని ఆహ్వానించిన వాడు, ఆసుపత్రిలో తనను ఓదార్చినవాడు, గత

రాత్రి ఇంకో జీవితంలోకి ప్రవేశించి వోల్టేరు చనిపోయిందని చెప్పినవాడు. చివరి విషయం ఆమె ఆలోచనల్లో ఇంకా పచ్చిగా ఉంది. అది తనకు మాత్రమే తెలిసిన విషయం. ఆదివారం నిర్వహించే హాఫ్ మారథాన్ లో పాల్గొనటానికి అతను శిక్షణ పొందుతున్నాడు. వోల్టేరు గత రాత్రి చనిపోయిందని ఒక్క విషయంలో మినహా, తన మూలజీవితంలో యశ్ కు ఇతనికి వ్యత్యాసం ఉన్నది అంగీకరించటానికి ఆమె మనసు అంగీకరించలేదు. ఒక వేళ అది చనిపోయిన విషయం అతని దృష్టికి వచ్చినా, దానిపేరు కచ్చితంగా వోల్టేరు అయ్యి ఉండదు.

"హాయ్"తను ఏ కాలపరిధిలో ఉన్నానో అన్న విషయం పట్టించుకోకుండా అతన్ని పలకరించింది.

అతను స్పందించాడు. కాకపోతే ఏదో గందరగోళపడుతున్నట్టు అనిపించింది. ఈ జీవితంలో బహుశా అతను తన తలుపు తట్టి ఉండకపోవచ్చు. కాఫీకి ఆహ్వానించకపోవచ్చు. సైమన్, గర్ఫంకెల్ పుస్తకం కొనుగోలు చేయాలనుకోకపోవచ్చు.

"ఎవరతను?" అడిగాడు డిలాన్.

"అతనా? ఇంకో జీవితంలో పరిచయం ఉన్న వ్యక్తి".

డిలాన్ కు అర్థం కాలేదు. కానీ అర్థం అయినట్టు తలాడించాడు.

వాళ్లు అక్కడ కాసేపు గడిపారు.

డిలాన్ తో విందు

లా కేంటినా హోటల్లో పెద్ద మార్పు లేదు.

కొన్నేళ్లక్రితం బెడ్ఫోర్డ్ ని మొదటిసారి సందర్శించినప్పుడు, డేన్ తో కలిసి అక్కడకు వెళ్లిన విషయం నోరాకు గుర్తుకొచ్చింది. టేబుల్ పైన ఓ మూలగా కూర్చున్నారు. మార్గారిటాస్ తింటూ తమ భవిష్యత్తు గురించి ఆలోచించారు. అక్కడే డేన్ మొదటిసారిగా పబ్ ఏర్పాటు చేయటం గురించి చెప్పాడు. ఈ జీవితంలో ఇప్పుడు నోరా, డిలాన్ మాదిరిగానే అప్పట్లో వాళ్లిద్దరూ కూడా కలిసి జీవించాలనే నిర్ణయం తీసుకున్నారు. ఆ సమయంలో వెయిటర్ తో చాలా దురుసుగా ప్రవర్తించాడు డేన్. పరిస్థితిని అదుపులోకి తేవటానికి తను చాలా నవ్వులు ఖర్చు చేయవలసి వచ్చిందన్న విషయం ఆమెకు గుర్తుకొచ్చింది. "చిన్నచిన్న ఉద్యోగాలు చేసేవారితో తగాదా పడి అవమానపరిచేవారిని ఎప్పటికీ విశ్వసించవద్దు" అంటారు. మిగతా అన్ని విషయాలతో పాటు ఇక్కడ కూడా అతను విఫలమయ్యాడు. మళ్లీ లా కేంటినాకు రావాలని తను ఎప్పుడూ అనుకోలేదు.

"నాకు ఈ చోటంటే చాలా ఇష్టం" అన్నాడు డిలాన్ చుట్టూ ఉన్న సందడి, అలంకారాలను చూస్తూ. అసలు అతను ఇష్టపడని ప్రదేశం అంటూ ఉంటుందా అని నోరాకు అనిపించింది. చెర్నోబిల్ సమీపాన ఉన్న పొలాల్లో కూర్చున్నా కూడా అతను చుట్టూ ఉన్న సౌందర్యాన్ని ఆస్వాదిస్తూ హుషారుగానే ఉండగలడు.

బ్లాక్ బీన్ టాకోస్ తింటూ ఇద్దరూ స్కూలు గురించి, కుక్కల గురించి మాట్లాడుకున్నారు. నోరా కంటే రెండేళ్ల చిన్నవాడయిన డిలాన్, స్కూలులో ఆమె స్విమ్మింగ్ లో రాణించే వ్యక్తిగా గుర్తుచేసుకున్నాడు. అది కాకుండా స్కూలు అసెంబ్లీలో ప్రత్యేకంగా పిలిచి హజల్దీన్ క్యాంప్ లో ప్రత్యేక

రిప్రజెంటెటివ్ గా సర్టిఫికెట్ అందించిన విషయం కూడా గుర్తుకొచ్చింది. ఆమె కూడా దాని గురించి ఆలోచించింది . స్విమ్మింగ్ ను వదిలేసిన సందర్భం గుర్తుకొచ్చింది. స్నేహితుల నుంచి కఠినంగా వ్యవహరించిన సందర్భాలన్నీ మనసులో మెదిలాయి.

''ఖాళీ సమయాల్లో నువ్వు లైబ్రరీలో గడపటం చూశాను'' నవ్వుతూ అన్నాడు. ''నువ్వు ఆ లైబ్రరియన్ తో చెస్ ఆడటం.. ఇంతకీ ఆమె పేరేంటి?''

''మిసెస్ ఎల్మ్'' సమాధానం ఇచ్చింది.

''అవును. మిసెసె ఎల్మ్'' అన్నాడు. ఆ తర్వాత నివ్వెరపోయే విషయం చెప్పాడు. ''మొన్నామధ్య ఆమెను చూశాను''.

''నిజంగానా?''

''ఆ.. షేక్స్ పియర్ రోడ్ లో యూనిఫారమ్ ధరించి ఉన్న వ్యక్తితో కలిసి.. బహుశా ఆమె నర్సు అనుకుంటా. వాకింగ్ చేసొచ్చి, కేర్ హోమ్ లోకి వెళుతోంది. బాగా బలహీనంగా ఉంది. వయసు మీద పడినట్టుగా కనిపించింది''.

మిసెస్ ఎల్మ్ కొద్ది సంవత్సరాల క్రితం మరణించి ఉంటుంది. లైబ్రరీలో తనకు ఎప్పుడూ కనిపిస్తున్న ఆమె రూపం, అంతకు ముందు తనకు స్కూలులో పరిచయం అయిన వెర్షన్ లోనే, నోరా గురుతుల్లో మిగిలిపోయినట్టుగానే ఉంది.

''నాకు ఆమె అంటే విపరీతమైన ప్రేమ''.

ఖుషీ ఖుషీగా...

భోజనం పూర్తయ్యాక రాయన్ బెయిలీ సినిమా చూడాలని డిలాన్ ఇంటికి వెళ్లింది నోరా. రెస్టారెంటులో సగం తాగి వదిలేసిన వైన్ బాటిల్ తీసుకుని ఇంటికొచ్చారు. డిలాన్ స్వీట్ పర్సన్. అన్ని విషయాల్లో బహిరంగంగా ఉంటాడు. తన జీవితాన్ని గురించి ఎన్నో విషయాలను అతని నుంచి తెలుసుకోవచ్చు. అందుకే అతనితో కలిసి అక్కడకు రావటానికి ఆమె వెనకాడలేదు.

హక్సలే అవెన్యూలో వాళ్ల అమ్మ నుంచి వచ్చిన అపార్టుమెంటులో అతను ఉంటున్నాడు. అది బాగా చిన్నది. దానికి తోడు కుక్కలు ఎక్కువగా తిరుగుతూండటంతో, అది ఇంకా ఇరుకుగా కనిపిస్తోంది. నోరాకు కళ్లెదురుగా ఐదు కుక్కలు కనిపిస్తున్నాయి. ఇంకా పైన మరికొన్ని తిరుగుతున్నట్టు అర్థమవుతోంది. ఆమె కుక్కలంటే ఇష్టమే. ఆ వాసన నచ్చుతుంది. కానీ ఇష్టానికి కూడా పరిమితి ఉంటుందని ఆమెకు హఠాత్తుగా అర్థమైంది.

సోఫా మీద కూర్చోగానే, ఏదో గట్టిగా గుచ్చుకుంది. అది కుక్కలను కట్టేయటానికి ఉపయోగించే ప్లాస్టిక్ రింగ్ అని అర్థమైంది. కింద కార్పెట్ మీద ఉన్న బొమ్మల పక్కన దానిని పడేసింది. అలాగే పసుపు పచ్చని బాల్ కనిపించింది. దానిని కుక్కలు సగం కొరికి పడేశాయి.

చిహుఅహువా మరో కుక్క వెంట పడుతోంది.

"ఆగాగు" అది వెంటాడుతున్న చిన్న ప్రాణిని నవ్వుతూ పక్కకు లాగాడు డిలాన్.

మరో పెద్ద కుక్క, న్యూఫౌండ్ లాండ్ సోఫాలో ఆమె పక్కన కూర్చుని తన పొడవాటి నాలుకతో ఆమె చెవిని నాకటం ప్రారంభించింది. దాంతో డిలాన్ కిందనే కూర్చోవలసి వచ్చింది.

''సోఫా మీద కూర్చుంటావా?''

''అవసరం లేదు. కిందనే బావుంది''.

నోరా పెద్దగా బలవంతం చేయలేదు. 'లాస్ట్ సెలూన్' సినిమా ఏ మాత్రం ఇబ్బంది లేకుండా చూడొచ్చు అనుకుంది. న్యూఫౌండ్ లాండ్ చెవిని నాకటం ఆపేసి, తన తలను మోకాళ్లపైన ఉంచుకుంది. ఇప్పుడు నోరా అంత సంతోషంగానూ లేదు. అంత విచారంగానూ లేదు.

రాయన్ బెయిలీ సినిమాను ఆసక్తిగా చూసింది. సినిమాలో ఓ చోట అతను అంటాడు. ''జీవితం అంటే జీవించటానికి. అది కప్ కేక్ లా సాగాలి''. ''ఆ కుక్క రాత్రంతా ఏడుస్తూనే ఉంటుంది. అందుకే దాన్ని పక్కలో ఉంచుకుని పడుకుంటా'' అంటున్నాడు డిలాన్.

నోరాకు ఏదో కొత్తగా అర్థం అవుతోంది. తనకు ఈ జీవితం పట్ల అంత వ్యామోహం లేదని అనిపించింది.

డిలాన్ కు, అతనితో ప్రేమలో పడిన మరో నోరా కావాలి. అది కచ్చితంగా తను కాదు. ఇంకెవరి స్థానాన్నో తను బలవంతంగా గుంజుకుంటోంది.

ఈ జీవితంలో తను ఎక్కువ మద్యం తీసుకున్నా తట్టుకోగల శక్తి తనకు ఉందన్న విషయం గుర్తుకొచ్చింది. వెంటనే మరికాస్త వైన్ పోసుకుంది. అది కేలిఫోర్నియాకు చెందిన జిన్ ఫేండల్. బాటిల్ వెనక ఉన్న లేబుల్ ను పరిశీలనగా చూసింది. అది చదువుతుంటే ఓ దంపతుల ఆత్మకథను క్లుప్తంగా అక్కడ పొందుపరిచారేమోనని అనిపించింది. వైన్ యార్డు సొంతదారులయిన జనైన్. టెరెన్స్ త్రోంటన్ ఈ వైన్ తయారు చేశారు. అందులో చివరి వాక్యం.. ''మేము వివాహం చేసుకున్నప్పుడు, ఏదో ఒక రోజున సొంత వైన్ యార్డును ప్రారంభించాలనుకున్నాం. ఆ కల ఇప్పుడు నిజమైంది. ఇప్పుడు డ్రై క్రీక్ వ్యాలీలో, ఒక గ్లాసు జిన్ఫాందల్ మాదిరిగా మా జీవితం మధురంగా సాగుతోంది'' అన్న మాటలు ఆమెను ఎంతగానో ఆకట్టుకున్నాయి.

తన కాలిని నాకుతున్న న్యూఫౌండ్ ల్యాండ్ ను మృదువుగా నిమిరి, డిలాన్ కు అక్కడున్న మిగిలిన కుక్కలకు ఆమె వీడ్కోలు పలికింది.

బుయెన్నావిస్టా వైన్ యార్డు

నోరా ఈసారి మిడ్ నైట్ లైబ్రరీని సందర్శించినప్పుడు, రెస్టారెంటులో నుంచి తెచ్చిన వైన్ బాటిల్ మీద ఉన్న జీవితానికి సన్నిహితంగా ఉండే లైఫ్ ను ఆమెకు అందించాలని మిసెస్ ఎల్మ్ సంకల్పించింది. అందుకే ఆమెకు ఓ పుస్తకం అందించింది. అది నోరాను అమెరికాకు పంపింది.

ఈ జీవితంలో ఆమె పేరు నోరామార్టిన్. 40ల్లో ఉండే అమెరికన్-మెక్సికన్ ఎడ్వర్డోను వివాహమాడింది. యూనివర్సిటీ వదిలిన తర్వాత ఖాళీగా ఉన్నానని ఆమె చింతించే సమయం. ఆ ఏడాదిలోనే అతనితో పరిచయం ఏర్పడింది. అతని తల్లిదండ్రులు పడవ ప్రమాదంలో కన్నుమూయగానే ఎడ్వర్డోకి వారసత్వంగా కొంత ఆస్తి కలిసి వచ్చింది. దాంతో కాలిఫోర్నియాలో చిన్న వైన్ యార్డును కొనుక్కున్నాడు('వైన్ ఎంథ్యూజియాస్ట్' పత్రికలో అతని నేపథ్యంపై వచ్చిన వ్యాసాన్ని ఫ్రేమ్ కట్టించి టేస్టింగ్ రూమ్ లో పెట్టాడు). మూడేళ్లలో అది బాగా వృద్ధిచెందింది. ముఖ్యంగా వాళ్లు పెంచిన 'సైరా' రకం వల్ల. చుట్టుపక్కల ఉన్న ఎండు ద్రాక్ష తోటలు అమ్మకానికి రాగానే కొనగలిగారు. వాళ్ల ద్రాక్షతోటలను 'బుయెన్నా విస్టా వైన్ యార్డు' గా పిలిచేవారు. అవి శాంతాక్రజ్ పర్వతాల పాదాల దగ్గర ఉంది.వాళ్లకు ఒక్కడే సంతానం. అలెజాండ్రో. మాంటెర్రీ బే లో బోర్డింగ్ స్కూలులో చదువుతున్నాడు.

వాళ్ల ఆదాయంలో ఎక్కువ భాగం వైన్ టూరిజం నుంచి లభిస్తుంది. గంట గంటకీ పెద్ద సంఖ్యలో టూరిస్టులు అక్కడికి తరలివస్తారు. ఏవో చెప్పి వారిని నమ్మించటం చాలా సులువు. ఎడ్వర్డోకి ఆ మెళకువలన్నీ తెలుసు. జనం రాకముందే అందుకు రంగం సిద్ధం చేస్తాడు.

''వో నోరా, డిస్పాసియో, పు పోకో ఇంకా.. ఆంగ్లం, స్పానిష్ కలగలసిన భాషలో వినోదం కల్పిస్తూ చెబుతాడు. ఆమె స్వేచ్ఛగా గ్లాసులో మద్యాన్ని నింపుతుంది. టూరిస్టులు రాగానే దాన్ని వాసన చూస్తూ వారికి అందిస్తుంది. వాళ్లు లొట్టలు వేసుకుంటూ తాగేస్తారు. ఈ లోగా ఎడ్వార్డో ఏవో మాటలు చెబుతాడు.

''ఈ తోటలో కొత్త రకాలనేకం ఉన్నాయి'', ''దీని సువాసన చాలా గమ్మత్తుగా ఉంటుంది', 'బ్లాక్ బెర్రీ, నెక్టారిన్ కలగలసి మధురమైన రుచితో అవి బ్యాలన్స్ చేయబడ్డాయి'' అని అతను చెప్పేవి వింటూ తలలూపుతారు.

తను ప్రవేశిస్తున్న ప్రతి జీవితం కొత్త అనుభవాలను ఇస్తోంది. సింఫనీలో కొత్త రాగాల్లా అవి వైవిధ్యంగా ఉంటున్నాయి. ఎడ్వర్డో ప్రేమాస్పదమైన వ్యక్తి. వాళ్ల వివాహం విజయవంతమైంది. డిలాన్ తో సేవించిన వైన్ లో బాటిల్ మీదున్న జంట కంటే ఎక్కువగా. వాళ్లిద్దరి పేర్లు తనకు స్పష్టంగా గుర్తున్నాయి. జనైన్. టెరెన్స్ త్రోంటన్.. తను కూడా బాటిల్ లేబుల్ పైన రాసుకోగలిగిన స్థాయి జీవితాన్ని గడుపుతోంది. ఆమె రూపం కూడా అలాగే ఉంది. అచ్చు కాలిఫోర్నియన్ మాదిరి శిరోజాలు, ఎక్కువ సైరా సేవిస్తున్నా దెబ్బతినకుండా ఆరోగ్యంగా మెరుస్తూ కనిపిస్తున్న పళ్లు. శరీరం దృఢత్వాన్ని పెంచుకోవటానికి ఫ్లాట్ లోనే ఏర్పాట్లున్నాయి.

మిగిలినవి ఎలాగైనా మాయచేయవచ్చు గానీ, ఈ జీవితంలో వైన్ కి సంబంధించిన విషయాలను మోసపుచ్చటానికి వీలు లేదు. ఎడ్వర్డోతో వివాహం విజయవంతం కావటానికి అదీ కారణంగా చెప్పాలి. అతను పెద్దగా శ్రద్ధ పెట్టడు.

చివరి టూరిస్టు కూడా వెళ్లిపోయిన తర్వాత, ఎడ్వర్డో, నోరా నక్షత్రాల కింద కూర్చున్నారు. చేతుల్లో వైన్ గ్లాసు పెట్టుకుని.

''లాస్ ఏంజిల్స్ లో ఈ పాటికి మంటలు అదుపులోకి వచ్చి ఉంటాయి'' అన్నాడతను.

పాప్ స్టార్ జీవితంలో తను గడిపిన లాస్ యాంజిల్స్ ఇంట్లో ఎవరు ఉంటున్నారో అని ఆలోచించింది.

''అది పెద్ద రిలీఫ్'' అని బయటకు చెప్పింది నోరా.

''అవునవును''.

''అవి అందంగా లేవూ.'' నీలాకాశం వైపు చూస్తూ అడిగింది.

"ఏది?"

"ఆ నక్షత్ర మండలం".

"అవును".

ఆ తర్వాత అతను ఏమీ మాట్లాడలేదు. ఫోన్ చూసుకుంటూ ఉండిపోయాడు. ఫోన్ పక్కన పెట్టేసినా నోరు తెరవలేదు.

మానవ సంబంధాల్లో నిశ్శబ్దానికి మూడు కారణాలు ఉంటాయని ఆమెకు అనిపించింది. 'మనం మాట్లాడుకోవటానికి ఇంకేమీ లేదు' తరహా మౌనం (పాసివ్-అగ్రెసివ్ సైలెన్స్), రెండోది ఎడ్వార్డో, తను అవలంబిస్తున్నది.. 'మనం మాట్లాడుకోవలసిన అవసరం లేదు' తరహా మౌనం. కలిసి జీవించటం, ఒకటిగా గడపటం (బీయింగ్ టూగెదర్- టుగెదర్ బీయింగ్). మీతో మీరు నిశ్శబ్దంగా ఉంటూ సంతోషాన్ని ఆస్వాదించటం మూడోది.

ఇవన్నీ తెలిసినా ఆమె ఇంకా మాట్లాడాలనుకుంటోంది.

"మనం సంతోషంగా ఉన్నాం. అవునా కాదా?"

"ఆ ప్రశ్న ఎందుకు?"

"మనం సంతోషంగా ఉన్నామన్న విషయం నాకు తెలుసు. కానీ అది నీ నోటి నుంచి వినాలని ఉంది".

"మనం సంతోషంగా ఉన్నాం నోరా".

ఆమె వైన్ సిప్ చేస్తూ తన భర్త వంక చూడసాగింది. అంత చలిగా లేకపోయినా అతను స్వెట్టర్ ధరించి ఉన్నాడు. కాసేపటి తర్వాత ముందుగా పడుకోవటానికి అతను లోపలకు వెళ్లిపోయాడు.

"నేను మరి కాసేపు ఇక్కడ ఉండి వస్తాను".

ఎడ్వర్డో కి అదేమంత ఇబ్బంది అనిపించలేదు. ఆమె నుదుటి మీద చిన్నగా ముద్దు పెట్టి అక్కడ నుంచి నిష్క్రమించాడు.

వైన్ గ్లాసుతో వెన్నెల వెలుగులో ఆమె మిగిలిపోయింది.

నక్షత్రాల వంక తేరిపార చూసింది.

ఈ జీవితంలో ఆమెకు ఏ లోపాలు కనిపించలేదు. కానీ ఇతర జీవితాలను, ఇతర అవకాశాలను అందుకోవాలన్న ఆశ ఆమెలో బలీయం కాసాగింది. తను ఇంకా గాలిలోనే తేలుతున్నట్టు, ఇంకా భూమి మీద కాలుమోపనట్టు భావించింది. అనుకున్నదాని కంటే ఎక్కువగా హ్యూగో

లెఫ్రీవర్‌ని గుర్తుచేసుకుంది. పుస్తకంలో పేజీలను గబగబా తిప్పగలిగినట్టు తను కూడా వేగంగా జీవితాలను మార్చగలను అన్న అభిప్రాయానికొచ్చింది.

మిగిలిన వైన్ కూడా గొంతులోకి వొంపుకుంది. తనకు హేంగ్ ఓవర్ ఉండదనిపించింది. 'ఎర్త్ అండ్ ఉడ్'' అనుకుంది మనసులో.

ఆ తర్వాత ఎంతో సమయం పట్టలేదు.

నిలబడి ఉన్న ఆమె క్షణాల్లో మాయం అయ్యింది.

నోరా సీడ్ విభిన్న జీవితాలు

నోరాకు ఓ విషయం అర్థమైంది. ఆ రోజు స్వాల్బర్డ్ కిచెన్ లో హ్యూగో వివరించని అంశం అది. జీవితాన్ని అనుభవించటం అంటే అందులో కనిపించే ప్రతి అంశాన్ని ఎంజాయ్ చేయవలసిన పనిలేదు. కచ్చితంగా ఆనందించగల జీవితం ఒకటి ఉండే ఉంటుందని, ఎప్పటికప్పుడు కొత్త జీవితాలను కోరుకోవటం మాత్రం మానకూడదు. అదే సమయంలో, ఎంజాయ్ చేయటం అంటే అదే జీవితంలో కూరుకుపోవటం ఎంత మాత్రం కాదు. కొత్త జీవితాన్ని మీరు ఊహించలేనప్పుడు మాత్రమే ఉన్న జీవితంలో మిగిలిపోవాలని అనుకుంటారు. ఇందులో వైరుధ్యం ఏమిటంటే, ఎన్ని కొత్త జీవితాలను మీరు ప్రయత్నిస్తారో, అంతగా మీ ఆలోచనలు విశాలమవుతాయి. నోరాకు ఆలోచనలు విశాలమయినప్పుడల్లా కొత్త జీవితం ఆమె ముందు ప్రత్యక్షమైంది.

మిసెస్ ఎల్మ్ సహకారంతో షెల్ఫుల్లో ఉన్న ఎన్నో పుస్తకాలను ఎంచుకుంది. వాటి ద్వారా సరైన జీవితాన్ని అన్వేషిస్తూ ఎప్పటికప్పుడు కొత్త జీవితాలను అనుభవంలోకి తెచ్చుకుంది. పశ్చాత్తాపాలనుంచి బయటపడటం అంటే తన ఆశలను నెరవేర్చుకోవటం అని ఆమె గ్రహించగలిగింది. దాదాపుగా ఏదో ఒక విశ్వంలో జీవించే జీవితం అంటూ ఒకటి ఆమెకు లభిస్తోంది.

ఒక జీవితంలో పారిస్ లో ఏకాంత జీవితాన్ని అనుభవించింది. మాన్ పానాస్ కాలేజీలో ఆంగ్లం బోధించేది. సెన్ నది గట్టుమీద సైక్లింగ్ చేసేది. అక్కడే పార్కు బెంచీల ముందు కూర్చుని ఎన్నో పుస్తకాలను చదివింది. మరో జీవితంలో ఆమె యోగా టీచర్, గుడ్ల గూబ మాదిరిగా మెడను ఒడుపుగా కదిపేది.

ఒక జీవితంలో స్విమ్మింగ్‌ను తోడుగా ఉంచుకుంది గానీ, ఒలంపిక్స్ కోసం ఎలాంటి ప్రయత్నం చేయలేదు. అది కేవలం సరదా వ్యాపకంగా ఉండేది. బార్సిలోనా సమీపంలోని సిట్జజ్ బీచ్ రిసార్టులో లైఫ్ గార్డుతో ఉండేది. కేటలాన్, స్పానిష్ భాషల్లో అనర్గళంగా మాట్లాడగలిగేది. ఆమెకు గాబ్రియాలా అనే మంచి సన్నిహితురాలు ఉండేది. బీచ్ నుంచి ఐదు నిముషాల నడక దూరంలో ఉన్న ఒక అపార్టుమెంటును ఆమెతో పంచుకుంది. సముద్రంలో సర్ఫ్ బోర్డుమీదుగా వెళ్లగలగటం ఆమె నుంచే నేర్చుకుంది.

ఒక జీవితంలో యూనివర్సిటీలో ప్రయత్నించి అర్థాంతరంగా వదిలేసిన రచనా వ్యాసంగాన్ని వృత్తిగా ఎంచుకుని ప్రఖ్యాత రచయిత్రిగా ఎదిగింది. ఆమె పుస్తకం 'ది షేప్ ఆఫ్ రిగ్రెట్' విశ్లేషకుల ప్రశంసలు అందుకుని అవార్డుల జాబితాలో షార్ట్ లిస్ట్ అయ్యింది. ఆ జీవితంలో తన రచన సినిమా హక్కుల కోసం వచ్చిన మాజిక్ లాంటర్నన్ ప్రొడక్షన్స్ కి చెందిన ఇద్దరు ప్రముఖ సినిమా నిర్మాతలతో బనాల్ సాహో మెంబర్స్ క్లబ్ లో అసంపూర్ణ చర్చల్లో పాల్గొంది. బ్రెడ్ తన గొంతులో ఇరుక్కుపోవటంతో ఉక్కిరిబిక్కిరై టేబుల్ మీద ఉన్న రెడ్ వైన్ నిర్మాత ప్యాంటు మీద వొలకపోయటంతో అంతా గందరగోళమైంది.

ఒక జీవితంలో ఆమెకు టీనేజ్ లో ఉన్న హెన్రీ అన్న కొడుకు ఉన్నాడు. వాడెప్పుడూ దురుసుగా వ్యవహరించేవాడు. దూకుడుగా మొహం మీద తలుపులు వేసేవాడు.

ఒక జీవితంలో ఆమె కచేరీలు చేసే పియానిస్టు. ప్రస్తుతం స్కాండినేవియా టూర్ లో ఉంది. జనసమూహాలను అలరించటంతో ఒకదాని తర్వాత మరొకటి, రాత్రి పగలు టూర్లు చేస్తూనే ఉంది. (హెలెన్స్కి ఫిన్లాండియా హాలులో చోపిన్ పియానో కన్సర్ట్ నెం. 2 చేస్తున్నప్పుడు గందరగోళం తలెత్తి మిడ్నైట్ లైబ్రరీలోకి ఆమె మాయమైంది).

ఒక జీవితంలో ఆమె టోస్టర్ గా ఉంది.

ఒక జీవితంలో ఆమె ఆక్స్ఫర్డ్ లో చదువుకుని, సెయింట్ కేథరిన్ కాలేజీలో ఫిలాసఫీ లెక్చరర్ గా పనిచేసేది. ఒంటరిగా జార్జియన్ టౌన్ హౌస్ లో గౌరవప్రదంగా, ప్రశాంతంగా నివసించేది.

ఒక జీవితంలో ఆమె ఉద్వేగాలతో తల్లడిల్లేది. ప్రతి సంతోషానికి, విచారానికి విపరీతమైన ప్రభావానికి లోనయ్యేది. కదులుతున్న పెండ్యులమ్ మాదిరిగా, ఒక క్షణంలో విపరీతమైన సంతోషం, మరో క్షణంలో అమితమైన బాధ ఆమెను ఆవరించేవి. సూర్యుడు మేఘాల వెనక్కి చేరినా, కొన్నిసార్లు ఆమెను విచారం కమ్మేసేది. కాలిబాట మీద నడిచే సమయంలో ఏదైనా కుక్క ప్రేమగా దగ్గరికి వచ్చినా ఆమె విపరీతంగా చలించిపోయేది. అది తనకు అత్యంత సంతోషం కలిగించే సందర్భంగా మురిసిపోయేది. ఆ జీవితంలో ఆమె పక్కనే ఎమిలీ డికెన్సన్ రాసిన పుస్తకం పక్కనే ఉండేది. 'ఎక్స్ట్రీమ్ స్టేట్స్ ఆఫ్ యుఫోరియా', 'ది గ్లూ టు ఫిక్స్ మి వెన్ ఐయామ్ బ్రోకెన్' ప్లే లిస్టు కూడా అందుబాటులో ఉండేది.

ఒక జీవితంలో ఆమె ట్రావెల్ వ్లోగర్. అందులో ఆమెకు లక్షా 75 వేల యూట్యూబ్ సబ్ స్క్రైబర్లు ఉన్నారు. ఇన్ స్టాగ్రామ్ లో అనేక మంది ఆమెను అనుసరించేవారు. ఆమె వెనిస్ లోని గోండాలా పర్యటన వీడియో బాగా ప్రాచుర్యం పొందింది. 'రోమా థెరపీ' పేరుతో రోమ్ పైన మరో వీడియో రూపొందించింది.

ఒక జీవితంలో తను సింగిల్ పేరెంట్ గా ఉండేది. ఎప్పుడూ నిద్రపోని పసిపిల్లవాడు ఆమెకు తోడుగా ఉండేవాడు.

ఒక జీవితంలో ఒక ట్యాబ్లాయిడ్ పత్రికలో ఆమె షోబిజ్ కార్యక్రమాలపైన ఒక కాలమ్ నిర్వహించేది. అందులో రాయన్ బెయిలీతో ఉన్న సంబంధంపైన వ్యాసాలు రాసేది.

ఒక జీవితంలో నేషనల్ జియోగ్రఫిక్ పత్రికలో ఫొటో ఎడిటర్‌గా ఉంది.

ఒక జీవితంలో ఎకోఆర్కిటెక్ట్ గా పూర్తిగా కాలుష్యానికి దూరంగా ఉండే హరిత భవనంలో నివసించేది. ఆ భవనానికి సౌర ఇంధనాన్ని వాడేవారు. అలాగే వాననీటిసంరక్షణ చర్యలు కూడా అక్కడ ఏర్పాట్లు ఉన్నాయి.

ఒక జీవితంలో బొత్స్వానాలో ఎయిడ్ వర్కర్ గా పనిచేసేది.

ఒక జీవితంలో క్యాట్ సిట్టర్ గా ఉండేది.

ఒక జీవితంలో అనాథఆశ్రమంలో వాలంటీర్ గా వ్యవహరించేది.

ఒక జీవితంలో తను పడుకోవటానికి స్నేహితురాలి సోఫా మాత్రమే ఉండేది.

ఒక జీవితంలో మాంట్రియాల్ లో సంగీత శిక్షకురాలిగా ఉండేది.

ఒక జీవితంలో సింహభాగం రోజంతా ట్విట్టర్ లో తనకు తెలియనివారితో తగవులు పడుతూ కాలక్షేపం చేసేది. చివరకు 'డూబెటర్' అన్న సందేశంతో ముగించేది. అది తనను ఉద్దేశించిందేనని తెలుసుకోగలిగింది.

ఒక జీవితంలో ఆమెకు సోషల్ మీడియా ఎక్కౌంట్ ఉండేది కాదు. సామాజిక మాధ్యమాలను పట్టించుకునేది కాదు.

ఒక జీవితంలో ఆమె ఆల్కహాల్ కు దూరంగా ఉండేది.

ఒక జీవితంలో చెస్ ఛాంపియన్ గా ఉండేది. ఉక్రెయిన్ లో టోర్నమెంటుకు సిద్ధమవుతోంది.

ఒక జీవితంలో బ్రిటిష్ రాకుమారుడిని వివాహమాడింది. ప్రతిక్షణం అతనితో ద్వేషభావంతో వ్యవహరించేది.

ఒక జీవితంలో ఆమె ఫేస్ బుక్, ఇన్ స్టాగ్రామ్ లు మొత్తం రూమి, లావో ట్జూ సూక్తులతో నింపేసేది.

ఒక జీవితంలో పూర్తిగా విసిగిపోయి మూడో భర్త దగ్గరకు వెళ్లింది.

ఒక జీవితంలో ఆమె వేగాన్ పవర్ లిఫ్టర్.

ఒక జీవితంలో ఆమె దక్షిణా అమెరికా పర్యటన చేస్తూ చిలీ భూకంపంలో చిక్కుకుపోయింది.

ఒక జీవితంలో ఆమెకు బెకీ అనే స్నేహితుడు ఉండేవాడు. ఏదైనా మంచి సంఘటన జరిగితే, "ఓ వ్యాట్ లార్క్స" అని సంబోధించేవాడు (తెల్లవారకముందే నిద్రలేచి సాయంత్రానికల్లా పడుకునేవారిని 'లార్క్' అని పిలుస్తారు).

ఒక జీవితంలో, ఆమె మళ్లీ హ్యూగోను కలుసుకోగలిగింది. బీచ్ పక్కనున్న బారులో కూర్చుని ఇద్దరూ మద్యం సేవించి పరమాణు భౌతికశాస్త్రం గురించి చర్చించుకున్నారు. అంతలోనే అతను అక్కడ నుంచి మాయమయ్యాడు. అక్కడ లేని హ్యూగోను ఆమె తలుచుకోవటం మొదలుపెట్టింది.

ఒక జీవితంలో ఆమె ఎక్కువ మంది దృష్టిని ఆకర్షించగలిగింది. కొన్ని జీవితాల్లో అసలు ఎవరూ పట్టించుకోని పరిస్థితిని ఎదుర్కొంది. ఒక జీవితంలో ఆమె ధనికురాలు. మరో జీవితంలో అత్యంత నిరుపేద. ఒక

జీవితంలో ఆరోగ్యవంతురాలు. ఒక జీవితంలో మెట్లు ఎక్కటానికి కూడా తెగఆయాసపడేది. కొన్ని జీవితాల్లో ఆమె 'రిలేషన్ షిప్' లో ఉండేది. కొన్ని జీవితాల్లో ఒంటరిగా, మరికొన్ని జీవితాల్లో రెండింటికి మధ్య ఉండేది. కొన్ని జీవితాల్లో ఆమె తల్లిగా మాతృత్వభావాలతో ఉండేది. చాలా వాటిల్లో ఉండేది కాదు.

రాక్ స్టార్, ఒలంపియన్, సంగీతం టీచర్, ప్రాథమిక పాఠశాల ఉపాధ్యాయిని, ప్రొఫెసర్, సీఈఓ, పీఏ, చెఫ్, హిమానీనదాల శాస్త్రవేత్త, వాతావరణ శాస్త్రవేత్త,ఆక్రోబాట్, ట్రీ ప్లాంటర్, ఆడిట్ మేనేజర్, హెయిర్ డ్రెస్సర్, ప్రొఫెషనల్ డాగ్ వాకర్, ఆఫీసు క్లర్క్, సాఫ్ట్వేర్ డెవలపర్, రిసెప్షనిస్టు, హోటల్ క్లీనర్, పొలిటీషియన్, లాయర్, షాప్ లిఫ్టర్, ఓషన్ ప్రొటెక్షన్ ఛారిటీ యజమాని, షాప్ వర్కర్, వెయిట్రస్, మొదటి వరుసలో ఉండే సూపర్ వైజర్, గ్యాస్ బ్లోయర్.. ఇలా ఎన్నో పాత్రలు పోషించింది. కార్లు, బస్సులు, రైళ్లు, ఫెర్రీలు ఇలా రకరకాల మార్గాల్లో ఇబ్బందికర ప్రయాణాలను చేసేది. ఆమె పేరుతో లెక్కలేనన్ని ఈమెయిళ్లు ఉండేవి. 53 ఏళ్లున్న బాస్ టేబుల్ కింద నుంచి కాలిని రుద్దుతూ అసహ్యంగా ప్రవర్తించేవాడు. తన పెనిస్ ఫొటోని టెక్స్ట్ చేసేవాడు. సహచరులు కొందరు ఆమెను ఇష్టపడేవారు. ఆమెతో మంచిగా వ్యవహరించేవారు. కొన్ని జీవితాల్లో పనిచేయటానికి ఆమె అశక్తత చూపేది. మరికొన్ని జీవితాల్లో చేద్దామన్నా తగిన పనిదొరికేది కాదు. కొన్ని జీవితాల్లో ఆమె అడ్డుగోడల్ని అధిగమించేది. మరికొన్నింటిని మెరుగుపరిచేది. కొన్ని జీవితాల్లో అదనపు అర్హతలతో ఉండేది. మరికొన్ని జీవితాల్లో అంతంతమాత్రంగా ఉండేది. కొన్ని జీవితాల్లో ఆమె గాఢంగా నిద్రపోయేది. మరికొన్ని జీవితాల్లో యాంటీ డిప్రెసెంట్ మందులు వాడటం ఆమెకు తప్పనిసరైతే మరికొన్ని జీవితాల్లో తలనొప్పి మందు కూడా వాడేది కాదు. మరికొన్ని జీవితాల్లో శారీరక ఆరోగ్యంపై విపరీతంగా ఆసక్తిని ప్రదర్శించే వ్యక్తిగా (అలాంటి వాళ్లను హైపోకాండ్రియాక్ అంటారు)గా ఉంటే, మరికొన్ని జీవితాల్లో నిత్యం అస్వస్థతతో అవస్థలు పడుతూండేది. ఒక జీవితంలో ఆమె క్యాన్సర్ బారిన పడింది. ఇంకో జీవితంలో కారు ప్రమాదంలో డిస్క్ తొలగిపోయి విరిగిన ఎముకలతో సతమతమయ్యేది.

క్లుప్తంగా చెప్పాలంటే, నోరాకు ఎన్నో జీవితాలున్నాయి.

ఆ జీవితాల్లో ఆమె నవ్వించింది. ఏడ్చింది. ప్రశాంతంగా ఉంది. అటూ ఇటూ కాకుండా కూడా ఉంది.

మధ్యమధ్యలో లైబ్రరీలో మిసెస్ ఎల్మ్ ను కలుస్తూండేది.

మొదట్లో ఎన్నో జీవితాలను అనుభవంలోకి తెచ్చుకుంటున్న కొద్దీ, మార్పు చెందటంలో సమస్యలు తగ్గుతూ వచ్చాయి. లైబ్రరీ కుప్పకూలటం గానీ, చెదిరిపోవటం గానీ, పూర్తిగా మాయం కావటం వంటిది గానీ సంభవించటం లేదు. అందులో లైట్లు కూడా వెలిగిఆరటం మానేశాయి. జీవితాన్ని ఆమె అంగీకరించటం ప్రారంభించింది. ఏదయినా ఒక చెడు సంభవిస్తే, అది ఒక్కటి మాత్రమే ఉండదనే విషయాన్ని గుర్తించింది. ఆమె జీవితాన్ని అంతం చేసుకోవాలన్నది, అది అత్యంత దయనీయంగా ఉండటం వల్ల కాదు. దానిలో నుంచి బయట పడే మార్గం లేదనే నమ్మకాన్ని బలంగా ఏర్పరచుకోవటం వల్లనే అనే వాస్తవాన్ని తెలుసుకోగలిగింది.

భయానికి, నైరాశ్యానికి మధ్య తేడాను తను తెలుసుకోలేకపోయింది. తనలో డిప్రెషన్‌కి అదే మూలం. సెల్లార్లోకి వెళ్లగానే, అయ్యో తలుపు మూసుకుపోయిందే అనుకోవటం భయం.. తలుపు మూసుకుని లాకయిపోతే కలిగేది నిరాశ.

తనలో ఊహలు, కల్పనలు పెరుగుతున్న కొద్దీ, మామూలు భాషలో కాకుండా, అంకెల్లోనో, బొమ్మల్లోనూ ఆలోచిస్తున్న కొద్దీ ఈ తలుపు అనేది విశాలమవుతూ వచ్చింది. కొన్ని జీవితాల్లో ఆమె నిమిషం కంటే తక్కువ సమయం గడిపితే, మరికొన్ని జీవితాల్లో రోజులు, వారాలు గడిపేది. ఎన్నో జీవితాలు ఆమెకు పరిచయం కొద్దీ ఆమెకు ఎక్కడా సౌకర్యంగానూ, విశ్రాంతిగానూ అనిపించేది కాదు.

చివరకు తను ఎవరు అన్న విషయాన్ని అవగతం చేసుకోలేకపోయింది. ఆఖరికి తన పేరు కూడా కేవలం చిన్న ధ్వనిగానే తప్ప ఆమె ఎలాంటి భావనలను రేకెత్తించలేకపోయింది. ఒక చెవి నుంచి ఇంకో చెవికి గుసగుసలాడుకునే మాటలా మారిపోయింది.

“అదేం పనిచేయటం లేదు” చివరిసారి కోర్సికా బీచ్ బార్ లో హ్యూగోతో మాట్లాడుతున్నప్పుడు చేసిన సంభాషణ ఆమెకు గుర్తుకొచ్చింది. “నేను నీలాంటి దాన్నికాదు. నాకు అందులో ఏ మాత్రం ఆసక్తి కనిపించటం లేదు. నేను ఉండటానికి స్థిరమైన ప్రదేశం కోసం చూస్తున్నాను. కానీ అదేం కనిపించటంలేదు”.

“నిజమైన వినోదం ఇలా గెంతటంలోనే ఉంది మాన్ అమీ”.

"అది నేలపైన అయితే...".

ఆ క్షణంలోనే అతను పాపప్రక్షాళన కోసం నిర్దేశించిన వీడియోస్టోర్ లోకి మాయమయ్యాడు.

"సారీ" అతని ఆత్మ చెప్పుకొచ్చింది. "నువ్వెవరివో నాకు తెలియటం లేదు. గుర్తురావటం లేదు".

"మరేం ఫరవాలేదు... నాకూ అలాగే ఉంది" అంది ఆమె.

దిగంతాల్లోకి సూర్యుడు జారుతున్నాడు. అంతలోనే ఆమెకూడా మాయమైంది.

లైబ్రరీలో దారితప్పింది

''మిసెస్ ఎల్మ్?''

''అవును నోరా. ఏమిటి సంగతి?''

''అంతా చీకటిగా ఉంది''.

''అవును. నేనూ గుర్తించాను''.

''అది శుభసూచకం కాదంటారు కదా?''

''నీకు తెలిసిన విషయమే కదా'' అంది మిసెస్ ఎల్మ్.

''ఇది నా వల్ల కావటం లేదు''.

''నువ్వు ఎప్పుడూ నువ్వు చెప్పే మాటేగా''.

''జీవితాల వెంట పరుగులు తీస్తున్నాను. ఏదో అవుతున్నాను. మళ్లీ ఇక్కడకు తిరిగొస్తున్నాను. ఏదో నాలో ఉన్న ఉత్సాహాన్ని తినేస్తోంది. అందుకే ఎప్పుడూ ఏ జీవితానికి కృతజ్ఞత చూపలేకపోతున్నాను.

''ఆ అవసరం ఎంత మాత్రం లేదు. నీకు జీవితాలకు కొరత లేదు'' నిట్టూరుస్తూ చెప్పింది మిసెస్ ఎల్మ్. ''నువ్వు ఎంచుకున్న పుస్తకం షెల్ఫుల్లోకి తిరిగి చేరటం లేదు''.

''అవును''.

''ఆ కారణంగానే నువ్వు ఒకసారి ప్రయత్నించిన జీవితంలోకి తిరిగి ప్రవేశించలేకపోతున్నావు. మిడ్ నైట్ లైబ్రరీలో ఒకే పుస్తకాన్ని రెండు సార్లు తీసుకోవటం వీలుపడదు ఎప్పటికప్పుడు నువ్వు ఎంచుకునే ఇతివృత్తంలో కొద్దిపాటి మార్పులు చేసుకుని తీరవలసిందే.''.

''మీరు చెప్పింది నాకు అర్థం కావటం లేదు''.

''చీకటిగా ఉంది కదా, ఈ షెల్ఫులన్నీ పుస్తకాలతో నిండుగా ఉన్నాయని భావనతో వాటిని అనుభూతి చెందగలవేమో చూడు''.

ఆ అనుభూతి ఆమెకు కలగలేదు. ‘‘అక్కడ పుస్తకాలు ఉన్న విషయం నాకు తెలుసు’’.

‘‘నువ్వు మొదటిసారి ఇక్కడికొచ్చినప్పుడు ఎంత నిండుగా పుస్తకాలు ఉన్నాయో, ఇప్పుడూ అలాగే ఉన్నాయి. అవునా?’’

‘‘అదీ..’’

‘‘దీనర్థం ఏమిటంటే, ఇంకా ఎంచుకోగలటానికి చాలా జీవితాలు ఉన్నాయి. ఒకటి రెండూ కాదు అసంఖ్యాకంగా. నీకు జీవితాలకు కొరతే ఉండదు’’.

‘‘కానీ వాటిని కోరుకోవటం తగ్గిపోతుంది’’.

‘‘ఓ.... నోరా’’.

‘‘ఎందుకలా అంటున్నారు?’’

అటువైపు నుంచి కాస్త విరామం వచ్చింది. నోరా తన చేతికి ఉన్న వాచీలో చిన్న లైట్ నొక్కి చూసింది.

00:00:00

‘‘కాస్త కఠినంగా ఉండకుండా నేను ఆ మాట చెప్పలేదంటే, నువ్వు దారి తప్పినట్టే’’ అంది మిసెస్ ఎల్మ్ చివరకి.

‘‘నేను మిడ్ నైట్ లైబ్రరీకి అలాగేగా వచ్చింది. దారితప్పటం వల్లనేగా’’.

‘‘ఇప్పుడు ఆ దారి తప్పటంలోనే నిన్ను నువ్వు పోగొట్టుకున్నావు. అంటే మరింత దారితప్పేవన్నమాట. ఇలా జీవించాలి అన్న మార్గాన్ని వెతుక్కోలేకపోతున్నావు’’.

‘‘నేను దారి కనుక్కోలేకపోతే.. ఇందులోనే చిక్కుకుపోతే..?’’

‘‘షెల్ఫుల్లో పుస్తకాలు ఉన్నంత వరకూ అలాంటి పరిస్థితే ఎదురుకాదు. ప్రతి పుస్తకం నిన్ను బయట పడేసేందుకు బలమైన సాధనమే’’.

‘‘నాకేమీ అర్థం కావటం లేదు’’.

‘‘నువ్వు జీవితాన్ని అర్థం చేసుకోవలసిన పనిలేదు. జీవిస్తే సరిపోతుంది’’.

నోరా తలాడించింది.తత్వశాస్త్రం చదివిన వ్యక్తికి ఈ మాటలు చెప్పటం ఎక్కువే.

‘‘నేను అలా ఉండాలనుకోవటం లేదు’’ నోరా చెప్పింది. ‘‘హ్యూగో మాదిరిగా ఎల్లకాలం ఒక జీవితాన్ని వదిలేసి మరో జీవితంలోకి వెళ్లాలని నాకు లేదు’’.

''సరే. అలా అయితే నేను చెప్పేది నువ్వు జాగ్రత్తగా వినాలి. నా సలహా నీకు కావాలా వద్దా?''

''ఊ.. అవును.. మీ సలహా కావాలి. ఇప్పటికే ఆలస్యమైంది. మీరు సలహా ఇస్తే నేను అదృష్టవంతురాలిని''.

''నువ్వు ఒక స్థాయికి చేరావు. చెట్ల కోసం కలపను చూడటం మానేశావు''.

''మీరు చెప్పేది నాకు అర్థం కావటం లేదు''.

''అదే చెప్పబోతున్నాను. నువ్వు ఆలోచించటంలో పియానో మాదిరిగా తయారయ్యావు. నీది కాని రాగాలను ఆలపిస్తున్నావు. నువ్వు ఎవరనేది మరిచిపోతున్నావు. ఏదో కావాలనుకుని ఏదీ కాలేకపోతున్నావు. నీ మూల జీవితాన్ని మరిచిపోతున్నావు. నీకు ఏది పనిచేస్తోందో, ఏది చెయ్యటం లేదో మరిచిపోతున్నావు. నీ పశ్చాత్తాపాల సంగతి వదిలేశావు''.

''నేను పశ్చాత్తాపాలను దాటి వచ్చాను''.

''లేదు. అన్నీ కాదు''.

''అవును. చిన్న చిన్న వాటిని పట్టించుకోలేదు''.

''నువ్వు ఇంకోసారి ''ది బుక్ ఆఫ్ రిగ్రెట్స్' పుస్తకాన్ని తిరగెయ్యాలి''.

''ఇంత చీకట్లో నేను ఆ పని ఎలా చేయగలను?''

''నీకు ఆ పుస్తకం గురించి అంతా తెలుసు. అది నీలోనే ఉంది. నా మాదిరిగానే..''.

మిసెస్ ఎల్మ్ ను కేర్ హోమ్ దగ్గర చూశానని డిలాన్ చెప్పిన విషయం ఆమెకు గుర్తొచ్చింది. ఆ విషయాన్ని బయటకు చెప్పాలా వద్దా అని ఆలోచించి చివరకు వద్దని నిర్ణయించుకుంది. తర్వాత 'సరే' అంది.

''మనం ఏది గ్రహించగలమో దానినే అర్థం చేసుకుంటాం. మనం అనుభవంలోకి తెచ్చుకోగలిగింది అందులో కొంతే. ''అది నీ కంటపడేది కాదు'.

''థోరె నీకు తెలుసుగా''.

''తెలుసు. ఇంకా నేను ఎందుకు పశ్చాత్తాపపడుతున్నానో తెలియటం లేదు''.

''సరే, ఇప్పుడు చూద్దాం. నన్నుచూసి ప్రత్యక్ష జ్ఞానం అనుకుంటున్నావు. నువ్వు నన్ను ఎందుకు గ్రహిస్తున్నావు? నేను.. మిసెస్ ఎల్మ్ .. నువ్వు నన్ను చూస్తున్నందుకే''.

"నాకు ఆ విషయం తెలియదు. నేను నమ్మే వ్యక్తి మీరు. నా పట్ల దయగా వ్యవహరిస్తారు".

"దయ చూపటం అనేది శక్తివంతమైన సాధనం".

"అది అరుదైంది".

"నువ్వు అనుచితమైన స్థలాల్లో వెతుకుతూ ఉండొచ్చు".

"అదీ అయి ఉండొచ్చు".

లైబ్రరీ చుట్టూ ఉన్న బల్బులు వెలగటం వల్ల చీకటిమాయమైంది.

"నీ మూల జీవితంలో ఎప్పుడయినా దయను అనుభూతి చెందావా?"

యశ్ తన ఇంటి తలుపుతట్టిన రోజు ఆమెకు గుర్తొచ్చింది. రోడ్డు మీద చచ్చిపడి ఉన్న పిల్లిని ఎత్తుకుని వర్షంలో ఇంటికి తేవటం, దాన్ని వెనక ఉన్న తోటలో పూడ్చిపెట్టటం, దు:ఖంతో గొంతుపూడిపోవటం ఇదంతా రొమాంటిక్ కాదు. అత్యంత ఔదార్యాన్ని చాటిన సంఘటన. అవసరమైనవారి సాయం చేసేందుకు 40 నిముషాల సమయం వెచ్చించి, దానికి బదులుగా కేవలం గ్లాసుడు మంచి నీళ్లు తాగటాన్ని 'దయ' అని కాక ఇంకేం అంటారు?

ఆ సమయంలో ఆ విషయాన్ని తను గుర్తించలేకపోయింది. దు:ఖం,నిరాశ అంత తీవ్రంగా ఉన్నాయి. దాని గురించి ఇప్పుడు ఆలోచించగలుగుతోంది. నిజంగా అది అసాధారణంగా అనిపిస్తోంది.

"నాకు ఆ విషయం తెలుసు అనిపిస్తోంది. నన్ను నేను చంపుకోవాలను కోవటానికి ముందు అది నా అనుభవంలోకి వచ్చింది...".

"అంటే నిన్న సాయంత్రమే గా.?"

"అనుకుంటా. యశ్.. సర్జన్.. అతనే వోల్ట్స్ ను చనిపోయిన విషయం కనిపెట్టింది. కొన్నేళ్ల క్రితం నన్ను కాఫీకి రమ్మని ఆహ్వానించాడు. అప్పుడు డేన్ తో నేను కలిసి ఉండేదాన్ని. అందుకే అతను కోరికను తిరస్కరించాను. అలా చేయకపోయి ఉంటే? డేన్ తో తెగదెంపులు చేసుకుని, ఆ శనివారం సాయంత్రం కాఫీ డేట్ కు వెళ్లుంటే.. అందరూ చూస్తూండగానే సాహసం చేసి ఉంటే...? నేను సింగిల్ గా ఉండే జీవితం ఏదో ఒకటి ఉండే ఉంటుంది. అందులో నేను చెప్పదలుచుకున్న మాట చెప్పేసి ఉంటే...? "అవును. యశ్ తో కాఫీకి వెళితే ఎంత లవ్లీగా ఉంటుంది. నేను ఆ జీవితాన్ని చూడాలనుకుంటున్నాను. అది నన్ను ఎక్కడకు తీసికెళుతుంది?"

ఆ చీకట్లో ఆమెకు షెల్ఫులు కదులుతున్న చప్పుడు వినిపించింది. నెమ్మదిగా.. ఒరుసుకుంటున్నట్టుగా.. తర్వాత వేగంగా.. సాఫీగా.. అదే సమయంలో మిసెసె ఎల్మ్ నోరాకు అవసరమైన పుస్తకాన్ని అందుకుంది.

దాని పేరు 'రైట్ దేర్''.

ముత్యం చిప్పలో ముత్యం

ఆమె ఉలిక్కిపడి గాఢనిద్రలో నుంచి మేల్కొంది. లేవగానే ఆమెకు తను బాగా అలిసిపోయానన్న భావన కలిగింది. చీకటిగా ఉన్న ఎదురుగా ఓ చిత్రం ఆమె కంటపడింది. అది ఓ చెట్టు నైరూప్యరూపం. అదీ మరీ అంత పెద్దదిగాలేదు. చిన్నగా, విశాలంగా, పూలుపూస్తున్నట్టుగా ఉంది.

మంచానికి అటువైపున ఓ వ్యక్తి నిద్రపోతూ కనిపించాడు. అతను అవతలవైపుకి ఒత్తిగిలి ముఖం బొంతలో దాచుకోవటం వల్ల చీకట్లో అతను ఎవరైంది గుర్తించటం సాధ్యం కావటం లేదు. యశ్ కాదు కదా అనుకుంది.

పెంపుడు పిల్లికి కలిసి అంత్యక్రియలు చేయటం, మ్యూజిక్ షాపులో కౌంటర్ వెనక కూర్చుని మాట్లాడటం తప్పించి, అంతకు మించిన పరిచయం ఏ మాత్రం లేని వ్యక్తితో మంచాన్ని పంచుకోవటం ఆమెకు అసాధారణంగా అనిపించింది. ఇలాంటి చిత్రమైన సంఘటనలను ఎదుర్కోవటం మిడ్ నైట్ లైబ్రరీలో అడుగుపెట్టినప్పటి నుంచి ఆమెకు అలవాటయ్యింది.

అక్కడున్న వ్యక్తి యశ్ కావచ్చు, అదే సమయంలో కాకపోవచ్చుకూడా. ఒక నిర్ణయంతో భవిష్యత్తులో ఎదురయ్యే అన్ని సంఘటనల్ని ఊహించటం కష్టం. యశ్ తో కాఫీకి వెళ్లినప్పుడు పార్లర్ లో ఎదురైన వ్యక్తితో ప్రేమలో పడిఉండొచ్చు. పరిమాణు భౌతిక శాస్త్రం స్వభావమే అంత.

ఆమె కుడిచేతి వేళ్లు బరువుగా ఉండటం గుర్తించింది.

రెండు ఉంగరాలు ఉన్నాయి.

పక్కనున్న వ్యక్తి ఇటువైపు తిరిగాడు.

చీకట్లో ఆ వ్యక్తి చెయ్యి తన శరీరం మీదకు పాకింది. ఆమె దాన్ని మృదువుగా చేతుల్లోకి తీసుకుని తిరిగి బొంతమీద వేసింది. తర్వాత పక్క

మీద నుంచి లేచింది. కిందకు వెళ్లి ఏ సోఫా మీదనో పడుకుని ఎప్పటి మాదిరిగా తన మొబైల్లో తన గురించిన వివరాలు తెలుసుకోవాలనిపించింది.

ఎన్ని కొత్త జీవితాల్లోకి ప్రవేశించినా, ఎన్ని అనుభవాలు సొంతం చేసుకున్నా, ఎప్పుడు తన మంచం పక్కనే మొబైల్ ఉండటం చిత్రంగా అనిపిస్తుంది. ఈ జీవితం కూడా అందుకు భిన్నంగా ఏమీ లేదు. గబుక్కున మొబైల్ అందుకుని బయటకు నడవాలనుకుంది. మంచం మీద పడుకున్న వ్యక్తి ఎవరయినా కావచ్చు. అతన్ని కదిలించటం ఆమెకు ఇష్టంలేకపోయింది.

అతని వైపు ఓసారి చూసింది.

సగం నిద్రలోనే అతను 'నోరా'అని కలవరించాడు.

అతనే. యశ్. ఏ మాత్రం సందేహం లేదు.

''నేను బాత్రూంకి వెళుతున్నాను'' అంది.

''సరే'' అని మళ్లీ అతను నిద్రలోకి జారిపోయాడు.

మెల్లగా అడుగులు వేసుకుంటూ గది తలుపు తెరవగానే గుమ్మం బయట కనిపించిన దృశ్యం ఆమెను తీవ్ర దిగ్భ్రాంతికి గురిచేసింది.

వెలుగులో ఓ చిన్న పాప కనిపించింది.

''అమ్మా, నాకు పీడకల వచ్చింది''.

ఆ చిన్నారి రూపం స్పష్టంగా కనిపిస్తోంది. గుండ్రంటి మొహం, తలపై నుంచి వెంట్రుకలు నుదుటిమీదకు జారుతున్నాయి.

ఎదురుగా ఉన్నది తన కుమార్తె. నోరా నోరు తెరవలేకపోయింది. ఏం మాట్లాడాలనేది ఆమెకు అర్థం కాలేదు.

ఎప్పుడూ తను వేసుకునే ప్రశ్న మళ్లీ ముందుకొచ్చింది. ఎన్నో సంవత్సరాల తర్వాత ఆలస్యంగా వచ్చే జీవితంలోకి అడుగుపెట్టింది. నోరా కళ్లు మూసుకుంది. ఇంతకు ముందు కొన్ని జీవితాల్లో కూడా తను పిల్లల తల్లిలా ఉంది. అవన్నీ ఒకటి రెండు నిముషాల్లో ముగిసిపోయాయి. ఇది కూడా తనను అపరిచిత ప్రదేశాల్లోకి తీసికెళుతోంది.

''అమ్మా, నీకే చెప్పది. నాకు పీడకల వచ్చింది''.

తన వెనక ఉన్న గదిలో మంచం మీద పడుకున్న వ్యక్తి కదిలిన శబ్దం ఆమె చెవినపడింది. అతను లేచి అక్కడికి వస్తే పరిస్థితి ఇబ్బందికరంగా మారొచ్చని అనిపించింది. పాపతో మాట్లాడాలని నిర్ణయించుకుంది.

''షేమ్... షేమ్...'' గుసగుసలాడినట్టు నెమ్మదిగా చెప్పింది. ''అది నిజం కాదు''.

''నా కలలో ఎలుగుబంట్లు వచ్చాయి''.

తన వెనక నున్న తలుపు మూసొచ్చి అడిగింది నోరా. ''ఎలుగుబంట్లా?''

''అవును. అదంతా ఆ కథ వల్లనే''.

''సరే అయితే, మళ్లీ వచ్చి మంచం పడుకో''... కాస్త మొరటుగా అనిపించి, 'స్వీట్ హార్ట్' అన్న మాటను జత చేసింది. ఈ జీవితంలో తను ఆ పిల్లను ఏ పేరుతో పిలుస్తుందో, ఇద్దరి మధ్యా సంబంధం ఎలా ఉందో తెలియదు. ''ఎలుగుబంట్లు అనేవి ఇక్కడేమీ లేవే?''

''కేవలం టెడ్డీ బేర్లే''.

''అవి కేవలం...''

పాపకు మరింత మెలకువ వచ్చినట్టుంది. కళ్లు మెరుస్తున్నాయి. తల్లి సమక్షాన్ని అనుభవిస్తున్నదన్న భావన నోరాకు కలిగింది. తను తల్లి విషయంలో అలాగే ఉండేది. ఇప్పుడు ఓ అపరిచిత వ్యక్తితో ప్రపంచంతో అనుసంధానం కావటం ఆమెకి చిత్రంగా అనిపించింది. ''అమ్మా, నువ్వేం చేస్తున్నావు?''

తను గట్టిగా మాట్లాడుతోంది. సాధారణంగా నాలుగేళ్ల వయసులో ఉండే పిల్లల కంటే తీవ్రంగా ఉంది.

''ఉష్'' అంది నోరా. ఇప్పుడు ఆ పిల్ల పేరు తెలుసుకోవాలన్న కుతూహలం ఆమెకు కలిగింది. పేర్లకు మహత్తరమైన శక్తి ఉంది. మీ సొంత బిడ్డపేరే మీకు తెలియకపోతే మీరు చేయగలిగిందేమీ ఉండదు. ''నాకు కొంచెం పని ఉంది. కిందకు వెళ్లాలి. నువ్వెళ్లిపడుకో'' అంది నోరా.

''మరి బేర్ ల సంగతి?''

''అలాంటివేమీ లేవు''.

''నా కలల్లో ఉన్నాయి''.

నోరాకు గుర్తొచ్చింది. మంచులో పోలార్ బేర్ తనపైకి దూసుకువచ్చినప్పుడు తను భయపడటం... హఠాత్తుగా తనలో జీవితేచ్ఛ రగలటం... ''ఇప్పుడు అలాంటివేమీ జరగవు. నాది హామీ ''.

''మమ్మీ, నువ్వెందుకు అలా మాట్లాడుతున్నావ్?''

''ఎలా?''

''ఆ రకంగా...''

''గుసగుసలాడుతున్నట్టుగానా''

''కాదు''.

ఆ పిల్ల చెప్పదలుచుకున్నదేమిటో నోరాకు అర్థం కాలేదు. తనకి, ఆ చిన్నారికి మధ్య ఏదో గ్యాప్ కనిపిస్తోంది. మాతృత్వం అనేది మాట్లాడే తీరుపైన ప్రభావం చూపుతుందా?

''నువ్వు భయపడినట్టుగా ప్రవర్తిస్తున్నావు'' పాప తన మనసులో మాట స్పష్టంగా చెప్పింది.

''నేను భయపడటం లేదు''.

''ఎవరైనా నా చేయి పట్టుకోవాలని కోరుకుంటున్నాను''.

''ఏమిటి?''

''ఎవరైనా నా చేయి పట్టుకోవాలని కోరుకుంటున్నాను''.

''సరే''

''సిల్లీ మమ్మీ''.

''అవును. నేను సిల్లీనే''.

''నిజంగా నేను భయపడ్డాను''.

పాప అత్యంత సహజంగా ఆ విషయాన్ని చెప్పింది. అప్పుడు నోరా తనవైపు చూసింది. చాలా సూటిగా, స్పష్టంగా. ఆ పాప పూర్తిగా పరాయిగా, అదే సమయంలో బాగా పరిచయం ఉన్నదానిలా అనిపించింది. మనసులో నుంచి ఏదో ఆత్మీయ భావం తన్నుకొచ్చింది. ఆ భావన శక్తివంతంగా, విచారకరంగా ఉంది.

పాప కూడా తన వంక తేరిపార చూస్తోంది. అంతకు ముందు అలా ఎవరు చూసిన దాఖలాలు లేవు. ఆ చూపు భయంగొలిపేదిగా ఉంది. నోరు నోరాలా ఉన్నాయి. అచ్చం అవే చూపులు... ముద్దుగొలుపుతూ ఉంది. ఆమెకు తనను తాను చూసుకున్నట్టు అనిపించింది. గుండెల్లో నుంచి ప్రేమ పొంగుకొచ్చింది. లైబ్రరీ గనక ఇప్పటికిప్పుడు రాకపోయుంటే (అది ఎలాగూ రాదు) తను అక్కడి నుంచి వెళ్లిపోవాలి.

''అమ్మా, కాస్త నా చేయిపట్టుకుంటావా?''

''నేను...''

ఆ పాప తన చేయిని నోరా చేతిలో ఉంచింది. అది చిన్నగా, వెచ్చగా ఉంది. అది ఆమెకు విచారం కలిగించింది. ముత్యం చిప్పలోకి చేరిన ముత్యంలా హాయిని కలిగించింది. పక్కనున్న తన బెడ్ రూంలోకి నోరాను లాక్కెళ్లింది. తలుపు మూసింది నోరా. వాచీలో సమయం చూడాలని ప్రయత్నించింది. ఎప్పుడూ ఉండేలా లాంటి వాచీనే గానీ దానికి లైట్ డిస్ ప్లే లేదు. కళ్లు సర్దుకోవటానికి ఒకటి రెండు నిముషాలు పట్టింది. టైమ్ ఇంకో సారి చూసింది. అది ఉదయం 2.32ని సూచిస్తోంది. ఈ జీవితంలో తను ఎప్పుడు నిద్రపోయిందన్న విషయం గుర్తులేదుగానీ, ఆమెకు అలిసిపోయినట్టుగా అనిపించింది.

''నువ్వు చనిపోతే ఏమవుతుంది అమ్మా?''

గది అంతా చీకటిగా ఉంది. హాలులో ఉన్న వెలుతురు కొద్దిగా లోపల పడుతోంది. కర్టెన్ సందుల్లో నుంచి వీధిలైటు కాంతి సన్నగా లోపలకు ప్రసరిస్తోంది. దీర్ఘచతురస్రాకారంలో ఉన్న మంచం కనిపిస్తోంది. కింద పెద్ద ఏనుగుబొమ్మ ప్రతిబింబం స్పష్టంగా కంట పడుతోంది. ఇంకా అనేక బొమ్మలు చిందరవందరగా పడేసి ఉన్నాయి.

మెరిసే ఆమె కళ్లు నోరాను చూస్తున్నాయి.

''నాకు ఆ విషయం తెలియదు'' అంది నోరా. ''కచ్చితంగా తెలిసిన వారు ఉంటారని కూడా నేను అనుకోవటం లేదు''.

పాప ముఖం చిట్లించింది. ఆ సమాధానం తనకు నచ్చలేదు. ఏ మాత్రం సంతృప్తిని ఇవ్వలేదు.

''ఇప్పుడు చెబుతా విను'' అంది నోరా. ''నువ్వు చనిపోయే ముందు మరోసారి జీవించే అవకాశం తటస్థపడొచ్చు. అంతకు ముందు లేని వస్తువులు నీకు అందుబాటులోకి వస్తాయి. నువ్వు కోరుకున్న జీవితం నీ సొంతం కావచ్చు''.

''అది ఆనందం కలిగించే విషయం''.

''కానీ ఎక్కువ సమయం నువ్వు విచారించవలసిన పనిలేదు. సాహసాలతో కూడిన అద్భుతమైన జీవితం నీకు అందుబాటులో ఉంటుంది. ఎన్నో సంతోషకరమైన విషయాలు కూడా ఉంటాయి.

''క్యాంపింగ్ లాంటిదా?''

నోరా మంచి అనుభూతికిలోనయ్యింది. ''అవును. క్యాంపింగే'' అంది.

''మనం క్యాంపింగ్ కు వెళ్లటం అంటే నాకు ఇష్టం''.

నోరా ముఖం మీద నవ్వు అలాగే ఉంది. కాని కంటివెనక తడి వెచ్చగా తగిలింది. ఇది చాలా మంచి జీవితం. ఇందులో తనకో కుటుంబం ఉంది. కన్న కూతురితో కలిసి క్యాంపింగ్ కు వెళుతోంది.

''ఇంకా చెబుతున్నాను విను'' అంది నోరా. ఆమె బెడ్రూం నుంచి తప్పించుకునే అవకాశాలు ఇంకా కనిపించటం లేదు. ''నీకు తెలియని విషయాలు ఏమైనా ఉన్నప్పుడు(అంటే భవిష్యత్తుకి సంబంధించినవి), నీకు తెలిసిన విషయాల గురించే ఆలోచించటం మంచిది''.

''నాకేం అర్థం కావటం లేదు'' అంది ఆ పాప బొంతలోకి తన తల దూరుస్తూ.

''అదంతా ఒక ఆట''.

''నాకు ఆటలంటే చాలా ఇష్టం''.

''మనం ఆడుకుందామా?''

''అలాగే తప్పకుండా...''.

ది గేమ్

''మనకు తెలిసిన విషయాలనే నేను నిన్ను అడుగుతాను. నువ్వు సమాధానాలు చెబుతావు.

నేను అమ్మ పేరు ఏమిటి?'' అని అడిగితే నువ్వు 'నోరా' అని చెప్పాలి. అర్థం అయ్యిందా?''

''ఆ...''

''నీ పేరు ఏమిటి?''

''మోలీ''.

''సరే. డాడీ పేరేమిటి?''

''డాడీ''.

''అది కాదు. అసలు పేరేమిటి?''

''యశ్''.

కాఫీ డేట్ విజయవంతమయిందన్నమాట.

''మనం ఎక్కడ ఉంటున్నాం?''

''కేంబ్రిడ్జిలో''.

కేంబ్రిడ్జి. అది అర్థవంతంగా అనిపించింది. నోరాకు ఎప్పుడూ కేంబ్రిడ్జి అంటే ఇష్టంగా ఉండేది. అది బెడ్ఫోర్డ్ నుంచి కేవలం 30కి.మీల దూరంలో ఉంది. యశ్ కు కూడా అది నచ్చి ఉంటుంది. లండన్ నుంచి ప్రయాణించగలదూరంలోనే ఉంది. ఇప్పుడు తను అక్కడ పనిచేస్తూ ఉంటే ఇబ్బంది ఉండదు. బ్రిస్టల్లో చదువు అయ్యాక ఎం.ఫిల్ ఫిలాసఫీ కోసం తను దరఖాస్తు చేసుకుంది. కైకస్ కాలేజీలో ఆఫర్ వచ్చింది.

''మనం ఏ ప్రాంతంలోఉంటున్నాం. నీకు తెలుసా? మనం ఉండే ప్రదేశం పేరేమిటో?''

''మనం ఉండేది... బోల్... బోల్టన్ రోడ్లో...''

''బాగా చెప్పావు. నీకు తోడు ఇంకా అన్నా చెల్లెళ్లు ఎవరైనా ఉన్నారా?''

''ఊహు లేరు''.

''అమ్మా, నాన్నకు ఒకరంటే మరొకరికి ఇష్టమా?''

ఆ ప్రశ్నకు మోలీ చిరునవ్వుతో సమాధానం ఇచ్చింది. ''అవును''.

''మేం ఎప్పుడయినా గొడవలు పడుతూంటామా?''

ఆమె బుగ్గలపైన నవ్వు తారట్లాడింది. ''అప్పుడప్పుడు. ముఖ్యంగా మమ్మీ''.

''ఏమిటి నువ్వంటున్నది?''.

''నువ్వు బాగా బాగా అలిసిపోయినప్పుడు గట్టిగా అరుస్తావు. ఆ తర్వాత సారీ చెబుతావు. ఏం ఫరవాలేదు. 'సారీ' చెబితే ఏం ఇబ్బంది ఉండదు. అదే మాట అంటావు నువ్వెప్పుడూ''.

''అమ్మ పనికి వెళుతుందా?''

''అవును. కొన్నిసార్లు వెళుతుంది''.

''నేను డాడీని కలిసిన షాపులోనే పనిచేస్తున్నానా?''.

''లేదు''.

''మరి పనికి వెళ్లినప్పుడు అమ్మ ఏం చేస్తుంది?

''చదువు చెబుతుంది''.

''ఆమె... అదే నేను... ఏం బోధిస్తాను''.

''ఫిల్లో... ఫిల్లో... ఓసో... ఫీ...''

''ఫిలాసఫీనా?''

''నేను చెప్పింది కూడా అదే''.

''నేను అది ఎక్కడ చెబుతాను. యూనివర్సిటీలోనా?''

''అవును''.

''ఏ యూనివర్సిటీ?'' ఆమెకు తాము నివసిస్తున్నది కేంబ్రిడ్జి అన్న విషయం తట్టింది. ప్రశ్నను మార్చి అడిగింది. ''కేంబ్రిడ్జి యూనివర్సిటీలోనా?''.

''అవునవును''.

ఆమె ఖాళీలను పూరించటానికి ప్రయత్నిస్తోంది. ఈ జీవితంలో మళ్లీ మాస్టర్ డిగ్రీ కోసం దరఖాస్తు చేసుకుంది. దాన్ని విజయవంతంగా పూర్తి చేశాక టీచింగ్ లోకి ప్రవేశించింది.

ఈ జీవితంలో తను బుకాయించాలంటే ఫిలాసఫీ ఇంకొంచెం చదివి తీరాలి. అంతలోనే మోలీ అంది. ''నువ్వు త్వరలో ఆ పని మానివేయబోతున్నావు''.

''ఆపేస్తున్నానా? ఎందుకు?''.

''పుస్తకాలకోసం''.

''నీ పుస్తకాల కోసమా?''

''ఛీ కాదు. పెద్దవాళ్ల కోసం పుస్తకాలు రాయటానికి''.

''నేను పుస్తకం రాస్తున్నానా?''.

''అవును'' ఆ విషయమే ఇప్పుడు నేను చెప్పింది.

''నాకు తెలుసు. నేను కొన్ని విషయాలను నీ చేత రెండు సార్లు చెప్పిస్తున్నాను. అది చాలా బావుంటుంది. దానివల్ల బేర్ లంటే ఉన్న భయం పోతుంది''.

''సరే అయితే...''.

''డాడీ పనిచేస్తారా?''

''ఆ ...''.

''డాడీ ఏ పనిచేస్తారో నీకు తెలుసా?''

''అవును. ఆయన మనుషులను నరుకుతారు''.

యశ్ సర్జన్ అన్న విషయం క్షణకాలం పాటు ఆమె మరిచిపోయింది. తను సీరియల్ కిల్లర్ ఇంట్లో ఉంటున్నానా అన్న భయం కలిగింది. ''మనుషులను నరకటమా?''

''అవును. డాడీ మనుషులను కోసి వాళ్లను బాగు చేస్తారు''.

''ఆ... అవును... నిజమే...''.

''మనుషులను రక్షిస్తాడు''.

''అవును''.

''మనిషి చనిపోయినప్పుడు బాగా విచారపడతాడు''.

''అవును. అది చాలా విచారించవలసిన విషయం''.

''డాడీ ఇంకా బెడ్ఫోర్డ్ లోనే పనిచేస్తున్నాడా? లేకపోతే కేంబ్రిడ్జికి వచ్చేశాడా?''

పాప భుజాలెగరేసింది. ''కేంబ్రిడ్జి''లోనే.

''సంగీతం అంటే డాడీకి ఇష్టమేనా?''.

‘‘అవును. డాడీకి మ్యాజిక్ వచ్చు. కానీ అది పరమచెత్తగా ఉంటుంది’’ ఆ మాట చెబుతూ ముసిముసిగా నవ్వింది.

పాప నవ్వు ఆమెను తాకింది. నోరా కూడా నవ్వింది. ‘‘నీకు అంకుళ్లు, ఆంటీలు ఎవరైనా ఉన్నారా?’’

‘‘అవును. నాకు జయ ఆంటీ ఉంది’’.

‘‘జయ ఆంటీ ఎవరు?’’

‘‘డాడీ వాళ్ల చెల్లి?’’

‘‘ఇంకా ఎవరైనా ఉన్నారా?’’

‘‘అవును. అంకుల్ జో, అంకుల్ ఇవాన్’’.

తన కొత్త పాత్రలో సోదరుడు జో కూడా జీవించి ఉండటం ఆమెకు సంతృప్తిని కలిగించింది. తన ఒలంపిక్ జీవితంలో కూడా అతను అదే వ్యక్తితో కలిసి జీవిస్తున్నాడు. అది చాలు మోలీకి అతని గురించి తెలుసుకోవటానికి.

‘‘మనం జో అంకుల్ ను ఎప్పుడు చివరిసారి చూశాం?’’

‘‘క్రిస్టమస్ కి’’.

‘‘నీకు అంకుల్ జో అంటే ఇష్టమా?’’.

‘‘అవును. తను బాగా సరదాగా ఉంటాడు. నాకు పాండా కూడా ఇచ్చాడు’’.

‘‘పాండానా?’’

‘‘అవును. ఎంత ముద్దొస్తూ ఉంటుందో?’’

‘‘పాండాలు కూడా ఎలుగుబండి (బేర్) లాంటివేగా?’’.

‘‘చక్కటి బేర్ లు’’.

మోలీ ఆవలించింది. ఆమెకు నిద్ర ముంచుకొస్తోంది.

‘‘మమ్మీ, అంకుల్ జో ఒకరంటే ఒకరు ఇష్టపడతారా?’’.

‘‘అవును. నువ్వెప్పుడూ ఫోన్ లో మాట్లాడుతుంటావు’’.

ఇది ఆసక్తికరంగా అనిపించింది. తను తన తమ్ముడిని చూడగలిగిన జీవితాలన్నీ తను లాబ్రింత్లో లేనివే అయ్యుంటాయని అని ఇప్పటి వరకూ తను భావిస్తున్నట్టనిపించింది. (స్విమ్మింగ్, యశ్ తో కాఫీ డేట్ వంటివి లాబ్రింత్ అనుభవాల కంటే ముందే చోటుచేసుకున్నాయి). ఈ సిద్ధాంతాన్ని అది కొట్టిపారేస్తోంది. ఇక్కడ తన ఎదురుగా ఉన్న మోలీ మిస్సింగ్ లింక్‌లా

కనిపిస్తోంది. అదే తమ ఇద్దరిని కలపటంలో కీలకపాత్ర పోషించటం ఆమెకు ఆశ్చర్యాన్ని, దిగ్భ్రాంతిని కలిగించింది.

"నీకు తాత, మామ్మ ఉన్నారా?"

"ఒక్క మామ్మ మాత్రమే ఉంది".

నోరా తన తల్లిదండ్రుల గురించి అడగాలనుకుంది. అది తగిన సమయం కాదని ఆమెకు అనిపించింది.

"నువ్వు సంతోషంగా ఉన్నావా? బేర్ ల గురించి ఆలోచించనప్పుడు?".

"అవుననే అనుకుంటున్నాను".

"మరి అమ్మా, నాన్న సంతోషంగా ఉన్నారా?"

"అవును" అంది నెమ్మదిగా. "అప్పుడప్పుడు నువ్వు కోపంగా లేనప్పుడు".

"మనం అందరం కలిసి గడిపిన సరదా సమయాలు ఉన్నాయా?"

కళ్లు రద్దుకుంటూ పాప చెప్పింది. "అవును".

"మనకు పెట్స్ ఉన్నాయా?"

"అవును. ప్లాటో".

"ప్లాటో ఎవరు?"

"మన పెంపుడు కుక్క".

"ప్లాటో ఎలాంటిది?"

దానికి సమాధానం రాలేదు. అప్పటికే మోలీ నిద్రలోకి జారుకుంది. నోరా అక్కడికక్కడే కార్పెట్ మీద పడి నిద్రలోకి జారుకుంది.

ఆమె నిద్రలేచేసరికి, తన ముఖాన్ని నాకుతున్నట్టనిపించింది.

లాబ్రాడార్ తోకాడించుకుంటూ మెరుస్తున్న కళ్లతో కనిపించింది.

"ప్లాటో" నిద్ర మత్తులోనే పిలిచింది.

అలా పిలవగానే అది నవ్వుతూ తోక ఆడించింది.

అది ఉదయం. కర్టెన్ల నుంచి వెలుగు లోపలకు ప్రవేశిస్తోంది. తను కింద నేల మీద పడి ఉన్నా పండా, ఏనుగు బొమ్మలను చూడగలుగుతోంది. మంచం మీద చూసింది. అది ఖాళీగా కనిపించింది. మోలీ గదిలో లేదు. మెట్ల మీద నుంచి వస్తున్న పెద్ద అడుగులు కనిపించాయి. అవి మోలీవి కావు. అంత కంటే బరువుగా, పెద్దవిగా ఉన్నాయి.

ఆమె లేచి కూర్చుంది. బ్యాగీ టీషర్టు, టార్టన్ పైజమా బాటమ్స్ ధరించి తను అసహ్యంగా ఉన్నానన్న విషయం ఆమె గ్రహించింది. ముఖం అంతా దుమ్ముపట్టిన భావన కలిగింది. తను రోజూ మంచం పంచుకునే వ్యక్తిని కలవటానికి రెండు నిముషాల ముందు ఎలా ఉంటే బావుంటుందో అలా ఉండటానికి ప్రయత్నించింది.

అంతలో ఆ సందర్భం రానే వచ్చేసింది.

పరిపూర్ణమైన జీవితం

యశ్‌లో మునుపటి కుర్రతనం ఛాయలు పోయాయి. తండ్రి కావటం వల్లనేమో హుందాగా ఉన్నాడు. తన ఇంటి తలుపు తట్టిన రోజు కంటే మరింత అందంగా ఉన్నాడు. ఖరీదైన దుస్తులు ధరించాడు. చేతికి ఫిట్ నెస్ ట్రాకర్ కనిపిస్తోంది.

అతను నవ్వుతున్నాడు. రెండు కప్పుల కాఫీతో వచ్చాడు. అందులో ఒకటి నోరా కోసం. మొదటి డేట్ తర్వాత ఇంకెన్ని కాఫీలను ఇద్దరం కోసం పంచుకున్నామో అని ఆలోచించింది నోరా.

‘‘థాంక్యూ’’.

‘‘ఓ... నోర్ ... రాత్రంతా ఇక్కడే పడుకున్నావా?’’ అతను అడిగాడు.

నోర్? బావుంది పిలుపు.

‘‘రాత్రిలో ఎక్కువ భాగం. మోలీ భయపడింది. తనను పడుకోబెట్టి వద్దామనుకున్నాగానీ, అప్పటికే ఆలస్యమైపోయింది. కదలలేకపోయాను’’.

‘‘ఓ.... సారీ... నేను తన మాట వినలేదు. అయినా తప్పంతా నాదే. నిన్న రాత్రి పనికి వెళ్లబోయే ముందు దానికి యూ ట్యూబ్ లో బేర్ లను చూపించాను’’.

‘‘ఆందోళన చెందవలసిన పనిలేదు’’.

‘‘ప్లాటోను బయటకు తీసికెళ్లాను. ఈ రోజు మధ్యాహ్నం వరకూ హాస్పిటల్లో ఉండను. నాకు ఆలస్యమైపోతోంది. నువ్వు లైబ్రరీకి వెళ్లాలనుకుంటున్నావా?’’

‘‘ఎందుకో తెలీదు. ఈ రోజు విరామం ఇవ్వాలనిపిస్తోంది’’.

‘‘మోలీకి బ్రేక్ఫాస్ట్ సిద్ధం చేశాను. అదయ్యాక తనను స్కూలులో దింపుతాను’’.

''మోలీని నేను తీసికెళ్లగలను. ముఖ్యమైన పనులు ఏమైనా ఉంటే చూసుకో''.

''ఓకె. పాంక్రియాస్ ఆపరేషన్ ఒకటి, గాల్ బ్లాడర్ ఒకటి ఉన్నాయి. అదీ కాక నేను రేస్ లో పాల్గొనాలి''.

''ఆదివారం హాఫ్ మారథాన్ లోనా...?''

''ఏమిటి?''

''ఏం లేదు. అదేం పెద్ద విషయం కాదు. కింద పడుకున్న కదా, ఏవేవో సంధిప్రేలాపనలు చేస్తున్నా''.

''ఫరవాలేదు. మా చెల్లి ఫోన్ చేసింది. తనని కీ గార్డెన్ కి క్యాలండర్ ని రూపొందించమన్నారట. ఎక్కువ మొక్కలతో. తను చాలా సంతోషించింది''.

అతను సంతోషంగా ఉన్నాడు. తను ఇంతకు ముందెప్పుడూ కలుసుకోని అతని సోదరి విషయంలో ఆనందపడుతున్నాడు. తన పెంపుడు పిల్లి చనిపోయినప్పుడు అతను వ్యవహరించిన తీరుకు ధన్యావాదాలు చెప్పాలనిపిస్తోంది ఆమెకు. ఆ విషయం ప్రస్తావించకుండా, ''థాంక్యూ'' అంది.

''ఎందుకు?''

''నీకు అన్నీ తెలుసు''.

''అవునా? అయితే సరే''.

''అందుకే థ్యాంక్యూ''.

అతను తలాడించాడు. ''నాకు టైమవుతోంది''.

కాఫీని పూర్తి చేసి అతను అక్కడి నుంచి మాయమయ్యాడు. నోరా గదిలో అణువణువు పరికించి చూసింది. అక్కడున్న ప్రతి సమాచారాన్ని గ్రహించింది. అక్కడ ఉండే ముద్దొచ్చే ప్రతిబొమ్మ, పుస్తకం, ప్లగ్ సాకెట్టు. అన్నీ ఇప్పటి తన జీవితాన్ని పరిచయం చేసేవే.

గంట తర్వాత మోలీని చిన్నారుల స్కూలులో దింపేసి, తను ఎప్పుడూ చేసే పనుల్లో కూరుకుపోయింది నోరా. తన ఈమెయిళ్లను, సోషల్ మీడియా ఎక్కౌంట్లను తనిఖీ చేయటం మొదలుపెట్టింది. ఈ జీవితంలో సోషల్ మీడియాలో తనేమంత చురుగ్గా లేదు. ఆమెకు అది ఆశాజనకమైన అంశం. ఈ మెయిళ్లు మాత్రం పుంఖానుపుంఖంగా ఉన్నాయి. ఈ మెయిళ్ల ద్వారా ఆమెకు ఓ విషయం అర్థమైంది. ఆమె బోధన వృత్తి నుంచి తాత్కాలికంగా

కాదు. శాశ్వతంగా వైదొలుగుతోంది. హెన్రీ డేవిడ్ థోరోకి, ఆధునిక పర్యావరణ ఉద్యమాలకి ఉన్న సంబంధాన్ని వివరిస్తూ పుస్తకం రాయాలనుకుంటోంది. తనకు వచ్చే రీసెర్చి గ్రాంటుతో ఈ ఏడాది చివరి భాగంలో కాంకార్డ్, మసాచుసెట్స్ లోని వాల్డెన్ పాండ్ ని సందర్శించాలనుకుంటోంది.

అది చాలా బావుంది. మంచిగానూ, బాధించేదిగానూ కూడా అనిపించింది.

మంచి కూతురు, మంచి భర్త... మంచి ఇంట్లో , మంచి ఊళ్లో, మంచి జీవితం. అదనపు మంచి. రోజంతా ఖాళీగా ఉంటూ ఇష్టమైన తత్వవేత్తల పుస్తకాలను చదువుకుంటూ, పరిశోధన చేస్తూ, రాసుకుంటూ గడిపే జీవితం.

“ఇది చాలా బావుంది” తన పెంపుడు కుక్క వైపు చూస్తూ చెప్పింది. “చాలా మంచిగా ఉంది”.

ప్లాటో చిత్రంగా ఆవలించింది.

ఆ తర్వాత ఆమె ఇంటిని శోధించటం మొదలుపెట్టింది. లేబ్రడార్ సోఫా మీద కూర్చుని ఆమె కదలికలను గమనిస్తోంది.

వైట్ ఫ్లోర్ బోర్డులు, టీవీ ఉడెన్ బర్నర్, ఎలక్ట్రిక్ పియానో, ఛార్జవుతున్న రెండు ల్యాప్ ట్యాప్ లు, అలంకారంగా ఉన్న చెస్ సెట్, పుస్తకాలతో నిండిన బుక్ షెల్ఫులు. గది మూల అందమైన గిటార్ కనిపిస్తోంది. దానిని వెంటనే గుర్తించింది. అది ఎక్కౌంస్టిక్ గిటార్. దానిని మిడ్ నెట్ శాటిన్ ఫెండర్ ‘మలిబు’గా వ్యవహరిస్తారు. స్ట్రింగ్ థీరీ పనిచేస్తున్నప్పుడు చివరి వారంలో అలాంటి గిటార్ ను ఒకదాన్ని తను అమ్మింది.

లివింగ్ రూమ్ లలో ఫ్రేమ్ లలో అమర్చిన ఫొటోలు కనిపించాయి. ఒక స్త్రీ తో పిల్లలున్న ఫొటో...బహుశా అందులో ఉన్న వాళ్లు యశ్, అతని సోదరి కావచ్చు. పెళ్లి రోజున యశ్, తను, తన తల్లిదండ్రులతో ఉన్న పాత చిత్రం, ఫొటోలో దూరంగా తన తమ్ముడు కూడా కనిపించాడు. ప్లాట్ ఉన్న ఫొటో... ఆ తర్వాత చిన్న పాప బొమ్మ ఉంది. అది మోలీది అయ్యుండొచ్చు అనుకుంది.

పుస్తకాలవైపు ఓ సారి తేరిపార చూసింది. కొన్ని యోగా మాన్యువళ్లు కనిపించాయి. అవి తన మూల జీవితంలో మాదిరిగా సెకండ్ హాండ్ వి కావు. మరికొన్ని మెడికల్ పుస్తకాలు. యూనివర్సిటీ రోజుల నుంచి తన దగ్గర ఉన్న బెట్రెండ్ రస్సెల్ ‘హిస్టరీ ఆఫ్ వెస్ట్రన్ ఫిలాసఫీ’, హెన్రీ డేవిడ్ థోరో ‘వాల్డెన్’

పుస్తకాలు... తనకు పరిచయమైన 'ప్రిన్సిపల్ ఆఫ్ జియాలజీ' పుస్తకం కూడా ఉంది. థోరో మీదవి కొన్ని. అంతకు ముందు తన దగ్గరున్న ప్లాటో 'రిపబ్లిక్', హెన్నా ఆరిండర్ 'ది ఆరిజన్స్ ఆఫ్ టోటాలిటేరియనిజం' పుస్తకాలు కూడా అక్కడ కనిపించాయి. కానీ ఇవి ఆ పుస్తకాలు కావు. జులియా క్రిస్టీవా, జుడిత్ బట్లర్, చిమమంద గోజి అడిచె లాంటి మేధావులకు సంబంధించిన పుస్తకాలు కూడా ఉన్నాయి. అంతకు ముందు తనకు తెలియని ఈస్టర్న్ ఫిలాసఫీకి సంబంధించిన పుస్తకాలు కూడా ఉన్నాయి. ఇదే జీవితంలో గనక తన ఉండేటట్టయితే (అలా ఎందుకు మాత్రం జరగకూడదు) కేంబ్రిడ్జిలో పాఠాలు చెప్పేపనిలేదు కాబట్టి వాటన్నింటిని చదివేస్తుంది.

నవలలు, అందులో కొన్ని డికెన్స్ వి, 'ది బెల్ జార్' గీకీ పాప్ సైన్సు పుస్తకాలు, కొన్ని మ్యూజిక్ పుస్తకాలు, కొన్ని పేరెంటింగ్ మాన్యువళ్లు. ఎమర్సన్ 'నేచర్', రాచెల్ కార్సన్ 'సైలెంట్ స్ప్రింగ్', పర్యావరణ మార్పులకు సంబంధించినవి కొన్ని. 'ఆర్కిటిక్ డ్రీమ్స్, ఇమాజినేషన్ అండ్ డిజైర్ ఇన్ ఎ నార్తర్న్ లాండ్ స్కేప్' అన్న పెద్ద పుస్తకం కూడా ఉంది.

ఉన్నత అభిరుచులు ఉన్నదానిలా తను ఎప్పుడూ నటించలేదు. కేంబ్రిడ్జిలో మాస్టర్ డిగ్రీ పూర్తి చేసి, ఓ పుస్తకం రాయటానికి అధ్యయన ప్రోత్సాహక సెలవు తీసుకుంటే ఏమవుతుందో ఆమెకిప్పుడు అర్థమవుతోంది.

''ఇప్పుడు నేనంటే నీకు ఇష్టం ఏర్పడి ఉంటుందనుకుంటా'' తన పెంపుడు కుక్క వైపు చూస్తూ ఆమె చెప్పింది. ''ఆ విషయాన్ని నువ్వు అంగీకరించి తీరాలి''.

అక్కడ కట్టల కొద్దీ మ్యూజిక్ పుస్తకాలు కనిపించాయి. అన్నింటికంటేపైన, యశ్ మొదటి సారి తనను బయటకు రమ్మని ఆహ్వానించటానికి వచ్చినప్పుడు కొన్న 'సైమన్, గర్ఫెంకెల్ షీట్ బుక్'. కాఫీ టేబుల్ పైన స్పానిష్ సీనరీలకు సంబంధించిన హార్డ్ బ్యాక్ పుస్తకం ఉంది. 'ది ఎన్ సైక్లోపిడియా ఆఫ్ ప్లాంట్స్ అండ్ ఫ్లవర్స్' అన్న పుస్తకం సోఫా మీద పడేసుంది.

మ్యాగజైన్ ర్యాక్ లలో కొత్త నేషనల్ జియోగ్రఫిక్ పత్రిక కనిపించింది. దానిపైన బ్లాక్ హోల్ బొమ్మ ఉంది.

గోడమీద బొమ్మ వేలాడుతోంది. బార్సిలోనా మ్యూజియం మైరో ప్రింట్ అది.

"ప్లాటో... నేను, యశ్ కలిసి బార్సిలోనా వెళ్లామా?"

ఒక్కసారి ఆమె ఊహల్లో జారిపోయింది. ఇద్దరు చేతులు కలుపుకుని, గోథిక్ క్వార్టర్ వీధుల్లో ఉల్లాసంగా గడపటం, అక్కడ బార్ లోకి దూరి ఇష్టమైన తపస్, రియోజా మద్యాన్ని సేవించటం వంటి అంశాల గురించి ఆలోచించింది.

బుక్ షెల్ఫులకు ఎదురుగా ఒక పెద్ద అద్దం కనిపించింది. అది చాలా పెద్దదిగా, చుట్టూ వైట్ ఆర్నేట్ ఫ్రేమ్ తో ఉంది. ప్రతి జీవితంలోనూ తన రూపం మారుతూండటం ఆమెకు ఆశ్చర్యం కలిగించటం లేదు. ఈ సారి తను బాగా నిండుగా, ఒడ్డూ పొడువుతో ఉంది. తల చక్కగా కట్ చేసి ఉంది. తను ఈ జీవితంలో పూర్తి సంతోషంతో ఉన్నట్టు కనిపించింది. ఈ వ్యక్తితో స్నేహం చేయాలని ఎవరైనా ఆరాటపడేటట్టుగా ఉంది. అలాగని ఆమె ఒలంపియన్ కాదు. రాక్ స్టార్ కాదు. అలాగే సిర్క్ ద్యు సొలేలీ (అది కెనడియన్ ఎంటర్ టైన్ మెంటు కంపెనీ. ప్రపంచంలోనే అతి పెద్ద సర్కస్ కంపెనీ నిర్వహిస్తోంది)లో జిమ్నాస్టిక్స్ చేసే వ్యక్తి కూడా కాదు. ఇప్పటి వరకూ అర్థమైనదాన్ని బట్టి మంచి జీవితాన్ని గడుపుతున్న వ్యక్తి అంతే. ఈ జీవితంలో తను ఎలా పెరిగిపెద్దదయిందనే విషయం అంతుచిక్కటం లేదు. పొట్టి జుత్తుతో మూలజీవితంలో కంటే బాగా ఆరోగ్యంగా ఉంది. అది మంచి భోజనం వల్ల కావచ్చు. వ్యాయామం వల్ల కావచ్చు. తను బాత్రూంలో చూసిన క్లీన్సర్ లు, మాయిశ్చరైజర్ల వల్ల కూడా కావచ్చు. తన అసలు జీవితంలో ఉన్న వాటన్నింటి కంటే ఖరీదయినవి అవి.

ప్లాటో వంక చూస్తూ చెప్పింది. "ఈ జీవితం అంతా బావుంది. అద్భుతంగా ఉంది".

ఆ మాటకు అది సమ్మతి తెలిపిందని ఆమెకు అనిపించింది.

విశ్వంతో మమేకానికి ఆధ్యాత్మిక అన్వేషణ

కిచెన్లో మందులున్న డ్రాయర్ కనిపించింది. అందుల్ ప్లాస్టర్లు, రన్నర్స్ కి వాడే నీ బ్యాండేజీలు, ఐబ్రూఫెన్, కాల్పాల్ మందులు, మల్టీ విటమిన్ ట్యాబ్లెట్లు కనిపించాయి. కానీ ఎక్కడా యాంటీ డిప్రెషన్ మందుల జాడ లేదు.

చివరకు ఇదే కావచ్చు. తను ఇలాంటి జీవితాన్ని ఎంచుకుని ఉండొచ్చు. తను తిరిగి లైబ్రరీ బుక్ షెల్ఫుల దగ్గరకు వెళ్లవలసిన అవసరం పడకపోవచ్చు.

నేను ఇక్కడే సంతోషంగా ఉంటాను.

కొద్ది సమయం తర్వాత, షవర్ కింద నిలబడి తన శరీరాన్ని నిశితంగా పరిశీలించుకుంది. కొత్త విషయాలేమయినా తెలుసుకోవచ్చేమో అనుకుంది. టాటూలు ఏమీ కనిపించలేదు. చిన్న స్కార్ కనిపించింది. అది స్వయంగా చేసుకున్న గాయం తాలూకు మచ్చకాదు. సర్జరీ వల్ల ఏర్పడింది. బొడ్డు కింద నిలువుగా చీరినట్టు ఉంది. ఆ సిజేరియన్ స్కార్ ని బొటన వేలితో తడిమి చూసుకుంది. ఇదే జీవితంలో తను కొనసాగి ఉంటే, దానిని వీలయినంత ఆలస్యం చేసేది.

మోలీని దింపేసి యశ్ తిరిగి వచ్చాడు.

నగ్నంగా అతనికి ఎదురుపడటం ఇష్టం లేక గబగబా దుస్తులు వేసుకుంది.

ఇద్దరూ కలిసి బ్రేక్ ఫాస్ట్ చేశారు. కిచెన్ టేబుల్ మీద కూర్చుని ఆ రోజు వార్తల్ని స్క్రోల్ చేసుకున్నారు. సోర్ డగ్ టోస్ట్ కలిసి తిన్నారు. పెళ్లికి సజీవమైన సమర్థనలా కనిపించారు.

తర్వాత యశ్ ఆస్పత్రికి వెళ్లిపోయాడు. థోరోపైన రీసెర్చి చేసుకుంటూ తను ఇంట్లో ఉండిపోయింది. అప్పటి వరకూ తను చేసిన పని చూసుకుంది. 42,729 పదాలు. అవి తక్కువేం కాదు. పని బాగా జరిగినట్టు లెక్క. టోస్టు తిని పాపను స్కూలు నుంచి తేవటానికి బయలుదేరింది.

బాతులకు ఆహారం వేసేందుకు పార్క్ కు తీసికెళ్లమని కోరింది మోలీ. తను గూగుల్ మ్యాప్ వాడుతున్న విషయం తెలియనివ్వకుండా జాగ్రత్త పడుతూ అక్కడకు తీసుకెళ్లింది నోరా.

తనకు చేతులు నొప్పి పుట్టేవరకూ మోలీని ఉయ్యాల ఊపింది. అటూ ఇటూ పరుగులు తీసింది. జారుడు బల్ల మీద నుంచి జారింది.

తర్వాత టీవీముందు కూర్చోబెట్టి భోజనం పెట్టింది. నిద్రపోవటానికి కథలు చెప్పింది. ఇదంతా యశ్ రాకముందే జరిగింది.

ఓ వ్యక్తి గదిలో అడుగుపెట్టబోతుంటే, ఠక్కున తలుపు మూసింది నోరా.

''నోరా?''

''ఆ...''.

''ఆడమ్ పట్ల నువ్వెందుకు అంత అసహనంగా ప్రవర్తిస్తున్నావ్?''

''ఏమిటి?''

''అతనే ఆ అభిప్రాయాన్ని ప్రకటిస్తున్నాడు''.

''ఏమిటి నీ ఉద్దేశ్యం?''.

''అతను అపరిచితుడన్నట్టు వ్యవహరిస్తున్నావ్ నువ్వు''.

''ఓ'' నవ్వుతూ అంది నోరా... ''సారీ...''.

అతను మూడేళ్లుగా మన పొరుగున ఉంటున్నాడు. మనం అతనితో కలిసి లేక్ డిస్ట్రిక్ట్ అయిన హన్నాకు క్యాంప్ కు వెళ్లాం కూడా కదా?''.

''ఆ విషయం నాకు తెలుసు''.

''అతను చొరబాటుదారుడో మరొకడో అయినట్టు, నువ్వు అతన్ని లోపలకు రానివ్వకుండా అడ్డుపడుతున్నావ్''.

''నేను అలా చేశానా?''

''నువ్వు అతని ముఖం మీద తలుపు వేశావు''.

''నేను తలుపు వేశాను. అది అతని ముఖం మీద కాదు. పొరపాటున అతను అక్కడ ఉన్నట్టున్నాడు. అతను లోపలకి చొరబడకుండా చూడాలనేది నా ఉద్దేశ్యం కాదు.''

''అతను వాటరింగ్ కోసం గొట్టం తేవాలనుకుంటున్నాడు''.

''మనకు వాటి అవసరం లేదు''.

''నువ్వు బావున్నావా?''

''ఎందుకు బావుండను?''.

''నా ఆందోళన అంతా నీ గురించే...''.

సాధారణంగా అన్నీ సజావుగా సాగిపోతున్నాయి. ప్రతి సారీ తను లైబ్రరీలో నిద్రలేస్తానేమోనన్న ఆందోళనతో పడుకుంటోంది గానీ అలాంటిదేమీ జరగలేదు. ఓ రోజున యోగా క్లాసయిన తర్వాత, రివర్ కేమ్ పక్కన బెంచీ మీద కూర్చుని థోరోను మళ్లీ చదివింది. టీవీలో రాయన్ బెయిలీ ఇంటర్వ్యూ చూసింది. లాస్ట్ ఛాన్స్ సెలూన్ 2 సెట్లమీద అతను ఇచ్చిన ఇంటర్వ్యూలో, ఏదో రొమాంటిక్ సంబంధంలో చిక్కుబడిపోకుండా... విశ్వంతో మమేకం కావటానికి తాను ఆధ్యాత్మిక అన్వేషణ చేస్తున్నట్టు చెప్పుకొచ్చాడు.

ఇజ్జీ తిమింగళం చిత్రాన్ని పంపింది. దాంతో ఆస్ట్రేలియాలో చోటుచేసుకున్న అతి పెద్ద కారు యాక్సిడెంటు ఫొటోలను తను వాట్సాప్ చేసింది. దాంతో డ్రైవింగ్ పట్ల శ్రద్ధ చూపుతానని ఇజ్జీ హామీ ఇచ్చింది.

ఈజీవితంలోడేన్ఏంచేస్తున్నాడనేదిఆమెకుతెలుసుకోవాలనిపించలేదు. యశ్ తో గడపగలుగుతున్నందుకు ఆమె సంతృప్తిగా ఫీలయ్యింది. ఇంకా స్పష్టంగా చెప్పాలంటే, అతను చాలా ప్రేమాస్పదునిగా ఉన్నాడు. అతనితో గడుపుతున్న క్షణాలు ఆనందమయంగా, ఉల్లాసంగా ఉన్నాయి.

యశ్ పెద్ద షిఫ్టుల్లో పని చేస్తాడు. రరకకాల సర్జరీలతో ఎంత ఒత్తిడికి గురయినా ఇంట్లో ఉన్నప్పుడు మాత్రం ఆమె చుట్టూనే తిరుగుతూంటాడు. అతనికి తన రంగం అంటే విపరీతమైన ఇష్టం (ఓ రంగం పట్ల విపరీతమైన ఆసక్తిని ప్రదర్శించేవారిని 'నెర్డ్' అని సంబోధిస్తారు). కుక్కను బయటకు తీసికెళ్లినప్పుడు, వృద్ధులెవరయినా ఎదురయితే 'గుడ్మార్నింగ్' అని వారిని పలకరిస్తాడు. కొన్ని సార్లు వాళ్లెవరూ అతన్ని పట్టించుకోరు. కారులో ప్రయాణిస్తూ రేడియోలో పాట వస్తే తనూ అనుసరిస్తాడు. నిద్రకు పెద్దప్రాధాన్యం ఇస్తున్నట్టు కనబడదు. మరుసటి రోజు ఉదయం సర్జరీ ఉన్నా, మోలీ కోసం రాత్రంతా ఆ చిన్నారి కోసం సమయం వెచ్చిస్తాడు.

మోలీకి రకరకాల ప్రాపంచిక విషయాలు చెబుతాడు. ప్రతినాలుగు రోజులకోమారు కడుపు మీద చారలు పడతాయి. చెవిలో గులిబి ఒక రకమైన చెమట. కంటిరెప్పల పైన మైట్స్ అనే జీవులు ఉంటాయి. మోలీని డక్ పాండ్ కి తీసికెళ్లినప్పుడు ఆమె వింటూండగానే మగ బాతులకు కార్క్ స్క్రూ లాంటి పురుషాంగం ఉంటుందని ఎవరికో చెప్పాడు.

రాత్రులు ఇంటికి త్వరగా వచ్చినప్పుడు పప్పు వండుతాడు. పెన్నే అరేబియా పాస్టా చేస్తాడు. తను చేసే ప్రతి వంటలోనూ వెల్లుల్లి వేస్తాడు. సంగీతం విషయానికొస్తే మోలీ చెప్పింది నిజమే. అతను నైపుణ్యం ఒక స్థాయి దాటలేదు. గిటారు అందుకుని ''ది సౌండ్ ఆఫ్ సైలెన్స్'' పాడుతున్నప్పుడు ఆ విషయం అర్థమైపోతుంది.

సామాజికంగా అతనికి కలుపుగోలుతనం తక్కువ(అలాంటి వాళ్లను 'డార్క్' అని వ్యవహరిస్తారు). నోరాకు అలాంటి వాళ్లంటే ఇష్టం. తను కూడా అలాంటిదే అనిపిస్తుంది. ఇప్పుడు భర్తవల్ల దానిని అధిగమించగలిగానని ఆమెకు అనిపిస్తుంది.

ఇది అద్భుతమైన జీవితం. పదేపదే ఆ విషయాన్ని ఆమె తలుచుకుంటోంది.

తల్లి పాత్ర పోషించటం చాలా కష్టం. కానీ మోలీ ప్రవర్తించే తీరు వల్ల తనకేమీ ఇబ్బంది కలగటం లేదు. ఆమెకు సులువుగా ఇష్టపడొచ్చు. మోలీ స్కూలు నుంచి వచ్చిన తర్వాత సమయాన్ని ఆమె బాగా ఉపయోగించుకుంటోంది. అది ఆమెకు ఒక సవాలుగా అనిపిస్తోంది. అదీ ఏ మాత్రం ఒత్తిడి లేనిది. బాంధవ్యాల ఒత్తిడి లేదు. పని ఒత్తిడి లేదు. డబ్బు ఒత్తిడి లేదు.

ఆమె గొప్పగా భావించేవి ఎన్నో ఉన్నాయి.

కదిలించే క్షణాలు ఎదురవుతున్న మాట నిజం. ఒక నాటకంలో సంభాషణలేమిటో తెలియని పాత్రలా ప్రవర్తిస్తున్న భావన కలిగింది.

''ఏమైనా ఇబ్బంది ఉందా?'' ఓ రోజు రాత్రి యశ్ అడిగాడు.

''అది మామూలుగా...''. చిరునవ్వు నవ్వుతూ తన సహజమైన దయాపూరితమైన దృక్కులను ఆమె వైపు ప్రసరింపచేశాడు. ''ఎందుకో తెలీదు. నువ్వు వివాహ వార్షికోత్సవాన్ని మరిచిపోయావు. చూసిన సినిమాలను చూడలేదంటున్నావు. చూడనివి చూశానని అంటున్నావు. నీకు బైక్ ఉందన్న

విషయాన్ని మరిచిపోయావు. ప్లేట్లు ఎక్కడ ఉంటాయో మరిచిపోయావు. నా స్లిప్పర్లు వాడుతున్నావు. బెడ్ మీదకు చేరాలంటే నా వైపు నుంచి వస్తున్నావు''.

''ష్... యశ్'' అంది ఆమె. తీవ్ర ఒత్తిడికి గురవుతూ. ''ఒకేసారి మూడు పోలార్ లు ఎదురయిన భావన కలిగింది''.

''నిన్ను చూస్తుంటే నాకు ఆందోళన కలుగుతోంది.''

''నేను బాగానే ఉన్నాను. నేను రీసెర్చిలో మునిగిపోయి, చాలా విషయాల పట్ల పరధ్యానంగా ఉంటున్నాను. థోరో అడవుల్లో మునిగిపోతున్నాను అంతే''.

ఆ నిముషంలో ఆమెకు తను తిరిగి మిడ్ నైట్ లైబ్రరీకి ప్రవేశిస్తానా అన్న ఆలోచన మొదలయ్యింది. మొదటిసారి అక్కడికి వెళ్లినప్పుడు మిసెస్ ఎల్మ్ తో సంభాషణ గుర్తుకొచ్చింది. నువ్వు ఫలానా జీవితంలో ఉండిపోవాలనుకుంటే ఏం ఇబ్బంది లేదు. నువ్వు ఆ జీవితం కోరుకున్న మరుక్షణం, నీ మెదడులో ఉన్నదంతా, ఆఖరికి ఈ మిడ్ నైట్ లైబ్రరీ కూడా ఒక గురుతుగా మిగిలిపోతుంది. అది అస్పష్టంగా, కనిపించకుండా పోతుంది.

ఈ సమయంలో ఆమె మదిలో ఓ ప్రశ్న తలెత్తింది. ఇదే పరిపూర్ణమైన జీవితమయితే, తను లైబ్రరీని ఎందుకు మర్చిపోలేకపోతోంది.

అది మరిచిపోవటానికి ఎంత సమయం పడుతుంది?

ఏ కారణం లేకుండానే అప్పుడప్పుడు కొద్దిపాటి డిప్రెషన్ ఆమెను లొంగతీసుకుంటోంది. కానీ అది తన మూల జీవితం అంత తీవ్రమైనది కాదు. ఇతర జీవితాల్లో మాదిరిగా కూడా లేదు. నిమోనియాతో పోలిస్తే మామూలు జలుబు ఏ పాటిది? స్ట్రింగ్ థీరీ లో ఉద్యోగం పోయిన రోజున, నిరాశతో, ఒంటరితనంతో, బతుకుమీద విరక్తితో వచ్చిన డిప్రెషన్ తో పోలిస్తే, అది అసలు లెక్కలోకి తీసుకోవలసిన పనిలేదు.

ప్రతిరోజూ తను పడుకునే ముందు, మరుసటి రోజు ఇదే జీవితంలో నిద్రలేస్తానా అని ఆలోచించుకుంటోంది. కారణం తనకు తెలిసినంత వరకూ అన్నీ సజావుగా సాగుతున్నాయి. సమతౌల్యంగా ఉన్నాయి. ఈ జీవితంలో తను ఉండిపోతానని యాదృచ్ఛికంగా అనుకోవటం నుంచి, అలా ఉంటానా లేదా అన్న ఆందోళనతో నిద్రలేని రాత్రులు గడిపే వరకూ పరిస్థితి వచ్చింది.

కానీ రోజులు గడిచేసరికి అలవాటయ్యింది. గాఢనిద్రలోకి ఆమె జారిపోతోంది. మరుసటి రోజు అదే మంచం మీద నిద్రలేస్తోంది. అప్పుడప్పుడు

కార్పెట్ మీద కూడా. తను ఉంటే తప్ప మోలీ నిద్ర పోకపోవటంతో ఈ ఏర్పాటు ఆమెకు తప్పనిసరవుతోంది. యశ్ తో తన ఇబ్బందులను పంచుకుంటోంది.

నోరా ఇబ్బందిపడని క్షణాలు లేకపోలేదు. ఇంట్లో ఏ వస్తువు ఎక్కడ ఉంది అన్న విషయం ఆమెకు తెలియదు. దాంతో ఏ పని ఎలా మొదలుపెట్టాలో అర్థమయ్యేది కాదు. తన పరిస్థితంతా చూసి డాక్టర్ ను సంప్రదిద్దాం అని యశ్ కొంచెం గట్టిగా చెప్పేవాడు. మొదట్లో అతనితో సెక్స్ ను తప్పించుకోవటానికి ప్రయత్నించింది కానీ తర్వాత తప్పలేదు. అప్పటి నుంచి తన జీవితం అబద్ధం అనే అపరాధభావన ఆమెను వెంటాడసాగింది.

ఇద్దరూ సెక్స్ అనంతరం విశ్రాంతిగా చీకట్లో పడుకున్నారు. ఆమెకు ఎందుకో మొదటి సారి ఓ విషయం తెలుసుకోవాలనిపించింది. ముందడుగు వేయటానికి ముందు అతని అభిప్రాయం గ్రహించాలనిపించింది.

''యశ్'' పిలిచింది ఆమె.

''ఏమిటి?''

''సమాంతర విశ్వాలు అన్న సిద్ధాంతాన్ని నువ్వు నమ్ముతావా?''

అతని ముఖంలోకి నవ్వు తన్నుకొచ్చింది. ఈ రకమైన సంభాషణ అతని స్థాయికి తగినదని ఆమెకు అనిపించింది. ''అవును నమ్ముతాను'' అనుకుంటా అన్నాడు.

''నేను కూడా. ఎవరో అంతగా ప్రాధాన్యంలేని భౌతికశాస్త్రవేత్త సమాంతర విశ్వాలున్నాయి. దాని మీద సిద్ధాంతం రూపొందిద్దాం అని చెప్పటం కాదు కదా? అది సైన్సు''.

''అవును'' అతను అంగీకరించాడు. ''అంతా వైజ్ఞానిక కల్పన. సైన్సు మామూలు విషయాలపైన అపనమ్మకం పెంచుతుంది. నిబంధనల ప్రకారం శాస్త్రవేత్తలు సంశయవాదులు''.

''అవును. కానీ భౌతిక శాస్త్రవేత్తలు సమాంతర విశ్వాలు ఉన్నాయని అంగీకరిస్తారు''.

''సైన్సు అక్కడికే తీసికెళుతుంది కదూ... క్వాంటమ్ మెకనిక్స్, స్ట్రింగ్ థియరీల్లో ప్రతిదీ అనేక విశ్వాలున్నాయనే విషయాన్ని చెబుతాయి. ఎన్నో, ఎన్నో విశ్వాలు ఉంటాయి''.

''నేను నా ఇతర జీవితాలను కూడా చూడగలిగానని, అందులో దీనిని ఎంచుకున్నానని చెబితే నువ్వేం అంటావు?''

''నువ్వు పిచ్చిదానివి అనుకుంటున్నాను. కానీ నువ్వంటే నాకు ఇష్టం''.

''అవును. నాకు ఎన్నో జీవితాలు ఉన్నాయి''.

అతను నవ్వాడు. ''నువ్వు నన్ను ముద్దు పెట్టుకున్న ఇంకో జీవితం ఉందా?''

''ఒకటి ఉంది. అందులో నువ్వు నా పెంపుడు పిల్లి అంత్యక్రియల్లో పాల్గొన్నావు''.

అతను నవ్వాడు. ''కూల్ నోరా... నాకు నీలో నచ్చే లక్షణం ఏమిటంటే, నువ్వు ఎప్పుడూ నన్ను క్రమబద్ధంగా ఉంచుతావు''.

అది సంగతి.

ఆమెకు ఓ విషయం అర్థమైంది. జీవితంలో నువ్వు ఎంత నిజాయితీగానయినా ఉండొచ్చు. కానీ వాస్తవాలకు దగ్గరగా ఉండే వాటినే చూడగలుగుతారు. థోరో దీని గురించే చెబుతారు. ''ఏదో నీ కంటబడేది ప్రధానం కాదు. నువ్వు పట్టిపట్టి కావాలని ఏం చూస్తావనేది ముఖ్యం''. తను ప్రేమించి పెళ్లాడిన నోరాను మాత్రమే యశ్ చూస్తున్నాడు. అదే తీరులో మారుతూ వస్తున్న ఆమెను చూస్తున్నాడు.

హామ్మర్స్మిత్ ప్రయాణం

మోలీ స్కూలుకు కొద్ది రోజులు సెలవలొచ్చాయి. యశ్ కు ఆస్పత్రిలో పనిలేదు. దాంతో ముగ్గురూ కలిసి రైల్లో లండన్ బయలుదేరారు. నోరా సోదరుడు జో, ఇవాన్ హామర్స్మిత్ లో ఒక ఫ్లాట్ లో కలిసి ఉంటున్నారు.

జో బావున్నాడు. అతని పార్ట్ నర్ (భర్త) ఇవాన్ కూడా. తన ఒలంపిక్ జీవితంలో అతన్ని చూసింది. జో, ఇవాన్ లోకల్ జిమ్ లో ఒకరికొకరు పరిచయం అయ్యారు. ఈ జీవితంలో సౌండ్ ఇంజనీర్ గా పనిచేస్తున్నాడు జో. అతని భాగస్వామి డాక్టర్ ఇవాన్ లాంగ్ ఫోర్డ్ అయితే కన్సల్టెంటు రేడియాలజిస్టుగా రాయల్ మర్సడెన్ హాస్పిటల్లో పనిచేస్తున్నాడు. దానితో అతను, యశ్ కూర్చుని మాట్లాడుకోవటానికి ఆస్పత్రులకు సంబంధించిన చాలా విషయాలు కనిపించాయి.

జో, ఇవాన్ లిద్దరూ మోలీ తో బాగా ప్రేమగా ఉన్నారు. పాండా ఎలా ఉందని అడిగితెలుసుకున్నారు. జో అందరి కోసం గార్లిక్ పాస్టా ... బ్రకోలీ భోజనం సిద్ధం చేశాడు.

''అది పుగ్లియన్ ఆహారం. అందులో కొంత మన వారసత్వ సంపద కూడా ఉంది'' అన్నాడు జో.

నోరాకు తన ఇటాలియన్ తాత గుర్తుకొచ్చాడు. లండన్ బ్రిక్ కంపెనీ, అదే పేరుతో ఉన్న ఊళ్లో కాకుండా, బెడ్ఫోర్డ్ లో ఉన్న విషయం గ్రహించాక, ఆయన ఎలాంటి భావనకు లోనయి ఉంటాడోనని ఆలోచించింది. నిజంగా ఆయన నిరుత్సాహం చెందాడా? లేకపోతే ఉన్నదానిని నుంచి వీలైనంత దక్కించుకుందామని పట్టుదలగా ప్రయత్నించాడా? తన నాయనమ్మ చెప్పిన ఒక కథనం ప్రకారం, లండన్ వెళ్లిన తన తాత మొదటిరోజున పికాడిల్లీ సర్కస్ దగ్గర డబుల్ డెక్కర్ బస్సు ఢీకొని కన్నుమూశాడు.

జో, ఇవాన్ల కిచెన్ లో వైన్ ర్యాక్ ఉంది. అందులో ఒక బాటిల్ బియోన్నా వెస్టా వైన్ యార్డులో తయారైన కాలిఫోర్నియా సైరా. దాని కింద అలీసియా, ఎడ్యుయార్డో మార్టి నైజ్ ల రెండు ప్రింటింగ్ సంతకాలు చూడగానే ఒళ్లు పులకించింది. నవ్వుతూ ఎడ్యుయార్డో ఈ జీవితంలో కూడా సంతోషంగా ఉన్నాడన్న మాట అని ఆలోచించింది. క్షణకాలం పాటు అలీసియా ఎవరో, ఆమె ఎలా ఉంటుందోనని ఆలోచించింది. అక్కడ సూర్యాస్తమయాలు బావుంటాయన్న విషయం గుర్తుకొచ్చింది.

ఆమె అయోమయంగా లేబుల్ వంక చూడటం గమనించి అడిగాడు యశ్. ''అంతా ఒకేనా?''

''ఆ... అంతా ఒకే. చూడబోతే ఇదేదో బావుండేటట్టుంది'' అంది నోరా.

''అది నాకు చాలా ఇష్టమైనది'' అన్నాడు ఇవాన్. ''అద్భుతమైన వైన్. రుచి చూద్దామా?''

''మీ అందరికీ తాగాలనిపిస్తే నాకూ అభ్యంతరం లేదు''.

''ఊహు నేను పుచ్చుకోను'' అన్నాడు జో. ''బాగా ఎక్కువవుతోందని ఈ మధ్యనే మద్యానికి దూరంగా ఉంటున్నాను''.

''మీ తమ్ముడి సంగతి తెలుసా? అంతా కావాలి. లేకపోతే ఏదీ వద్దు'' టైపు. జో బుగ్గమీద ముద్దు పెడుతూ అన్నాడు ఇవాన్.

''అవునా?''

ఇవాన్ అప్పటికే దానిమూత తీశాడు. ''ఈ రోజు పనంతా నరకం. మీలో ఎవరూ తోడు లేకపోతే, సంతోషంగా నేరుగా బాటిల్ ఎత్తి ఒక్క గుక్కలో లాగించేస్తా'' అన్నాడు.

''నేను లైన్లోకి వచ్చేశాను'' అన్నాడు యశ్.

''నేను కూడా'' అంది నోరా. చివరిసారి హోటల్ బిజినెస్ లాంజిలో అతన్ని చూసినప్పుడు అతను ఆల్కాహోలిక్ అని చెప్పిన విషయం గుర్తుకొచ్చింది.

వాళ్లు మోలీకి బొమ్మల పుస్తకం ఇచ్చారు. సోఫా మీద కూర్చుని దాన్ని చదివి వినిపించింది నోరా.

సాయంత్రం కాసాగింది. వాళ్లంతా వార్తలు, సినిమాలు, మ్యూజిక్ గురించి మాట్లాడుకున్నారు. జో, ఇవాన్ లయితే 'లాస్ట్ ఛాన్స్ సెలూన్' సినిమాను బాగా ఎంజాయ్ చేశారు.

కాసేపటికి నోరా పాప్ కల్చర్ చర్చల నుంచి పక్కకు తొలిగి తమ్ముడి వెంట పడింది.

''బ్యాండ్ నుంచి వచ్చేసినందుకు నా మీద నీకు ఎప్పుడయినా చికాకేసిందా?''

''ఎప్పుడో జరిగిపోయిన విషయం, దాని గురించి ఇప్పుడు తలుచుకోవటం అనవసరం''.

''మరి నువ్వు రాక్ స్టార్ వి కావాలనుకున్నావు కదా?''

''ఇప్పటికీ వాడు రాక్ స్టారే'' అన్నాడు ఇవాన్ కొంటెగా... ''అది నా వరకూ''.

''నేను నిన్ను తలవొంచుకునేలా చేశానని నాకెప్పుడూ అనిపిస్తుంది జో''.

''అలా బాధపడకు. నేను కూడా నీకు సహాయపడలేకపోయాను. భయంకరంగా ప్రవర్తించాను''.

ఆ మాటలు ఆమెపైన టానిక్ లా పనిచేశాయి. తమ తమ్ముని నోట నుంచి ఆ మాట వినాలని ఎన్నాళ్లగానో ఎదురుచూస్తోంది.

''దాని గురించి ఆలోచించకు'' అంది.

''అక్కా, ఇవాన్ పరిచయం కాకమునుపు మొద్దులా ఉండేవాడిని. ఈ పానిక్ అటాక్ ల గురించి తక్కువగా భావించేవాడిని. ఆ మాటకొస్తే అసలు పట్టించుకునేవాడినే కాను. ఇవాన్ వాటి బారిన పడినప్పుడు గానీ వాటి తీవ్రత ఎలా ఉంటుందనే విషయం నాకు అర్థం కాలేదు''.

''పానిక్ అటాక్ ల విషయం ఒక్కటే కాదు. ఎందుకో తెలీదు. అదంతా తప్పుగా అనిపిస్తోంది''.

''ఇప్పుడు చెప్పుకోదగ్గ విషయం ఏమిటంటే, బ్యాండులో ఉన్నప్పుటి కంటే (చనిపోయిన దానికంటే అన్న మాటను కూడా జత చేసింది). ఈ జీవితంలో నువ్వు సంతోషంగా ఉన్నావు...''.

తన తమ్ముడు నవ్వుతూ ఇవాన్ వంక చూశాడు. తను చెప్పిన విషయాన్ని అతను నమ్మాడా లేదా అన్న సందేహం కలిగింది ఆమెకి. కొన్ని వాస్తవాలను గ్రహించటం ఎప్పటికీ అసాధ్యం అన్న విషయం నోరాకు గ్రహించటానికి సమయం పడుతుంది.

మూడుచక్రాల సైకిల్

వారాలు గడుస్తున్న కొద్దీ, నోరా జీవితంలో ఆసక్తికర పరిణామాలు చోటుచేసుకోసాగాయి. జీవితంలో తను అసలు అనుభవించని సంఘటనలను గుర్తుచేసుకోవలసిన పరిస్థితి ఏర్పడుతోంది.

ఉదాహరణకు, తన మూలజీవితంలో పరిచయం లేని వ్యక్తి... తనతో కలిసి చదువుకుని ఉద్యోగం చేస్తున్న ఒకామె నోరాను లంచ్ కు ఆహ్వానించింది. ఆ వ్యక్తి ఫోన్ చేయగానే, మొబైల్లో లారా బైరన్ అనే పేరు కనిపించింది. ఆమె వివరాలు తెలుసుకోవటానికి కొంచెం ప్రయత్నించింది. భర్త పేరు మో, బిడ్డ ఆల్డస్ అని తెలిసింది. వాళ్ల ఫొటోలు కూడా లభ్యమయ్యాయి. నేరుగా కలిసిన తర్వాత అదంతా వాస్తవమని తేలింది.

ఇటువంటి డిజావు సంఘటనలు తరచూ ఎదురవుతున్నాయి. ఇలాంటి సమయాల్లో తను చాలా విషయాలు మరిచిపోయి నోరు జారుతోంది. యశ్ కి ఆస్త్మా ఉంది. (రన్నింగ్ చేస్తూ దానిని అదుపులో ఉంచుకోవటానికి ప్రయత్నిస్తున్నాడు).

''నువ్వు ఎంతకాలం దానితో బాధపడుతున్నావు?''

''నేను ఏడేళ్ల వయసు ఉన్నప్పటి నుంచి''.

''ఓ... నువ్వు నీకు ఎక్జెమా ఉన్నట్టు నాకు చెప్పావు''.

''నోరా, నువ్వు సరిగానే ఉన్నావా?''

''ఏం అలా అడిగావు. అంతా బానే ఉంది. లంచ్ సమయంలో లారాతో కలిసి వైన్ తీసుకున్నా. దానితో ఏదో తేడా వచ్చినట్టుంది''.

క్రమంగా ఈ తప్పిదాల శాతం తగ్గింది. జీవితం ప్రతి రోజూ పజిల్లో ఒక భాగాన్ని నింపటంలా ఉంది. అలా కలిపిన ప్రతిసారీ అక్కడలేని భాగాలు ఎలా ఉంటాయో అర్థం కాసాగాయి.

ఇతర జీవితాల్లో ఆధారాల కోసం వెతుక్కుంటూ, తను నటిస్తున్నానన్న భావనలో ఉండేది. ఇప్పుడు చాలా వరకూ సేదతీరినట్టుగా అనిపిస్తోంది. కానీ అనేక కొత్త అంశాలు వచ్చి చేరుతున్నాయి.

మోరీతో సమయం గడపటం నోరాకు సంతోషాన్ని ఇస్తోంది. ఆమెతో కలిసి బెడ్ రూంలో ఆడుకోవటం, కథలు చెప్పటం, 'ది టైగర్ హూ కేమ్ టు టీ' పుస్తకం చదవటం, తోటలో కలిసి తిరగటం బావుంది.

"అమ్మా... నన్ను చూడు" అంది మోలీ. తన మూడు చక్రాల సైకిల్ తొక్కుతూ, "చూస్తున్నావా అమ్మా, ఒకసారి ఇటు చూడు".

"చాలా బావుంది. నువ్వు బాగా తొక్కుతున్నావు".

"బలే పరిగెడుతోంది".

అంతలోనే ముందు చక్రం స్లిప్ అయి కింద పడింది మోలీ. ఆమె తల చిన్న రాయికి కొట్టుకుంది. నోరా పరిగెత్తుకుంటూ వెళ్లి తనను లేపింది. మోలీ గాయపడింది. ఆమె నుదురు చీరుకుపోయి రక్తం బయటకు వస్తోంది. గడ్డానికి కూడా దెబ్బతగిలింది. అవన్నీ నోరాకు చూపించటానికి ఇష్టపడటం లేదు.

"నేను బానే ఉన్నాను" నెమ్మదిగా చెప్పింది. ఆమె స్వరం పింగాణీలా సున్నితంగా ఉంది. "నేను బాగానే ఉన్నాను... నేను బాగానే. నేను..." ఆమె కళ్లలో నీళ్లు నిండిపోయాయి. దు:ఖాన్ని అదుపు చేసుకోవటానికి ఆమె ప్రయత్నిస్తోంది. బేర్ ల పట్ల భయంతో సహా, ఇతర భయాలన్నింటిని పోగొట్టటానికి నోరా సాయపడింది. ఎలాంటి పరిస్థితినయినా ఎదుర్కొని అందులో నుంచి సులువుగా బయటపడటం ఆమె నేర్చుకుంది. ఇప్పుడు తను ప్రవర్తిస్తున్న తీరు ప్రేరణ కలిగించేదిగా ఉంది. తనలో నుంచే వచ్చిన ఈ చిన్నారి, ఓ రకంగా తనలోనే భాగమైన ఈ చిన్నారి ఇదంతా చేయగలుగుతున్నదంటే, తను కూడా అది చేయగలదనిపించింది నోరాకు.

పాపను ప్రేమగా హత్తుకుంది. "అదిసరే బేబీ. ఇప్పుడు నీకు ఎలా ఉంది?"

"బావుంది. సెలవ రోజున లాగా ఉంది".

"సెలవ రోజునా?"

"అవును మమ్మీ"అంది. ఆ విషయం ఏమిటో నోరాకు అర్థం కావటం లేదు. ఇబ్బంది పడుతూ "జారుడు బల్లా"అనడిగింది.

"అవును జారుడు బల్లే".

నోరాకు ఒక్కసారి లోపల ఏదో కదిలినట్టనిపించింది. ఓ రకమైన భయం. ఆర్కిటిక్ లో పోలార్ బేర్ ను ఎదుర్కొన్న సందర్భం గుర్తుకొచ్చింది.

తన భావనలు కలిగిస్తున్న భయం.

ప్రేమ.

మీరు అద్భుతమైన రెస్టారెంట్లలో తినొచ్చు, అద్భుతమైన అనుభవాలను సొంతం చేసుకోవచ్చు. 20వేల మంది ఎదురుగా నిలబడి సాయోపాలోలో పాటలు పాడొచ్చు. అభిమానుల పొగడ్తల మధ్య ఉక్కిరిబిక్కిరవచ్చు. భూమి ఆ కొసకు ప్రయాణించవచ్చు. ఇంటర్నెట్ లో మిలియన్ల మంది అభిమానులను సొంతం చేసుకోవచ్చు. ఒలంపిక్ మెడల్స్ ను గెలుచుకోవచ్చు. ఇవన్నీ ప్రేమ అనేది కొరవడినప్పుడు అర్థరహితంగా కనిపిస్తాయి.

ప్రేమరాహిత్యం... తన మూల జీవితం గురించి ఆలోచించినప్పుడు, దానిలో ఉన్న ప్రాథమిక సమస్య ఇదేనని, అదే తనను బలహీనంగా మార్చిందని ఆమెకు అనిపించింది. ఆ జీవితంలో తన సోదరుడు కూడా తనను ఇష్టపడేవాడు కాడు. ఓల్ట్స్ చనిపోయిన తర్వాత, తను ప్రేమించేవాళ్లు కానీ, తనను ప్రేమించేవాళ్లు గానీ... తన కంటూ ఎవరూ మిగలలేదు. అంతా శూన్యం. తన జీవితం అంతా నిరర్ధకమనిపించింది. నిరాశతో షాపుల ముందు నిలబెట్టే బొమ్మలా అనిపించింది (షాపుల ముందు నిలబెట్టే బొమ్మను మాన్నెక్విన్ అంటారు) ఆత్మ అనేది లేకుండా కేవలం ఎముకలతో మనుషుల మధ్య సంచరిస్తున్నట్టు ఉండేది.

ఇప్పుడు ఇక్కడ కేంబ్రిడ్జిలో, నీలాకాశంలో ఒక తోటలో ఉన్నప్పుడు దాని శక్తిని తను గ్రహించగలుగుతోంది. తనను గాఢంగా ఇష్టపడుతున్నవాళ్లు, తను ఇష్టపడుతున్నవాళ్లు ఉన్నారు. ఎప్పుడూ ప్రేమించే తల్లిదండ్రులు లేరు. కానీ మోలీ, యశ్, జో ఇప్పుడు ఉన్నారు.

ఇవన్నీ ఉన్నా తన అంతరంగంలో ఏదో వెలితి కనిపిస్తోంది. ఇది త్వరలోనే ముగిసిపోతుందనిపిస్తోంది. అన్నీ సమగ్రంగా పరిపూర్ణంగా ఉన్నాయి. అంతా మంచిగా ఉన్నా మరేదో లేనట్టు తోస్తోంది. అన్నీ సక్రమంగా ఉండటమే ఇక్కడ అసలైన లోపమనిపిస్తోంది. దానిని ఎలా సరిచేసుకోవాలో తెలియటం లేదు. అన్నీ బావున్నాయి. కానీ వాటిని తను సంపాదించుకోలేదు. ఈ జీవన చిత్రంలోకి సగంలో తను ప్రవేశించింది.

లైబ్రరీలో పుస్తకం తీసుకుని ఇక్కడకు రాగలిగింది. వాస్తవం చెప్పాలంటే ఇవేమీ తనకు చెందవు. కిటికీ బయట నిలబడి లోపలకు చూసినట్టుగా ఓ ప్రేక్షకునిలా తన జీవితాన్ని చూసుకుంది. తను వంచిస్తున్నానన్న భావన కలిగింది. ఆమె ఈ జీవితాన్ని కోరుకుంది. నిజజీవితం ఇలాగే ఉండాలని భావించింది. కానీ అది అలా లేదు. దానిని తను మరిచిపోలేకపోతోంది.

"అమ్మా, నువ్వు ఏడుస్తున్నావా?"
"లేదు మోలీ... నేను బానే ఉన్నాను".
"నువ్వు ఏడుస్తున్నట్టు తెలుస్తోంది".
"సర్లే. పద, నిన్ను శుభ్రం చేయాలి".

అదే రోజున మోలీ, అడవి జంతువుల జిగ్సా పజిల్ బొమ్మల విడిభాగాలు పట్టుకొచ్చి వాటి బొమ్మలు చేసింది. ఆ తర్వాత సోఫాలో కూర్చుంది. ప్లాటో వచ్చి ఒళ్లో తలపెట్టుకుని పడుకుంది. ప్రేమగా దాని తల నిమురుతూ ఎదురుగా ఉన్న చెస్ బోర్డు వైపు చూసింది.

ఈలోగా హఠాత్తుగా ఒక ఆలోచన వచ్చింది. అది క్రమంగా పెరిగిపెద్దదయ్యింది.

యశ్ రాగానే చెప్పింది. బెడ్ఫోర్డ్ లో ఒక స్నేహితుని కలవాలనుకుంటున్నానని, తిరిగి రావటానికి కొన్ని గంటలు పడుతుందని...

ఆమె ఇక్కడ లేరు

ఓక్ లీఫ్ రెసిడెన్షియల్ కేర్ హోం దగ్గరకు వెళ్లిన తర్వాత...

ఇంకా రిసెప్షన్ లోకి అడుగుపెట్టకుండానే, ఓ వృద్ధుడు తారసపడ్డాడు. కళ్లద్దాలు పెట్టుకున్న ఆ వ్యక్తిని చూడగానే గుర్తుపట్టింది. అతను నర్సుతో తగువులాడుతూ ఆమెను రెచ్చగొడుతున్నాడు. నిట్టూర్పు మానవరూపం ధరించినట్టుగా ఉంది.

''నాకు నిజంగా తోటలోకి వెళ్లాలని ఉంది'' అని ఆ వృద్ధుడు చెప్పాడు.

''కుదరదు. ఇతరులు దానిని ఉపయోగిస్తున్నారు''.

''నాకు అక్కడ బెంచీ మీద కూర్చుని పేపర్ చదువుకోవాలని ఉంది''.

''తోట పనిలో పాల్గొనేందుకు నువ్వు ఒప్పుకుంటే...''

''నాకు తోట పని ఇష్టం లేదు. ఇదంతా తప్పు. నేను ధావక్‌ని కలవాలనుకుంటున్నాను''.

నోరా అంతకు ముందు ధావక్ పేరు వింది. తను మందులు ఇవ్వటం ఆపేయటానికి ముందు, పొరుగింటాయన నోటి నుంచి ఆ పేరు వింది. అతను కేర్ హోమ్ లోకి వెళ్లమని తండ్రిని ఒత్తిడి చేస్తుండేవాడు. బెనర్జీ మాత్రం ఇంటి పట్టునే ఉంటానని తిరగబడేవాడు. ''నేను ఇక్కడ నుంచి బయటపడే మార్గం...''

అతను మాట్లాడుతూ, ఎదురుగా ఉన్న వ్యక్తి గుచ్చిగుచ్చి చూస్తున్నారని గమనించాడు.

''మిస్టర్ బెనర్జీ''.

అతను నోరా వంక తేరిపార చూశాడు. ''హలో... ఇంతకీ మీరెవరు?''.

''నా పేరు నోరా. నోరా సీడ్'' ... ఇంకా ఆలోచించటానికి ఇబ్బంది పడుతూ ''నేను... బాంక్రాఫ్ట్ ఎవెన్యూలో మీ పొరుగింటిదాన్ని.''.

అతను అడ్డంగా తలాడించాడు. "మీరెక్కడో పొరపడినట్టున్నారు. మూడేళ్ల నుంచి నేను అక్కడ లేను. పైగా మీరు నా పొరుగువాళ్లు కారని కచ్చితంగా చెప్పగలను".

నర్సు బెనర్జీ వైపు తిరిగి అతను గందరగోళపడుతున్నాడేమో అనుకుంది. "మీరేమయినా మరిచిపోయారేమో?" అంది.

నోరాకు తన తప్పేమిటో అర్థం అయ్యింది. "ఆయన చెప్పింది కరక్టే. నేనే గందరగోళపడ్డాను. ఒక్కోసారి నేను విషయాలు మరిచిపోతూంటాను. నేను అక్కడ లేను. బహుశా వేరే చోట ఎక్కడో ఉండి ఉంటాను. వేరే వాళ్లు అక్కడ ఉండి ఉంటారు. సారీ...".

వాళ్లు సంభాషణను ముగించారు. బెనర్జీ ఇంట్లో ఎదురుగా ఐరిసెస్, ఫాక్స్ గ్లోవ్స్ తో నిండిన పూల తోటను ఆమె గుర్తు చేసుకుంది.

"నేను మీకు ఎలాంటి సాయం చేయగలను?".

రిసెప్షనిస్టు వైపు తలతిప్పి చూసింది. మచ్చల చర్మం, కళ్ల జోడు పెట్టుకుని ఉన్న ఆ వ్యక్తి సౌమ్యంగా ఉన్నాడు. మాట స్కాటిష్ లా ఉంది.

తనెవరో అతనికి చెప్పింది. అంతకు ముందు తను ఫోన్ చేసిన విషయం కూడా చెప్పింది.

అతను కొంచెం గందరగోళపడ్డాడనిపించింది.

"మీరు మెసేజ్ పెట్టారని అన్నారు" హమ్ చేస్తూ ఆమె ఈ మెయిల్ కోసం వెతకసాగాడు.

"కానీ ఫోన్ లో. చాలా కాలంగా ప్రయత్నించాను. ఏదీ వీలుకాక చివరకు మెసేజ్ పెట్టాను. ఈ మెయిల్ కూడా చేశాను".

"ఓ అలాగా... సారీ... మీ కుటుంబ సభ్యులను కలవాటానికి ఇక్కడకు వచ్చారా?".

"అలాంటిది లేదు" అంది నోరా. "ఆమె నాకు బాగా తెలుసు. ఆమెకు కూడా నేనే తెలుసు. ఆమె పేరు మిసెస్ ఎల్మ్" ఆమె పూర్తి పేరు ఏమిటోనని ఆలోచించి తర్వాత చెప్పింది . "లూయిస్ ఎల్మ్. నా పేరు నోరా... నోరా సీడ్... నోరా వచ్చానని చెబితే ఆమె...ఆమె హజల్డీన్ స్కూలులో నా లైబ్రేరియన్... కొంత కంపెనీ ఉంటే ఆమె ఇష్టపడుతుందనిపించి..." వివరంగా చెప్పింది.

ఆ వ్యక్తి కంప్యూటర్ ను చూడటం ఆపేసి నోరా వైపు తేరిపార చూశాడు. అతను ఆశ్చర్యాన్ని అణచిపెట్టుకున్నవాడిలా కనిపించాడు. మొదట నోరా తను

పొరపడ్డానని అనుకుంది. తర్వాత లా క్యాంటినాలో డిలాన్ ఏమైనా పొరపాటు పడి ఉంటాడనుకుంది. ఈ జీవితంలో మిసెస్ ఎల్మ్ ను వేరే అదృష్టం సొంతం చేసుకుని ఉండొచ్చు కదా అని ఆలోచించింది. జంతువుల సంరక్షణ కేంద్రంలో పనిచేయాలనే సొంత నిర్ణయం మిసెసె ఎల్మ్ పైన ఎలాంటి ప్రభావం చూపిందో ఆమెకు తెలియదు. అది అర్థవంతంగా కనిపించలేదు. స్కూలులో తప్ప ఏ జీవితంలోనూ ఆమెకు మిసెస్ ఎల్మ్ తారసపడలేదు.

''ఏమిటి సంగతి?'' రిసెప్షనిస్టును అడిగింది నోరా.

''ఈ విషయం చెప్పాలంటే బాధ కలుగుతోంది. లూయిస్ ఎల్మ్ ఇక్కడ ఎంత మాత్రం లేరు''.

''మరెక్కడ ఉన్నారు?''.

''ఆమె... వాస్తవానికి... మూడు వారాల క్రితం కన్నుమూశారు''.

వివరాలు కనుగొనటంలో ఏమైనా సాంకేతికమైన పొరపాటు సంభవించి ఉండొచ్చని ఆమెకు అనిపించింది. ''మీరు చెబుతున్నది నిజమేనా?''

''అవును. నేను కచ్చితంగా చెబుతున్నాను''.

''ఓ'' అని గాఢంగా నిట్టూర్చింది నోరా. ఆమెకు ఏం అనుకోవాలో, ఎలా బదులుచెప్పాలో అర్థం కాలేదు. తను వెంట తెచ్చిన గుడ్డ సంచి వైపు చూసింది. తను చెస్ సెట్ తెచ్చుకొచ్చింది. కాసేపు ఆమెతో గేమ్ ఆడి కంపెనీ ఇవ్వాలనుకుంది. ''సారీ... నాకు తెలీదు... నాకు తెలీదు... కొన్ని సంవత్సరాలుగా ఆమెను చూడలేదు. ఆమె ఇక్కడ ఉందని ఎవరో చెబితే వచ్చాను...''.

రిసెప్షనిస్టుకూడా సానుభూతి ప్రకటించాడు. ''సారీ...''

''విచారించవలసిన పనేం లేదు. నేను ఆమెకు ధన్యవాదాలు చెప్పాలని వచ్చాను. నా పట్ల దయగా ఉన్నందుకు ఆమె పట్ల కృతజ్ఞత చూపాలనుకున్నాను అంతే''.

''ఆమె ప్రశాంతంగా వెళ్లిపోయారు'' అతను చెప్పాడు. ''నిద్రలోనే అంతా అయిపోయింది''.

''మంచిది. ఆమెను మీరు బాగా చూసుకున్నందుకు ధన్యవాదాలు'' అంది. ''ఇప్పుడు నేను తిరిగి వెళుతున్నాను... బై...'' అని వెనుదిరిగింది నోరా.

పోలీసులతో వాగ్వివాదం

ఆమె చెస్ సెట్ ఉన్న బ్యాగుతో షేక్స్పియర్ రోడ్డులోకి అడుగుపెట్టింది. అక్కడ ఏం చేయాలనేది తోచలేదు. శరీరం ఓ విధమైన జలదరింపునకు గురైంది. సూదులు, పిన్నులతో గుచ్చినట్టుగా ఉంది. ఒక జీవితం ముగిసే తరుణంలో ఆమెకు అటువంటి విచిత్రమైన భావనలు కలుగుతూంటాయి.

తన శరీరంలో ఏర్పడుతున్న మార్పులను ఏ మాత్రం పట్టించుకోకుండా పార్కుకి అటువైపు ఉన్న రోడ్డులోకి యధాలాపంగా నడిచింది. 33 ఏ బ్యాన్ క్రాఫ్ట్ ఏవెన్యూలో తన పాత తోట దగ్గరకు సాగిపోయింది. అంతకు ముందు ఎప్పుడో చూడని వ్యక్తి ఒకరు అక్కడ చెత్త ఏరుతున్నాడు. కేంబ్రిడ్జిలో తను నివాసం ఉంటున్న అత్యాధునిక భవంతిని, కొద్ది పాటి స్థలంలో ఉన్న ఆ చిన్న ఇంటితో పోల్చి చూసుకుంది. ఆమెలో జలదరింపు కొద్దిగా తగ్గింది. అంతలో బెనర్జీ ఇల్లు కనపడింది. అది అనేక ఫ్లాట్లగా విడగొట్టబడి కొత్తగా ఉంది. ముందున్న లాన్ దట్టంగా పెరిగింది. క్రితం వేసవిలో ఆయన సర్జరీ చేయించుకుని తిరిగొచ్చిన తర్వాత ఆయన కోసం అక్కడ ఉండే పెద్ద పాట్లలో ఉండే మొక్కలకు తను నీరు పోసేది. ఇప్పుడు వాటి జాడ కనిపించలేదు. ఆ పక్కన బాగా నలిగిపోయిన డబ్బాలున్నాయి.

కాలిబాటమీద ఓ మహిళ ఇద్దరు పిల్లల్ని డబుల్ పుష్ ఛైర్ లో తీసుకొస్తూ ఎదురుపడింది. ఆమె అందంగా మిసమిసలాడుతూ కనిపించింది. కెర్రీ-అన్నె. ఆమె విశ్రాంతిగానూ సంతోషంగానూ కనిపించింది. చనిపోవాలనుకున్న రోజున న్యూస్ ఏజెంటు షాపులో ఆమెతో తను మాట్లాడిన విషయం గుర్తుకొచ్చి నిస్సత్తువ ఆవరించింది. ఆమె నోరాను గమనించలేదు. ఏదో కావాలని ఏడుస్తున్న ఎర్రబుగ్గల చిన్నారిని ప్లాస్టిక్ డైనోసర్ బొమ్మను ముందుంచి సముదాయించటానికి ప్రయత్నిస్తోంది.

నేను జేక్ కుందేలు పిల్లల్లాంటి వాళ్లం. అక్కడకు చేరుకున్నాం. ఇద్దరు కలిపితే సంపూర్ణం అవుతాం. అదంతా విలువైనది.

అంతలో కేరీ–అన్నె తలెత్తి నోరా వంక చూసింది.

"నాకు మీరు తెలుసు. తెలుసు కదా... మీరు నోరా యేనా?"

"అవును".

"హాయ్ నోరా".

"హాయ్ కేరీ–అన్నె".

"నా పేరు నీకు గుర్తుందా? చాలా గొప్ప విషయం. స్కూలులో నిన్ను చూస్తే చాలా గొప్పగా అనిపించేది. ఇంతకీ ఒలంపిక్స్ దాకా వెళ్లావా?".

"అవును. చాలా వరకూ. కొంత వరకూ వెళ్లినట్టే. కానీ నేను కోరుకున్నది అదికాదు. అందుకు అప్పుడు..."

ఈ సమాధానంతో కెర్రీ–అన్నె గందరగోళానికి గురయ్యింది. ఈలోపు ఆ పిల్లాడు డయనోసర్ బొమ్మను అవతలకు దూరంగా విసిరేశాడు. అది వెళ్లి ఎక్కడ డబ్బాల పక్కన పడింది.

నోరా జాగ్రత్తగా ఆ బొమ్మను వెతికి తీసుకొచ్చి ఆమెకు ఇచ్చింది. కేర్రీ అన్నె ఆమెకు ధన్యవాదాలు చెప్పింది. ఆ తర్వాత బెనర్జీ ఇంట్లోకి నడిచింది. పిల్లవాడు తిరిగి అల్లరి మొదలుపెట్టాడు.

"బై" అంది నోరా.

ఆమె కూడా ప్రతిస్పందించింది.

అక్కడ తేడా ఏమిటనేది ఆలోచించటం మొదలుపెట్టింది. అంత వరకూ వెళ్లనని పట్టుబట్టిన బెనర్జీని కేర్ హోమ్ కి వెళ్లటానికి దారితీసిన అంశాలేమిటి? తను ఆయనకు ఏం చేసింది? ఆన్ లైన్ షాపు నిర్వహించింది. అప్పుడప్పుడు అవసరమైన మందులు తీసికెళ్లి ఆయనకు అందించేది.

"చిన్న విషయాలకు ఉండే అతి పెద్ద ప్రాధాన్యాన్ని విస్మరించవద్దు" అని మిసెస్ ఎల్మ్ ఎప్పుడూ చేసే హెచ్చరికలు గుర్తుకొచ్చాయి.

తన ఇంటి గుండా లోపలకు తొంగి చూసింది. తన మూలజీవితాన్ని గుర్తు చేసుకుంది. మంచం మీద చావు బతుకుల మధ్య ఊగిసలాడుతున్న రూపం కళ్ల ముందు కదలాడింది. ఇప్పుడు ఉన్న తను మరెవరో అన్న భావన కలిగింది. తనలోని మరో వెర్షన్ అని కాకుండా ఇంకెవరో వ్యక్తి తను అనిపించింది. జీవితానికి సంబంధించిన అనేక అనుభవాలను ఎదుర్కొన్న

తర్వాత తన గతం జాలిగొలిపింది. సెల్ఫ్ పిటీతో కాదు. ఇప్పుడు తను మరో వ్యక్తిగా ఉంది.

అంతలో తన కిటికీ అవతల ఒక యువతి ప్రత్యక్షమైంది. అది తను కాదు. ఆమె పిల్లిని ఎత్తుకుని ఉంది. అది వోల్టా కాదు.

తలతిరిగినట్టయ్యింది. అది వాస్తవం కాదని ఆమెకు అనిపించింది.

ఆమె ప్రధాన వీధి మీదుగా నడుస్తూ ఊళ్లోకి అడుగుపెట్టింది.

ఆమె మునుపటి వ్యక్తి కాదు. భిన్నమైంది. అత్యంత శక్తివంతురాలు. తనలో అంతర్గతంగా ఉండే అనేక అంశాలను బయటపెట్టగలుగుతోంది. పరిచయం లేని గోదాలోకి దిగకపోయి ఉంటే, పోలార్ బేర్ ను ఎదుర్కొని ఉండకపోతే, ప్రేమ, భయం, సాహసం అన్న విషయాలను అనుభవించి ఉండకపోతే, ఈ విషయాలు ఆమె ఎప్పటికీ అర్థమయ్యేవి కావు.

బయట ఏదో కలకలం మొదలయ్యింది. పక్కనున్న దుకాణంలో ఇద్దరు కుర్రాళ్లను పోలీసు ఆఫీసర్లు అరెస్టు చేసి తీసికెళుతున్నారు. వాకీ టాకీల్లో డిటెక్టివ్ లు వాళ్లకు సమాచారం అందించారు.

అందులో ఒకతన్ని గుర్తుపట్టింది. అతని దగ్గరకు వెళ్లింది.

"లియో".

పోలీసు ఆఫీసరు ఒకరు ఆమెను వెనక్కి వెళ్లమని సూచించాడు.

"నువ్వెవరు?" ఆమె వైపు చూస్తూ అడిగాడు లియో.

"నేను..." తను అతని పియానో టీచర్ని అని ఎలా చెప్పాలో నోరాకు అర్థం కాలేదు. అలా చెప్పటం బుర్రతక్కువ పని అనిపించింది. అయితే సర్దుకుని, "నీకు సంగీతం పాఠాలు ఉన్నాయా?" అని ప్రశ్నించింది.

లియో తలవంచుకుని తన చేతికి వేసిన బేడీల వంక చూసుకున్నాడు. "నాకు మ్యూజిక్ తో సంబంధం లేదు" అన్నాడు.

అతని గొంతులో మార్దవం లేదు.

పోలీసు అధికారికి విసుగెత్తినట్టుంది. "మిస్, దయచేసి మీరు ఇక్కడ నుంచి వెళ్లండి" అన్నాడు.

"ఆ పిల్లాడు మంచివాడు. దయచేసి కఠినంగా వ్యవహరించకండి".

"సరే. మీరంటున్న మంచి పిల్లాడు 200 క్విడ్ల విలువైన వస్తువులను దొంగిలించాడు. ఇప్పుడు అతని దగ్గర దాచిపెట్టిన ఆయుధం కూడా ఉంది".

"ఆయుధమా?"

''కత్తి''.

''ఎక్కడో ఏదో తేడా ఉన్నట్టుంది. అతను అలాంటి వాడు కాదు''.

''ఇదిగో ఈ మాట విను'' పోలీసు అధికారి తన పక్కనున్న సహచరునితో చెప్పాడు. ''లీ థాంప్సన్ ప్రమాదాలకు కారణమయ్యే వ్యక్తి కాదని ఈవిడ అంటోంది చూడు''.

దానికి అతను పగలబడి నవ్వాడు. ''ఇలాంటి పనులు చేస్తూ మమ్మల్ని సతాయించటం వాడికి మామూలే'' అన్నాడు.

''మా డ్యూటీ మమ్మల్ని చెయ్యనివ్వండి'' అన్నాడు మొదటి పోలీసు ఆఫీసరు.

''అలాగే'' అంది నోరా. ''వాళ్లు చెప్పినట్టు చెయ్యి లియో?''.

అదేదో ప్రాక్టికల్ జోక్ అయినట్టు అతను ఆమె వైపు అదోలా చూశాడు.

కొన్నేళ్లక్రితం వాళ్లమ్మ డొరీన్ అతన్ని వెంటపెట్టుకుని స్టింగ్ థీరీకి వచ్చింది. అతని కోసం చవకలో కీ బోర్డు కొనాలని నోరాతో బేరమాడింది. స్కూలులో అతని ప్రవర్తన ఇబ్బందికరంగా ఉందని చెప్పింది. తన దగ్గర ఎలక్ట్రిక్ పియానో ఉన్న విషయం చెప్పటమే కాదు. శిక్షణ కోసం అంత డబ్బు ఖర్చుపెట్టలేనని చెబితే, ప్రతి మంగళవారం స్వయంగా పాఠాలు చెప్పటానికి అంగీకరించింది. అతను మ్యూజిక్ నేర్చుకోవటానికి బాగా ఆసక్తి చూపేవాడు కూడా.

మ్యూజిక్ లో చేరిన తర్వాత లియోలో మార్పును గుర్తించింది డొరీన్. ఇతర విషయాల్లోనూ బాగా చేసేవాడు. అతని ప్రవర్తన మారిపోయింది. స్కూలు నుంచి కూడా ఫిర్యాదులు లేవు. చోపిన్ నుంచి స్కాట్ జొప్లిన్ నుంచి ఫ్రాంక్ ఓషన్ నుంచి జాన్ లెజెండ్, రెక్స్ ఆరేంజ్ కౌంటీ వరకూ మంచి నిబద్ధతతో ప్లే చేసేవాడు.

మిడ్ నైట్ లైబ్రరీలో అడుగుపెట్టిన తొలిరోజుల్లో మిసెస్ ఎల్మ్ చెప్పిన విషయం గుర్తుకొచ్చింది.

ప్రతి జీవితంలో మిలియన్ల కొద్దీ నిర్ణయాలుంటాయి. కొన్ని పెద్దవి, కొన్ని చిన్నవి, ప్రతిసారి ఒక నిర్ణయం బదులు మరో నిర్ణయం తీసుకున్నప్పుడు ఫలితాలు మారిపోతూంటాయి. ఇందులో కోలుకోలేని వైవిధ్యాలుంటాయి. అది మరింత వైవిధ్యానికి దారితీస్తుంది.

కేంబ్రిడ్జిలో మాస్టర్స్ చేసి. యశ్ ను వివాహం చేసుకుని , ఒక పిల్లను కన్న ఇప్పుడున్న కాలపరిధిలో నుంచి చూస్తే, నాలుగేళ్ల క్రితం డొరీన్, ఆమె కుమారుడు లియో స్టింగ్ థీరీకి వచ్చినప్పుడు తనక్కడ లేదు. ఆ సమయంలో డొరీన్ చవగ్గా ఒక మ్యూజిక్ టీచరును కనుగొనలేదు. ఆమె కుమారుడు లియో తనలో ఆ సామర్థ్యం ఉందన్న విషయాన్ని గుర్తించలేదు. మంగళవారం సాయంత్రం నోరా పక్కనే కూర్చుని అభిరుచిని తీర్చుకుంటూ తనే సొంత ట్యూన్ లను సిద్ధం చేసుకోవటం అతనికి సాధ్యం కానిపని.

నోరా బలహీనపడుతోంది. తలతిరగటం,జలదరింపుకు గురికావటం మాత్రమే కాదు. అత్యంత శక్తివంతమైన, ఏమీలేని తనంలోకి జారిపోతోంది. దానితో పాటు చూపు మసకబారుతోంది. ఇంకో నోరా అక్కడ రెక్కలు కట్టుకుని వచ్చి ఎదురుచూస్తూ, ఆమె వస్తే ఎప్పుడెప్పుడు ఎత్తుకుపోదామా అని చూస్తున్నట్టుగా ఉంది. ఆమె మనసు ఖాళీలను పూరించేందుకు సిద్ధంగా ఉంది. బెడ్ఫోర్డ్ లో డే ట్రిప్ వేయటానికి సిద్ధంగా ఉన్నట్టు అనిపించింది. ఆమె పూర్తికాలం ఇక్కడే ఉన్నట్టుగా వెలితిని పూడుస్తోంది.

దానర్థం ఏమిటో ఆమెకు తెలుస్తోంది. లియో,అతని స్నేహితులకు ఆమె దూరంగా జరిగింది. వారిని పోలీసు వ్యాన్ లోకి ఎక్కించారు. బెడ్ఫోర్డ్ లో అందరి కళ్లు వాళ్లమీదే ఉన్నాయి. ఆమె కారు పార్కు వైపు అడుగులు వేసుకుంటూ ముందుకు సాగింది.

ఇది మంచి జీవితం... ఇది చాలా మంచి జీవితం... మంచి జీవితం.

కొత్త చూపు

ఆమె స్టేషన్ కు బయలుదేరి లా కాంటినా దగ్గరకు వచ్చింది. లోపల వెయిటర్ టేబుల్ కింద నుంచి కుర్చీలను లాగుతున్నాడు. స్టింగ్ థీరీ కూడా మూసేసి ఉంది. దానిపైన నోటీసు అంటించి ఉంది.

ఈ ప్రాంగణంలో స్టింగ్ థీరీ ఇకపైన వ్యాపారం చేయదలుచుకోవటం లేదు. అద్దెధరలు విపరీతంగా పెరగటం వల్ల మేం కొనసాగించటం లేదు. మా విధేయులయిన కస్టమర్లకు అభినందనలు. మా గురించి మీరేం ఆలోచించకండి. మీదయిన మార్గంలో వెళ్లండి. మీరు లేకపోతే మేమయిపోయేవాళ్లమో...

డిలాన్ తో కలిసి ఉన్నప్పుడు ఆ నోట్ చూసింది. దానిపైన తేదీని బట్టి చూస్తే, మూడునెలల క్రితం దాన్ని రాసినట్టు అర్థమైంది. నీల్ చేతిరాతలానే ఉంది.

స్టింగ్ థీరీ దెబ్బతిన్నప్పుడు అందులో తను పనిచేయకపోవటం ఆమెకు చాలా విచారాన్ని కలిగించింది.

నేను ఎక్కువ పియానోలు అమ్మి ఉండేదాన్ని. అలాగే కొన్ని గిటార్లు కూడా.

తను, జో ఎప్పుడూ తమ ఊరి గురించి మాట్లాడుకునేవాళ్లు. మిగతా టీనేజర్ల మాదిరిగానే. హెచ్ ఎమ్ పీ బెడ్ఫోర్డ్ అనేది లోపల జైలు. మిగతా ఊరంతా బయటి జైలు అని హాస్యమాడుకునేవాళ్లు. ఎప్పుడయినా బయటపడే అవకాశం వస్తే మాత్రం దానిని తప్పక ఉపయోగించుకోవాలని అనుకునేవాళ్లు.

సూర్యుడు బయటికొస్తున్నాడు. ఆమె స్టేషన్ దగ్గరకు దాదాపుగా చేరుకుంది. ఇన్నేళ్ల తర్వాత ఆ ప్రాంతాన్ని చూడటంలో ఏదో తప్పు చేసిన

భావన ఆమెకు కలిగింది. సెయింట్ పాల్ స్క్వేర్ లో జైళ్ల సంస్కర్త జాన్ హోవర్డ్ విగ్రహం మీదుగా వెళుతున్నప్పుడు అదే మొదటి సారి అనిపించింది. నీకు ఏది కంటబడిందనేది ప్రధానం కాదు. నువ్వేం చూశావనేది ముఖ్యం.

ఖరీదయిన ఆడీ కారులో కేంబ్రిడ్జి వైపు ట్రాఫిక్ లో ముందుకు సాగుతున్నప్పుడు వినైల్, ప్లాస్టిక్, ఇతర సింథటిక్ వస్తువుల సుగంధం ఆమె ముక్కుపుటాలకు సోకింది. కారు ముందుకు సాగుతున్నప్పుడు మనం మరిచిపోయిన జీవితాల మాదిరిగా ఒక్కొక్కటి మాయమవుతున్నాయి.

మిసెస్ ఎల్మ్ ను చనిపోయే ముందు ఒకసారి చూసి ఉంటే బావుండేది. ఆమెతో కలిసి చెస్ లో ఒక గేమ్ ఆడి ఉంటే బావుండేది అనిపించింది. అలాగే లియోను తలుచుకుంది. అతను బెడ్ఫోర్డ్ పోలీసు స్టేషన్ లో కిటికీలు లేని గదిలో ఊచలు లెక్కబెడుతూ, తన తల్లి డొరీన్ రాకకోసం ఎదురుచూస్తూ ఉంటాడనుకుంది.

“ఇది అత్యుత్తమ జీవితం” నిరాశపూర్వకంగా తనకు తనే చెప్పుకుంది. “ఇది అత్యుత్తమ జీవితం. నేనిక్కడ ఉంటాను. ఇది నా కోసం నిర్దేశించబడిన జీవితం. ఉత్తమ జీవితం. అత్యుత్తమ జీవితం”

తనకు ఎక్కువ సమయం లేదు అన్న విషయం ఆమెకు తెలీదు.

మొక్కలకు నీళ్లున్నాయి

ఆమె ఇంట్లోకి అడుగుపెట్టగానే ప్లాటో పరిగెత్తుకుని దగ్గరకు వచ్చింది.

దాన్ని చూసి ''హలో'' అంది.

తక్షణం యశ్‌ను, మోలీని చూడాలనుకుంది. తనకు సమయం మించిపోతోందని, మిడ్ నైట్ లైబ్రరీ తన కోసం ఎదురుచూస్తోందని ఆమెకు తెలుసు.

''మేము బయట ఉన్నాం'' వెనక గార్డెన్ లో ఉన్న యశ్ అరుస్తూ చెప్పాడు.

నోరా అక్కడికి వెళ్లి చూసేసరికి, మోలీ తన మూడుచక్రాల సైకిలు తొక్కుతోంది. ఇంతకు ముందు దెబ్బల్ని మరిచిపోయి ఉత్సాహంగా కనిపిస్తోంది. యశ్ తోటపనిలో ఉన్నట్టున్నాడు.

''నీ ట్రిప్ ఎలా సాగింది?''.

మోలీ మూడు చక్రాల సైకిలు మీద నుంచి లేచి ఆమె మీదకు పాకింది. ''అమ్మా, నీ కోసమే చూస్తున్నాను. ఇప్పుడు నాకు సైకిలు తొక్కటం వచ్చేసింది'' అంది.

''నిజమా, డార్లింగ్'' ముద్దు చేస్తూ అడిగింది నోరా.

ఆమె తన కుమార్తెను ప్రేమగా హత్తుకుంది. కళ్లు మూసుకుని చిన్నారి జుత్తుకున్న సువాసనను ఆఘ్రాణించింది. బాల్యం తాలూకు మధురిమ ఆమెను ఉక్కిరిబిక్కిరి చేసింది. ఏదైనా అద్భుతం చోటుచేసుకుని తను అక్కడ ఉండిపోతే బావుండునని అనిపించింది ఆమెకి. ''మోలీ, ఐలవ్ యూ... నువ్వంటే నాకిష్టం. ఆ విషయం నువ్వు ఎప్పటికీ గుర్తుంచుకోవాలి''.

''అవును. ఆ విషయం నాకు తెలుసు''.

"నాకు మీ డాడీ అన్నా ఇష్టమే. అంతా బావుంటుంది. ఏది ఏమైనా నీకు డాడీ ఉంటారు. మమ్మీ కూడా ఉంటుంది గానీ, ఇప్పుడున్నట్టుగా ఉండకపోవచ్చు" మిగతా విషయాల మాట ఎలా ఉన్నా, తను ఎంతో ఇష్టపడుతోందన్న ఒక్క విషయం మోలీ గ్రహిస్తే చాలనుకుంది.

"నువ్వు ప్లాటోని మరిచిపోయినట్టున్నావు" గుర్తు చేసింది మోలీ.

"అదేం లేదు. ప్లాటో ఇష్టం. తనకు కూడా నేనంటే ఇష్టం. అవును కదూ ప్లాటో".

మనసులో సాగుతున్న అలజడి బయటపడకుండా నోరా జాగ్రత్తపడుతోంది.

ఏం జరిగినా వాళ్లు జాగ్రత్తగా కాపాడబడతారు. ప్రేమించబడతారు. ఒకరికొకరు ఉన్నారు. వాళ్లు సంతోషంగా ఉంటారు.

అంతలో యశ్ అక్కడికి వచ్చాడు. చేతికి గార్డెనింగ్ గ్లోవ్స్ ధరించి ఉన్నాడు.

"అంతా ఓకేనా నోరా? బయట ఏమైనా జరిగిందా? ఆందోళనగా కనిపిస్తున్నావ్"

"ఆ విషయం తర్వాత చెబుతాను. మోలీ నిద్రపోయాక...".

"రావలసిన వస్తువులున్నాయి. లారీ వస్తుంది. కనిపెట్టుకుని ఉండు".

"అలాగే".

మొక్కలను తడిపేందుకు వాటర్ క్యాన్ కావాలని అడిగింది మోలీ. ఇప్పుడు వర్షాలు బాగా పడ్డాయి. మొక్కలు మంచి సంరక్షణలో ఉన్నాయి."మొక్కల సంగతి ఆకాశం చూసుకుంటోంది. వాటికి తగినన్ని నీళ్లున్నాయి... అంతా ఒకే... అవి జాగ్రత్తగా చూసుకోబడతాయి" అన్నాడు యశ్ ఆమెతో. "అంతా ఒకే. అవి జాగ్రత్తగా చూసుకోబడతాయి" అన్న మాటలు నోరా చెవుల్లో ప్రతిధ్వనించాయి. ఆ రాత్రి సినిమాకు వెళదామన్నాడు యశ్. మోలీకి ఎలాంటి ఏర్పాట్లు చెయ్యాలో చెబుతున్నాడు. అవేమీ నోరా చెవిలో పడటం లేదు. బలవంతంగా నిలబడటానికి ప్రయత్నించింది. ముఖాన నవ్వు పులుముకుంది. అది సంభవిస్తోంది. అదే సంభవిస్తోంది. శరీరంలోని అణువణువు ఆ విషయం స్పష్టంగా చెబుతోంది. దాన్ని నిలువరించటం ఆమె తరం కావటం లేదు.

ఉనికి కోల్పోయిన ప్రదేశం

''నో''

పొరపాటున అది సంభవించింది.

ఆమె తిరిగి మిడ్ నైట్ లైబ్రరీలోకి అడుగుపెట్టింది.

మిసెస్ ఎల్మ్ కంప్యూటర్ ఎదురుగా కూర్చుని ఉంది. నెత్తిమీద ఉన్న లైట్లు మిణుకుమింటూ అటూ ఇటూ ఊగిసలాడుతున్నాయి. ''నోరా. మంచి పిల్లవి. ప్రశాంతంగా ఉండు. అంతా నేను చూసుకుంటాను. సర్దుకుంటుంది''.

సీలింగ్ పైనున్న పగుళ్ల నుంచి దుమ్ము రాలుతోంది. అసాధారణవేగంతో అది సాలెడు గూడులా చుట్టుకుంటోంది. అంతలోనే హఠాత్తుగా విధ్వంసం మొదలయ్యింది. దు:ఖంలో ఉన్న నోరా దానిని మరిచిపోవటానికి ప్రయత్నించసాగింది.

''మీరు మిసెస్ ఎల్మ్ కాదు. అసలైన ఆమె చనిపోయారు. నేను కూడా చనిపోయానా?''.

''మనం ఇందులోకి ప్రవేశించాం. నువ్విప్పుడు...''.

''నేనెందుకు అక్కడ లేను? ఇదెందుకు సంభవిస్తోంది? దీనిని నేను కోరుకోవటం లేదు. నేను కోరుకున్న జీవితం లభిస్తే అందులో ఉండిపోవచ్చని మీరు చెప్పారు. మరెందుకు అలా జరగలేదు? నేను జీవించాలనుకుంటున్నాను. అక్కడే ఉండాలనుకుంటున్నాను. నేను ఈ చెత్త స్థలం గురించి మరిచిపోతానని... నేను కోరుకున్న జీవితం పొందుతానని మీరు చెప్పారు. నేను కోరుకున్నది అదే. ఆ జీవితాన్నే''.

క్షణం క్రితం తను యశ్, మోలీ, ప్లాటోలతో తోటలో గడిపింది. జీవితం, ప్రేమతో నిండిన తోట అది. ఇప్పుడేమో ఇక్కడ ఉంది.

''నన్ను తిరిగి...''.

''అది సాధ్యం కాని పని నీకు తెలుసుగా'.

''మిసెస్ ఎల్మ్. కనీసం దానికి దగ్గరగా ఉండే జీవితాన్ని అందించటానికి ప్రయత్నించండి. యశ్ తో నేను కాఫీకి వెళ్లిన జీవితం ఒకటి ఉండి ఉంటుంది. అందులో మోలీ, ప్లాటో ఉంటారు. దానిలో చిన్నమార్పులు చేస్తే అది కొత్త జీవితం అవుతుంది. నేను యోగా బదులు పైలేట్స్ చేస్తాను. కేంబ్రిడ్జిలో ఇంకో కాలేజీలో చదువుతాను. ప్లాటో కి కొత్త కాలర్ చూస్తాను. లేదా... మరికొంచెం వెనక్కి వెళ్లి డేట్ కి వెళ్లి కాఫీ బదులు టీ తాగుతాను. ఆ జీవితం నాకు అందేలా చూడండి. అలాంటి జీవితాన్ని ప్రయత్నిద్దాం అనుకుంటున్నాను. నాకు ఆ సాయం చేసి పెట్టండి''.

కంప్యూటర్ నుంచి పొగలు రావటం మొదలయ్యాయి. స్క్రీన్ నల్లగా మారిపోయింది. మానిటర్ ముక్కలయ్యింది.

''నీకు అర్థం కావటం లేదు'' నిస్పృహగా కుర్చీలో కూలబడింది మిసెస్ ఎల్మ్. ఆమె ముఖంలో ఓటమి భావన కనిపిస్తోంది.

''ఎప్పుడూ జరిగేది అదే కదా? నేను ఓ పశ్చాత్తాపాన్ని ఎంచుకుంటాను. దాన్ని కొత్తగా చేసి ఉంటే ఎలా ఉంటుందా అని ఆలోచిస్తాను. మీరు ఓ పుస్తకం సూచిస్తారు. దానిని నేను తెరిచి చూస్తాను. దాని ద్వారా నాకు కొత్త జీవితం లభిస్తుంది. లైబ్రరీ పనిచేసే విధం అదే కదా?''.

''అది నువ్వు అనుకున్నంత సులువు కాదు''.

''ఈ బదిలీ ప్రక్రియలో ఎక్కడయినా సమస్యలు ఉత్పన్నమయ్యే అవకాశాలు ఉంటాయా? అలాంటి అనుభవాలు ఇంతకు ముందు ఎప్పుడయినా ఎదురయ్యాయా?''.

సీలింగ్ ముక్కలు ముక్కలుగా కిందకు జారుతోంది. పైనున్న ప్లాస్టరింగ్ ఐసింగ్ కేకు అంత గట్టిగా కూడా లేనట్టుంది.

అంతకంటే తీవ్రమైన విషయం నోరా కంటపడింది. అక్కడున్న లైట్లలో నుంచి స్పార్క్ వచ్చి ఒక పుస్తకం మీద పడింది. దానితో నిప్పు పుట్టింది. పెట్రోలులో ముంచి తీసినట్టుగా భగ్గుమన్న ధ్వని చేస్తూ క్షణాల్లోనే అది మొత్తం షెల్ఫులన్నింటిని ఆక్రమించింది.

''టేబుల్ కిందకు దూరు. తక్షణం '' అప్రమత్తం చేసింది నోరా.

మిసెస్ ఎల్మ్ తో పాటే టేబుల్ కిందకు దూరింది. ఆమె లాగానే తలను వంచి కూర్చుంది.

''మీరు ఎందుకు దీన్ని ఆపటం లేదు?''.

''ఇదంతా చెయిన్ రియాక్షన్. అది యాదృచ్ఛికంగా సంభవించింది కాదు. ఇప్పుడు పుస్తకాలన్నీ తగలబడతాయి. చివరాఖరికి ఈ ప్రదేశం అంతా బుగ్గవుతుంది''.

''నాకేం అర్థం కావటం లేదు. ఇది ఎందుకు సంభవిస్తోంది? నా కోసం ఒక జీవితాన్ని గుర్తించాను. అది నేను కోరుకున్నది. అన్నింట్లోకి అత్యుత్తమమైనది''.

''అదే అసలు సమస్య'' అంది మిసెస్ ఎల్మ్. చెక్క బల్ల కింద నుంచి బయటకు చూస్తూ. అప్పటికే షెల్ఫులన్నీ కాలిపోతున్నాయి. శిధిలఅవశేషాలు వాళ్ల మీద పడుతున్నాయి. ''అది సరిపోతుందనుకుంటా. ఒక సారి చూడు''.

''ఎటు వైపు?''

''నీ వాచ్ వైపు. ఏ క్షణంలో నయినా అది సంభవించవచ్చు''.

ఏ అవాంఛనీయ సంఘటన సంభవించటం లేదని నోరా భావించింది. అంతలోనే అది మొదలయ్యింది. వాచీ పనిచేయటం ప్రారంభించింది. ముళ్ల కదలికలు మొదలయ్యాయి. డిస్ ప్లే కనిపిస్తోంది.

00:00:00

00:00:01

00:00:02

''ఏం జరుగుతోంది'' నోరా అడిగింది. ప్రస్తుతం ఏదో విపత్తు సంభవిస్తోందన్న విషయం మాత్రం ఆమె అర్థం చేసుకోగలిగింది.

''కాలం. ప్రస్తుతం జరుగుతున్నది అదే''.

''మనం ఇక్కడ నుంచి ఎలా బయటపడతాం?''.

00:00:09

00:00:10

'''మనం' కాదు. నేను ఏ రకంగానూ ఇందులో నుంచి బయటపడలేను. లైబ్రరీ మాయం కాగానే, నేనూ ఉండను. నువ్వు తప్పించుకోవటానికి మార్గం ఉంది. కానీ అందుకు ఎంతో సమయం లేదు. కేవలం ఒక్క నిముషమే''.

నోరా ఇప్పటికే ఒక మిసెస్ ఎల్మ్ ను కోల్పోయింది. ఇంకో ఆమెను కోల్పోవటం ఆమెకు ఇష్టం లేదు. మిసెస్ ఎల్మ్ ఆమెలో దు:ఖాన్ని చూడగలుగుతోంది.

''నేను చెప్పేది జాగ్రత్తగా విను. నేను లైబ్రరీలో ఒక భాగం. కానీ మొత్తం లైబ్రరీ నీలో ఓ భాగం. అర్థం అవుతోందా? లైబ్రరీ వల్ల నువ్వు ఉండటం లేదు. నీ వల్ల లైబ్రరీ ఉంటోంది. హ్యూగో ఏం చెప్పాడో గుర్తుందా? ' ఇదంతా విశ్వంలో ఉన్న వింతైన, బహుముఖమైన వాస్తవికతను మీ మెదడు అనువదించే సులభమైన మార్గం' అనలేదూ... ఇప్పుడు నీ మెదడు అనువదిస్తుంది. అత్యంత ప్రమాదకరమైనది, ముఖ్యమైనది''.

''దాని గురించి కొంత వరకూ నాకు తెలుసు''.

''ఒక విషయం అయితే నేను స్పష్టంగా చెప్పగలను. నువ్వు ఆ జీవితాన్ని కోరుకోవటం లేదు''.

''అది పరిపూర్ణమైన జీవితం''.

''అన్ని సందర్భాల్లోనూ నువ్వు అదే భావనకు గురయ్యావా?''

''అవుననే అనుకుంటున్నాను. ఆ జీవితాన్నే కోరుకుంటున్నానని భావిస్తున్నాను. నా ఉద్దేశ్యం ఏమిటంటే... నేను మోలీని ప్రేమించాను. యశ్ ని ప్రేమించాను. కానీ అది నా జీవితం కాదేమో? దాన్ని నేను సిద్ధం చేసుకోలేదు. నేను నాలోని మరో వెర్షన్ లోకి ప్రవేశించాను. నన్ను కార్బన్ కాపీ తీసి వేరే జీవితంలోకి ప్రవేశపెట్టారు. కానీ అది నేను మాత్రం కాదు''.

00:00:15

''నేను చావాలనుకోవటం లేదు'' నోరా స్వరంలో హఠాత్తుగా పెళుసుగా మారింది. ఆమె శరీరం మొత్తం కంపించిపోతోంది. ''నేను చావాలనుకోవటం లేదు''.

కళ్లు విప్పార్చుకుని ఆమె వంక చూసింది మిసెస్ ఎల్మ్. ఒక ఆలోచనతో ఆ కళ్లలోకి మెరుపు ప్రవేశించింది.

''నువ్విక్కడ నుంచి త్వరగా బయటపడాలి''.

''నా వల్ల కాదు. లైబ్రరీలోకి నేను అడుగుపెట్టిన క్షణంలోనే ప్రవేశ ద్వారం మూసుకుపోయింది. ఇప్పుడు లైబ్రరీ సమూలంగా నాశనం అయిపోతుంది''.

''కానీ నువ్వు దానిని కనుగొనాలి''.

''ఎలా? ఎక్కడా తలుపులనేవి లేవుగా?''.

''పుస్తకం అందుబాటులో ఉంటే తలుపులతో ఏం పని?''

''పుస్తకాలన్నింటికి నిప్పంటుకుందిగా''

"ఓ పుస్తకం మాత్రం చెక్కుచెదరదు. అది ఈ ప్రభావానికి గురికాదు. దానిని నువ్వు కనుగొనవలసి ఉంది.

"ది బుక్ ఆఫ్ రిగ్రెట్స్" పుస్తకమా?

మిసెస్ ఎల్మ్ గట్టిగా నవ్వింది. "నువ్వు చివరి సారి ఉపయోగించుకున్న ఆ పుస్తకం మాడిమసైంది. అసలు తగలబడవలసిన మొదటి పుస్తకం అదే. నువ్వటు వైపు వెళ్లాలి" ఎడమచేతి వైపు సూచిస్తూ చెప్పింది. "11వ నడవా వైపు వెళ్లు. అక్కడ కింద నుంచి మూడో షెల్ఫు చూడు. నీకు అవసరమైన పుస్తకం లభిస్తుంది".

"మొత్తం ఈ ప్రదేశం అంతా కుప్పకూలేటట్టుగా ఉంది.

00:00:21

00:00:22

00:00:23

"దాన్ని నువ్వు కనుగొనలేదా నోరా?"

"ఏది?"

"అదే అసలు విషయం. నువ్వు చావాలనుకునికాదు, జీవించాలనుకుని ఈ సారి లైబ్రరీకి తిరిగొచ్చావు. ఈ లైబ్రరీ కుప్పకూలుతున్నది నిన్ను చంపటానికి కాదు. జీవించటానికి అది మరో అవకాశాన్ని నీకు కల్పిస్తోంది. ఒక నిర్ణయం అంటూ వెలువడింది. నువ్వు జీవించాలన్న నిశ్చయానికి వచ్చావు. వెళ్లు. జీవించు. నీకు ఆ అవకాశం ఇంకా ఉంది".

"కానీ... మరి మీ విషయం ఏమిటి?"

"నా విషయం పక్కన పెట్టు. నా గురించి నువ్వు చింతించొద్దు" స్కూలులో చదువుకునేటప్పుడు తన తండ్రి చనిపోయిన రోజున అప్పటి మిసెస్ ఎల్మ్ చెప్పిన మాటలనే ఆమె ఇప్పుడు మళ్లీ చెప్పింది. "అన్ని విషయాలు మెరుగుపడతాయి. అంతా మంచి జరుగుతుంది".

మిసెస్ ఎల్మ్ డెస్క్ పైకి చేతులు పోనిచ్చి చిందరవందరగా పడి ఉన్న వస్తువుల మధ్య ఎందుకోసమో వెతికింది. ఆ తర్వాత ఆరెంజ్ ప్లాస్టిక్ ఫౌంటైన్ పెన్ తీసి నోరా చేతికిచ్చింది. స్కూలులో అలాంటి పెన్ నే తను వాడేది. చాలా సంవత్సరాల తర్వాత అటువంటి పెన్ ను మళ్లీ చూస్తోంది.

"నీకు దీని అవసరం చాలా ఉంది".

"ఎందుకు?"

''ఈ భాగం ముందుగా రాసిపెట్ట లేదు. అది నువ్వే ప్రారంభించాలి''.

నోరా ఆ పెన్ను అందుకుంది.

''వెళ్లొస్తాను మిసెస్ ఎల్మ్''.

కొన్ని క్షణాల తర్వాత సీలింగ్ లోని పెద్ద భాగం వచ్చి టేబుల్ మీద పడింది. దట్టమైన పొగకు తోడు అక్కడంతా దుమ్ము కమ్ముకుపోయింది.

00:00:34

00:00:35

''వెళ్లు. హాయిగా జీవించు'' రొప్పుతూ, మంద్రస్వరంతో మిసెస్ ఎల్మ్ చెబుతున్న మాటలు లీలగా ఆమె చెవిన పడ్డాయి.

పట్టుదలను సడలనివ్వద్దు

సీలింగ్ కిందకు పడుతూనే ఉంది. ఆ ప్రదేశాన్ని పొగ, దుమ్ము అలుముకున్నాయి. మిసెస్ ఎల్మ్ సూచించిన దిశలో ముందుకు అడుగులు వేసుకుంటూ వెళ్లసాగింది నోరా.

ఎదురుగా ఏం ఉన్నది కనిపించటం లేదు. శ్వాసతీసుకోవటం కష్టంగా ఉంది. నడవా లను లెక్కపెట్టుకుంటూ వెళుతోంది. మధ్య మధ్యలో మెరుపులు వచ్చి మీద పడుతున్నాయి. వేడి ఒత్తిడి కలిగిస్తోంది.

గొంతులోకి దుమ్ము పోయి దాదాపు వాంతి వచ్చినంత పనయ్యింది. ఆ దుమ్ము మధ్య నుంచే చాలా వరకూ పుస్తకాలు తగలబడటం కనిపించింది. పుస్తకాల పెల్ఫులేమీ సంపూర్ణంగా ఉన్నట్టు లేవు. ఇంతకు ముందు కాలిపోయిన పుస్తకాల ప్రదేశంలో కేవలం బూడిద మాత్రమే కనిపిస్తోంది.

11వ నడవాలోకి అడుగుపెట్టేసరికి, శిధిలఅవశేషాలు వచ్చి మీద పడ్డాయి. దాంతో కింద పడిపోయింది.

తన పైన రాశిగా కుప్పపడింది. చేతిలో ఉన్న పెన్ను జారి ఎక్కడో పడి పోయింది.

తనను తాను విముక్తం చేసుకోవటానికి ఆమె చేసిన మొదటి ప్రయత్నం విఫలమైంది.

అదీ సంగతి, నేను చనిపోబోతున్నాను. నాకిష్టం ఉన్నా లేకపోయినా. నేను చనిపోబోతున్నాను.

ఈ లైబ్రరీ అనేది వృథా ప్రయాస.

00:00:41

00:00:42

అంతా ముగిసిపోతోంది.

ఆమె ఓ నిశ్చయానికి వచ్చేసింది. ఇక్కడే ఆమె చనిపోతోంది. తను చుట్టూ జీవించటానికి ఉన్న అవకాశాలన్నీ ఈ నిముషంలో తెరమరుగవుతున్నాయి.

ఆ నిముషంలో తొలగిన దుమ్ము తెరల మధ్య నుంచి... 11వ నడవాలో, కింద నుంచి మూడో షెల్ఫు ఆమెకు స్పష్టంగా కనిపించింది.

షెల్ఫులో ఉన్న అన్ని పుస్తకాలు అగ్నికి ఆహుతవుతున్నా అక్కడ మాత్రం కొంచెం ఖాళీ కనిపించింది.

నేను చనిపోవాలనుకోవటం లేదు.

ఆమె గట్టిగా ప్రయత్నించింది. తనకు ఇష్టం లేని జీవితాల కోసం ప్రయత్నిస్తూ వచ్చింది. ఈ లైబ్రరీ తనలో భాగమయినట్టు, తన మిగిలిన జీవితాలూ అంతే. ఆ జీవితాల్లో తనకు ఎలాంటి భావనలు ఎదురయ్యాయో, అలాంటి భావనలు తనకు ఎప్పుడూ కలగలేదు. కానీ తనలో ఆ సామర్థ్యాలు ఉన్నాయన్న విషయాన్ని గ్రహించగలిగింది. ఒలంపిక్ స్విమ్మర్, ట్రావెలర్, వైన్ యార్డు ఓనర్, రాక్ స్టార్, భూగోళాన్ని రక్షించగల హిమానీనదాల శాస్త్రవేత్త, కేంబ్రిడ్జి గ్రాడ్యుయేట్, అమ్మ, అలాగే లక్షలాది ఇతర విషయాలను అందుకోగలిగే వాటిని సాధించే అవకాశాన్ని జారవిడుచుకుంది. ఏదో విధంగా తను ఆ వ్యక్తులు లాంటిదే. అంతా తానే. తను అలాంటి అద్భుతాలను సాధించగలిగింది. ఒకప్పటిలా తనేం చేయలేకపోతున్నానన్న నిస్పృహ ఆమెకు కలగలేదు. అవి ప్రేరణ కలిగిస్తున్నాయి. ఆమె పనిలోకి దిగినప్పుడు ఏం చేయగలదో ఇప్పుడు తనకు అర్థమవుతోంది. ఇప్పుడు తను ఉన్న జీవితానికి కూడా ఓ లాజిక్ ఉంది. తన సోదరుడు జీవించి ఉన్నాడు. ఇజ్జీ కూడా జీవించి ఉంది. ఇబ్బందుల్లో ఉన్న పిల్లాడిని బయట పడేయటానికి ప్రయత్నించింది. ఒక్కోసారి తను ట్రాప్ గా భావించిన అంశాలు కూడా మనసు కలిగించిన మాయ అని అర్థమయ్యింది. తను సంతోషంగా ఉండటానికి వైన్ యార్డుగానీ, కాలిఫోర్నియాలో సూర్యాస్తమయ దృశ్యం గానీ అవసరం లేదు. పెద్ద ఇల్లు గానీ, సంపూర్ణమైన కుటుంబంతో పని లేదు. ఆమెకు కావలసింది పనిచేయగలిగే శక్తి. ఆ శక్తి లేనప్పుడు తను ఏమీ కాదు. అంతకు ముందు తను ఎందుకు ఇలా ఆలోచించలేకపోయానా అని ఆమెకు అనిపించింది.

ఆయా శబ్దాల మధ్య మిసెస్ ఎల్మ్ స్వరం టేబుల్ కింద నుంచి లీలగా వినిపించింది.

‘‘ఆశను వదలుకోవద్దు... వదిలేసెయ్యాలి అన్న సాహసం చేయవద్దు నోరా సీడ్’’.

మిసెస్ ఎల్మ్ మాటలు తగ్గు స్వరంలో వినిపించాయి.

ఆమె చనిపోవాలనుకోవటం లేదు. తనది తప్ప మరే ఇతర జీవితాన్ని అందుకోవాలని అనుకోవటం లేదు. అందులో పోరాటం ఉండొచ్చు. గజిబిజితనం ఉండొచ్చు. ఏదయినా అదీ తన జీవితం... తన పోరాటం... గజిబిజిగా సాగే అందమైన పోరాటం.

00:00:52

00:00:53

తన పైన పడిన అవశేషాల బరువును భరిస్తూ, దాని నుంచి బయట పడటానికి విశ్వప్రయత్నం చేయసాగింది. సెకండ్లు పెరుగుతున్న కొద్దీ ... ఊపిరి తిత్తులను బిగపట్టి ఎలాగయితేనేం చివరికి ఎలాగో పైకి లేవగలిగింది.

నేలమీద చుట్టూ వెతికితే చివరకు ఫౌంటైన్ పెన్ను కనిపించింది. దాన్నిండా దుమ్ము పేరుకుపోయింది. కమ్ముకున్న పొగ మధ్య నడుచుకుంటూ 11వ నడవా దగ్గరకు వచ్చింది.

అక్కడ దహనం కాకుండా ఉన్న మిగిలిన ఒకే ఒక్క పుస్తకం కంటపడింది. అది పూర్తిగా ఆకుపచ్చ రంగులో ఉంది.

చీకట్లో తడబడుతూనే అత్యంత జాగ్రత్తగా చూపుడు వేలిని పుస్తకం వెనక భాగం పైన ఉంచి దాన్ని బయటకు లాగింది. ఆ తర్వాత ఎప్పుడూ చేసే పనినే చేసింది. పుస్తకం తెరిచి మొదటిపేజీని చూడటానికి ప్రయత్నించింది. కానీ అందులో మొదటిపేజీ కనిపించలేదు. మొత్తం పుస్తకంలో ఎక్కడా ఏమీ లేవు. అంతా ఖాళీగా కనిపించింది. మిగతా పుస్తకాల మాదిరిగానే ఈ పుస్తకం కూడా తన భవిష్యత్తును సూచిస్తోంది. తేడా అల్లా దీనిలో భవిష్యత్తు గురించి ఏమీ రాసిలేదు.

ఇది జరిగింది. అది తన జీవితం. తన మూల జీవితం.

అది ఖాళీ పేజీ.

నోరా అక్కడ ఓ క్షణకాలం పాటు నిలబడింది. ఆమె పాత పెన్ను చేతిలో ఉంది. అప్పుడు సమయం అర్ధరాత్రి దాటి ఒక నిముషం అయ్యింది.

షెల్ఫులో ఉన్న మిగతా పుస్తకాలన్నీ బొగ్గులా మారిపోయాయి. వేలాడుతున్న లైటు బల్బు దుమ్ము మధ్య మిణుకుమిణుకుమంటోంది. లైటు చుట్టూ ఉన్న సీలింగ్ కుప్పకూలటానికి సిద్ధంగా ఉంది.

నోరా పెన్ను క్యాప్ తీసి పుస్తకాన్ని తెరిచి చూసింది.

సీలింగ్ కుప్పకూలింది.

అది ఎక్కువ సేపు జరగలేదు.

ఆమె రాయటం ప్రారంభించింది. నోరా జీవించాలనుకుంటోంది.

రాయటం పూర్తిచేసి ఓ నిముషం పాటు ఎదురుచూసింది. ఏమీ జరగకపోవటం ఆమెకు నిరుత్సాహం కలిగించింది. మిసెస్ ఎల్మ్ ఒకప్పుడు చెప్పిన మాట గుర్తుకొచ్చింది. ఆశించటం అనేది మంచి మాట. అది లేనితనాన్ని సూచిస్తుంది.

నోరా జీవించాలని నిర్ణయించుకుంది.

ఏమీ కాలా. ఈసారి మళ్లీ ప్రయత్నించింది.

నోరా జీవించటానికి సిద్ధంగా ఉంది.

జీవించటం అనే పదం కింద అడ్డంగా గీతగీసి చూసింది. ఏదీ సంభవించలా...

ఇప్పుడు ప్రతి చోటా విచ్ఛిన్నం, వినాశనం సంభవిస్తోంది. సీలింగ్ పడిపోతోంది. ప్రతిదీ ధ్వంసం అవుతోంది. ప్రతి పుస్తకాల అరలనూ అణచివేసి దుమ్ములా మారుస్తోంది. ఖాళీల మధ్య నుంచి మిసెస్ ఎల్మ్ ను చూసింది. ఆమె తనను కాపాడిన అదే టేబుల్ పక్కన నిలుచుని ఉంది. ఆమెలో ఎలాంటి భయం, తొట్రుపాటు లేవు. అంతలోనే ఊహించని సంఘటన చోటుచేసుకుంది. అక్కడ నిప్పు వల్ల దహనమైన వస్తువుల అవశేషాలన్నీ ఒకేసారి మాయమయ్యాయి.

నోరా ఉక్కిరిబిక్కిరవుతోంది. ఏదీ చూడలేకపోతోంది.

లైబ్రరీలో ఈ భాగమే సరిగా ఉంది. తను ఒక్కతే అక్కడ నిలబడి ఉంది.

ఏ నిముషంలోనయినా అది కూడా మాయం కావచ్చన్న విషయం ఆమెకు తెలుసు.

ఆమె ఏం రాయాలనే విషయాన్ని ఆలోచించలేదు. ఉద్రేకంతో మనసుకు తట్టిన ఆలోచనను కాగితం మీద పెట్టింది. ధిక్కరించే నిశ్శబ్ద గర్జన ఏదైనా బాహ్య విధ్వంసాన్ని అధిగమించగలదని మనసులోభావించింది. ఒక వాస్తవం...తను ఇప్పుడు గర్వపడే వాస్తవం, దానిని అర్థం చేసుకుని ముక్తకంఠంతో స్వాగతం పలికే వాస్తవం. త్వరపడి చేసినా ఒక దృఢవిశ్వాసంతో కాగితంపైన పెన్నును ఒత్తిపెట్టి పెద్ద అక్షరాలతో రాసింది.

అన్ని అవకాశాలకు బీజం వేసే ప్రారంభం ... ఒకప్పుడు అది శాపమైనా ఇప్పుడు అదే ఆశీర్వచనంగా మారింది.

మూడు చిన్నపదాలు, మల్టీవెర్స్ సామర్థ్యాన్ని చాటే పదాలు

నేను జీవించి ఉన్నాను.

ఆ మాటతో భూమి తీవ్రంగా కంపించింది. మిడ్ నైట్ లైబ్రరీలో మిగిలిన భాగాలు బూడిదయ్యాయి.

మేలుకొలుపు

అర్థరాత్రి సరిగ్గా ఒక నిముషం ఇరవై ఏడు సెకన్ల తర్వాత నోరా మళ్లీ తన ఆవిర్భావాన్ని గుర్తించింది. తన కప్పుకున్న బొంత మీద వాంతి చేసుకుంది.

తను జీవించే ఉంది. కానీ ఇబ్బందికర పరిస్థితుల్లో ఉంది.

ఆమెకు ఒళ్లంతా భారంగా అనిపించింది. పూర్తిగా అలిసిపోయినట్టుగా ఉంది. తలనొప్పి, గుండె మంట... శరీరంలో నీటి శాతం తగ్గటం వల్లనేమో కంపిస్తోంది. ఈ జీవితం చాలా చెత్తగా ఉంది. అయితేనేం, అది తన జీవితం. తను కోరుకున్న జీవితం.

మంచం మీద లేవటానికి ప్రయత్నించింది. అసాధ్యంగా అనిపించింది. శరీరం ఎంత మాత్రం సహకరించటం లేదు.

చివరకు ఎలాగయితేనేం... పక్కనున్న ఫోన్ అందుకుంది. దానిని పట్టుకోవటం కష్టమయ్యింది. జారి కింద పడి కనిపించకుండా పోయింది.

గది నుంచి తడబడుతూ బయటకు వచ్చి, ''హెల్ప్... హెల్ప్...'' అని గట్టిగా అరిచింది.

తను ఉన్న ప్రదేశం తుపానులో చిక్కుకున్న నౌకలా ఊగిపోతోంది. తలుపు దగ్గరకు నడిచి దానికున్న చెయిన్ ను లాగి అతి కష్టం మీద దాన్ని తెరవగలిగింది.

''నాకు సాయం చేయండి''.

బయట వర్షం పడుతోందని గ్రహించింది. మెల్లగా మెట్ల దగ్గరకు వచ్చింది. ముందు రోజున యశ్ అక్కడే నిలబడి తన పెంపుడు పిల్లి వోల్ట్స్ చనిపోయిన విషయం చెప్పాడు.

చుట్టూ ఎవరూ కనిపించలేదు.

అలా తడబడుతూనే బెనర్జీ ఇంటిదాకా వెళ్లి ఆయన కాలింగ్ బెల్ మోగించింది.

ముందు గది కిటికీలో నుంచి వెలుతురు ఒక్కసారిగా ఆమె మీద పడింది.

తలుపు తెరుచుకుంది.

అతను గ్లాసులు ధరించి లేడు. ఆ సమయంలో ఆమె ఇంటికొచ్చి తలుపుతట్టటం, పైగా ఆమె అవతారం ఆయనను ఆశ్చర్యానికి గురిచేశాయి.

‘‘ఐయామ్ సారీ... బెనర్జీ. నేనో పిచ్చి పని చేశాను. దయచేసి ఆంబులెన్స్ ను పిలవగలుగుతారా?’’.

‘‘భగవంతుడా? అసలేం జరిగింది?’’

‘‘ప్లీజ్’’.

‘‘ఇప్పుడే పిలుస్తాను’’.

00:03:48

ఆ తర్వాత ఆమె మెల్లగా వంగుతూ బెనర్జీ డోర్ మేట్ పైన కుప్పకూలింది.

ఆకాశంలో చీకట్లు కమ్ముకుంటున్నాయి
నీలిరంగును నలుపు ఆక్రమించుకుంటోంది
అయితేనేం
నక్షత్రాలు నీ కోసం మెరవటం మానలేదు

నైరాశ్యానికి ఆవల

''నైరాశ్యానికి ఆవల జీవితం ప్రారంభం అవుతుంది'' అంటాడు సాత్రే.

బయట వర్షం ఆగింది.

ఆమె హాస్పిటల్ బెడ్ మంచం మీద పడుకుని ఉంది. ఆమెను వార్డులోకి మార్చారు. అక్కడ వాళ్లు పెట్టిందేదో తింది. ఇప్పుడు ఆమెకు తేలికగా ఉంది. ఆమె పరిశీలించిన వైద్యసిబ్బంది సంతృప్తి వ్యక్తం చేశారు. పొత్తికడుపు పరీక్షకు ఏర్పాట్లు చేశారు. అంతకు ముందు యశ్ తన అనారోగ్య సమస్య (స్టమక్ లైనింగ్) గురించి చెప్పాడు. ఆ విషయాన్ని వైద్యులతో ఆమె పంచుకుంది.

కాసేపటికి ఓ నర్సు వచ్చింది. ఆమె చేతిలో క్లిప్ బోర్డు ఉంది. ఆమె మానసిక స్థితిని తెలుసుకునేందుకు రకరకాల ప్రశ్నలు వేసింది. మిడ్ నైట్ లైబ్రరీ అనుభవాన్ని ఆమెతో పంచుకోవాలనిపించలేదు నోరాకు. మానసిక విశ్లేషణలో ఆ విషయాన్ని కూడా చేరిస్తే, ఎందుకో అది సరిగా ఉండదన్న భావన కలిగింది. నేషనల్ హెల్త్ సర్వీసెస్ ఆరోగ్య ప్రణాళిక పరిధిలోకి ఇంకా ప్రవేశించని, అంతగా తెలియని మల్టీ వెర్స్ వాస్తవాలను దాచి ఉంచటం మంచిదని ఆమెకు అనిపించింది.

ప్రశ్నలు అడిగి ఆమె నుంచి సమాధానాలు రాబట్టటం అనే ప్రక్రియ గంట వరకూ సాగింది. అమ్మ మరణం,వోల్ట్స్, ఉద్యోగం పోగొట్టుకోవటం, డిప్రెషన్ కి మందులు వాడటం వంటి అంశాలను తను ప్రస్తావించింది.

''ఇంతకు ముందు ఇలాంటి ప్రయత్నం ఎప్పుడయినా చేశావా?'' నర్సు అడిగింది.

''ఈ జీవితంలో అలాంటిది లేదు''.

''ఇప్పుడు నీకు ఎలా అనిపిస్తోంది?''

''ఆ విషయం నాకు తెలియదు. కానీ కొత్తగా ఉంది. ఇప్పుడు చావాలన్న ఆలోచన మాత్రం కలగటం లేదు''.

ఆ విషయాలను నర్సు రాసుకుంది.

నర్సు బయటకు వెళ్లిన తర్వాత కిటికీ గుండా బయటకు చూసింది. మధ్యాహ్నం గాలికి చెట్లు ఊగుతున్నాయి. దూరంగా బెడ్ఫోర్డ్ రింగ్ రోడ్డు మీద ట్రాఫిక్ నెమ్మదిగా కదలటం కనిపిస్తోంది. అదంతా చెట్లు, ట్రాఫిక్, సామాన్యమైన విషయాలే.

కానీ అది జీవితం.

మరి కాసేపటికి... తను సోషల్ మీడియాలో ఆత్మహత్య చేసుకోవాలనుకుంటున్న చెబుతూ తను చేసిన పోస్టులన్నింటినీ తొలగించాలని నిర్ణయించుకుంది. ఏదో సంవేదన భావన ఆమెను చుట్టుముట్టింది. క్షణంలో దానికి ఓ ఆకర్షణీయమైన శీర్షికను ఉంచింది.

''నేను తెలుసుకున్న విషయాలు (అందరూ ఉన్నా ఎవరూ లేని వ్యక్తి నుంచి)''.

నేను తెలుసుకున్న విషయాలు

(అందరూ ఉన్నా ఎవరూ లేని వ్యక్తి నుంచి)

మనవి కాని జీవితాలపట్ల విచారం వ్యక్తం చేయటం సులభం. మనం ఇతర సామర్థ్యాలను పొందాలని ఆశించటం, అందుబాటులోకి వచ్చే అన్ని అవకాశాలను అంగీకరించటం ఇంకా తేలిక. మనం ఇంకొంచెం కష్టపడి ఉంటే... ప్రేమించి ఉంటే ... డబ్బు జాగ్రత్త చేసుకుని ఉంటే... ఇంకొంచెం పేరు తెచ్చుకుని ఉంటే ... బ్యాండులో కొనసాగి ఆస్ట్రేలియా పోయి ఉంటే ... కాఫీ షాపుకు వెళ్లి ఉంటే, మరి కాస్త యోగా చేసి ఉంటే ... ఎంత బావుండేదో అని ఎప్పుడూ అనిపించవచ్చు.

మనం స్నేహం చేయని వాళ్లని, మనం చేయని పనిని, మనం పెళ్లి చేసుకోని వ్యక్తులను, మనం కనని పిల్లల్ని మిస్ చేసుకోవటానికి పెద్ద ప్రయత్నం అవసరం లేదు. ఇతరుల దృష్టిలో నుంచి మిమ్మల్ని మీరు చూసుకుని, వాళ్లు కోరుకున్న విధంగా తయారై వాళ్ల కెలిడియోస్కోపు వెర్షన్ గా మారటానికి పెద్దగా కష్టపడవలసిన పనిలేదు. పశ్చాత్తాపపడటం సులువు. అలా పశ్చాత్తాప పడుతూ ఉండటం అనేది అనంతంగా మన సమయం ముగిసే వరకూ సాగుతూనే ఉంటుంది.

నిజానికి పశ్చాత్తాపం మనం జీవించని జీవితాలకు సంబంధించి కాదు. పశ్చాత్తాపమే అసలు సమస్య. అదే మనల్ని ముడుచుకుపోయేటట్టు, వాడిపోయేటట్టు చేస్తుంది. మనకు, ఇతరులకూ కూడా అదే అసలైన శత్రువు.

మిగతా వెర్షన్లు ఇంత కంటే మెరుగ్గా ఉంటాయని గానీ, చెత్తగా ఉన్నాయని గానీ చెప్పటం కష్టం. ఆ జీవితాలు సంభవిస్తున్నాయి, మీకు ఎదురైన అనుభవాలపైన మీరు దృష్టి పెట్టాలి.

మనం ప్రతి ప్రదేశాన్ని సందర్శించలేం. ప్రతి వ్యక్తిని కలవలేం. ప్రతి ఉద్యోగాన్ని చేయలేం. ఏ జీవితంలోనయినా ఏది అనుభూతి చెందుతామో, అది ఇప్పటికీ అందుబాటులో ఉంది. గెలవటం అంటే ఏమిటో తెలుసుకోవటానికి ప్రతి ఆటా ఆడవలసిన అవసరం లేదు. సంగీతం గురించి తెలియాలంటే ప్రపంచం ఉన్న మ్యూజిక్ అంతా వినవలసిన పనిలేదు. వైన్ ఆనందాన్ని అందుకోవటానికి ద్రాక్షతోటల్లో ఉన్న ప్రతి పండును రుచిచూడవలసిన అవసరం లేదు. ప్రేమ, ఉల్లాసం, భయం, బాధ అనేవి సార్వత్రికమైన కరెన్సీలు.

మనం కళ్లు మూసుకుని ఎదురుగా ఉన్న డ్రింకు రుచిని ఆస్వాదించాలి. చెవిన పడిన సంగీతాన్ని వినేయాలి. మిగతా జీవితాల్లో మాదిరిగా మనం పరిపూర్ణంగా, సంపూర్ణంగా సజీవంగా ఉండగలం. అదే రకమైన భావోద్వేగాలను అనుభూతి చెందగలం.

మనం ఒక వ్యక్తిగానే ఉండాలి.

ఒకే ఉనికిని అనుభూతి చెందాలి.

మనం అన్నీ కావటానికి ప్రతిదీ చేయవలసిన పని లేదు. మనం అనంతమైన వాళ్లం. మనం సజీవంగా ఉన్నప్పుడు, బహుముఖ అవకాశాలతో కూడిన భవిష్యత్తు అందుబాటులో ఉంది.

మన ఉనికిలో తారసపడిన ప్రతి వ్యక్తితోనూ సానుభూతితో మెలగండి. అప్పుడప్పుడు మీరున్న చోట నుంచి వినీలాకాశంలోకి చూడండి. ఎక్కడ నిలబడినా, మనం పైన నింగి అలాగే కొనసాగుతుంది.

నాకు భవిష్యత్తు లేదు అని నిన్న అనుకున్నాను. ఇప్పుడున్న జీవితాన్ని అంగీకరించటం కష్టమయ్యింది. ఇప్పుడూ అదే గజిబిజి జీవితం. కానీ నాలో మార్పు వచ్చింది. అస్తిత్వం బరువును అనుభవించగలుగుతున్నాను. నిరాశ చీకట్ల వెనక ఏదో కొత్తది కనుగొనగలిగాను. అది విశ్వాసం. పనిచేయగల సామర్థ్యం.

నీ సమస్య వైద్య సంబంధమైనది కాదని, పరిస్థితికి సంబంధించిందని డాక్టర్ ఎప్పుడూ చెబుతూండేవారు. నా పరిస్థితులేం మారలేదు. అలాగే నా సమస్యలు కూడా. డిప్రెషన్ బ్రెయిన్ కూడా అలాగే ఉంది. ఇతర సందర్భాలు ఎలా ఉంటాయో అనుభూతి చెందే అవకాశం లభించింది. నేను దాని గురించి వివరించి చెప్పగలను గానీ మీరు నమ్మరు. అందుకే నేను చెప్పదలుచుకున్నది

ఏమిటంటే, మార్పు చెందింది ఒక్కటే. అదే అంతా. నేను ఎంత మాత్రం చావాలనుకోవటం లేదు. జీవితంలో అట్టడుగు స్థాయిని చూశాను. అక్కడ అద్భుతమైనది కనుగొనగలిగాను. మీకు అది ఒక రాత్రి అనిపించవచ్చు గానీ, అక్కడ నేను సజీవంగా ఉండగలిగాను. దాదాపు పదివేల మైళ్ల దూరం ప్రయాణించాను. మరణం నుంచి జీవితం వరకూ... ఊహించలేని వాటి నుంచి సంభవమైన వాటి వరకూ...

అసాధ్యం అనిపించేది జీవితం వల్ల సంభవిస్తుందని నాకు అనిపిస్తోంది.

నా జీవితంలో అద్భుతం చోటుచేసుకుంటుందా? నొప్పి, వైరాగ్యం, దు:ఖం, కష్టాలు, ఒంటరితనం, నిరాశలను తప్పించుకోగలుగుతుందా? లేదు.

నేను జీవించాలనుకుంటున్నానా?

అవును. అవును.

వందసార్లు అవును.

జీవించటానికి అర్థం చేసుకోవటానికి మధ్య తేడా

కొన్ని క్షణాల తర్వాత, ఆమె చూడటానికి తమ్ముడు ఆస్పత్రికి వచ్చాడు. ఆమె పంపిన వాయిస్ మెయిల్ విన్నాడు. వెంటనే టెక్స్ట్ ద్వారా స్పందించాడు. అప్పటికి అర్ధరాత్రి దాటి ఏడు నిముషాలయ్యింది. ''అక్కా, ఇప్పుడు అంతా బావుందా?''. హాస్పిటల్ వర్గాలు సంప్రదించే సమయానికి లండన్ నుంచి బయలుదేరే మొదటి ట్రైన్ అతను అందుకున్నాడని తెలిసింది. సెంట్రస్ పాంక్రస్ స్టేషన్ లో రైలు కోసం ఎదురుచూసేటప్పుడు ఆమె కోసం 'నేషనల్ జియోగ్రఫిక్' కొత్త సంచికను కొన్నాడు.

''ఈ పత్రిక అంటే నువ్వు ఎక్కువ ఇష్టపడేదానివిగా'' హాస్పిటల్ బెడ్ మీదున్న ఆమె పక్కన మేగజైన్ ఉంచుతూ చెప్పాడు.

''ఇప్పటికీ ఆ ఇష్టం పోలేదు''.

అతన్ని చూడటం ఆమెకు బాగా అనిపించింది. బలమైన కనుబొమలు, నిర్లక్ష్యంగా ఉండే చూపులు. రూపంలో ఎలాంటి ఏ మార్పూ లేదు. ఇంతకు ముందు రెండు జీవితాల్లో తను చూసిన దానికన్నా కాస్తంత ఎక్కువ జుత్తుతో భయపెట్టేటట్టుగా ఉన్నాడు.

''సారీ, నేను ఈ మధ్య ఎవరికీ అందుబాటులో లేకుండా పోయాను'' అన్నాడు విచారం వ్యక్తం చేస్తూ. ''రవి చెప్పిన దాని గురించి కాదు. నేను లాబ్రింత్ గురించి కనీసం ఆలోచించటం లేదు. నేను వింతైన చోటులో ఉన్నాను. అమ్మ చనిపోయిన తర్వాత ఆ వ్యక్తితో సంబంధం ఏర్పడింది. ఆ తర్వాత బ్రేకప్ అయ్యింది. దీని గురించి నీతో కాదు. ఇంకెవరితోనయినా మాట్లాడటం నాకు ఇష్టం లేదు. దాన్ని మరిచిపోవటానికి మద్యాన్ని ఆశ్రయించాను. ఈ మధ్య విపరీతంగా తాగుతున్నాను. అది సమస్యయి

కూర్చుంది. దాన్నుంచి బయటపడటానికి సాయం తీసుకుంటున్నాను. కొన్ని వారాలుగా తాగటం మానేశాను. ఇప్పుడు నాకంతా జిమ్మే. క్రాస్ ట్రైనింగ్ క్లాసు కూడా తీసుకుంటున్నా''.

''ఓ... జో... మీరు బ్రేకప్ కావటం విచారం కలిగిస్తోంది. అలాగే మిగిలిన విషయాల్లో కూడా''.

''నువ్వు తప్ప నాకింకా ఎవరూ లేరు.'' అతని కంఠం కొంచెం బొంగురుగా ఉంది. ''నేను నీకు విలువ ఇవ్వలేదనే విషయం నాకు తెలుసు. ఎదుగుతున్నప్పుడు అన్నీ అత్యుత్తమంగా ఉండాలని కోరుకున్నా. నాన్న వల్ల ఓ రకంగా ఉండాలని అనుకున్నా. నా లైంగిక ఆసక్తులను దాచాను. దీన్నంతటిని భరించటం నీకుగానీ, నాకు గానీ కష్టమే. నువ్వు స్కూలులో గానీ, స్విమ్మింగ్ లోగానీ, మ్యూజిక్ లో గానీ, అన్నింటిలోనూ ముందుండే దానివి. కానీ డాడీ డాడీనే. మగవాడు ఇలా ఉండాలని ఆయన అనుకోవటం వల్ల వారసుడిగా నేను ఇలా తయారయ్యాను''. అతను నిట్టూర్పు విడిచాడు. ''ఇదంతా మన విధి. మనిద్దరం దీన్ని భిన్నంగా గుర్తు చేసుకుంటాం. ఏది ఏమైనా నువ్వు మాత్రం నన్ను వదలిపెట్టద్దు. బ్యాండును వదిలేశావు. ఫరవాలేదు. కానీ ప్రాణం వదిలేయాలనుకోవటం... అలాంటి పిచ్చిపని ఇంకో సారి చెయ్యద్దు. నేను తట్టుకోలేను''.

''నువ్వు పక్కన ఉంటే చేయను''.

''నేను ఎక్కడకు వెళ్లటం లేదు. నన్ను నమ్ము''.

సాయో పాలోలో ఉన్నప్పుడు, ఎక్కువ మద్యం తాగి జో కన్నుమూశాడన్న వార్త చెవినపడ్డప్పుడు తనెలా కుంగిపోయిందో ఆమెకు గుర్తుకు వచ్చింది. ఒకసారి తనను హగ్ చేసుకోవలసిందిగా కోరింది. అతడు అందుకు అంగీకరించాడు. గాఢమైన ఆ ఆలింగనంలో సున్నితమైన ఆ స్పర్శకు జీవనవెచ్చదనాన్ని అనుభవించింది.

''నాకోసం నదిలో దూకినందుకు సంతోషం'' అంది ఆమె.

''ఏమిటి?''

''నువ్వు అలా చేస్తావని ఎప్పుడూ అనుకోలేదు. నువ్వు ఆ ప్రయత్నం చేశావు. నిన్ను జనం బయటకు లాగారు, థ్యాంక్స్''.

ఆమె ఏం చెబుతోందనే విషయాన్ని హఠాత్తుగా గుర్తించాడతను. ఎక్కడో దూరంగా ఈతకొడుతున్న ఆమెకు ఈ విషయం ఎలా తెలిసిందా

అని ఆశ్చర్యపడ్డాడు. "ఆ... మనం అప్పుడు చిన్నవాళ్లం. మూర్ఖంగా ఉండేవాళ్లం".

కొద్ది క్షణాల పాటు ఇద్దరు మౌనంగా ఉండిపోయారు.

"అది నేను చేసిన తప్పు" చివరకు నోరా నోరు తెరిచింది. "నా కళ్లు తెరుచుకున్నాయి. అది గాగుల్స్ ధరించి స్విమ్మింగ్ చేయటం లాంటిది. నేను ఏం చేశానో గ్రహించాను. నేను నీళ్ల దిగువన ఉండి ఉండొచ్చు. ముందున్నదంతా నేను తెలుసుకోగలుగుతున్నాను. ఇది అర్థవంతంగా లేదా?".

జో తలాడించాడు. "అక్కా, నువ్వు ఈత కొడుతూనే ఉండు. నువ్వు అనుకున్న గమ్యానికి చేరుకోగలుగుతావు".

జో కొద్ది సేపు బయటకు వెళ్లాడు. ఇంటి యజమాని నుంచి తాళాలు తీసుకుని, నోరా ఫోన్, ఇతర వస్తువులు స్వాధీనం చేసుకున్నాడు.

ఇజ్జీ పంపిన మెసేజ్ చదువుకుంది నోరా.

నిన్న రాత్రి, ఈ రోజు ఉదయం వెళ్లలేకపోయాను. ఒక లక్ష్యాన్ని నిరూపించాలా? దానికి విరుద్ధమైనదాన్నా? ఈ రెండింటిని సమన్వయం పైనా అన్న విషయంలో పూర్తి చర్చను కోరుకుంటున్నాను. ఆ సంగతి పక్కన పెట్టు. నువ్వెలా ఉన్నావు? నిన్ను కోల్పోయానన్న భావనకు లోనవుతున్నాను. జూన్ లో యూకెకి తిరిగి రావాలనుకుంటున్నాను. ఇక ఎప్పటికీ అక్కడే ఉండిపోదలిచాను. ఈ లోపు అండర్ వాటర్ చిత్రాలు కొన్ని పంపుతాను. చూసి ఆనందించు. ఉంటాను.

నోరాలో అసంకల్పితంగా ఆనందం తొంగిచూసింది. అది ఆమె గొంతులో నుంచి వింత ధ్వని చేసింది.

ఆమె తిరిగి సమాధానం పంపింది.

దానిని గమనించటానికి ఎక్కువ కాలం నిరీక్షించినప్పుడు జీవితం ఎంత కొత్త దృక్పథాన్ని అందిస్తుంది. అది చాలా ఆసక్తికరంగా ఉంటుంది అని తనలో తాను అనుకుంది.

ఇంటర్నేషనల్ పోలార్ బేర్ రీసెర్చి ఇన్ స్టిట్యూట్ ఫేస్ బుక్ పేజీలోకి వెళ్లింది. అందులో తను క్యాబిన్ షేర్ చేసుకున్న వ్యక్తి... ఇంగ్రిడ్ ఫొటో కనిపించింది. ఆమె పక్కన ఫీల్డ్ లీడర్ పీటర్. అతని చేతిలో సీ ఐస్ మందం కొలవటానికి ఉపయోగించే సీ డ్రిల్ పరికరం ఉంది. "ఆర్కిటిక్ రీజియన్లో

గత దశాబ్దం అత్యంత వేడిది అని ఐపిఆర్ నిర్ధారణ''. పరిశోధన వ్యాసానికి సంబంధించిన లింక్ ని షేర్ చేసింది. ''మీరు చేస్తున్న గొప్ప పనిని కొనసాగించండి'' అని మెసేజ్ పెట్టింది. తను కొంచెం డబ్బు సంపాదించాక ఆ సంస్థకు డొనేట్ చేయాలనుకుంది.

నోరా ఇంటికెళ్లటానికి అనుమతి లభించింది. ఆమె సోదరుడు ఉబర్ పిలిపించాడు.

పార్కింగ్ లో నుంచి కారు బయటకు తీసి వాళ్లు బయటకు వస్తుంటే, లోపలకు వస్తున్న యశ్ కనిపించాడు. అతని వేరే కారు ఉపయోగిస్తున్నాడు. లేట్ షిఫ్ట్ కొచ్చినట్టున్నాడు. పెద్దగా ఇబ్బంది పెట్టని ఆపరేషన్లు అతనికి ఎదురుకావాలని ఆమె ఆశించింది. ఈ ఆదివారం అతనితో కలిసి బెడ్ఫోర్డ్ లో హాఫ్ మారథాన్ చూస్తుందేమో? అతన్ని కాఫీకి పిలుస్తుందేమో?

ఏమో పిలవచ్చు.

కారులో వెళుతూ తను ఫ్రీలాన్స్ వర్క్ కోసం ఎదురుచూస్తున్నట్టు చెప్పాడు ఆమె సోదరుడు. ''నేను సౌండ్ ఇంజనీర్ ను కావాలనుకుంటున్నాను'' అన్నాడు అస్పష్టంగా.

ఈ మాటలు ఆమెకు సంతోషాన్ని కలిగించాయి. ''ఎందుకో గానీ, నీకది తగినదని అనిపిస్తోంది. అది చేసెయ్యి''.

''సరే''.

''నా ఉద్దేశ్యం ఏమిటంటే, ఇంటర్నేషనల్ రాక్ స్టార్ కావటం అంత గ్లామర్ దానిలో ఉండకపోవచ్చు గానీ, కానీ అది ఇబ్బంది లేనిది పైగా సంతోషాన్ని కలిగిస్తుంది''.

ఎంత కష్టపడితే అది దక్కిందో గుర్తుకొచ్చింది. ''నిజానికి హామ్మర్ స్మిత్ లో ఒక స్టూడియో ఉంది. వాళ్లు సౌండ్ ఇంజనీర్ కోసం చూస్తున్నారు. అది మా ఇంటి నుంచి కాలినడక దూరంలో ఉంది.''

''హామర్ స్మిత్ లోనా? అవును అదే''?

''ఏమిటి?''

''హామర్ స్మిత్ లో సౌండ్ ఇంజనీర్. ఆ మాట బావుందని అంటున్నా అంతే.''.

అతను నవ్వాడు. ''జిమ్ గురించి చెప్పా కదా, అది కూడా అక్కడికి దగ్గరలోనే ఉంటుంది''.

“సరే ఆ సంగతి వదిలెయ్. అక్కడ మంచి కుర్రాళ్లు ఎవరైనా ఉన్నారా?”

“నిజం చెప్పాలంటే ... ఉన్నారు. అతని పేరు ఇవాన్. డాక్టర్. అతను క్రాస్ ట్రైనింగ్ కు వస్తూంటాడు”.

“ఇవానా?”

“అవును”.

“నువ్వు అతన్ని బయటకు తీసికెళ్లు”.

జో నవ్వాడు. నోరా తనను ఆటపట్టిస్తోందని అనుకున్నాడు. అతను నూరు శాతం గే అవునా కాదా అన్న విషయం తెలియటం లేదు”.

“అవును. డాక్టర్ ఇవాన్ లాంగ్ ఫోర్డ్ గే నే. వందకు వందశాతం. అతన్ని బయటకు రమ్మని ఆహ్వానించు. నీకు అంతా బాగా జరుగుతుంది. నన్ను నమ్ము.”.

అతను నవ్వాడు. కారు 33ఏ బాన్ క్రాఫ్ట్ ఎవెన్యూలోకి ప్రవేశించింది. నోరా దగ్గర డబ్బులు ఏమీ లేకపోవటంతో తనే ఉబర్ కి డబ్బు చెల్లించాడు.

బెనర్జీ కిటికీ పక్కన కూర్చుని ఏదో చదువుకుంటూ కనిపించాడు.

పక్కకు తిరిగి చూస్తే జో తన వంక విస్మయంగా చూస్తున్నాడు. “ఏమైంది జో?”

అతను మాట్లాడటానికి ఇబ్బంది పడ్డాడు. “లాంగ్ ఫోర్డ్”?

“అర్థం కాలా”

“డాక్టర్ ఇవాన్ లాంగ్ ఫోర్డ్. అతని ఇంటి పేరు నాకే తెలీదు” ఆశ్చర్యాన్ని ప్రకటించాడు.

“అది కేవలం సిబ్లింగ్ ఇంట్యూషన్ అంతే” భుజాలు ఎగరవేస్తూ అంది. “అతన్ని కలుసుకో. అనుసరించు. ఇన్స్టాలో డీఎమ్ చెయ్యి. ఇలా ఏది కావాలంటే అది చెయ్యి. కానీ నగ్నచిత్రాలు మాత్రం పంపకు. అతను... అతనే నీకు సరైన జోడి”.

“ఆ విషయం నీకు ఎలా తెలుసు?”

అతను భుజాల చుట్టూ చేతులు వేసింది.

ఆ ప్రశ్నకు సరైన జవాబు తన దగ్గర లేదు సోదరుడి భుజాల మీద ఆప్యాయంగా చేతులు వేసి, “నా మాట విను జో” అంది. మిసెస్ ఎల్మ్ చెప్పిన యాంటీ ఫిలాసఫీ గుర్తుకొచ్చింది. “జీవితాన్ని నువ్వు అర్థం చేసుకోవలసిన పనిలేదు. జీవిస్తే సరిపోతుంది .”

ఇద్దరూ కలిసి 33ఏ బెన్ క్రాఫ్ట్ ఎవెన్యూ దగ్గరకు వెళుతూండగా ఆమె చుట్టూ పరిశీలనగా చూసింది. చుట్టూ టెర్రస్డ్ ఇళ్లు, లాంప్ పోస్టులు, చెట్లు... ఏదో అనిర్వచనీయ భావం ఆమెను కమ్మేసింది. మొదటిసారి అక్కడకు వచ్చిన దానిలా అన్నింటినీ పరిశీలనగా చూసింది. ఏదో ఒక ఇంట్లో స్లైడర్ ఉండి ఉంటుంది. మూడు, 17, లేదా చిట్టచివర వెర్షన్ లో దానిని కనుగొంటారు అనుకుంది.

31వ నెంబరు కోసం ఆమె చూసింది.

కిటికీ పక్కన బెనర్జీ తలెత్తి చూశాడు. ఆయన కళ్లు మెరిశాయి. నోరా క్షేమంగా, ఆరోగ్యంగా ఇంటికి తిరిగిరావటం ఆయనకు ఆనందాన్ని కలిగించింది. అతను నవ్వుతూ, "థాంక్యూ" అన్నాడు. ఆమె తన ఇంటి పక్కన నివాసం ఉండటం అనేది అత్యంత సంతోషకరమైన విషయమైనట్టు, తను ధన్యవాదాలు ప్రకటించాలని అన్నట్టు. ఎక్కడో డబ్బులు వెతికిపట్టుకుని, గార్డెన్ సెంటర్ కు వెళ్లి అతని ఫ్లవర్ బెడ్ కోసం ఒక మొక్కను కొని బహుమతిగా ఇవ్వాలనుకుంది. అది ఫాక్స్ గ్లోవ్స్. ఆయన దాన్ని ఇష్టపడతాడనిపించింది.

"నో..." స్నేహపూర్వకంగా ఓ ఫ్లయింగ్ కిస్ ఆయన పైకి విసిరింది. "థాంక్యూ బెనర్జీ. థాంక్యూ... అన్నింటికి".

అతను విశాలంగా నవ్వాడు. అతని కళ్లలో దయ, ఇతరుల పట్ల ఆదరణ భావం ఆమెకు కనిపించాయి. ఇతరుల సంరక్షణ అంటే ఏమిటో, ఇతరులు మనల్ని సంరక్షించటం అంటే ఏమిటో నోరాకు ఇంతకు ముందే అనుభవంలోకొచ్చింది. తమ్ముడితో కలిసి లోపలకు అడుగుపెట్టింది. ఇంట్లో అన్నింటిని చక్కబెట్టటం మొదలుపెట్టింది. పనులు చేసుకుంటూ బెనర్జీ తోటలో ఉన్న ఇరిసెస్ ను చూసింది. అంతకు ముందు చూసినప్పుడు అవి అంత ఆసక్తి కలిగించలేదు గానీ ఇప్పుడు అవే పువ్వులు ఇప్పుడు సున్నితమైన ఊదారంగులో మెరుస్తూ తనను మంత్రముగ్ధులను చేస్తున్నాయి. పువ్వులనేవి కేవలం రంగులు కావు. అవి భాషలో ఓ భాగం. ఫ్లోరల్ మెలోడీలో ఒక నోట్ లాంటివి. చోపిన్ అంత శక్తివంతమైనవి. నిశ్శబ్దంగా జీవితంలో ఉత్కంఠతను అవి సూచిస్తాయి.

అగ్నిపర్వతం

మీరు ఎలాగైనా తప్పించుకుని వచ్చి చేరాలనుకున్న ప్రదేశానికే, మీరు తప్పించుకుని వచ్చి చేరారన్న విషయం కనుగొన్నప్పుడు మీ కళ్లు తెరుచుకుంటాయి. అప్పుడు ఆ చోటు ఎంత మాత్రం జైలులా అనిపించదు. అది ఒక దృష్టికోణం. పరాలోకనం. తను అనుభవంలోకి వచ్చి, తనలో ఉండే భిన్నమైన వైవిధ్యాలన్నీ, అదే జీవితంలో సంభవించిన సమూలమైన మార్పులని నోరా గ్రహించగలిగింది. వాటిని తను ప్రారంభించి తనే ముగించింది.

అత్యంత ప్రభావంతమైన ఆ పెద్ద మార్పు, తను అమిత ధనవంతురాలి కావటం వల్ల... రాణించి విజయవంతమైన వ్యక్తి కావటం వల్ల... స్వాల్ బర్డ్ లో హిమానీనదాలు, పోలార్ బేర్ ల మధ్య గడుపుతూ పేరుప్రఖ్యాతులు తెచ్చుకోవటం వల్ల... సంభవించలేదు. అది తన ఇంట్లో... శిధిలమైన సోఫా, యుక్కా మొక్క, చిన్న కాక్టీ ప్లాంట్, బుక్ షెల్ఫులు, ఉపయోగించని యోగా మాన్యువళ్లున్న నాలుగు గోడల మధ్యన... రోజూ తను పడుకునే నిద్ర మంచం మీద సంభవించింది.

అదే ఎలక్ట్రిక్ పియానో... అవే పుస్తకాలు... ఉద్యోగం కోల్పోవటం, పెంపుడు పిల్లి దూరం కావటం వంటి కారణాలు వల్ల ఏర్పడిన అదే విచారం ... అసమగ్రమైన అదే మనసు... అదే ప్రపంచం. ముమ్ముందు ఏం సంభవిస్తోందో తెలియని అదే సందిగ్ధత...

కానీ ఇప్పుడు ప్రతిదీ భిన్నంగా ఉంది.

భిన్నం ఎందుకంటే... తను అక్కడ ఉన్నది ఇతరుల కలలను నెరవేర్చటానికని ఆమె ఎంత మాత్రం అనుకోవటం లేదు. పరిపూర్ణమైన కుమార్తె, చెల్లెలు, భాగస్వామి, భార్య, ఉద్యోగిని, తల్లి... ఇలా ఊహాత్మక

పాత్రలను సృష్టించుకుని వాటిని నెరవేర్చటంలో తృప్తిని పొందాలని భావించటం లేదు. తను మనిషిగా ఉండాలనుకుంటోంది. తన లక్ష్యాల చుట్టూ పరిభ్రమించాలనుకుంటోంది. ఇకపైన తనకు తప్ప ఇతరులకు సమాధానం చెప్పవలసిన పనిలేదని అనుకుంటోంది.

భిన్నం ఎందుకంటే... ఇప్పుడు ఆమె సజీవంగా ఉంది. దాదాపుగా ఆమె చావుదగ్గరకు వెళ్లి తిరిగి ప్రాణం పోసుకుంది. అది ఆమె ఎంపిక. జీవించాలని ఆమె బలంగా కోరుకుంది. అనంత జీవితాన్ని ఆమె స్పృశించింది. ఆ విశాలత్వంలో ఆమె అవకాశాలను వెతుక్కుంది. తను చేయగలిగిన పనులను అనుభూతి చెందగల వాటిని ఎంచుకుంది. ఇతర శ్రేణులు, ఇతర రాగాలు ఇంతకు ముందు ఉన్నాయి. అంతకు ముందు వాటిని అనుభూతి చెందింది. ఇప్పుడు కూడా ఏకకాలంలో వాటిని అనుభూతి చెందుతోంది. టన్నుల కొద్దీ నైరాశ్యం వెంటాడుతున్నా ఆమెలో ఇప్పుడు ఇతర సాధనాలు అందుబాటులో ఉన్నాయి. అవి ఒకేసారి ప్లే అవుతున్నాయి.

తన పరిస్థితికి ఆమె ఏ మాత్రం సిగ్గుపడదు. అవసరమైతే వైద్యులను సంప్రదిస్తుంది. అపాయింట్మెంట్ తీసుకుని వారు ఎలాంటి వైద్యసలహాలు ఇచ్చినా పాటిస్తుంది. ఇకపైన తన బాధ నుంచి దూరంగా పారిపోవాలనుకోదు. ఏదో పరిపూర్ణతను ఊహించుకుని మనసును విషపూరితం చేసుకోదు. తనకు తగిలిన ఎదురుదెబ్బలను గమనిస్తుంది. గాయాలను గుర్తిస్తుంది. అన్నింట్లోనూ పూర్తిగా సానుకూలత, సంతోషం ఉంటాయని అనుకోదు. అంతకు ముందులా కాకుండా జీవితంలో చీకటిని సహజం వైఫల్యంగా కాకుండా సంపూర్ణతలో ఒక భాగంగా తీసుకుంటుంది. మిగతా విషయాల్లో దాని వల్ల ఉపశమనం కలుగుతుంది, ఎదుగుదల సాధ్యమవుతుంది, అదే ఉనికిలోకి వస్తుంది. అది సారవంతమైన భూమిలో బూడిద లాంటిది అనిపిస్తుంది.

ఆమెకు సరికొత్త మ్యూజిక్ వినిపించింది. ఆ రాగాన్ని తను ఎప్పుడూ మరిచిపోదు (ఊహించని ముగింపును ఆమె గుర్తించలేదు. అది ఊహించని ప్రారంభం. ఊహించని అనిశ్చితి). పరిస్థితులు, కెమిస్ట్రీలలో ఏ మార్పు రాలేదు. ఆమె దృక్పథంలోనే మార్పు వచ్చింది. ఇప్పుడు ఆమె దృక్పథం అనిశ్చితికి ద్వారాలు తెరుస్తోంది. ఎక్కడే అనిశ్చితి ఉంటుందో, అక్కడ అవకాశం ఉంటుంది. వర్తమానంలో అదే కనిపిస్తోంది. "నీ కంటబడేది

కాదు ముఖ్యం. నువ్వు పట్టి పట్టి చూసేది ప్రదానం'' అన్న మాటలో అర్థాన్ని తెలుసుకోగలుగుతోంది.

అది ఆమెలో ఆశను సజీవంగా ఉంచుతోంది. ఇక్కడ జీవించి ఉండగలగటం అనే కృతజ్ఞత, వినీలాకాశాన్ని చూసి ఆనందించేలా చేస్తోంది. రాయన్ బెయిలీ కామెడీలను ఇష్టపడేలా చేస్తోంది. సంగీతాన్ని ఆస్వాదించేలా చేస్తోంది. తన గుండె చప్పుడుని, అది చేసే సంభాషణని వినగలిగేలా చేస్తుంది.

అది భిన్నంగా ఉంది ఎందుకంటే, అన్నింటి కంటే మించి బాధాకరమైన, బరువైన 'బుక్ ఆఫ్ రిగ్రెట్స్' పుస్తకం దహనమై పోయింది.

'హాయ్ నోరా, నేను డొరీన్''.

ఆమె పేరు వినబడటంతో నోరాకు ఉత్సాహం కలిగింది. పియానో పాఠాలకు సంబంధించిన నోటీసు రాసే పనిలో ఉంది. ''ఓ డొరీన్, నిన్న పాఠం చెప్పటం మిస్ అయ్యినందుకు విచారం వ్యక్తం చేస్తున్నాను''.

''గడిచిపోయిన విషయాలు అంత ప్రాధాన్యమైనవి ఏవీ కాదు''.

''నేను అన్ని కారణాల జోలికిపోవటం లేదు'' నోరా కొనసాగించింది. ''ఒకటి మాత్రం చెప్పగలను. అలాంటి సందర్భాలోకి మళ్లీ వెళ్లను. భవిష్యత్తులో లియో పియానో పాఠాలు కొనసాగించాలా వద్దా? అది చెప్పండి. మరో విషయం. లియోకు పియానో అంటే ప్రాణం. వాడు అద్భుతంగా రాణించగలడు. తనలోనే అతను కెరీర్ ను వెతుక్కోగలడు. రాయల్ కాలేజీ ఆఫ్ మ్యూజిక్ దాకా వెళ్లగలడు. నా దగ్గర కొనసాగించటం ఇష్టపడకపోయినా ఫరవాలేదు. మరో చోట ఎక్కడయినా ప్రయత్నించవచ్చు. అంతే''.

అప్పుడు దీర్ఘవిరామం. ఫోన్ లోనే నిట్టూర్పు విడిచిన చప్పుడు.

''నోరా. అంతా ఓకే. నీ స్వగతంతో పనిలేదు. మేము నిన్న టౌన్ కి వెళ్లి షాపింగ్ చేశాం. వాడికి ఫేస్ వాష్ కొన్నాం. ఆ సమయంలో వాడు పియానో పాఠాలు బూట్స్ దగ్గరే కొనసాగిస్తానని చెప్పాడు. వచ్చే వారం దీని గురించి మాట్లాడుకుందామా?''

''నిజంగానా? అది అద్భుతమైన విషయం. వచ్చే వారం కలుద్దాం''.

ఫోన్ మాట్లాడి పక్కన పెట్టెయ్యగానే, నోరా పియానో అందుకుంది. కొత్త ట్యూన్ కోసం ప్రయత్నించింది. ఆ రాగం తనకు ఎంతో మధురంగా అనిపించింది. కచ్చితంగా దాన్ని గుర్తుపెట్టుకోవాలని నిర్ణయించుకుని

పదాల్లోకి మార్చి రాసుకుంది. దానికి చేర్పులు మార్పులు చేసి ఆన్ లైన్లో పెట్టాలని నిర్ణయించుకుంది. మరిన్ని పాటలు రాయాలనుకుంది. డబ్బులు కొంచెం దాచుకుని మాస్టర్స్ చేస్తే మంచిది అనుకుంది. అంతలోనే ఈ రెండూ చెయ్యవచ్చన్న ఆలోచన కలిగింది. పియానో వాయిస్తూ, తలెత్తి పక్కనున్న మ్యాగజైన్ వైపు చూసింది. అది జో తనకోసం కొని తెచ్చిన పుస్తకం. దాన్లో పేజీ తెరిచి ఇండోనేషియాలోని క్రాకటోవా అగ్నిపర్వతం బొమ్మను చూసింది.

అగ్నిపర్వతాల్లో ఉండే వైరుధ్యం ఆమెకు గుర్తుకొచ్చింది. అవి వినాశనానికి సూచికలు. అదే సమయంలో కొత్త జీవితానికి నాంది. ఒక్కసారి లావా నెమ్మదించి కూల్ అయిపోతే, అది గడ్డ కడుతుంది. కాలగమనంలో అది బద్దలై సారవంతమైన, సంపద్వంతమైన భూమిగా తయారవుతుంది.

తనెప్పటికీ బ్లాక్ హోల్ గా ఉండదు. అగ్నిపర్వతంలా మిగిలిపోతుంది. అగ్నిపర్వతం మాదిరిగానే తన నుంచి తాను దూరంగా జరిగిపోదు. అక్కడే ఉండిపోయి వేస్ట్ లాండ్ గా మిగిలిపోతుంది.

తన అంతరంగంలో పెద్ద అడవిని సృష్టించుకుంటుంది.

ఏది ఎలా ముగుస్తుందో ఎవరికీ తెలీదు

మిడ్ నైట్ లైబ్రరీలో తను చూసిన దాని కంటే ఎక్కువ వయసుమీద పడిన దానిలా కనిపించింది మిసెస్ ఎల్మ్. నెరిసిన ఆమె జుత్తు ఇప్పుడు పూర్తిగా ముగ్గుబుట్టలా తయారైంది. చర్మం అంతా ముడతలు ఉంది. నుదుటి మీద మ్యాపుల్లాగా గీతలు. ముఖం అలసినట్టుగా ఉంది. చెస్ విషయానికొచ్చేసరికి హజల్దీన్ స్కూలులైబ్రరీలో ఉన్నప్పటి మాదిరిగానే, ఎక్కడలేని చురుకుతనం వస్తుంది.

ఓక్ లీవ్ కేర్ హోంలో వాళ్లకు చెస్ బోర్డు ఉంది. దాని మీద దుమ్ము పేరుకుపోయి ఉంది.

''ఇక్కడ ఎవరూ ఆడేవాళ్లు లేరు'' అంది ఆమె నోరాతో. ''నువ్వొచ్చావు. చాలా సంతోషం. నాకు ఆశ్చర్యంగా కూడా ఉంది''.

''మిసెస్ ఎల్మ్. మీకు కావాలంటే రోజూ వస్తాను''

''లూయిస్. నన్ను లూయిస్ అని పిలు. నువ్వు ఇప్పుడు ఏ పనీ చేయటం లేదా?''

నోరా నవ్వింది. స్టింగ్ థీరీ దగ్గర నోటీసు ఉంచమని అడిగి 24 గంటలు గడవలేదు. మ్యూజిక్ పాఠాలు చెప్పమని కోరుతూ చాలా మంది ముందుకొచ్చారు. ''నేను పియానో పాఠాలు చెబుతున్నాను. ప్రతి మంగళవారం నిరాశ్రయుల హోమ్ లో పనిచేస్తాను. కచ్చితంగా నాకు ఓ గంట సమయం దొరుకుతుంది. నిజాయితీగా చెప్పాలంటే, నాతో చెస్ ఆడేవాళ్లెవరూ లేరు''.

మిసెస్ ఎల్మ్ ముఖంమీద అలసటతో కూడిన నవ్వు వ్యాపించింది. తన కిటికీ మీదుగా బయటకు చూసింది. నోరా ఆ చూపులను అనుసరించింది.

అక్కడ ఓ మనిషి, అతని వెంట కుక్క కనిపించాయి. అది బుల్ మాస్టిఫ్. దాని ఒంటి మీద సిగరెట్ తో కాల్చిన గుర్తులు కనిపిస్తున్నాయి. తన ఇంటి యజమాని కుక్కలను పెంచుకుంటే ఒప్పుకుంటాడో లేదో? పిల్లిని పెంచుకోనిచ్చాడు. అద్దె డబ్బులు చెల్లించేటప్పుడు ఆ విషయం తెలుసుకోవాలి.

''ఇక్కడ చాలా ఒంటరితనంగా అనిపిస్తోంది'' చెప్పింది మిసెస్ ఎల్మ్. ''ఇక్కడ ఉండటం, కూర్చోవటం... ఆట ముగిసిందనిపిస్తోంది. చెస్ బోర్డుమీద ఒంటరి రాజులా మిగిలిపోయాను. నేను నీకు ఎలా గుర్తున్నానో తెలీదు. నన్ను తెలిసిన వాళ్లంతా, 'ఇతరులను నిరాశపరిచాను. అందరితో సామరస్యంగా ఉండేదాన్ని కాదు. నేను పశ్చాత్తాపానికి గురయ్యే పనులు చేశాను. నేను చెడ్డ భార్యను. ఎప్పుడూ మంచి తల్లిని కాలేకపోయాను. చాలా మంది నన్ను వదులుకున్నారు. అందుకు పూర్తిగా వాళ్లనే నిందించలేను''.

''నా విషయంలో మాత్రం మీరు అలా లేరు మిసెస్ లూయిస్. నా పట్ల చాలా దయతో వ్యవహరించారు. స్కూలులో నేను ఇబ్బంది పడేటప్పుడు, నన్నెలా సమాధానపరచాలో మీకు తెలుసు''.

మిసెస్ ఎల్మ్ శ్వాసను నిలిపివేసింది. ''థాంక్యూ నోరా''.

''బోర్డుమీద మీరు ఒంటరిగా లేరు. మీకు తోడుగా ఓ బంటు వచ్చి చేరింది''.

''నువ్వు ఎప్పటికీ బంటువి కావు''.

ఆమె ఎత్తు వేసింది. శకటం బలమైన స్థానంలోకి వెళ్లింది. ఆమె పెదాల చివరన చిరునవ్వు తళుక్కుమంది.

''మీరు ఈ ఆటను గెలవబోతున్నారు'' నోరా చెప్పింది.

మిసెస్ ఎల్మ్ లో కొత్త జీవం తొణికిసలాడింది. ''దానిలో ఉన్న ఆనందమే ఇది. అవును కదూ, అది ఎలా ముగుస్తుందనేది ఎప్పటికీ తెలియదు.''

నోరా మందహాసం చేసింది. బోర్డుమీద ఉన్న పావులన్నింటివైపు పరిశీలనగా చూసింది. ఆ తర్వాత ఏ ఎత్తు వేయాలా అని ఆలోచించసాగింది.